അവധൂതരുടെ അടയാളങ്ങൾ

Avadhootharude Adayalangal
Novel

Nisha Anilkumar

CHINTHA PUBLISHERS
Thiruvananthapuram

First Chintha Edition
July 2023

Published
Chintha Publishers, Thiruvananthapuram

Typesetting
Star Communications, Thiruvananthapuram

Printed at
Repro India Ltd, Mumbai

Cover Design
Vinod Mangoes

ISBN : 978-81-19131-20-4

CO - 3368 / 6653

₹ 330

Email: chinthapublishers@gmail. com
Website: www. chinthapublishers. com

A version is available at National Libraries
Kolkata, Mumbai, Chennai and Delhi

Distribution
DESHABHIMANI BOOKHOUSE
H O Thiruvananthapuram 695035

Branch
Head Office Kunnukuzhi • Statue Thiruvananthapuram
KSRTC Bus Terminal Thampanoor • Saphalyam Complex Thiruvananthapuram
KSRTC Bus Station Alappuzha • KSRTC Bus Station Ernakulam
Machingal Lane Thrissur • IG Road Kozhikode
Mavoor Road Kozhikode • NGO Union Building Kannur
Central Bus Terminal Complex Thavakkara Kannur

അവധൂതരുടെ അടയാളങ്ങൾ

നിഷ അനിൽകുമാർ

ചിന്ത പബ്ലിഷേഴ്സ്
തിരുവനന്തപുരം-695 035
വില : ₹ 330

നിഷ അനിൽകുമാർ

1979 ഒക്ടോബർ 7 ന് തുതിയൂരിൽ ജനനം. ആനുകാലികങ്ങളിൽ കഥകളും ലേഖനങ്ങളും എഴുതുന്നു. *ഇതിഹാസത്തിന്റെ അമ്മ* (നോവൽ) *തണൽമരങ്ങൾ, ഡ്യുവൽ സിം, എജ്ജാതിപ്പെണ്ണ്* (കഥാസമാഹാരം) എന്നീ പുസ്തകങ്ങൾ പ്രസിദ്ധീകരിച്ചിട്ടുണ്ട്. *ശിഥിലസമാധി* എന്ന കഥയ്ക്ക് കേരള കലാകേന്ദ്രം കമല സുരയ്യ പുരസ്കാരം ലഭിച്ചു. *അവധൂതരുടെ അടയാളങ്ങൾക്ക്* തോപ്പിൽ രവി പുരസ്കാരം, നൂറനാട് ഹനീഫ് പുരസ്കാരം എന്നിവ ലഭിച്ചിട്ടുണ്ട്.

വിലാസം : ലേഡി വേൾഡ് മേക്ക് അപ്പ് സ്റ്റുഡിയോ
സി സി 48/177, ആയിഷ റോഡ്
ആൻചമൂരി, തമ്മനം - 682032
കൊച്ചി.

ഫോൺ : 9048197574

പ്രസാധകക്കുറിപ്പ്

യുക്തിയുടെ നൂലുകളിൽ ജീവിതാനുഭവങ്ങളെ കോർത്തെടുക്കാനാണ് മനുഷ്യൻ എപ്പോഴും ശ്രമിച്ചുകൊണ്ടിരിക്കുന്നത്. പക്ഷേ, നമ്മുടെയൊക്കെ വൈയക്തികാനുഭവങ്ങൾ പലപ്പോഴും അതിനു പിടിതരാതെ വഴുതിമാറുന്നത് കാണാം. വൈയക്തിക ലോകത്തെ മറികടന്നുവെന്ന് കരുതുന്ന, മഹാന്മാരായ ചിന്തകരെന്നു വാഴ്ത്തപ്പെടുന്ന പലരുടെയും ജീവിതങ്ങൾ തന്നെ യുക്തിയുടെ രേഖകൾ മായ്ച്ചു പായുന്നത് നാം കണ്ടിട്ടുണ്ട്. പ്രണയത്തിന്റെ നൗക ജീവിതത്തിന്റെ പരുപരുത്ത പാറക്കെട്ടുകളിലിടിച്ച് തകരുന്നതിനെക്കുറിച്ചാണ് ഗോർക്കി ആത്മഹത്യക്ക് തൊട്ടു മുൻപെഴുതിയത്..

മനുഷ്യ ബന്ധങ്ങൾ ഭാവനാതീതമാംവിധം വിചിത്രമാണ്. സ്നേഹബന്ധങ്ങൾ ഉടലെടുക്കുന്നതും വേരുകളാഴ്ത്തി പടരുന്നതും ഒരു നിയമങ്ങളുടെയും ചട്ടക്കൂടിനുള്ളിലല്ല. സിമോണിന്റെ എഴുത്തുകൾ പുരുഷാധിപത്യത്തിന്റെ മൂശയിൽ തീർത്ത സ്നേഹ സങ്കല്പങ്ങളുടെ നേരെ പാഞ്ഞ ചാട്ടുളിയായിരുന്നു. ആധുനിക മനുഷ്യന്റെ അസ്തിത്വത്തിന്റെ ദാർശനിക തലങ്ങൾ തിരഞ്ഞ ചിന്തകനായിരുന്നു സാർത്ര്. വിപ്ലവകരമായ രീതിയിൽ ഈ ലോകത്തെ തിരുത്തിയെഴുതാൻ ആഗ്രഹിച്ച ഈ രണ്ടുപേർക്കുമിടയിൽ ഉടലെടുത്ത ബന്ധത്തെയാണ് *അവധൂതരുടെ അടയാളങ്ങളിൽ* നിഷ കോറിയിടാൻ ശ്രമിക്കുന്നത്.

ചിന്ത പബ്ലിഷേഴ്സ്

ആമുഖക്കുറിപ്പ്

കൃത്യമായി പറഞ്ഞാൽ പത്തൊമ്പതു വർഷം മുമ്പ് *Memoirs of dutiful daughter* എന്ന പുസ്തകം വായിക്കാനെടുത്ത നിമിഷമാണ് ഈ നോവൽ എന്റെയുള്ളിൽ പിറവിയെടുത്തതെന്ന് പറയാം. ലോകം ഉറ്റു നോക്കിയ അനുഗൃഹീതരായ രണ്ടു ചിന്തകരായിരുന്നു സിമോൺ ഡി ബുവെയും അവരുടെ ഉറ്റ തോഴനായ ജീൻ പോൾ സാർത്രെയും. വിവാഹിതരാകാതെ ഒരു സ്ത്രീക്കും പുരുഷനും സഹയാത്രികരായി ജീവിക്കാൻ സാധിക്കുമെന്ന് സ്വന്തം ജീവിതംകൊണ്ടും നിലപാടുകൾ കൊണ്ടും തെളിയിച്ചവർ. ധീരനും സ്വതന്ത്രനുമായിരുന്നു സാർത്രേ. ഏത് പ്രതിസന്ധിയിലും സ്വന്തം തീരുമാനങ്ങളിൽ ഉറച്ചുനില്ക്കാൻ കഴിവുള്ള വ്യക്തിത്വത്തിന് ഉടമ. എന്നാൽ എന്നെ അതിശയിപ്പിച്ചത് ഒരു സാധാരണ കത്തോലിക്ക കുടുംബത്തിൽ ജനിച്ചുവളർന്ന സിമോൺ സാർത്രേയെപ്പോലെയൊരാളെ കൂടെകൂട്ടാൻ കാണിച്ച മനോധൈര്യമായിരുന്നു. എഴുത്തും തത്ത്വശാസ്ത്രവും രാഷ്ട്രീയവും മുറുകെ പിടിച്ചതുപോലെ തന്നെ അവർ പ്രണയവും ജീവിതത്തിന്റെ വെല്ലുവിളിയായി തിരഞ്ഞെടുത്തു. *Memoirs of dutiful daughter* വായിച്ചു തീർത്തപ്പോൾ സിമോൺ എന്ന കൗമാരക്കാരിയെ മാത്രമേ അറിയാൻ സാധിച്ചിരുന്നുള്ളൂ എങ്കിൽപ്പോലും എന്നെങ്കിലും ഒരിക്കൽ അവരെക്കുറിച്ച് എഴുതണം എന്നൊരാഗ്രഹം ഉള്ളിൽ കയറിക്കൂടുകയും ചെയ്തു. സാർത്രേയെ വായിക്കുന്നത് പിന്നീടാണ്. വേറിട്ട വഴിയിലൂടെ ജീവിച്ച ആ രണ്ടു പ്രതിഭാശാലികളെ അടയാളപ്പെടുത്തുകയെന്നത് തികഞ്ഞ വെല്ലുവിളി തന്നെയായിരുന്നു. അത് ഏത് വിധത്തിൽ എന്നൊരു ആത്മസംഘർഷം കുറേനാൾ ഉള്ളിൽ കൊണ്ടുനടന്നു.

നോവലിലൂടെ ഈ രണ്ടു മഹാപ്രതിഭകളെ അവതരിപ്പിക്കുകയെ

ന്നത് തികഞ്ഞ വെല്ലുവിളിയാണെന്ന് അറിഞ്ഞുകൊണ്ട് തന്നെയാണ് ഇങ്ങനെയൊരു അടയാളപ്പെടുത്തലിന് തയ്യാറായതും. അറിയാവുന്നത്ര സംഗതികൾ വച്ചുകൊണ്ട് എഴുത്ത് തുടങ്ങി. പലപ്പോഴും വേണ്ടത്ര വിവരങ്ങൾ ഇല്ലാതെ വിഷമിക്കേണ്ടി വന്നെങ്കിലും പിന്മാറാൻ മനസ്സ് തയ്യാറായില്ല. അതിനേക്കാൾ പരിഭ്രമം തോന്നിയത് എങ്ങനെയാണ് ഈ നോവൽ അവതരിപ്പിക്കേണ്ടത് എന്നതായിരുന്നു. എവിടെ നിന്നു തുടങ്ങി എങ്ങനെ അവസാനിപ്പിക്കണം എന്ന കാര്യത്തിൽ ആശങ്ക നിലനിർത്തിക്കൊണ്ടുതന്നെ എഴുതിത്തുടങ്ങി. അനേകം തവണ എഴുതിയും തിരുത്തിയും പൂർത്തിയാക്കിയ ആദ്യഭാഗം തൃപ്തി തോന്നാതെ കത്തിച്ചുകളഞ്ഞു. സത്യത്തിൽ ഈ നോവൽ പൂർത്തിയാക്കാൻ സാധിക്കുമോ എന്ന കാര്യത്തിൽപോലും ആകുലത തോന്നിത്തുടങ്ങി. മാനസികനില തെറ്റിപ്പോകുന്നതുപോലെയുള്ള ആത്മസംഘർഷത്തിലൂടെയായിരുന്നു ആ നാലുവർഷവും കടന്നുപോയത്. യഥാർത്ഥത്തിലുള്ള ഞാൻ പോയി മറയുകയും വേറെ ആരോ ഒരാൾ എന്നെ നയിക്കുകയും ചെയ്യുന്നുണ്ടെന്ന് പലപ്പോഴും അനുഭവപ്പെട്ടു. വീണ്ടും എഴുതിത്തുടങ്ങിയ നോവലിൽ ഭാവനയായിരുന്നു മുന്നിട്ട് നിന്നത്. അപ്പോഴേക്കും *സെക്കൻഡ് സെക്സ്* എന്ന പുസ്തകം കൂടി വായിച്ചുതീർത്തു. ഗൂഗിൾ സെർച്ച് ചെയ്ത് സാർത്രേയെക്കുറിച്ച് കൂടുതൽ അറിഞ്ഞു. എപ്പോഴോ എനിക്കു തോന്നി സിമോൺ തന്റെ ഏറ്റവും പ്രശസ്തമായ *The mandarins* എന്ന നോവൽ രചിക്കുന്നതിനിടയിലൂടെ കടന്നുപോകുന്ന ഏതാനും വർഷങ്ങളിലൂടെ കഥ പറഞ്ഞു പോകാമെന്ന്.

വേറിട്ട ജീവിതം തെരഞ്ഞെടുത്ത രണ്ടുപേർ ആണെങ്കിലും തങ്ങളുടെ സ്വകാര്യജീവിതത്തിൽ ധാരാളം പൊരുത്തക്കേടുകളും സമരസപ്പെടലുകളും അനുഭവിച്ചവരായിരുന്നു സാർത്രേയും സിമോൺ ഡി ബുവെയും. അങ്ങനെയാണ് സിമോണിന്റെ ഗതകാല സ്മരണകളിലൂടെ അവരുടെ പ്രണയത്തിന്റെ രണ്ടു ഘട്ടങ്ങൾ രേഖപ്പെടുത്താൻ തീരുമാനിച്ചത്. അങ്ങനെയൊരു ആലോചനയിൽ നിന്നാണ് കാമില അലക്സാഡ്രോവ്ന എന്ന സാങ്കല്പിക കഥാപാത്രത്തെ സൃഷ്ടിച്ചത്. കാമിലയിലൂടെയാണ് ഈ നോവൽ കടന്നുപോകുന്നത്. രണ്ടു ലോകമഹായുദ്ധങ്ങളുടെ ദുരിതങ്ങൾ നേരിട്ടവരും അനുഭവിച്ചവരുമായിരുന്നു സാർത്രേയും സിമോണും. അതുകൊണ്ടുതന്നെ ഈ നോവൽ രചനയിൽ ചരിത്രത്തെ രേഖപ്പെടുത്തേണ്ട ഉത്തരവാദിത്വം കൂടി ഉണ്ടായിരുന്നു.

ആശയപരമായ നിലപാടുകളുടെ സമ്മർദ്ദത്താൽ ഏറ്റവും വലിയ ബഹുമതിയായ നോബൽ പുരസ്കാരം നിരസിച്ചയാളാണ് ജീൻ പോൾ സാർത്രേ. ആധുനിക മനുഷ്യന്റെ സാംസ്കാരിക ചിന്താ മണ്ഡലത്തിന്റെ കൊടുങ്കാറ്റായിരുന്നു അവരിരുവരും. ആ മഹദ് വ്യക്തിത്വങ്ങളുടെ സ്വകാര്യ ജീവിതത്തിന്റെ ഉലച്ചിലുകളെ സിമോൺ എന്ന സ്ത്രീയുടെ കണ്ണിലൂടെ നോക്കിക്കൊണ്ടാണ് ഈ നോവൽ രചന ഞാൻ നിർവ്വഹിച്ചത്. ഈ നോവൽ അവരുടെ ജീവിതത്തിന്റെ ഒരു കാർബൺ കോപ്പിയായല്ല

വായനക്കാരുടെ മുന്നിലേക്ക് വയ്ക്കുന്നത്. ഇതിൽ സത്യത്തെക്കാൾ കൂടുതൽ ഭാവനയുണ്ട്, ചരിത്രമുണ്ട് കേട്ടറിവുകളുണ്ട്. എങ്കിൽപ്പോലും കഴിഞ്ഞ നൂറ്റാണ്ടിൽ സിമോൺ ഡി ബുവെയെപ്പോലെ ആരാധിക്കപ്പെടുകയും വിമർശിക്കപ്പെടുകയും ചെയ്തിട്ടുള്ള എഴുത്തുകാരികൾ അധികമില്ല. ഈ നോവലിലൂടെ വരാനിരിക്കുന്ന തലമുറയ്ക്ക് വേണ്ടിക്കൂടി അവരെ അടയാളപ്പെടുത്താൻ സാധിച്ചത് ഈശ്വരന്റെ അനുഗ്രഹമാണെന്ന് ഞാൻ കരുതുന്നു.

നിഷ അനിൽകുമാർ

കടപ്പാട്

Memoirs of a dutiful daughter

The Second Sex

ചരിത്രത്തെ അടുത്ത തലമുറയ്ക്കായി

പകർന്നു വച്ചിരിക്കുന്ന ഗൂഗിളിനും

In a way literature is true than life: “he said to himself on paper you say exactly and completely. what you feel” how easy it is to break thing off on paper. you hate, you shout, you kill, you commit suicide, you carry things to the very end. And that’s why its false, but its damend satisfying. In life you reconstantly denying yourself, and others are always contracting you on paper I make time stand still and limpose my convictions on the whole world. They become the only reality.

.......simone de beavoir

ഭാഗം ഒന്ന്

1954 ഡിസംബർ
ഞാനറിയാത്ത ഞാൻ

കുറച്ചു ദിവസങ്ങളായി ഒളിച്ചുപാർക്കും പോലെയാണ് ഞാൻ ജീവിക്കുന്നത്. പൊതുവിടങ്ങളിൽനിന്നും സൗഹൃദങ്ങളിൽനിന്നും മനഃപൂർവ്വം മാറി നിൽക്കണമെന്ന് തോന്നിയതിനാൽ എല്ലാത്തരം സാമൂഹിക ഇടപെടലുകളിൽനിന്നും ഒഴിവാക്കണമെന്ന് അഭ്യർത്ഥിച്ച് കൊണ്ട് ഒരറിയിപ്പ് വേണ്ടപ്പെട്ടവർക്കും മാധ്യമ രംഗത്തുള്ളവർക്കും നൽകിയ ശേഷം വീടിന്റെ വാതിലുകൾ എല്ലാം അടച്ചിട്ടു. ഇപ്പോൾ ഈ ഇരുട്ടും ഏകാന്തതയും മാത്രമാണ് എനിക്ക് വേണ്ടത്.

മുഴുവൻ പെയ്തൊഴിഞ്ഞ ആകാശം പോലെയൊരു നിസ്സംഗത എന്നെ ചൂഴ്ന്നു നിന്നു.

തരിശ് നിലംപോലെയായി തീർന്നിരിക്കുന്നു മനസ്സ്. ഇരുണ്ട ഭൂഖണ്ഡം പോലെയുള്ള വീട്, ചലനമില്ലാത്ത ഇരിപ്പിടങ്ങൾ, മരവിച്ച പുസ്തക അലമാരകൾ, ഗന്ധങ്ങൾ നഷ്ടപ്പെട്ട അടുക്കള, സൂര്യകിരണങ്ങൾ പ്രതീക്ഷിച്ചു നിലകൊള്ളുന്ന ജനൽവിരികൾ. ഇതൊക്കെയാണ് ഇപ്പോൾ ഈ വീടിന്റെ ആമുഖക്കുറിപ്പുകൾ അല്ലെങ്കിൽ അടയാളങ്ങൾ.

ദിവസത്തിൽ ഏറിയ പങ്കും ഞാൻ കിടക്കയിൽത്തന്നെ ചുരുണ്ടുകൂടി കിടക്കും. വല്ലപ്പോഴും എഴുന്നേറ്റ് എഴുത്തുമേശയിൽ ചെന്നിരിക്കും. മഷിയുറഞ്ഞുപോയ പേന കൈയിലെടുത്ത് അപരിചിതത്വത്തോടെ തുറിച്ചുനോക്കും. കണ്ണാടിയുടെ മുന്നിൽ ചെന്നു നിൽക്കേ ഇരുണ്ടുപോയ മുഖം എന്നിൽ വീണ്ടും പരാജയബോധം ഉളവാക്കും.

വിജയിച്ച യുദ്ധത്തിലേ തോറ്റുപോയ സേനാനായിക.

ഇതല്ലേ ചേരുന്ന വിശേഷണം. ആത്മനിന്ദകൊണ്ട് പൊട്ടിച്ചിരിക്കാനാണ് തോന്നുന്നത്.

കൊല്ലുന്ന ഏകാന്തതയെ ഏതാനും ആഴ്ചകൾകൊണ്ട് അതിജീവി

ച്ചുവെന്ന് ബോദ്ധ്യമായപ്പോൾ ആദ്യം ഞാൻ കിടപ്പുമുറിയിലെ ജനലുകൾ തുറന്നിട്ടുകൊണ്ട് കട്ടിലിൽ കിടന്നു സൂര്യകിരണങ്ങളെ ഏറ്റുവാങ്ങി. പിന്നീട് വാതിലുകൾ ഓരോന്നായി തുറന്നിട്ട് കസേരയിൽ ഇരുന്നു പുറത്തെ പ്രഭാതത്തെ സ്വീകരിച്ചു. എനിക്കു മരണത്തേക്കാൾ ഭീകരമായ വേദനയെ മറികടക്കണമായിരുന്നു. എന്റെ ഭ്രാന്ത് സ്നേഹത്തോടുള്ള അഭിനിവേശം മാത്രമായിരുന്നുവെന്ന് തെളിയിക്കണമായിരുന്നു. എനിക്കെന്നെ തിരിച്ചെടുക്കണമായിരുന്നു. അതിനുള്ള ഒരേയൊരു പോംവഴി സ്വയം തടവിലാക്കുകയും അതേ തടവ് ഭേദിക്കുകയും ചെയ്യുക എന്നത് മാത്രമായിരുന്നു.

ആ ദിവസങ്ങളിലായിരുന്നു ഒട്ടും പ്രതീക്ഷിക്കാതെ നെൽസൺ ആൽഗ്രൈൻ അയച്ച കത്ത് കിട്ടുന്നത്.

ഒരു കത്ത് മറ്റൊരാളുടെ ആഗമനത്തെ മുൻകൂട്ടി അറിയിച്ചു കൊണ്ടുള്ള സൂചന മാത്രമാണെങ്കിലും ചിലപ്പോൾ ആ കത്തിന് വേറെ ചില മുൻകരുതലുകൾ തരാൻ കഴിഞ്ഞേക്കും.

ആ കരുതലോടെയാണ് അവളെ സ്വീകരിക്കാൻ ഞാൻ ഒരുങ്ങിയി രുന്നതും.

കാമില അലക്സാദ്രോവ്നയെ.

നാൽപ്പത്തിയാറു വയസ്സ്. യൗവനത്തിന്റെ ആഘോഷത്തുടിപ്പുകൾ മങ്ങിത്തുടങ്ങിയ ജീവിതം. അള്ളിപ്പിടിക്കാനും കൂടുതൽ കൂടുതൽ സ്വന്ത മാക്കിവയ്ക്കാനും അഭിനിവേശം നിറയുന്ന പ്രായം. ഞാൻ നിർമ്മമയാ യിരുന്നു. ഏതാനും മാസങ്ങളായി പ്രപഞ്ചത്തിന്റെ ചെറിയൊരു മൂലയിലേക്ക് ഞാനെന്നെ ഒളിപ്പിച്ചുകൊണ്ട് ജീവിക്കുന്നു. അമ്പതിലേ ക്കുള്ള കാൽവയ്പ് ഹൃദയത്തിലും തലച്ചോറിലും കൊണ്ടു നടന്നിരുന്ന വിശ്വാസങ്ങളുടെ സായാഹ്നമാണ്. കാലങ്ങളായി എഴുത്തും ചിന്തയും പ്രണയവും രതിയും നിരന്തരമായി എന്നെ വേട്ടയാടിക്കൊണ്ടിരുന്നു.

അവൾ വരുമ്പോൾ ഞാൻ വിശ്രമിക്കുകയായിരുന്നു. കാമില അലക്സാ ദ്രോവ്ന. അലസമായ സ്വർണ്ണത്തലമുടിയും തവിട്ടുനിറമുള്ള കണ്ണുകളും ഒരല്പം പുഷ്ടിമയുമുള്ള ശരീരവും ഉള്ളവൾ. ആദ്യത്തെ കാഴ്ചയിൽ പ്രപഞ്ചത്തിലെ സകല ചരാചരങ്ങളും എന്നോടു വിളിച്ചുപറഞ്ഞു ഇവൾ എന്റെ ജീവിതം മാറ്റിമറിക്കാൻ വന്നവളാണെന്ന്. ഞങ്ങൾ പരസ്പരം ഹസ്തദാനം ചെയ്തു. ഒട്ടും തന്നെ അപരിചിതത്വം ഇല്ലാതെ അവളെ ന്നെ ആലിംഗനം ചെയ്തപ്പോൾ സിരകൾ പിടഞ്ഞുണർന്നു. മാറിടം തുടി ച്ചു. തലച്ചോറിൽ മന്ദത വ്യാപിച്ചു. തരിശായി പോയ ഗർഭപാത്രത്തിൽ ചലനം. ചുരത്താതെ ഇടിഞ്ഞുതുങ്ങിയ മാറിടത്തിൽ രക്തധമനികൾ വിജൃംഭിച്ചു നിന്നു.

ആലിംഗനത്തിൽനിന്നും മുക്തമായി എനിക്കെതിരെയുള്ള കസേര യിൽ കാമില ഇരുന്നു. വേൾഡ് പബ്ലിഷിങ് കമ്പനി നിയോഗിച്ച ആളാ യിട്ടാണ് കാമില എനിക്കു മുന്നിലെത്തിയത്. അവളുടെ വരവിനെക്കുറിച്ച് ഏതാനും ദിവസം മുമ്പ് ആൽഗ്രൈൻ എന്നെ അറിയിച്ചിരുന്നു.

ആഗമനോദ്ദേശ്യം നേരത്തെ അറിയാവുന്നതിനാൽ മുഖവുര യില്ലാതെ ഞാൻ പറഞ്ഞു. "നാൽപ്പത്തിയാറു വയസ്സിൽ ജീവചരിത്രം എഴുതിവയ്ക്കാൻ ഞാനിപ്പോൾ ആത്മഹത്യയെക്കുറിച്ച് ചിന്തിക്കുന്നില്ല കാമില. നെൽസൺ ആൽഗ്രെൻ എന്റെ സുഹൃത്താണ്. അദ്ദേഹം ഏറെ നിർബ്ബന്ധിച്ചത് കൊണ്ടാണ് ഈ കൂടിക്കാഴ്ചയ്ക്ക് ഞാൻ സമ്മതം മൂളിയത് എന്റെ ജീവിതവും ദർശനങ്ങളും നിലപാടുകളും തത്ത്വ ചിന്തയും ഇതുവരെ എഴുതിയതിൽ കൂടുതലായി ഒന്നുമില്ല പറയാൻ. ഇനി അഥവാ കുറേക്കൂടി നുണക്കഥകൾ ചേർത്തുവെച്ച് ഞാനെന്നെ ക്കുറിച്ച് അതിശയോക്തി കലർന്നൊരു ചരിത്രം സൃഷ്ടിച്ചാൽ ആർക്കാണ് അതുകൊണ്ടൊരു പ്രയോജനം. പുസ്തകപ്രസാധകർക്ക് വിറ്റ് കാശുണ്ടാക്കാം എന്നല്ലാതെ."

"എന്നോടു ക്ഷമിക്കണം ബുവെ. ഞാൻ നിങ്ങളിൽ ആകൃഷ്ടയായി വന്നവളല്ല. നിയോഗിക്കപ്പെട്ടവൾ മാത്രമാണ്. താങ്കളുടെ ഏറ്റവും പുതിയ നോവൽ പുറത്തിറങ്ങിയ വേളയിൽ ആ നോവലിന് ലഭിച്ച വമ്പിച്ച സ്വീകാര്യത കണക്കിലെടുത്ത് ഒരു ജീവിതപുസ്തകം പ്രസിദ്ധീ കരിക്കുക എന്നത് കമ്പനിയുടെ തന്ത്രം ആയിരിക്കാം. എങ്കിലും എഴുത്തു കാരിയെന്ന നിലയിൽ അത് ബുവെക്കും പ്രയോജനകരമാണല്ലോ."

"ബാഹ്യമായ വിജയങ്ങളിൽ ആകൃഷ്ടയാകുന്നവളല്ല ഞാൻ."

"എന്താണ് ബുവെ ബാഹ്യമായ വിജയം എന്നുദ്ദേശിച്ചത്? അങ്ങ നെയെങ്കിൽ ഇതുവരെ എഴുതിയ എല്ലാ രചനകളും ബാഹ്യമായ നേട്ട ങ്ങൾക്ക് വേണ്ടിയുള്ളതല്ല എന്നാണോ. എങ്കിൽ എന്തിന് വേണ്ടിയാണ് ഇത്രയും രചനകൾ കഷ്ടപ്പെട്ട് രചിച്ചത്. ആന്തരികമായ സംതൃപ്തി ഒരർത്ഥത്തിൽ ബാഹ്യമായ നേട്ടം തന്നെയാണെന്നാണ് ഞാൻ അവ കാശപ്പെടുന്നത്."

"നമ്മൾ വൈകാരികമായും, ശാരീരികമായും രണ്ടുപേർ ആണ് കാമില. തൃപ്തി എന്ന ആശയം നമ്മളിൽ വിഭിന്നമായിരിക്കും."

"താങ്കളുടെ ജീവിതം തൃപ്തികരമല്ല എന്നാണോ ഇപ്പോൾ സൂചി പ്പിച്ചത് ബുവെ?"

എനിക്കു ചെറുതായി മുഷിഞ്ഞുതുടങ്ങി. അതിന്റെ മുഴുവൻ ദേഷ്യത്തോടും ചോദിച്ചു. "എന്റെ രഹസ്യങ്ങൾ കണ്ടെത്താൻ വന്ന ഒരാളെപ്പോലെയാണ് നിങ്ങളിപ്പോൾ സംസാരിക്കുന്നത്. യഥാർത്ഥത്തിൽ ഒളിച്ചുവയ്ക്കാൻ മാത്രം രഹസ്യങ്ങൾ ബാക്കിയില്ലാത്തയാളാണ് ഞാൻ. നിങ്ങളെ അത് പറഞ്ഞു ബോദ്ധ്യപ്പെടുത്തുകയെന്ന് പറഞ്ഞാൽ ലജ്ജാകരം തന്നെ."

മുന്നിലിരിക്കുന്ന യുവതിയുടെ നേർക്ക് താൽപ്പര്യമില്ലാതെ നോക്കി ക്കൊണ്ടു തുടർന്നു. "നമുക്കിടയിൽ ഇപ്പോഴേ ആശയക്കുഴപ്പം തുടങ്ങി കഴിഞ്ഞു. ആ നിലയ്ക്ക് എങ്ങനെയാണ് നിങ്ങൾക്കെന്റെ ജീവചരിത്രം എഴുതാൻ കഴിയുക. കുറഞ്ഞപക്ഷം ജീവിച്ചിരിക്കുന്നവരെ വിശ്വസിക്കുക എന്നതാണു ഓർമ്മപുസ്തകം തയ്യാറാക്കേണ്ടുന്നയാൾ നേടിയെ

ടുക്കേണ്ട മിനിമം യോഗ്യത. സ്നേഹത്തിന് അർഹരാവുന്നതുപോലെ കഠിനം തന്നെയാണ് അതെന്നും തിരിച്ചറിയുന്നിടത്ത് ചരിത്രകാരൻ വിജയിക്കും."

കാമില അലക്സാഡ്രോവ്നാ പുഞ്ചിരി കൈവിടാതെ തന്റെ തുകൽ ബാഗിൽ നിന്നും ഏതാനും പുസ്തകങ്ങൾ പുറത്തെടുത്ത് വെച്ചു.

"ഞാൻ ആരാധികയല്ല. എഴുത്താണ് എന്റെ തൊഴിൽ. സത്യം തുറന്ന് പറഞ്ഞാൽ സ്നേഹത്തിന് അർഹയാകുന്നത് പോലെ എഴുത്തിനെ കാണാൻ മാത്രം കുലീനയല്ല ഞാൻ. പണത്തിന് ആവശ്യമുള്ളതുകൊണ്ടാണ് ഈ ജോലി ഏറ്റെടുത്തത്. പ്രസാധകർ എന്റെ ഭാഷയെ വിശ്വസിക്കുന്നു. വിശ്വാസം നിലനിർത്തുന്നതുപോലെ തന്നെ തൊഴിലിൽ മികവ് പുലർത്തേണ്ടതും ഉത്തരവാദിത്തം ആണെന്ന് വിശ്വസിക്കുന്നയാളാണ് ഞാൻ."

"ഞാൻ വിറ്റഴിക്കപ്പെടാൻ സാദ്ധ്യതയുള്ള ചരക്കാണ് എന്ന്?"

ഞാൻ പൊട്ടിച്ചിരിയോടെ ചോദിച്ചു.

രണ്ടുനിമിഷം കാമില നിശ്ശബ്ദയായിരുന്നു. തികച്ചും സത്യസന്ധമായ ഒരു മറുപടി എന്തുതരം പ്രതികരണമാവും ഉണ്ടാക്കുകയെന്ന് ആലോചിച്ചു ഭയന്നെങ്കിലും ബുദ്ധിമതിയായ ഒരു സ്ത്രീയുടെ മുന്നിൽ കപടത സൂക്ഷിക്കാൻ അവളും ഇഷ്ടപ്പെട്ടില്ല.

"സിമോൺ ഡി ബുവെ നല്ല മാർക്കറ്റ് വാല്യൂ ഉള്ള എഴുത്തുകാരിയാണ് എന്നാണ് ഞാനറിഞ്ഞിട്ടുള്ളത്."

"അതായത് നിങ്ങൾക്കെന്നിൽ പ്രത്യേകിച്ചു താൽപ്പര്യം ഇല്ല എന്ന്?" കൂർത്ത ഒരു നോട്ടത്താൽ അവളുടെ കണ്ണുകളിൽ ഒരു കുരുക്കിട്ടുകൊണ്ട് ഞാൻ ചെറുതായി ചിരിച്ചു.

അവളും ചെറുതായി ചിരിച്ചുകൊണ്ടു പറഞ്ഞു. "വിറ്റഴിക്കപ്പെടാൻ സാദ്ധ്യതയുള്ള ചരിത്രത്തോടു ചരിത്രകാരന് തോന്നിയ തീവ്രമായ വികാരത്തെ വേണമെങ്കിൽ പ്രണയം എന്നു വിളിക്കാം."

"ഓർമ്മപ്പുസ്തകം എന്നാൽ ജീവിച്ചതിന്റെ മുഴുവൻ രേഖാചിത്രങ്ങളും ആവിഷ്ക്കരിക്കുകയാണെന്ന് ഞാൻ വിശ്വസിക്കുന്നില്ല. എന്റെ മനസ്സിനെയും ചിന്തയെയും ബാധിക്കാതെ പോയ സംഭവങ്ങളും ആകസ്മികതകളും കൂടിച്ചേരുന്നതാണ് എന്റെ ജീവിതം. പക്ഷേ, എന്നെ സ്വാധീനിച്ചത് മാത്രമേ ഓർമ്മയിൽ അവശേഷിക്കൂ. അതാകട്ടെ നിങ്ങൾ വിചാരിക്കുംപോലെ നിറമുള്ളതല്ല."

"നമ്മളെല്ലാം പകുതി മനുഷ്യരും പകുതി ദൈവങ്ങളും ആണെന്നാണ് ഞാൻ വിശ്വസിക്കുന്നത്. മാഡം തെറ്റിദ്ധരിച്ചതുപോലെ എനിക്കുവേണ്ടത് എഴുത്തുകാരിയുടെ ജീവിതരഹസ്യങ്ങൾ അല്ല. എഴുത്ത് തൊഴിലാണെന്ന് പറയുന്നതുപോലെ തന്നെ ഏത് തൊഴിലിനും വേണ്ട സത്യസന്ധത എഴുത്തിനും വേണമെന്ന് വിശ്വസിക്കുന്നയാളാണ് ഞാൻ. ഓർമ്മക്കുറിപ്പുകൾ എന്നാൽ സ്മരിക്കപ്പെടേണ്ടവരിലേക്കുള്ള തിരിഞ്ഞുനോട്ടം കൂടിയാണ്. എവിടെയോ കൈമോശം വന്ന നമ്മുടെ

കുട്ടിക്കാലത്തിലേക്കുള്ള കുസൃതിനിറഞ്ഞ തിരിഞ്ഞുനോട്ടം ആയിക്കോട്ടെ.

കാമിലയുടെ കുട്ടിത്തം നിറഞ്ഞ മുഖത്തേക്ക് നോക്കിയിരുന്നപ്പോൾ സിമോണിന് കൗതുകത്തോടൊപ്പം സ്നേഹവും തോന്നി. അവളുടെ കപടതയില്ലായ്മയാണ് സിമോണിനെ ആകർഷിച്ചത്.

"കാമില കുറച്ചുദിവസം എന്റെ അതിഥിയായി താമസിക്കു. എഴുതി വയ്ക്കാൻ മാത്രമുള്ളതാണോ എന്റെ ജീവിതമെന്ന് നിരീക്ഷിച്ചിട്ടാകാം പുസ്തകരചന?"

സിമോണിന്റെ ക്ഷണം അവളെ ആഹ്ലാദിപ്പിക്കുക തന്നെ ചെയ്തു. ചുരുങ്ങിയ സമയംകൊണ്ട് ഒരാളെ സ്വാധീനിക്കാൻ കഴിഞ്ഞതിന്റെ അഭിമാനബോധത്തോടെ അവൾ ചോദിച്ചു.

"എന്നെ വിശ്വാസമായി എന്നാണോ ഈ വാക്കുകളുടെ അർത്ഥം?"

"നിന്നെ ഇഷ്ടപ്പെട്ടു എന്ന്."

അവളുടെ മുഖത്ത് ചുവപ്പിന്റെ ഇളം രാശി തെളിഞ്ഞു. അറിയപ്പെടാത്ത ആർക്കൊക്കെയോ ഊന്നുവടിയായി മാറിയ മനുഷ്യരെക്കുറിച്ചുള്ള ലേഖനം കഴിഞ്ഞ ദിവസമാണ് പ്രസിദ്ധീകരിച്ചത്. സഞ്ചിയിലെ പുസ്തക കൂട്ടിൽ മടക്കിവെച്ച പത്രക്കടലാസ് നിവർത്തിയെടുത്ത് കാമില സിമോണിന് നേരെ നീട്ടി. "എന്റെ അക്ഷരങ്ങൾക്ക് ജീവിതത്തോളം ആഴമുണ്ടോ എന്നറിയില്ല. എങ്കിലും ജീവിതത്തിന്റെ ആഴം കണ്ടെത്തിയ മനുഷ്യരെ അടുത്തറിഞ്ഞതിന് ശേഷമാണ് ഇതെഴുതിയത്."

"നിന്റെ അക്ഷരങ്ങളെക്കാൾ വാക്കുകളിലെ സത്യസന്ധതയാണ് എന്നെ സ്വാധീനിച്ചത്. കടലാസിലെഴുതിയ വാക്കുകൾക്ക് ഭാവനയുടെ ഭംഗികൂടും ചേരുവകൾ വേണ്ടപോലെ ചേർത്തുവെച്ച വിറ്റഴിക്കപ്പെടാൻ പാകത്തിനെഴുതേണ്ട നുണക്കഥകളാണ് ആത്മകഥ എന്നു ഞാൻ വിശ്വസിക്കുന്നില്ല."

"ഞാനും വിശ്വസിക്കുന്നില്ല. അത്തരത്തിൽ കൃത്യമായി രൂപപ്പെടുത്തിയ ഡയറിക്കുറിപ്പുകളോ, മസാല ചേർത്ത പ്രണയകഥകളോ, വേറിട്ട ജീവിതം തിരഞ്ഞെടുത്ത രണ്ടുപേരുടെ സംഘർഷങ്ങളോ ഒന്നുമല്ല. പകരം നടന്നു തീർത്ത വഴികളിലേക്കുള്ള തിരിഞ്ഞുനോട്ടം മാത്രമാണ്. ഏതു വ്യക്തിയും വീണ്ടുമൊരിക്കൽക്കൂടി തിരിച്ചുപോകാൻ ആഗ്രഹിക്കുന്ന കുട്ടിക്കാലം. രണ്ടു ലോകമഹായുദ്ധങ്ങളെക്കുറിച്ചുള്ള അനുഭവങ്ങൾ. ചില ഓർമ്മകൾ നാളേക്കുള്ള മുതൽക്കൂട്ടുകളായിത്തീരും. വരാനിരിക്കുന്ന തലമുറയ്ക്ക് വായിച്ചു പഠിക്കാൻ, ലോകം ഇതുപോലൊരു കെട്ട കാലത്തിലൂടെ കടന്നുവന്ന മനുഷ്യരുടെ അതിജീവനത്തിന്റെകൂടി ചരിത്രമാണ് എന്ന് അറിഞ്ഞിരിക്കാനെങ്കിലും ഓർമ്മക്കുറിപ്പുകൾ വേണ്ടതായി വരും. നിങ്ങളെപ്പോലുള്ള രണ്ടുപേരുടെ ജീവിതവും അനുഭവങ്ങളും രേഖപ്പെടുത്തേണ്ടത് അതുകൊണ്ടുതന്നെ ചരിത്രത്തിന്റെ ആവശ്യകതയാണ്."

ഞങ്ങളുടെ ജീവിതം. ആ പ്രയോഗം ചെറുതല്ലാത്ത രീതിയിൽ

നോവുണ്ടാക്കി. ഞങ്ങൾ ഇപ്പോഴും ജീവിതത്തിന്റെ അർത്ഥം കണ്ടെത്തി യിട്ടില്ലാത്ത രണ്ടുപേരാണ് എന്ന് പറയണമെന്നുണ്ടായിരുന്നു. അത്തരം മാനസിക വെളിപ്പെടുത്തലുകൾ നടത്താൻ മാത്രം അടുപ്പം വന്നിട്ടില്ലാത്ത ഒരാളോടു കാണിക്കേണ്ട ഔപചാരികത മാത്രം പുറമേക്ക് പ്രകടിപ്പിച്ചു കൊണ്ട് ഞാൻ പറഞ്ഞു.

"കാമില വിശ്രമിക്കൂ, നമുക്ക് വൈകുന്നേരം സംസാരിക്കാം. ഇപ്പോൾ എനിക്കു കുറച്ചുനേരം തനിച്ചിരിക്കണം."

"ചുംബിച്ച ചുണ്ടുകളുടെ അകലത്തെക്കുറിച്ച് ഞാനിപ്പോൾ ഓർക്കാറേയില്ല. ചുണ്ടുകൾക്കിടയിലെ അകലമല്ല, ചുണ്ടിനും മനസ്സിനും ഇടയിലെ ദൂരമാണ് എന്നെ ഭയപ്പെടുത്തുന്നത്" എന്നെഴുതിയ ഡയറി മേശപ്പുറത്തിരിപ്പുണ്ടായിരുന്നു. അത് ഇന്നലെ എഴുതിയതാണ്. വോഡ്ക യുടെ ചെറിയ ലഹരിയിൽ സാർത്രേയുടെ അസാന്നിദ്ധ്യം തീർത്ത നിരാശയിൽ.

എത്രയോ ദിവസങ്ങളായി കാത്തിരിക്കുന്ന ഒരാളെയോർത്ത് വേദനി ച്ചെഴുതിയ വരികൾ പിന്നീടു ബാലിശമായി തോന്നാം, വായിക്കുന്ന മറ്റൊരാൾക്ക് പൊട്ടിച്ചിരിക്കാനുള്ള വകയാവും മനസ്സിന്റെ വെളിപ്പെടു ത്തലുകൾ.

****

"സ്ത്രീകൾക്കിടയിൽ പ്രണയം ധ്യാനംപോലെയാണ്. ഇണയായ സ്ത്രീയിലൂടെ സ്വയം പുനഃസൃഷ്ടിക്കുകയല്ല, അവളെ സ്വാധീക്കാനുള്ള വഴികൾ ആയാണ് അവൾ സ്നേഹപ്രകടനങ്ങളെ കാണുന്നത്." ബുവെ *സെക്കൻഡ് സെക്സിൽ* എഴുതിയ ഈ വരികൾ ഞാനിന്നലെ വീണ്ടും വായിച്ചു. യഥാർത്ഥത്തിൽ സ്ത്രീപുരുഷനുമായുള്ള ബന്ധത്തിൽ അനുഭവിക്കുന്നതിൽ കൂടുതൽ വൈകാരിക സന്തോഷവും സമാ ധാനവും സ്ത്രീയുമായുള്ള പ്രണയത്തിൽ അനുഭവിക്കുന്നുണ്ടോ? അതോ വേലികൾക്കുള്ളിൽ തളയ്ക്കപ്പെടുന്ന ജീവിതത്തിൽനിന്നും രക്ഷപ്പെടാനുള്ള ഒരു പോംവഴി മാത്രമാണോ സ്വവർഗ്ഗപ്രണയം.

"ഈ ചോദ്യത്തിന് ഇനിയും ഞാൻ ഉത്തരം പറയേണ്ടതുണ്ടോ കാമില. സ്ത്രീ സ്ത്രീയായി ജനിക്കുകയല്ല സ്ത്രീയായി പരിണമിക്കു കയാണ് എന്ന് അതേ പുസ്തകത്തിൽ ഞാനെഴുതിയിട്ടുണ്ട്. സ്വവർഗാനുരാഗത്തിൽ തീർച്ചയായും ഒരാൾ പുരുഷത്വം സ്വയം പ്രഖ്യാപിച്ച ആളായിരിക്കും. എന്താണ് സ്ത്രീ എന്താണ് പുരുഷൻ എന്ന ചോദ്യം ഉന്നയിച്ചാൽ സകലർക്കും മനസ്സിലാകുന്ന ഒരു സത്യം ഉണ്ടല്ലോ. വ്യത്യസ്ത ശരീരങ്ങളും വസ്ത്രധാരണവും മുഖങ്ങളും പുഞ്ചിരിയും താല്പര്യങ്ങളും പ്രകൃതവുമുള്ള രണ്ടു വിഭാഗങ്ങൾ ആയി മനുഷ്യരെ വിഭജിച്ചിട്ടുണ്ട്. കാലം ഈ വ്യത്യസ്തതയെ ചിലപ്പോൾ മാറ്റിമറിച്ചേക്കാം

എന്നിരിക്കലും സന്താനങ്ങളെ ഉൽപ്പാദിപ്പിക്കപ്പെടുക എന്ന പ്രകിയയിൽ ഈ വ്യത്യാസം അംഗീകരിച്ചേ പറ്റു. സ്ത്രീ പലപ്പോഴും പുരുഷനാവാൻ ആഗ്രഹിക്കും പക്ഷേ, പുരുഷന്മാർ സ്ത്രീയാവാൻ ആഗ്രഹിക്കുന്നത് വിരളമാണ്. കാരണം അവൻ അടിമയാക്കി ശീലിച്ചവനും ഭരിക്കുന്നവനുമാണ്. അതുകൊണ്ടുതന്നെ സ്ത്രീക്ക് മറ്റൊരു സ്ത്രീയെ എളുപ്പത്തിൽ മനസ്സിലാക്കാൻ കഴിയും. അതേസമയം പുരുഷനെ ഉൾക്കൊള്ളാനും സ്ത്രീക്ക് മാത്രമേ കഴിയൂ."

"പ്രണയത്തെക്കുറിച്ചാണ് എന്റെ ചോദ്യം."

"സ്വവർഗ്ഗാനുരാഗത്തിൽ പ്രണയത്തേക്കാൾ കൂടുതൽ ഉള്ളത് രതിയാണ്. സ്ത്രീപുരുഷ ബന്ധത്തിൽ ഉള്ളതുപോലെ ഉജ്ജ്വലമായ വികാരമല്ല സ്വവർഗബന്ധത്തിലെ പ്രണയം."

"എങ്കിൽ അങ്ങനെയൊരു ഉജ്ജ്വലമായ പ്രണയം ആരോടാണ് ബുവെക്ക് തോന്നിയിട്ടുള്ളത്? ബുവെയുടെ ജീവിതത്തിൽ തീവ്രമായ രണ്ടു ബന്ധങ്ങൾ ഉണ്ട്. നെൽസൺ ആൽഗ്രെനും ജീൻപോൾ സാർത്രേയും. ഒരിക്കൽ ബുവെ ആൽഗ്രെനെ തന്റെ ഭർത്താവാകേണ്ട പുരുഷൻ എന്ന് വിശേഷിപ്പിച്ചതോർക്കുന്നു. അതേസമയം സാർത്രേയെ കൂടാതെ ഒരു ജീവിതം സാദ്ധ്യമല്ലെന്നും പ്രഖ്യാപിച്ചു. ഈ നിലപാടിന്റെ വൈരുദ്ധ്യങ്ങൾ എന്നെ ആശയക്കുഴപ്പത്തിലാക്കുന്നു."

കാമിലയുടെ ചോദ്യത്തിന് മുന്നിൽ അതികഠിനമായ നിസ്സഹായത ഞാനനുഭവിച്ചു.

"ഈ ചോദ്യത്തിന് ഉത്തരം പറയാൻ സമയമായിട്ടില്ല കുട്ടി. എഴുതപ്പെടുന്ന വാക്കുകൾ പോലെ ലളിതമല്ല മാനുഷിക വികാരങ്ങൾ?"

കാമിലയുടെ സ്വതേ ചുവന്ന മുഖം ഒന്നുകൂടി തുടുത്തു. എനിക്കവളോട് കൂടുതൽ കൂടുതൽ വാൽസല്യവും സ്നേഹവും അനുഭവപ്പെട്ടു. എന്നാൽ അതിനുമാത്രം അടുപ്പം ഞങ്ങൾക്കിടയിൽ രൂപപ്പെട്ട് വന്നിട്ടുമില്ലായിരുന്നു എന്നതായിരുന്നു അത്ഭുതകരമായ വസ്തുത. ആ സമയം ഇരുവരും എഴുത്തുമുറിയിലായിരുന്നു. പുസ്തക അലമാരയിൽ നിന്നും *She came to stay* എന്ന പുസ്തകം തപ്പിയെടുത്തിട്ട് അവൾ പറഞ്ഞു. "ഈ പുസ്തകം ഞാൻ വായിച്ചിട്ടില്ല. 1943 ൽ ഇറങ്ങിയ ഈ നോവലിലെ കഥാപാത്രങ്ങൾ ജീൻപോൾ സാർത്രേയും ബുവെയും തന്നെയായിരുന്നു അല്ലേ?"

"ഞങ്ങളുടെ നിലപാടുകൾ ഉണ്ട്. വേറിട്ട ജീവിതം തെരഞ്ഞെടുത്ത രണ്ടുപേരുടെ ആത്മബന്ധത്തിന്റെ കഥ തന്നെയാണ് നോവലിലെ പ്രമേയം. ജീവിതവീക്ഷണത്തിൽ കാലക്രമേണ മാറ്റം വരാമല്ലോ. എനിക്കു സത്യത്തിൽ ദുഃഖിക്കാനുള്ള കാരണങ്ങൾ കുറവായിരുന്നു. മറ്റ് പലരെയും താരതമ്യപ്പെടുത്തി നോക്കിയാൽ വേണ്ടതിലധികം സന്തോഷങ്ങൾ ഉണ്ടായിരുന്നുവെന്ന് പറയാം. ഞാൻ ദുഃഖിച്ചതും യുദ്ധം

ചെയ്തതും മറ്റുള്ളവരെ ഓർത്താണ്. സാർത്രേയുമായുള്ള ബന്ധം എന്നെ സംബന്ധിച്ച് ഒട്ടും ലളിതമായിരുന്നില്ല. ഇരുപതാം വയസ്സിൽ ഞാൻ കണ്ട മഹാനായ തത്ത്വചിന്തകനായിരുന്നു അദ്ദേഹം. സാർത്രേയുമായുള്ള കൂട്ടുകെട്ടാണ് ഫ്രാൻസിലെ ബുദ്ധിജീവികളുടെ ഇടയിലേക്ക് എന്നെ കൈപിടിച്ചു കൊണ്ടുവന്നത്. ഞങ്ങളുടെ ബന്ധം എത്ര തന്നെ സുതാര്യമായിരുന്നപ്പോഴും അതിനിടയിൽ അന്തർദ്ധാരയായി ഒഴുകിയിരുന്ന വികാരം സ്നേഹം മാത്രമല്ല അസൂയ കൂടിയായിരുന്നുവെന്ന് അതിശയത്തോടെ ഞാൻ തിരിച്ചറിഞ്ഞിട്ടുണ്ട്.

ഒരുപക്ഷേ, ഞങ്ങളനുഭവിച്ച പല അനുഭവങ്ങളും അത്തരം വേദനകളിലൂടെ കടന്നുപോയിട്ടില്ലാത്തവരോട് പറയുന്നതു മൂഢത്വമാണ്. നിനക്കത് മനസ്സിലാക്കാൻ കഴിയുമോ എന്നെനിക്കറിയില്ല. മനസ്സിലായില്ലെങ്കിൽ നിന്റെ എഴുത്തിന് ആത്മാവില്ലാതെ പോകും കാമില. യുദ്ധത്തിന്റെ ഭീകരത എന്തെല്ലാം നഷ്ടപ്പെടുത്തിയെന്ന് കുറിക്കുമ്പോൾ നഷ്ടങ്ങൾ അനുഭവിച്ചവർക്കേ ആ വികാരം മനസ്സിലാകൂ. ആത്മഭാഷണങ്ങൾ പാഴായിപ്പോകുന്നത് അങ്ങനെയാണ്."

"ഓരോ ആത്മഭാഷണവും അവനവനിലേക്കുള്ള യാത്രകൂടിയാണ് ബുവെ."

"എന്റെ ഓരോ നിമിഷങ്ങളും ആത്മഭാഷണങ്ങൾ തന്നെയാണ് കാമില. കഴിഞ്ഞ കുറച്ചു വർഷങ്ങൾ എനിക്കെന്നോട് മാത്രമേ സംസാരിക്കാനും പങ്കുവയ്ക്കാനും ഉണ്ടായിരുന്നുള്ളൂ. പുസ്തകത്തിൽ പകർത്തിവയ്ക്കാൻ എന്താണ് എന്നിൽ ബാക്കിയുള്ളത്?"

"എന്റെ വരവ് വെറുതെയായി എന്നാണോ ബുവെ ഉദ്ദേശിച്ചത്?"

"നിന്റെ വരവുകൊണ്ട് എനിക്കെന്നിലെ കുട്ടിക്കാലം തിരിച്ചുകിട്ടി. എവിടെയോ മറന്നുവെച്ച ചിരികൾ തിരിച്ചുകിട്ടി. നാളുകളായി ഇരുൾ വീണുപോയ ഈ വീട്ടിൽ പ്രകാശം നിറഞ്ഞു. ഈ എഴുത്തുമുറിയും ഭക്ഷണമേശയും അടുക്കളയും സജീവമായി. നാളുകൾക്കുശേഷം അതിഥിക്കായി പുതിയ കിടക്കവിരികൾ വിരിക്കപ്പെട്ടു. അടുക്കളയിൽ സ്പൂണുകൾ കലപില കൂട്ടുന്ന ശബ്ദം ഇപ്പോഴാണ് ഞാനാസ്വദിക്കുന്നത്. എന്നോ മറന്ന രുചിമുകുളങ്ങൾ നാവിന് വീണ്ടും തിരികെ കിട്ടുമ്പോലെ ഒരാസ്വാദ്യത ഞാനനുഭവിക്കുന്നു ഇപ്പോൾ. അത്രമാത്രം കാമില നിനക്കെന്നെ സ്വാധീനിക്കാൻ കഴിഞ്ഞു. ഈ ദിവസങ്ങൾകൊണ്ട് നീയെന്റെ ആരെല്ലാമോ ആണെന്ന് തോന്നലുണ്ടാകുന്നു."

"ഞാൻ വെറും കൂലിയെഴുത്തുകാരി മാത്രമാണു ബുവെ. ഒരു സാധാരണക്കാരി. ഇങ്ങനെയുള്ള വലിയ വാക്കുകൾ കേൾക്കുമ്പോൾ ഭയം തോന്നുന്നു. അത്രയും കൂടുതൽ കരുതലെടുക്കേണ്ടിവരില്ലേ എന്റെ ജോലിയിൽ. ഇപ്പോൾ പറഞ്ഞ സ്നേഹവാക്കുകൾ എന്നുമുണ്ടാകാൻ അത്രയധികം കഠിനമായി എനിക്കെന്നെ പാകപ്പെടുത്തിയെടുക്കേണ്ടി വരില്ലേ?"

“കാമില നിനക്കെന്നെ സ്വാധീനിക്കാൻ കഴിഞ്ഞത് മുഖം മൂടിയില്ലാത്ത പെരുമാറ്റംകൊണ്ടാണ്. ഒരുപക്ഷേ, വളരെ നാളുകളായി അടഞ്ഞുകിടന്ന ഈ വാതിൽ വീണ്ടും തള്ളിത്തുറന്ന് വന്ന ആളായതിന്റെ അടുപ്പമാവാം?”

“എങ്കിൽ ഞാൻ പറഞ്ഞതുപോലെ ബുവെ എനിക്കാ കുട്ടിക്കാലം തിരികെയെടുത്തു തരൂ. എനിക്കുവേണ്ടി മാത്രമല്ല ജീവിതയാത്രയിൽ ഭയന്നും പതറിയും നിൽക്കുന്ന എല്ലാ പെൺകുട്ടികൾക്കും വേണ്ടി.”

എനിക്കപ്പോൾ ഓർമ്മ വരുന്നത് നോവലിലെ വരികളാണ്.

“യഥാർത്ഥ ദുരന്തങ്ങൾ എനിക്കു സംഭവിച്ചതല്ല എങ്കിലും അവ ഭ്രാന്തൻ ഓർമ്മകളായി എന്നെ വേട്ടയാടുന്നു.”

ആ വരികൾ എഴുതിയപ്പോൾ ഞാനെന്റെ കുട്ടിക്കാലം വീണ്ടും ഓർമ്മിച്ചിരുന്നു. വേരുകൾ എന്നെ ആഴങ്ങളിലേക്ക് വലിച്ചിഴച്ച് കൊണ്ടു പോയിരുന്നു. കാമിലയെ നോക്കി ഞാൻ ചോദിച്ചു. ‘‘പറയൂ എവിടെനിന്നാണ് ഞാനെന്റെ ഓർമ്മകളെ മടക്കി കൊണ്ടുവരേണ്ടത്. ജനനം മുതൽ ഇന്നുവരെ സ്വയം ചോദിച്ചുകൊണ്ടിരിക്കുന്ന ആശങ്കകളായിരുന്നു എന്റെ ജീവിതം. കുട്ടിക്കാലത്തേക്ക് മടങ്ങിച്ചെല്ലണം. അതല്ലേ നിന്റെയും ആവശ്യം.

കുട്ടിക്കാലം നിറങ്ങളുടെ കാലമായിരുന്നു. 1908 ജനുവരി 9 ന് പ്രഭാതത്തിലാണ് ഞാൻ ജനിച്ചത്. അന്ന് അച്ഛന് മുപ്പതും അമ്മയ്ക്ക് ഇരുപത്തിയൊന്നും വയസ്സായിരുന്നു പ്രായം. ആദ്യസന്താനം. എല്ലാവരുടെയും ഓമന. നിരാശകളില്ലാത്ത ബാല്യവും, പ്രക്ഷോഭം നിറഞ്ഞ കൗമാരവും ഏതൊരു പെൺകുട്ടിക്കും ഏതാണ്ടൊക്കെ സമാനമായിരിക്കും എന്ന് മനസ്സിലാക്കാതിരുന്ന ഒരുവൾ തന്റെ ജീവിതത്തെ വിപ്ലവംകൊണ്ട് നിറച്ചു കളഞ്ഞു. എന്തിനോടും ഏതിനോടും നിരന്തരം വാഗ്വാദം നടത്തി വെറുപ്പും അസഹ്യതയുംകൊണ്ട് ജീവിതത്തെ ദുഃഖപൂർണ്ണമാക്കി.

കാമില, നിനക്കറിയാമോ ജീവിതത്തെ മനോഹരമാക്കാനുള്ള എല്ലാ സാമഗ്രികളും തന്നാണ് സ്രഷ്ടാവ് മനുഷ്യരെ അയച്ചിട്ടുള്ളത്. പക്ഷേ, സ്വയം സൃഷ്ടിച്ചെടുത്ത മിഥ്യാധാരണകളുടെ പേരിൽ ഓരോ മനുഷ്യനും ജീവിതം നശിപ്പിച്ചുകളയും. ഇപ്പോൾ വൈകിയ ഈ ഘട്ടത്തിൽ ഏറ്റുപറയട്ടെ ഞാനും അങ്ങനെ മനോഹരമാക്കാവുന്ന ജീവിതം നിറമില്ലാതാക്കിയവളാണ്.

ചുണ്ടിലെ പുഞ്ചിരിയും, ഹൃദയത്തിലെ സൗമനസ്യവും വേണ്ടിടത്ത് ഉപയോഗിക്കാതിരുന്നവൾ. എന്നിട്ടോ ഇപ്പോൾ വാർദ്ധക്യത്തോടടുത്ത് നിന്നു ഖേദിക്കുന്നു. അതുകൊണ്ടുതന്നെ ഈ പുസ്തകത്തിന് ‘ഉത്തരവാദിത്തമുള്ള ഒരു മകളുടെ ഓർമ്മക്കുറിപ്പുകൾ’ എന്ന് പേരിടാൻ ഞാനാഗ്രഹിക്കുന്നു. എന്താണ് നിന്റെ അഭിപ്രായം?”

കാമില അലക്സാന്ദ്രോവ്നാ തന്റെ കൈയിലെ ലെറ്റർപാഡിൽ ഇങ്ങനെ എഴുതി.

ഉത്തരവാദിത്തമുള്ള ഒരു മകളുടെ ഓർമ്മക്കുറിപ്പുകൾ- സിമോൺ ഡി ബുവെ.

"ഇവിടെ തുടങ്ങാം ഞാൻ എന്നിലേക്കുള്ള യാത്ര. ഒരുപക്ഷേ ഈ യാത്രയിൽ ഏതറ്റംവരെ നീ കൂടെയുണ്ടാവുമെന്ന് നിശ്ചയമില്ല. എങ്കിലും ആത്മകഥ എഴുതാൻ പ്രേരിപ്പിച്ചവൾ എന്നർത്ഥത്തിൽ നിന്നോടെനിക്ക് കടപ്പാടുണ്ട്."

കാമില പുഞ്ചിരിച്ചു. "ആത്മഭാഷണം തപസ്സ് പോലെ ഏകാന്തമായി ചെയ്യേണ്ട ഒന്നാണെന്ന് എനിക്കറിയാം. ഒരുപക്ഷേ, പുസ്തകത്തിന്റെ ആദ്യവരി കുറിക്കുമ്പോഴേ നമ്മൾ തമ്മിൽ യാത്ര പറയേണ്ടിയും വരും. കാരണം മികച്ച ഒരെഴുത്തുകാരിയെ സംബന്ധിച്ച അടയാളപ്പെടുത്തലുകൾക്ക് മറ്റൊരാളുടെ സഹായം ആവശ്യം വരില്ല. മനസ്സിന്റെ വേഗതക്കൊപ്പം സഞ്ചരിക്കാനും സ്വയം പുഴയായി ഒഴുകാനും, ആർത്തലച്ചു തീരങ്ങളെ തകർത്തെറിയാനും ഒരാൾ തനിയെ നടത്തേണ്ട തീർത്ഥയാത്ര തന്നെയാണ് ആത്മകഥ."

ഞാൻ മനസ്സിലാകാത്തതുപോലെ അവളെ നോക്കി..

"നമ്മൾ തമ്മിലുള്ള മൂന്ന് ദിവസത്തെ സഹവാസംകൊണ്ട് ഈ ജോലി എനിക്കു ചെയ്യാനുള്ളതല്ല എന്ന് മനസ്സിലായിക്കഴിഞ്ഞു. ഞാൻ വായിച്ചറിഞ്ഞു മാത്രം പരിചയമുള്ള എഴുത്തുകാരിയെ കാണാനായി ഇറങ്ങി പുറപ്പെടുമ്പോൾ എനിക്കു തോന്നിയത് ഏറ്റെടുത്ത ജോലി അനായാസം ചെയ്തുതീർക്കാൻ കഴിയും എന്നായിരുന്നു. പക്ഷേ ഇപ്പോൾ എനിക്കറിയാം ആ പുസ്തകത്തിന് ഒരേകാന്തത ആവശ്യമുണ്ടെന്ന്. ധ്യാനംപോലെ നടത്തേണ്ട ആ പ്രകിയയിൽ മറ്റൊരാളുടെ സാന്നിദ്ധ്യം പോലും പാടില്ലായെന്നും. അവിടെ സിമോൺ എന്ന കുട്ടി വീണ്ടും ജനിക്കുകയാണ്. അവളുടെ കുഞ്ഞുകാൽവെപ്പുകൾ തുടങ്ങി മനസ്സിന്റെയും ശരീരത്തിന്റെയും ആർത്തലയ്ക്കലിലൂടെ കടന്നു പോകേണ്ടത് പുനർജ്ജന്മം പോലെയൊരു പ്രക്രിയയിലൂടെയാണ്. അവിടെ സ്രഷ്ടാവും സൃഷ്ടിയും മാത്രം മതി."

"കാമില." ദിനങ്ങളുടെ മാത്രം ബന്ധമുള്ള ആ പെൺകുട്ടിയുടെ പേർ ഹൃദയത്തിന്റെ അങ്ങേയറ്റത്തോളം ചെന്നുലച്ച വേദനയോടെ ഞാൻ വിളിച്ചു.

"നമ്മൾ പിരിയുകയല്ല. വീണ്ടും കണ്ടുമുട്ടാനായി യാത്ര പറയുന്നു."

കാമില തന്റെ തുകൽ സഞ്ചി തോളിൽ തൂക്കി എഴുന്നേറ്റു.

ആരായിരുന്നു കാമില അലക്സാഡ്രോവ്നാ തനിക്കെന്ന് സിമോൺ ആലോചിച്ചു നോക്കി.

എവിടെയോ നിന്നു കടന്നുവന്ന് മൂന്ന് ദിനംകൊണ്ട് തന്റെ ജീവിതത്തിൽ ചലനം ഉണ്ടാക്കിയവൾ. വർഷങ്ങളായി ഉറങ്ങിക്കിടന്ന ഈ വീടിനെ പൊട്ടിച്ചിരികൾകൊണ്ട് സമ്പന്നമാക്കിയവൾ. ഏതാനും നിമിഷം

മുമ്പ് കാമില ചുംബിച്ചുപോയ കവിൾത്തടങ്ങളിലൂടെ സിമോൺ വിരലോടിച്ചു. ആലിംഗനത്തിന്റെ ഊഷ്മളത ബാക്കി നിൽക്കുന്ന ശരീരത്തോട് വളരെ നാളുകൾക്കുശേഷം സിമോണിന് സ്നേഹം തോന്നി.

എവിടെനിന്നാണ് പെൺകുട്ടീ ഞാനെഴുതി തുടങ്ങേണ്ടത്? വരാനിരിക്കുന്ന തലമുറയിലെ ഓരോ പെൺകുട്ടിക്കും പഠനവിഷയമാകേണ്ടതാണ് ഒരെഴുത്തുകാരിയുടെ ജീവചരിത്രമെങ്കിൽ ഞാനതിൽ എന്റെ പിഴവുകൾ കുറിച്ച് വയ്ക്കട്ടെ.

തെരഞ്ഞെടുത്ത ജീവിതം തെറ്റായിപ്പോയെന്ന് ഈ നിമിഷത്തിലും കുറ്റബോധമില്ല. പക്ഷേ, കൂടെ നിൽക്കണമെന്ന് ഞാനാഗ്രഹിച്ചയാളുടെ അവഗണന തകർത്തുകളഞ്ഞ ഒരു സ്ത്രീജന്മത്തിന്റെ കഥ ഇവിടെ പറയേണ്ടതുണ്ടോ!

വേണ്ട. ഇതൊരു കൗമാരക്കാരിയുടെ ചുവടുവയ്പുകളാണ്. സന്ദേഹംകൊണ്ട് ഇടറിയ മനസ്സുമായി അവൾ നടത്തിയ ജാഗ്രതയേറിയ യാത്രകളാവട്ടെ ഇതിന്റെ ഉള്ളടക്കം.

കാമില, നീ പറഞ്ഞതുപോലെ ഞാനിതാ പിച്ചവയ്ക്കുകയാണ്.

എന്നിലേക്ക്, എന്റെ ഉള്ളിലെ ചോദ്യങ്ങളിലേക്ക്. അരക്ഷിതാവസ്ഥ നിറഞ്ഞ കൗമാരത്തിലേക്ക്, ജീവിതം പ്രക്ഷുബ്ധമായ യൗവനത്തിലേക്ക്.

ഒരു പെൺകുട്ടി സ്ത്രീയായി രൂപമാറ്റം സംഭവിക്കുന്നത് മാനസികവും ശാരീരികവുമായ എത്ര ഘട്ടങ്ങളിലൂടെ കടന്നുപോയിട്ടാവാം എന്ന് *സെക്കന്റ് സെക്സിൽ* എഴുതിവച്ചത് ഓർത്തുകൊണ്ടാണ് ഈ ദിവസം തുടങ്ങിയത്.

ബാല്യകാല സ്മരണകൾ എവിടെ നിന്നാണ് ആരംഭിക്കേണ്ടത് എന്നതൊരു ദുർഘടം പിടിച്ച ചോദ്യമായി അലട്ടാൻ തുടങ്ങിയിരിക്കുന്നു. ഇന്നിൽനിന്നും ഇന്നലെകളിലേക്കുള്ള തിരിഞ്ഞുനോട്ടം എന്ന് പേരിട്ടുകൊണ്ട് ആദ്യത്തെ അദ്ധ്യായം എഴുതാൻ ശ്രമിച്ചുനോക്കി.

1955 ജനുവരി

ഞാൻ ആരാണ് എന്ന ചോദ്യം നിരന്തരം എന്നെ അലട്ടുകയാൽ ഇന്നുള്ള ജീവിച്ചിരിക്കുന്ന ഈ സ്ത്രീയിലേക്കുള്ള പരിവർത്തനം എങ്ങനെയൊക്കെ സംഭവിച്ചുവെന്ന് വിസ്മയത്തോടെ എനിക്കെന്നോടു തന്നെ ചോദിക്കേണ്ടി വന്നിരിക്കുന്നു. ഒരുവൾ പെൺകുട്ടിയിൽനിന്നും സ്ത്രീയിലേക്ക് രൂപമാറ്റം ചെയ്യപ്പെടുമ്പോൾ ആന്തരികമായി ഏതെല്ലാം തരത്തിൽ മാറ്റം സംഭവിക്കുന്നുവെന്ന് *സെക്കൻഡ് സെക്സിൽ* എഴുതിയവളാണ് ഞാൻ. പക്ഷേ, എനിക്കെന്നെ രേഖപ്പെടുത്തി വയ്ക്കേണ്ടി വരുന്ന ബാദ്ധ്യത ഏറ്റെടുത്ത ഈ സന്ദർഭത്തിൽ മനസ്സിലാകുന്നു ഓരോ സ്ത്രീയും ഓരോ കടലാണെന്ന്.

അത്രയും എഴുതി വീണ്ടും വായിച്ചപ്പോൾ യാതൊരു വിധത്തിലുള്ള

തൃപ്തിയും ലഭിച്ചില്ല.

എഴുതിയത് മാറ്റിവെച്ചിട്ട് കണ്ണുകൾ അടച്ചുകിടന്നു. ആത്മസംഘർഷമല്ല എന്നെ അലട്ടുന്നത് ആത്മാവിന്റെ ശൂന്യതയാണ്. ഈ ശൂന്യതയിൽ ഏന്നേക്കുമായി അസ്തമിക്കാൻ പോകുകയാണോ എന്നിലെ എഴുത്തുകാരിയെന്ന് ഇപ്പോൾ ഭയം തോന്നിത്തുടങ്ങിയിരിക്കുന്നു. ഏത് പുസ്തകത്തിനാണ് എന്നെ തിരിച്ചുകൊണ്ടുവരാൻ സാധിക്കുന്നത്. അത്രയേറെ സ്വാധീനിക്കാൻ തക്കവണ്ണമുള്ള എന്തെങ്കിലും വായിക്കുമ്പോൾ പലവട്ടം ഇതേ ശൂന്യതയെ അതിജീവിക്കാൻ സാധിച്ചിട്ടുണ്ട്. എന്നാൽ മാസങ്ങളായി പുസ്തകങ്ങൾ തൊട്ട് നോക്കാൻ പോലും മനസ്സ് തോന്നുന്നില്ല.

തീവ്രമായി പ്രണയിക്കുമ്പോൾ അല്ലെങ്കിൽ അതിലും തീവ്രമായി വേദനിക്കുമ്പോൾ മാത്രമേ എനിക്കെന്നും എഴുതാനുള്ള പ്രേരണ ഉണ്ടായിട്ടുള്ളൂ. പ്രണയത്തിൽനിന്നും വേദനയിൽനിന്നും മോചനം നേടിയെടുത്ത യോഗിയുടെ മനസ്സുള്ള ഒരുവൾ എങ്ങനെയാണ് ബാല്യത്തെക്കുറിച്ചും കൗമാരത്തെക്കുറിച്ചും എഴുതുക!

ലോകത്തിന്റെ ഭാരം ചുമലിൽ വഹിച്ച പുരുഷന്മാരുടെ വീരകൃത്യങ്ങൾ മാത്രം വായിക്കാൻ ഇഷ്ടപ്പെടുന്ന ഒരു സമൂഹത്തിലാണ് ഞാനിപ്പോഴും ജീവിക്കുന്നത്. അതുകൊണ്ട് തന്നെ എന്റെ ഓരോ വാക്കും ആ ലോകത്തെ അൽപ്പമെങ്കിലും സ്വാധീനിക്കാൻ ശക്തിയുള്ളതായിരിക്കണം അതല്ലെങ്കിൽ വരാനിരിക്കുന്ന തലമുറയിലെ പെൺകിടാങ്ങൾക്ക് കുറച്ചെങ്കിലും പ്രചോദനമോ, അവരുടെ ഉള്ളിലെ സങ്കോചങ്ങൾക്കുള്ള ഉത്തരങ്ങളോ ആയിത്തീരണം.

ഒരൽപ്പം മദ്യം നുകർന്നുകൊണ്ട് മുറിയിലൂടെ അലസമായി നടന്നതല്ലാതെ തലച്ചോറിലേക്ക് ഒന്നും കടന്നുവന്നില്ല.

ആരോടെങ്കിലും രണ്ടുവാക്ക് സംസാരിക്കണമെന്ന് അന്നേരം തോന്നലുണ്ടായി. പുറത്തുപോയി ഏതെങ്കിലും സുഹൃത്തുക്കളോടൊപ്പം ചെലവഴിക്കാമെന്ന് വെച്ചാൽ മനസ്സിനിണങ്ങിയ ഒരു മുഖവും ഈ നഗരത്തിൽ ഓർത്തെടുക്കാൻ സാധിക്കുന്നില്ല. ഇതല്ലേ ഞാൻ ജീവിച്ചതും സ്വപ്നം കണ്ടതും എന്നെ പരുവപ്പെടുത്തിയതുമായ നഗരം. എന്നിട്ടും ഇപ്പോൾ ഈ നഗരം എനിക്കന്യമായി തോന്നുന്നത് എന്തുകൊണ്ടാണ്.

വീടിനുള്ളിൽ മുഴുവൻ ഇരുട്ട് നിറഞ്ഞിരിക്കുന്നു. തനിച്ചാകാൻ ആഗ്രഹിക്കുന്നതും, തനിച്ചാക്കപ്പെടുന്നതും രണ്ടും രണ്ടുതരത്തിലാണ് ഒരാളെ ബാധിക്കുന്നത്. സഹനവും സൗമനസ്യവും പോലെ വ്യത്യസ്തം.

കാമില പോയതിനുശേഷം വീണ്ടും ഞാൻ ഏകാന്തതയിലേക്ക് എടുത്തെറിയപ്പെട്ടു.

ചില സന്ദർഭങ്ങളിൽ ജീവിതം നമ്മെ വിസ്മയിപ്പിക്കുന്നത് ഇങ്ങനെ

യൊക്കെയാണെന്ന് എനിക്കു തോന്നലുണ്ടായി. മാനുഷികമായ എല്ലാ ബന്ധങ്ങളിൽനിന്നും അകലാൻ ആഗ്രഹിച്ചാണ് ഒരൊളിവ് ജീവിതം തെരഞ്ഞെടുത്തത്. ഏകാന്തതയെ സ്വീകരിക്കാൻ തുടങ്ങുന്നത് ഒരു വിധത്തിൽ ആത്മഹത്യ ചെയ്യുംപോലെയുള്ള പ്രക്രിയയാണ്. മനുഷ്യബന്ധങ്ങളോടുള്ള സകല ഉത്തരവാദിത്തങ്ങളും ഉള്ളിൽനിന്നും വിട്ടൊഴിഞ്ഞു തികച്ചും ഭാരമില്ലാത്ത ഒരവസ്ഥയിലേക്ക് നമ്മളെത്തിച്ചേരും. വേണമെങ്കിൽ വിശ്വാസങ്ങളിൽ അഭയംകണ്ടെത്താം. ഏകാന്തത തെരഞ്ഞെടുക്കും മുമ്പ് മാനസികമായ പല പരീക്ഷണങ്ങളിലൂടെ കടന്നുപോകേണ്ടി വന്നേക്കാം. ഏതെങ്കിലും ഒന്നിൽ ശ്രദ്ധ കേന്ദ്രീകരിക്കാതെ തലച്ചോറുള്ള ഒരു ജന്തുവിനും നിലനിൽക്കാൻ സാദ്ധ്യമല്ല എന്ന ശാസ്ത്രീയമായ സത്യം നമ്മെ ഭയപ്പെടുത്തും. അത്തരം അനേകം പരീക്ഷണങ്ങൾ ഇടയ്ക്കിടെ നടത്തി പരാജയപ്പെട്ടതിനുശേഷമാണ് നിശ്ശബ്ദതയെ സ്വീകരിക്കാൻ ഞാൻ തീരുമാനിച്ചത്. ഒരുപാട് കാലമൊന്നും ഏകയായിരിക്കാൻ സാദ്ധ്യമല്ലെന്നു ചിലപ്പോൾ തോന്നിയിട്ടുണ്ട്.

ജീവിതം മനുഷ്യരുടെ സ്വപ്നങ്ങൾ സാക്ഷാല്ക്കരിക്കാനുള്ളതു മാത്രമല്ല എന്ന പ്രപഞ്ച സത്യം പഠിക്കാൻ വേണ്ടി നിയുക്തയാക്കപ്പെട്ടവളാണ് ഞാനെന്നു ചിലപ്പോഴെനിക്ക് തോന്നലുണ്ടായി.

സാർത്രേയെ ഓർക്കുമ്പോഴൊക്കെ സ്വന്തം തെരഞ്ഞെടുപ്പിൽ ജയിച്ചോ തോറ്റോ എന്ന് ആത്മപരിശോധന നടത്താൻ അശക്തയാകും വിധം കഠിനമായ ഒരുതരം വ്യഥ എന്നെ പൊതിയും. എങ്കിലും കാമില ഏൽപ്പിച്ചിട്ടുപോയ ദൗത്യത്തെക്കുറിച്ചു മാത്രമായിരുന്നു ഏറെ സമയവും ഞാൻ ചിന്തിച്ചത്.

എവിടെനിന്നാണ് എഴുതിത്തുടങ്ങേണ്ടത് എന്നത് വലിയൊരു വെല്ലുവിളിയായി മുന്നിലുണ്ട്. അവൾ സൂചിപ്പിച്ചതുപോലെ ഓർമ്മയിൽ നിന്നും ഒരു കൗമാരക്കാരിയെ ഓർത്തെടുക്കാൻപോലും സാദ്ധ്യമാകുന്നില്ലല്ലോ. എന്റെ ഹൃദയം തരിശായി മാറിയിരിക്കുന്നു. ഒരില പോലും കിളിർക്കാനാവാത്ത വിധത്തിൽ ചുട്ടുപഴുത്തു കിടക്കുന്ന മരുപ്രദേശം. ബാല്യകാല സ്മരണകൾ ഓർത്തെടുക്കാൻ ഒരാളിൽ ബാല്യം ബാക്കിയുണ്ടാവണം എന്ന ലളിതമായ സത്യത്തിന് മുന്നിൽ എനിക്കു തലകുനിച്ചു നിൽക്കാനേ സാധിക്കൂ എന്നാണോ അവളോടു പറയേണ്ടത്.

അമ്മയെയും അച്ഛനെയും പോപ്പറ്റിനെയും ഓർക്കുമ്പോൾ ചിലപ്പോഴൊക്കെ താരള്യം ഉണ്ടാകാറുണ്ട്. എന്നാൽ അതുകൊണ്ടു മാത്രം നടന്നുതീർത്ത വഴികൾ ഓർമ്മയിലേക്ക് വരണമെന്നുണ്ടോ. ഉണ്ടെങ്കിൽത്തന്നെ അതെല്ലാം കടലാസിലേക്ക് പകർത്തുമ്പോൾ അന്നനുഭവിച്ച അതേ അനുഭൂതി പകർത്തി വയ്ക്കാൻ സാധിക്കുമോ. ചിരിച്ചതിന്റെ അലകൾ അടങ്ങിയശേഷം ചിരി ഓർത്തെടുക്കാൻ പരിശ്രമിക്കും വിധം അർത്ഥശൂന്യമാണ് ഓർമ്മകളിലേക്കുള്ള എന്റെ തിരിഞ്ഞു നോട്ടങ്ങൾ.

കാമിലയെ വിളിച്ച് എഴുതാൻ സാധിക്കില്ല എന്നു പറഞ്ഞാലോ എന്നാലോചിച്ചു. പക്ഷേ, അത്രയേറെ പ്രതീക്ഷയോടെ ഇവിടെനിന്നും ഇറങ്ങിപ്പോയ അവളെ നിരാശപ്പെടുത്താൻ മനസ്സ് വരുന്നില്ല.

പല കാലങ്ങളിൽ എഴുതിവെച്ച ഡയറിക്കുറിപ്പുകൾ എടുത്തുനോക്കി. ഏറെയും മുപ്പതും നാൽപ്പതും വയസ്സുകളിൽ എഴുതിയതാണ്.

1951 ൽ എഴുതിയ ചില കുറിപ്പുകൾ കണ്ണിലുടക്കി. ഇതൊക്കെ ഞാൻ തന്നെയാണോ എഴുതി വെച്ചതെന്ന് മറന്നു പോയിരിക്കുന്നു. അന്നത്തെ മാനസികനിലയിൽ എഴുതിയതാവാം. എങ്കിലും എഴുത്തിന്റെ സംഘർഷങ്ങളിലൂടെ കടന്നുപോയ കാലത്തെ ഓർത്തെടുക്കാൻ ആ വരികളിലൂടെ ഒരിക്കൽക്കൂടി കടന്നുപോകണമെന്ന് എനിക്ക് തോന്നി.

ഡിസംബർ 16 1951
സന്ദേഹം

"പുതിയ വർഷത്തിലേക്കു കാലെടുത്തുവയ്ക്കാൻ ഇനി കേവലം പതിനഞ്ചു ദിവസങ്ങൾ മാത്രം ബാക്കി നിൽക്കെ ജീവിതംകൊണ്ട് എന്തു നേടി എന്നുള്ള എക്കാലത്തെയും വിലയിരുത്തലിന് ഈ തവണയും എനിക്കു മുതിരേണ്ടിവന്നു. എന്നാൽ ഇതിന് മുമ്പുള്ള സ്വയം വിശകലനത്തിൽനിന്നും ഈ തവണ വ്യത്യസ്തമാകുന്നത് അടുത്ത പുതുവർഷം പിറക്കുമ്പോൾ മഹത്തായ ഒരു സംരംഭത്തിന് തുടക്കം കുറിക്കാനുള്ള തീരുമാനത്തിലേക്കാണ്. നിരന്തരമായ യാത്രകൾ അവസാനിപ്പിച്ച് ഒരു കിളിക്കൂട്ടിലേക്കൊതുങ്ങി അതിലൊരു മുട്ടയിട്ട് അടയിരുന്നു വിരിയിപ്പിക്കുന്ന പക്ഷിയുടെ കേവലം കൗതുകം മാത്രമേ ഒരെഴുത്തുകാരിക്ക് എഴുത്തിൽനിന്നും ലഭിക്കുകയുള്ളൂവെന്ന് എന്റെയൊരു സുഹൃത്ത് കളിയാക്കി പറഞ്ഞതോർക്കുന്നു. എന്നാൽ ഒരു കിളിക്ക് തന്റെ കൂടൊരുക്കൽ കേവലം കൗതുകം മാത്രമല്ലെന്നും അതിനുള്ളിൽ തപസ്സ് പോലൊരു അനുഭൂതി നിലനിൽക്കുന്നുവെന്നും തിരിച്ചറിയാൻ മാത്രം അറിവില്ലാത്ത ഒരാളോട് മറുപടി മൗനമാണെന്ന് തിരിച്ചറിഞ്ഞുകൊണ്ട് ഞാനതിനെ അങ്ങനെ തന്നെ നേരിട്ടു. പക്ഷേ, എന്റെ സുഹൃത്തിന് മനസ്സിലാക്കാൻ കഴിയാതെ പോയ മറ്റൊരു സത്യം ചിലപ്പോഴെങ്കിലും ആ കിളിക്കൂടിനുള്ളിലെ തപസ്സിലും വെളിവായി കിടപ്പുണ്ട്. അതെന്താണെന്നോ? അടച്ചിട്ട മുറിക്കുള്ളിലെ ഏകാന്തതയിൽനിന്നും ലഭിക്കാത്ത ആത്മാവിന്റെ ഏകാന്തത ചിലർക്കെങ്കിലും ജനക്കൂട്ടപ്പെരുവഴിയിൽ നിന്നും അനുഭവിക്കാൻ സാധിക്കുമെന്ന്. അതുകൊണ്ടാണല്ലോ ഓരോ കിളിയും അടയിരിക്കാൻ മാത്രമായി കൂടൊരുക്കുന്നതും അതിനു മുമ്പും ശേഷവും അനന്തവിഹായസ്സിൽ പാറിനടക്കാൻ തുടിച്ചുയരുന്നതും. എന്നാൽ ജീവിതത്തെ വിലയിരുത്താൻ മാത്രമുള്ള ഒരു കഥയും ഒരു

നാട്ടിൽനിന്നും എനിക്കു ലഭിച്ചില്ല. എന്നിട്ടും ജീവിതം വെറും നുണക്കഥ മാത്രമാണെന്ന് തിരിച്ചറിയാൻ മാത്രം ഉള്ളുകൊണ്ടു ഞാൻ വളരുകയും ചെയ്തു. അതാണ് തിരിച്ചറിവ് എങ്കിൽ പ്രിയങ്കരനായ കൂട്ടുകാരാ എനിക്കു തിരിച്ചറിവ് ലഭിച്ചിരിക്കുന്നു.

പക്ഷേ, ഇപ്പോൾ മരണത്തിൽനിന്നും അകന്നു മാറാനുള്ള രക്ഷാ മാർഗ്ഗമായാണ് എഴുത്തിനെ ഞാൻ കാണുന്നത്. എങ്കിലും സന്ദേഹം എന്നെ അലട്ടുന്നു. ഒരു വശത്ത് യാഥാർത്ഥ്യം തുറന്നെഴുതുംപോലുള്ള വശത്തു യാഥാർത്ഥ്യത്തെ അംഗീകരിക്കാൻ മടിക്കുന്നവരുടെ വിമർശ നങ്ങൾ. എഴുത്തുകാരിയെന്ന നിലയിൽ എനിക്കറിയാവുന്ന കലയെ എങ്ങനെ ആവിഷ്കരിക്കണമെന്നോർത്തുള്ള മനോവിഭ്രാന്തി വല്ലാതെ കഷ്ടപ്പെടുത്തുന്നുണ്ട്.

ഈ പുതിയ വർഷം എന്റെയും നിന്റെയും ജീവിതത്തിൽ വ്യത്യ സ്തതയുള്ള എന്തെങ്കിലും ചെയ്യാൻ സാധിക്കുമോ. ഞാൻ ഇതുവരെ എഴുതിയതിനപ്പുറം എന്തെങ്കിലും കണ്ടെത്താനോ നടപ്പിലാക്കാനോ ഇനിയും എനിക്കു കഴിഞ്ഞില്ലെങ്കിൽ ജീവിതം എന്നെ നിരാശപ്പെടുത്തു ന്നതിന്റെ അളവ് കൂടുതലായിരിക്കും. ഞാൻ സ്വപ്നം കാണുകയും ആശി ക്കുകയും ചെയ്യുന്നപോലെ ഒരു നോവലെഴുതാൻ എനിക്കു സാധി ക്കുമോ സാർത്ര്? ചരിത്രമാണ് ഇതിവൃത്തം. ചരിത്രത്തിന്റെ താളുകൾ മറിക്കുമ്പോൾ ഫ്രാൻസിന്റെ മുഖപടം അഴിഞ്ഞുവീഴുമോയെന്ന് ഞാൻ ഭയക്കുന്നു. ഇതുവരെ എഴുതിയ എല്ലാത്തരം ആഖ്യാനരീതികളും മാറ്റിവെച്ച് നോവലെഴുത്തിൽ പുതിയൊരു ശൈലി കൊണ്ടുവരണമെന്ന ആഗ്രഹത്തോടെയാണ് ഞാനിത് തുടങ്ങിവെച്ചത്. പക്ഷേ, ചരിത്രത്തെ പുതുക്കിയെഴുതുമ്പോൾ അതിനുള്ളിലിരുന്നു നിരാശരായ രാജാക്കന്മാരും ഭരണാധികാരികളും വിപ്ലവനായകന്മാരും കരയുന്നത് ഞാൻ കാണുന്നു. ഒന്നുകിൽ ചരിത്രത്തിൽനിന്നും ഞാനൊരു നുണക്കഥ കെട്ടിയു ണ്ടാക്കണം. അല്ലെങ്കിൽ എല്ലാത്തരം അപകർഷതയോടെയും ചരിത്ര ത്തെ വെളിപ്പെടുത്തുക. പക്ഷേ, നോവലിൽ എവിടെയാണ് ചരിത്രത്തിന് പ്രാധാന്യം. പഴയകാലത്തെ കുഴിതോണ്ടിയെടുത്ത് പൊടി തട്ടി കുടഞ്ഞു ഞാനത് എഴുത്തുതാളിൽ വെളിപ്പെടുത്തുമ്പോൾ അത് കേവലം ചരിത്രപുസ്തകം മാത്രമായിപ്പോകും. എന്നാൽ ചരിത്രത്തെ ഹൃദയ ത്തിന്റെ മൂശയിലിട്ട് ആറ്റിക്കുറുക്കി അതൊരു നോവലാക്കിയാൽ അത് വെറും കെട്ടുകഥ.

സത്യത്തിനും നുണയ്ക്കുമിടയിൽ വായനക്കാരന്റെ മനസ്സിൽ വിഭ്രാന്തി ജനിപ്പിക്കുന്ന കഥ പറച്ചിലാണോ യഥാർത്ഥത്തിൽ നോവ ലെഴുത്ത്!

എങ്കിൽ എങ്ങനെയായിരിക്കണം അതിനൊരു വേറിട്ട ആഖ്യാനരീതി.

നീ പറയൂ:

അങ്ങനെ വെറും പൊളിച്ചെഴുത്ത് മാത്രമാണോ വ്യത്യസ്തതയെന്ന് പറഞ്ഞ് ആഘോഷമാക്കാൻ പോകുന്നത്.

എന്താണ് കഥ പറച്ചിലുകാരുടെ ദൗത്യം?

എനിക്കറിയില്ല, എനിക്കൊന്നുമറിയില്ല.

"എന്താണ് എഴുത്തുകാരുടെ ദൗത്യം? ആ ചോദ്യം വർഷങ്ങൾക്കിപ്പുറം വീണ്ടുമെന്നിൽ ആശങ്ക നിറയ്ക്കുന്നു. സമൂഹത്തിനോടും രാജ്യത്തോടും എഴുത്തുകാർക്ക് ഉത്തരവാദിത്തം ഉണ്ടാവണം എന്ന നിലപാടിൽ ഉറച്ചു നിന്നവരാണ് ഞാനും സാർത്രേയും. അസ്തിത്വവാദത്തെ എതിർത്ത ആളുകൾക്കിടയിൽ ധീരമായി പൊരുതി നിൽക്കാൻ കഴിഞ്ഞത് അതേ ഉത്തരവാദിത്തബോധം ഉള്ളതുകൊണ്ടായിരുന്നു. ഓർമ്മപുസ്തകം സത്യസന്ധമായി ആവിഷ്ക്കരിക്കുന്ന ഏതൊരാൾക്കും ഭാവിയെക്കുറിച്ച് ആശങ്ക ഇല്ലാത്തവണ്ണം സ്വയം പുനഃസൃഷ്ടിക്കേണ്ട ബാദ്ധ്യത ഉണ്ടാകേണ്ടതുണ്ട്.

ഒരു സ്ത്രീക്ക് സമൂഹം അനുവദിച്ചു തരുന്ന പരിമിതമായ സൗകര്യങ്ങളിൽ തൃപ്തിപ്പെടുന്നവൾ അല്ലായിരുന്നു ഞാൻ. അതുകൊണ്ടാവാം എന്റെ കൗമാരം കലുഷമായിത്തീർന്നതും. പലപ്പോഴും എന്റെ തലമുറയിലെ ഇടത് ബുദ്ധിജീവികൾ എന്നവകാശം ഉന്നയിച്ച സ്ത്രീകളുടെ സ്വഭാവം അനുസരിച്ച് സ്ത്രീ വിമോചനം എന്ന പ്രസ്ഥാനത്തിന്റെ എല്ലാ സീമകൾക്കും അപ്പുറത്തേക്ക് എന്റെ പ്രവർത്തനങ്ങളും ചിന്തകളും വ്യാപിപ്പിക്കണം എന്നായിരുന്നു ഞാനാഗ്രഹിച്ചത്. യൗവനം കത്തിനിന്ന കാലത്ത് എന്റെ നിലപാടുകൾക്കെതിരെ മറ്റ് എഴുത്തുകാരികളുടെ രൂക്ഷ വിമർശനവും അധിക്ഷേപവും വേണ്ടത്ര കേട്ടിരുന്നു. സാമൂഹികവും സാംസ്കാരികവുമായ എല്ലാ നിയന്ത്രണങ്ങളും വിലക്കുകളും പൊളിച്ചെഴുതാൻ ആഗ്രഹിച്ചുകൊണ്ടാണ് രചനകളിലും ജീവിതത്തിലും അസ്തിത്വവാദത്തിന് ഊന്നൽ നൽകിയത്. എന്നാൽ എഴുത്തിന്റെ ദൗത്യം ഉത്തരവാദിത്തത്തിൽ നിന്നുകൊണ്ടു പൊരുതുക എന്നത് പോലെ സ്വന്തം സ്വകാര്യമായ ആനന്ദത്തെ ഉത്തേജിപ്പിക്കുക കൂടി ആവേണ്ടതല്ലേ എന്നൊരു സന്ദേഹം ഈ അടുത്ത കാലത്തായി അലട്ടാൻ തുടങ്ങിയിട്ടുണ്ട്.

ഓർമ്മക്കുറിപ്പുകൾക്ക് അതേ ഉത്തരവാദിത്തം ആരോടൊക്കെ പുലർത്തേണ്ടിവരും. ഭാവന, സ്മരണ, പ്രതീക്ഷകൾ ഇങ്ങനെ മൂന്ന് ഘട്ടങ്ങളിലൂടെ മാത്രമേ ഓർമ്മക്കുറിപ്പുകൾ പൂർത്തിയാവുകയുള്ളൂ. അതിൽ ഉത്തരവാദിത്തത്തിന്റെ പങ്ക് സ്മരണയിൽ അധിഷ്ഠിതമായിരിക്കും.

ഒരുമിച്ചുണ്ടായിരുന്ന സമയങ്ങളിലൊക്കെ പല വിഷയത്തിനും ഞാനും സാർത്രേയും ദിനവും വഴക്കുകൾ ഉണ്ടാക്കിയിട്ടുണ്ട്. ഏതൊരു പ്രണയബന്ധത്തിന്റെയും തുടക്കത്തിൽ എന്നതുപോലെ മധുരമായ വാക്കുകളാൽ മാന്ത്രികമായി എന്നെ വശംവദയാക്കിയിരുന്ന ആളിൽ നിന്നും ചെറിയ വിഷയങ്ങളിൽപ്പോലും സൂക്ഷ്മമായി നിരീക്ഷിച്ചു കുറ്റം

കണ്ടെത്താൻ ശ്രമിക്കുന്ന സാധാരണ പുരുഷനിലേക്ക് സാർത്രേയിലെ കൂട്ടുകാരൻ മാറിയപ്പോൾ പ്രണയിനി എന്നർത്ഥത്തിൽ മാത്രമല്ല എഴുത്തുകാരി എന്ന നിലയിലും അപമാനിക്കപ്പെട്ടവളായി മാറിയ എത്രയോ സന്ദർഭങ്ങൾ കൂടിയുള്ളതാണ് എന്റെ ഓർമ്മകൾ. ആ സ്മരണകൾ തുറന്നെഴുതുമ്പോൾ ഞങ്ങൾ പടുത്തുയർത്തിയ ബന്ധത്തിന്റെ ആശയംകൂടി അപഹസിക്കപ്പെടും. വിവാഹം കൊണ്ടല്ല പരസ്പര ബഹുമാനം കൊണ്ടും പ്രണയംകൊണ്ടും കൂടി മാത്രമേ സ്ത്രീക്കും പുരുഷനും ജീവിതകാലം മുഴുവനും ഒത്തുപോകാൻ സാധിക്കുകയുള്ളൂ എന്നും അതിനു നിയമത്തിന്റെയോ കുടുംബത്തിന്റെയോ പിന്തുണ ആവശ്യമില്ലെന്നും പ്രഖ്യാപിച്ചു. തെരഞ്ഞെടുത്ത ഞങ്ങളുടെ സ്വപ്നങ്ങൾ എവിടെ വെച്ചാണ് കലാപമായി മാറിയതെന്ന് വീണ്ടും വീണ്ടും ഞാനോർത്തെടുക്കാൻ ശ്രമിച്ചു.

"പ്രിയപ്പെട്ട കാമില, പൊരുതി നേടിയ വിജയങ്ങളൊക്കെ പരാജയങ്ങളാണെന്ന് ഒരാൾ സ്വയം തിരിച്ചറിയുന്നതും വെളിപ്പെടുത്തുന്നതുമാണോ ഓർമ്മക്കുറിപ്പുകൾ.

അതോ പരാജയങ്ങളെ വിജയങ്ങളാക്കി ചിത്രീകരിച്ചു നടത്തേണ്ട ചരിത്രപരമായ കള്ളങ്ങളുടെ ഒരു ഘോഷയാത്രയോ."

സാർത്രേയും ഞാനും രണ്ടു തരത്തിൽ ജീവിതം അടയാളപ്പെടുത്താൻ ശ്രമിച്ച നിമിഷം തൊട്ട് ഞങ്ങൾക്കിടയിലെ ബന്ധം ആന്തരികമായി തകർന്നുതുടങ്ങി.

ഞങ്ങൾക്കിടയിൽ ഉണ്ടായിരുന്ന ഉൾപ്പോരുകൾ ഏറ്റവും പ്രകടമാകാൻ തുടങ്ങിയത് ഞാൻ തിരിച്ചറിഞ്ഞത് ആൽബർട്ട് കാമുവും സാർത്രേയുമായുണ്ടായ അഭിപ്രായവ്യത്യാസങ്ങൾക്കു സാർത്രേ 1952 ൽ *ലെസ് ടെംപസ് മോഡേൺ* ജേർണലിൽ പ്രസിദ്ധപ്പെടുത്തിയ ഒരു കത്ത് വായിക്കാൻ ഇടയായപ്പോഴാണ്. രണ്ടുവർഷമായി കാമുവിന്റെ രാഷ്ട്രീയമായ മാറിയ നിലപാടുകളോട് സാർത്രേ ശക്തമായ എതിർപ്പ് പ്രകടിപ്പിക്കാൻ തുടങ്ങിയിട്ട്. ഒട്ടുംതന്നെ ലാളിത്യമുള്ളതായിരുന്നില്ല അവരുടെ സൗഹൃദം. അതേസമയം തീവ്രമായിരുന്നു അവർക്കിടയിലെ സ്നേഹവും. നിലപാടും സ്നേഹവും തമ്മിലുള്ള ഏറ്റുമുട്ടലിൽ എല്ലാ സമയത്തും അവരിരുവരും നിലപാടുകൾക്ക് മുൻഗണന കൊടുക്കുകയും സ്നേഹത്തെ മനഃപൂർവ്വമെന്നോണം ഗൗനിക്കാതിരിക്കുകയും ചെയ്യാൻ തുടങ്ങി.

കാമുവിന്റെ രചനകളെ അധിക്ഷേപിച്ചുകൊണ്ട് ജീൻസൻ എഴുതിയ അഭിപ്രായത്തിനുള്ള മറുപടിയായി സാർത്രേ എഴുതിയ കത്ത് *ലെസ് ടെംപ്സ് മോഡേണിൽ* വന്നത് തൊട്ടാണ് അവർക്കിടയിലെ ശീതസമരം കൂടുതൽ ശക്തമായത്. സാർത്രേ കാമുവിനെ വിമർശിച്ചുകൊണ്ട് എഴുതിയ കത്തിനെക്കുറിച്ചു എന്നോട് സൂചിപ്പിച്ചത് പോലുമില്ല.

ശക്തമായ വഴക്കുകൾ ഉണ്ടായിരുന്നപ്പോഴും എഴുത്തിലും വായനയിലും ഞങ്ങൾക്കിടയിൽ ചർച്ചകളും പങ്കുവയ്ക്കലുകളും നടന്നിരുന്നു. എന്നാൽ സാർത്രേ കാമുവുമായി ഉണ്ടായ പിണക്കത്തെ

ക്കുറിച്ച് തുറന്ന് പറയാതിരുന്നപ്പോഴാണ് ഞങ്ങൾക്കിടയിൽ ഇത്രയും ആഴത്തിലുള്ള അകൽച്ച രൂപപ്പെട്ടിട്ടുണ്ട് എന്നെനിക്ക് മനസ്സിലായത്.

ആ ദിവസങ്ങൾ അത്രയേറെ മനോവേദനയിലൂടെയും ആശങ്കയിലൂടെയുമാണ് കടന്നുപോയത്. അതിജീവിക്കുക, അതിജീവിക്കുക എന്ന് എന്നെ തന്നെ പറഞ്ഞു പഠിപ്പിക്കാൻ ശ്രമിച്ചുകൊണ്ട്.

സാർത്രേ പരിഹസിച്ചു പറയാറുള്ള ഒരു വാക്ക് അന്നേരമൊക്കെ എന്റെയുള്ളിലിരുന്നു തികട്ടി മറിഞ്ഞിരുന്നു. അതെന്താണെന്നോ കാമില.

"ആർത്തവവിരാമം" എന്നായിരുന്നു ആ വാക്ക്.

പ്രകൃതി എപ്പോഴും തെളിഞ്ഞ ഭാഷയിൽ മനുഷ്യരോട് ഈശ്വര സാന്നിദ്ധ്യത്തെപ്പറ്റി പറഞ്ഞുകൊണ്ടേയിരിക്കുന്നു. എന്നാൽ എനിക്കു തോന്നിയത് അസ്വസ്ഥചിത്തരായിരിക്കുന്ന ജനങ്ങൾക്ക് ദൈവമെത്രയോ അപരിചിതനാണെന്ന വസ്തുതയാണ്. വത്തിക്കാനിലെ മണിമേട യിലെവിടെയോ ഈ ലോകത്തിന്റെ സങ്കടങ്ങളൊന്നുമറിയാതെ മാർപ്പാപ്പ എങ്ങനെ ഇരിക്കുന്നുവോ അതുപോലെ ഉന്നതങ്ങളിൽ സ്ഥിതിചെയ്യുന്ന സ്വർഗ്ഗത്തിന്റെ അപാരതയിൽ മറഞ്ഞിരിക്കുന്ന ദൈവത്തിന് ഈ ലോകം നേരിടേണ്ടി വരുന്ന ദുഃഖമോ സാഹസികതയോ ഒന്നും അറിയേണ്ടതാ യിട്ടില്ല. എന്നാൽ ദൈവത്തിന്റെ തീരുമാനങ്ങളെ മനുഷ്യകല്പിതമായ തീരുമാനങ്ങളിൽനിന്നും വ്യത്യാസപ്പെടുത്തി മനസ്സിലാക്കുവാൻ ഞാൻ ശ്രമിച്ചുകൊണ്ടേയിരിക്കുന്നു.

...സിമോൺ

1952

ആർത്തവ വിരാമഘട്ടം

കഴിഞ്ഞ ഏതാനും മാസങ്ങളായി കാരണമെന്തെന്നറിയാത്ത ഏതോ ഒരു വിഷാദം ശരീരത്തേയും മനസ്സിനേയും ബാധിച്ചു തുടങ്ങിയിരിക്കുന്നു. മനസ്സ് പറയാൻ തുടങ്ങിയിരിക്കുന്നു വാർദ്ധക്യം അടുത്തെത്തിയിരിക്കുന്നുവെന്ന്. പാഞ്ഞോടുന്ന കാലത്തെ അതിജീവി ക്കാൻ ഏത് മനുഷ്യജീവിയും ചെയ്തിരുന്ന സാധാരണ കാര്യങ്ങൾ ഞാനും ചെയ്തിരുന്നു. രാത്രിയും പകലും കൂടിച്ചേർന്നുണ്ടാകുന്ന സമയ ക്രമത്തെ അതിജീവിക്കുകയെന്നതായിരുന്നു അതിലേറ്റവും ഭയാനകം. കൂടുതൽ കൂടുതൽ വായിക്കാൻ ശ്രമിച്ചു പരാജയപ്പെട്ടു എഴുത്തിലേക്ക് കഷ്ടപ്പെട്ട് മനസ്സിനെ തിരിച്ചുവിട്ടും അതിജീവനത്തിന്റെ പാത ലളിത മാക്കുകയായിരുന്നു ഏറ്റവും ദുഷ്കരം. എന്നാൽ വായിക്കാൻ ശ്രമിച്ചു മനസ്സർപ്പിച്ച അക്ഷരങ്ങളെ മനസ്സിനുള്ളിൽ പിടിച്ചുവയ്ക്കാൻ സാധിക്കാ തെയും എഴുതാനിരിക്കുമ്പോൾ വേണ്ടവണ്ണം ആശയങ്ങൾ ലഭിക്കാ തെയും പ്രായം എന്റെ വാശികൾക്ക് മുമ്പേ ജയിച്ചു മുന്നേറുന്നതുകണ്ട് പകച്ചുപോകുന്ന നിമിഷങ്ങളായിരുന്നു ഏറെയുമുണ്ടായത്.

"നിങ്ങൾക്കോർമ്മയുണ്ടോ അന്ന് നമ്മൾ ആദ്യമായി നടത്തിയ ട്രെയിൻ യാത്ര. എത്ര മധുരതരമായിരുന്നു ആ നിമിഷങ്ങൾ അല്ലേ സാർത്ര്?"

ഞാൻ അവശേഷിച്ച പ്രതീക്ഷയോടെ ഇടയ്ക്ക് ആരായും.

എന്റെ ഇടയ്ക്കിടയ്ക്കുള്ള ഇത്തരം ദയനീയമായ ചോദ്യങ്ങൾ കേട്ട് അമ്പരപ്പോടെ ആദ്യമൊക്കെ സാർത്ര് മറുപടി പറയുമായിരുന്നു. എന്നാൽ ഇത്തരം കൊച്ചു കൊച്ചു കാര്യങ്ങൾ സംസാരിക്കേണ്ടവളോ ഓർത്തു നടക്കേണ്ടവളോ അല്ല ഞാനെന്ന് മുൻധാരണകൾ വച്ചു പുലർത്തുന്നയാളായിരുന്നു സാർത്ര്.

അതിതീവ്രമായ ഒരുതരം പ്രത്യാശ ചിലപ്പോഴൊക്കെ എന്റെ മന സ്സിലൂടെ കടന്നുപോകും. അത് ജീവിതത്തെ പ്രതിയാണോ എഴുത്തിനെ പ്രതിയാണോയെന്ന് വിവേചിച്ചറിയാൻ സാധിക്കാതെ ഉള്ളിലിരുന്ന് വിങ്ങി വേദനിക്കും. ഒരു സ്ത്രീ ശരീരത്തിൽ മാത്രമല്ല ആർത്തവവിരാമം നേരി ടുന്നതെന്ന് എനിക്കു തോന്നിത്തുടങ്ങി.

ലൈംഗികാവയവങ്ങളുടെ വരൾച്ച സ്ത്രീയുടെ ഹൃദയത്തെയും ബാധിക്കും. പുരുഷന്റെ സ്പർശനം അരോചകമായി അനുഭവപ്പെടാൻ തുടങ്ങുമ്പോഴും പുരുഷനെ പിടിച്ചു നിർത്താനുള്ള ഉപാധിയായി തന്റെ ശരീരത്തെ എങ്ങനെ കുറ്റമറ്റതാക്കാം എന്ന് ആകുലപ്പെട്ടുകൊണ്ടിരിക്കും. കണ്ണാടിയിൽ തെളിയുന്ന മുഖത്തിന് ചുളിവുകളും മുടിയിഴകൾക്ക് നിറ ഭേദവും വന്നിരിക്കുന്നത് നിരീക്ഷിച്ചു മനസ്സിടറും. അയഞ്ഞു തൂങ്ങിയ മാറിടത്തെ നോക്കാൻ ഭയക്കും.

വായിച്ച പുസ്തകങ്ങളിലെ അടിവരയിട്ട പദസമന്വയങ്ങളെ വീണ്ടും വീണ്ടും മനസ്സിലേക്കാവാഹിച്ചു എഴുതാനുള്ള ഊർജ്ജം നേടിയെടുക്കു കയെന്ന ശ്രമകരമായ ഉദ്യമത്തിനു വേണ്ടി ദിവസത്തിൽ ഏറെ സമയവും എഴുത്തുമുറിയിൽ കഴിച്ചുകൂട്ടുമ്പോൾ ഞാൻ വീണ്ടും വാർദ്ധക്യ ത്തെയോർത്ത് നിരാശയാവും. പ്രായം ആന്തരികാവയവങ്ങളെയാണ് ആദ്യം ബാധിക്കുക. തലച്ചോറിലെ അനേകായിരം സെല്ലുകളെ, ഞര മ്പുകളെ. ഇതിലെവിടെയാണ് ഓർമ്മയുടെ ഞരമ്പ് സ്ഥിതി ചെയ്യുന്നത്. തലച്ചോറും ഹൃദയവുമായി അഭേദ്യബന്ധം പുലർത്തുന്ന ഓർമ്മയുടെ ഒരേയൊരു ഞരമ്പ്. തന്റെ പ്രതിപ്രവർത്തനംകൊണ്ട് ഒരാളെ മന്ദനും വിദ്വാനുമാക്കാൻ കഴിവുള്ള ആ വിദുഷി.. എനിക്കന്യമായിക്കൊ ണ്ടിരിക്കുന്ന ചിലതെല്ലാം ഓർമ്മകളിൽ ബാക്കിയുണ്ട്. ഞാൻ നടന്ന വഴികൾ, കയറിപ്പോന്ന പടവുകൾ, സ്നേഹിച്ചവരുടെ പേരുകൾ, ഉച്ചരി ക്കപ്പെടാതെപോയ സ്നേഹവചസ്സുകൾ. എന്നാൽ അതെല്ലാം ഓർത്തോർത്തെടുക്കാൻ ശ്രമപ്പെട്ടു പരാജയപ്പെടുമ്പോൾ എനിക്കു തോന്നും ഓർമ്മകൾക്ക് ഒരു മടങ്ങി വരവ് അത്യന്താപേക്ഷിതമാണെന്ന്.

സഞ്ചരിച്ചുപോന്ന പാതയിലൂടെ വീണ്ടുമൊരു മടക്കയാത്ര നടത്താൻ വിധിക്കപ്പെടുന്ന യാത്രികൻ അലസമായി പിന്നിട്ടുപോന്ന പാതകളെ എത്ര കൂടുതൽ നിരീക്ഷിക്കുമോ അത്രയും നിരീക്ഷണ വിധേയമാകും ഓരോ ആത്മഭാഷണവും. അങ്ങനെയൊരു ആത്മഭാഷണത്തിനുള്ള തയ്യാറെടുപ്പായിരുന്നു കഴിഞ്ഞ കുറേ ദിനങ്ങൾ.

സ്ത്രീ അവളെ അറിയേണ്ടതും, സ്വയം വിലയിരുത്തേണ്ടതുമായ

ആർത്തവ വിരാമഘട്ടത്തിൽ ശരീര സംബന്ധിയല്ലാത്ത ചില വിഷയങ്ങളിലും മനുഷ്യർക്ക് ചിലപ്പോൾ വിരാമം വേണ്ടി വരാറുണ്ട്. എന്റെ എഴുത്തിന് എന്നാണ് അനിവാര്യമായ വിധി നിശ്ചയമുണ്ടാവുക എന്നോർത്ത് ഈയിടെ വെറുതെയിരിക്കുമ്പോഴൊക്കെ ചിന്താധീനയാകുന്നു.

പുരുഷൻ ലോകത്തെ നോക്കിക്കാണുന്ന കണ്ണോടെയല്ല പലപ്പോഴും സ്ത്രീ തന്റെ കാഴ്ചയെ കേന്ദ്രീകരിക്കുന്നത്. എന്റെ രാഷ്ട്രീയമായ ആശയങ്ങൾ ചിലപ്പോഴെങ്കിലും സ്ത്രീ കേന്ദ്രീകൃതമായി പോകുന്നു. നാൽപ്പത്തിനാലാം വയസ്സിൽ ആദ്യമായി ചുംബിക്കപ്പെട്ട നിമിഷത്തെക്കുറിച്ചും ആലിംഗനം ചെയ്യപ്പെട്ട അനുഭൂതിയെക്കുറിച്ചും ഓർത്തെടുത്ത് ആനന്ദിക്കാൻ മനുഷ്യവർഗ്ഗത്തിൽ പെട്ട ഒരാൾക്കും സാദ്ധ്യമാവണമെന്നില്ല. ഏതോ കാലത്തിൽ അരങ്ങേറിയ നാടകത്തിന്റെ മങ്ങിയ ദൃശ്യം കണക്കെ ചില അടയാളങ്ങൾ തെളിഞ്ഞുവരുമായിരിക്കും.

എന്നാൽ എഴുത്തിൽ വെളുത്തു നനുത്ത കടലാസിലേക്ക് ഓർമ്മകൾ പകർത്തിവയ്ക്കുമ്പോൾ ഉള്ളിൽ നുരഞ്ഞുപൊന്തുന്ന ആഹ്ലാദം ഓർമ്മകളെ താരാട്ടു പാട്ടിനോളം മാധുര്യമുള്ളതും ഹൃദയഹാരിയുമായ ഗാനവുമാക്കി മാറ്റും.

ഇന്ന് 1952 ജനുവരി 9-ാം തീയതി.

എല്ലാവർഷത്തെയും പോലെ ഈ വർഷവും എന്റെ ജന്മദിനം കടന്നുവന്നിരിക്കുന്നു.

എന്നും ചിന്തിച്ചതിനപ്പുറത്തേക്ക് ഇനിയൊന്നും കടന്നു വരാനില്ലെന്നു ഓർമ്മപ്പെടുത്താൻ ഒരു അടയാളപ്പെടുത്തൽ കൂടി.

എന്നെത്തേയും പോലെ ഈ ദിവസവും കൊഴിഞ്ഞുപോകും. ഒരു മരച്ചില്ലയിൽനിന്നും ഉണങ്ങിയ ഒരില പൊഴിയുന്ന ലാഘവത്തിൽ. ജന്മദിനാശംസകൾ പറയുന്ന സ്വഭാവം സാർത്രിനില്ല, എന്നാൽ ജന്മദിനങ്ങളിൽ വിലമതിക്കാനാവാത്ത എന്തെങ്കിലുമൊരു പുസ്തകം സമ്മാനമായി തരിക പതിവുണ്ട്. ജീവിതത്തെ ലഘൂകരിച്ചു കാണാവുന്ന ലളിതസൂത്രവാക്യമല്ല സിദ്ധാന്തങ്ങൾ എന്ന ഓർമ്മപ്പെടുത്തലോടും കൂടി.

സിദ്ധാന്തങ്ങൾ ജീവിതത്തെ ലഘൂകരിക്കുന്നില്ല. എന്നാൽ ചിലപ്പോഴെങ്കിലും മനുഷ്യരെ മാറ്റിമറിക്കും. ഞാൻ മാറ്റങ്ങളെ ഭയന്നുതുടങ്ങിയിരിക്കുന്നു. എത്രയോ വർഷങ്ങളായി എന്റെ ജീവിതവും യാത്രകളും അസ്ഥിരങ്ങളായിരുന്നു. അനേകം രാജ്യങ്ങളിലൂടെയും ജനക്കൂട്ടങ്ങൾക്കിടയിലൂടെയും ഒഴുകിയൊലിച്ചു പൊയ്ക്കൊണ്ടിരുന്നു ഞാനെന്ന സത്യമെന്ന് ഉൾക്കിടിലത്തോടെ ഓർമ്മ വരും. അനേകമനേകം തവണ പറിച്ചുനടപ്പെട്ട വൃക്ഷത്തിന് എങ്ങനെയൊക്കെ ബലക്ഷയം സംഭവിക്കാമോ അങ്ങനെയൊക്കെ വേരുകൾക്ക് ബലഹീനതയനുഭവപ്പെട്ടും ഇലകൾ പൊഴിഞ്ഞടർന്നും ഇന്ന് ഞാനൊരു ഫോസിലായി രൂപമാറ്റം പ്രാപിച്ചിരിക്കുന്നു.

എങ്കിലും എന്റെ ജൈവ വേരുകൾ തിരഞ്ഞുവരുന്ന ആർക്കും കണ്ടെത്താവുന്ന പരിചിതമായൊരു അടയാളം എക്കാലവും അവശേഷിച്ചിരിക്കും.

ഉള്ളിൽ ഒരായിരം ഭ്രാന്തും, തലച്ചോറിൽ ഉന്മാദവും പുറമേക്ക് തത്ത്വചിന്തയും കുത്തിനിറച്ച ഒരെഴുത്തുകാരിയുടെ ഇടറിപ്പോയ പാദസ്പർശത്തിന്റെ അമൂർത്തങ്ങളായ അടയാളങ്ങൾ.

ഇപ്പോൾ എന്റെയുള്ളിലെ യഥാർത്ഥ എന്നെ മറച്ചുവെച്ചുകൊണ്ടാണ് ഞാൻ സാർത്രുമായി ഇടപെടുന്നത്. ഞങ്ങൾ പരസ്പരം കാണുമ്പോഴും പറയാൻ വാക്കുകൾ ലഭിക്കാതെ ഞാൻ മൗനിയായിരിക്കും. സാർത്രേയുടെ വിപുലമായ സൗഹൃദ സദസ്സിനു യോജിച്ചവളല്ല ഞാനെന്നുതോന്നിത്തുടങ്ങിയിരിക്കുന്നു. എന്റെ വൈകാരികമായ ആകുലതകൾ, സംഘർഷങ്ങൾ എല്ലാംതന്നെ സാർത്ര് ഇപ്പോൾ കാണുന്നത് എന്റെയുള്ളിൽ വളർച്ച മുരടിച്ചുനിൽക്കുന്ന ഒരുവളുടെ ബാലിശമായിട്ടാണ്. പറഞ്ഞു മനസ്സിലാക്കാൻ പറ്റാത്തതും സങ്കീർണ്ണവുമായ സമസ്യയാണ് പ്രണയം എന്നെനിക്ക് തോന്നിത്തുടങ്ങി. വാഗ്ദാനങ്ങളോ ഉടമ്പടികളോ ഇല്ലാത്ത സ്വാതന്ത്ര്യപഖ്യാപനമായിരുന്നു ഞങ്ങളുടെ ബന്ധത്തിന്റെ അടിത്തറ. പക്ഷേ, പറയാതെ ഹൃദയത്തിൽ എഴുതിച്ചേർത്തുപോയ ചില ഉറപ്പുകളുണ്ട്. ആ ഉറപ്പിന്മേലാണ് സകല ബന്ധങ്ങളും നിലനിൽക്കുന്നത്. ആ ഉറപ്പായിരുന്നു എന്റെ ജീവവായു.

എന്നാൽ ഇപ്പോഴായി അദ്ദേഹം തികച്ചും വിപുലമായ മറ്റൊരു ലോകത്താണ് രാഷ്ട്രീയവും സാഹിത്യവും സിദ്ധാന്തങ്ങളും സാർത്രേയെ അടിമുടി മാറ്റിമറിച്ചുകഴിഞ്ഞിരിക്കുന്നു. ആൽബർട്ട് കാമുവുമായുള്ള അദ്ദേഹത്തിന്റെ ബന്ധം തികച്ചും ചിട്ടവട്ടങ്ങൾ പാലിക്കുന്നതും എന്നാൽ ആഴമേറിയതുമായിരുന്നു. എഴുത്തിലും വായനയിലും സാർത്ര് മനസ്സ് പങ്കുവയ്ക്കാൻ പറ്റിയ ആളായിട്ടാണ് കാമുവിനെ കാണുന്നത്. എഴുത്തിൽ ഞാൻ കാണിക്കുന്ന പാകതയും ഗൗരവവും സാർത്രേയോടുള്ള പെരുമാറ്റത്തിൽ പാലിക്കാത്തതിന്റെ ഈർഷ്യയാണോ എന്നോടുള്ള അകൽച്ചയ്ക്ക് കാരണമെന്ന് സംശയം തോന്നിയിട്ടുണ്ട്.

കാമുവിന് സാർത്രേ എഴുതിയ കത്ത് ആഗസ്ത് മാസത്തിലെ *ലെംസ് ടെം മോഡേൺ* ജേർണലിലാണ് വായിച്ചത്. ഏതാനും നാളുകൾക്ക് മുമ്പുവരെ അദ്ദേഹം എന്തെഴുതുമ്പോഴും എന്നോടു ചർച്ച ചെയ്യുകയും എഴുതിയതിന്റെ ഒരു കോപ്പി അയച്ചു തരികയും ചെയ്തിരുന്നു. എന്നാൽ ഈ തവണ ജേർണൽ എന്റെ കൈയിൽ കിട്ടിയപ്പോഴാണ് സാർത്രേ കാമുവിനെഴുതിയ ആ മറുപടി ഞാൻ കണ്ടത്.

കാമുവിൽ ഈ അടുത്തകാലത്തായി കണ്ടിരുന്ന ചില മാറ്റങ്ങളിൽ, മനോഭാവങ്ങളിൽ സാർത്രേയ്ക്കു എതിർപ്പുണ്ടായിരുന്നു. പാർട്ടിയുടെ പ്രവർത്തനങ്ങളിൽ കാമുവിനുള്ള മാറിയ കാഴ്ചപ്പാടിൽ തുറന്ന വിയോജിപ്പ് സാർത്ര് പലപ്പോഴും പറഞ്ഞിട്ടുണ്ട്.

ആ കത്തിലെ വരികൾ ഞാൻ വീണ്ടും വായിച്ചു. പാർട്ടിയോടുള്ള സാർത്രേയുടെ ഉറച്ച നിലപാടുകൾ വെളിവാക്കുന്നതായിരുന്നു അതിലെ

വരികൾ. അതേസമയം കാമുവിന്റെ വിമർശനങ്ങൾക്കുള്ള ഉചിതമായ മറുപടിയും.

"എന്റെ ഏക പ്രതീക്ഷയായ പാർട്ടിയെ നിങ്ങളെപ്പോലെ ചില പിന്തിരിപ്പൻ ബൂർഷ്വാസികൾ നശിപ്പിക്കുന്നത് കണ്ടു എനിക്കു മടുത്തു. അതേസമയം നിങ്ങൾക്ക് ആ കാര്യത്തിൽ പ്രതീക്ഷയുളവാക്കാനുള്ള പലതിനും പ്രാപ്തിയിയുമില്ലതാനും. പാർട്ടി എല്ലാവിധ വിമർശനത്തിനും അതീതമാണെന്ന് എനിക്കഭിപ്രായമില്ല. എന്നാൽ ഒരു വ്യക്തി കുറഞ്ഞ പക്ഷം വിമർശിക്കാനുള്ള കഴിവ് സമ്പാദിക്കുകയെങ്കിലും വേണം. നമ്മൾ പരിക്ഷീണരാണെങ്കിൽ കാമു, നമുക്ക് വിശ്രമിക്കാം. അതിനുള്ള സൗകര്യങ്ങൾ നമുക്കുണ്ടല്ലോ.

ഈ അധികാരികളും തടവുകാരും പ്രതിരോധ പ്രവർത്തകരും ദരിദ്രരും നിങ്ങളുടെ പിന്നിലണിനിരക്കുമെന്ന് ഞങ്ങൾ വിശ്വസിക്കുമെന്നാണോ നിങ്ങളുടെ പ്രതീക്ഷ?

എവിടേയും നിങ്ങൾ അഹിംസക്കെതിരായിരുന്നു. ഇപ്പോഴാകട്ടെ ധാർമ്മികതയുടെ പേര് പറഞ്ഞ് നിങ്ങൾ അഹിംസാത്മകമായ സൽപ്രവൃത്തികളിൽ ഏർപ്പെട്ട് ഞങ്ങളെ കീഴ്പ്പെടുത്തുന്നു. നിങ്ങളുടെ ധാർമ്മികതയുടെ ഏക ലക്ഷ്യം നിങ്ങൾ തന്നെയാണ്. ഇനി നിങ്ങൾക്ക് നിങ്ങളെ തന്നെ സഹായിക്കുകയേ വേണ്ടു.

പക്ഷേ, കാമു, ഞാൻ തുറന്നു ചോദിക്കട്ടെ ഇത്ര അകലെ മാറി നിൽക്കാൻ നിങ്ങൾ ആരാണ്. കമ്യൂണിസ്റ്റ് പാർട്ടിക്കും കമ്യൂണിസ്റ്റ് രാഷ്ട്രത്തിനും എതിരെ എല്ലാത്തിനോടും നിങ്ങളുടെ സഹപ്രവർത്തകർ കലാപം തുടങ്ങണമെന്ന് തന്നെയാണ് ഞങ്ങളുടെ ആഗ്രഹമെന്ന് നിങ്ങൾ എഴുതിവയ്ക്കുമ്പോൾ എനിക്കു വല്ലാത്ത അസ്വാസ്ഥ്യം തോന്നുന്നു എന്നു തുറന്നു പറയട്ടെ. കുറച്ചുനാൾ മുമ്പുവരെ നിങ്ങളുമായി സംസാരിക്കുമ്പോൾ ഒരു എഴുത്തുകാരനുമായി ഇടപെടുന്നതിന്റെ ആനന്ദം ഞാൻ അനുഭവിച്ചിരുന്നു. എന്നാൽ ഇപ്പോഴാകട്ടെ ഞങ്ങളെ കേസിൽ വിധിക്കാൻ നിയോഗിക്കപ്പെട്ട ഒരു ജഡ്ജിയായിട്ടാണ് നിങ്ങൾ പെരുമാറുന്നതെന്ന് എനിക്കുതോന്നുന്നു. ഒരിക്കൽ നിങ്ങൾ എഴുതിയത് ഓർമ്മയുണ്ടോ?

"ആശയങ്ങളിലായാലും, യാന്ത്രിക കാര്യങ്ങളിലായാലും തങ്ങൾ ചെയ്തത് പരമമായ ശരിയായി വിശ്വസിക്കുന്നവർക്കിടയിൽ ഞങ്ങൾ വീർപ്പുമുട്ടുന്നുവെന്ന്."

അതെത്ര ശരിയായിരുന്നു. പക്ഷേ, ഇപ്പോൾ നിങ്ങൾ അതേ വീർപ്പുമുട്ടിക്കലുകാരുടെ വേദിയിലേക്ക് നീങ്ങിയിരിക്കുന്നു. നേരത്തെ നിങ്ങൾക്കൊപ്പം വീർപ്പുമുട്ടിയിരുന്ന മുൻ സുഹൃത്തുക്കളെ ഉപേക്ഷിച്ചുവോ എന്നുള്ള ഭയം എന്നെ അഗാധമായ പരിഭ്രമത്തിലെത്തിച്ചിരിക്കുന്നു. അഴികൾക്ക് പിന്നിലെ നരച്ച ലിപികളിൽ നിങ്ങളുടെ അവധിക്കാലം സ്വാതന്ത്ര്യത്തിന്റെ നാടായ റഷ്യയിൽ ചെലവഴിക്കൂ എന്നെഴുതിവെച്ചിരിക്കുന്ന പരിഹാസ വചനങ്ങൾ പാരീസ് ഭിത്തികളിൽ കാണു

മ്പോൾ ഞാൻ റഷ്യക്കാരെയല്ല അവഹേളിതരായി കാണുന്നത്. എന്നെ വിശ്വസിച്ചാലും കാമു നിങ്ങളൊരു നൂറുവട്ടം നിങ്ങളുടെ ശക്തിക്കനുസൃതമായി ഫ്രാങ്കോവിന്റെ ഏകാധിപത്യത്തെയും നമ്മുടെ സർക്കാരിന്റെ കൊളോണിയൽ പോളിസിയെയും അപലപിക്കുകയും പോരാടുകയും ചെയ്തിരുന്നു. പക്ഷേ, എനിക്കു നിങ്ങളോട് രണ്ടു കാര്യത്തിൽ എതിർപ്പുണ്ട്. ക്ലാസുകളെക്കുറിച്ച് ഗൗരവപരമായൊരു കൃതിയിൽ സൂചിപ്പിക്കുകയും നമ്മുടെ കാലഘട്ടത്തെക്കുറിച്ചുള്ള ഒരു വിശദീകരണം നൽകേണ്ടതും നിങ്ങളുടെ കർശനമായ അവകാശവും കടമയുമാകുന്നു. എന്നാൽ നിങ്ങളതിനെ തെരുവുമൂലയിലെ റാലിയായി ചിത്രീകരിക്കാനുള്ള ഒരു ഉപാധിയായി കണ്ടെടുത്തിരിക്കുന്നു.

കാമു, ഏകാധിപത്യത്തിലേക്ക് ജനങ്ങൾ അധഃപതിക്കുന്നതിനുള്ള ഏതെങ്കിലുമൊരു പ്രസ്ഥാനത്തെ തടയണമെന്നുണ്ടെങ്കിൽ അവയെ കുറ്റപ്പെടുത്തുകയോ ഒരു മരുഭൂമിയിലേക്കവരെ തള്ളുമെന്ന ഭീഷണി മുഴക്കാതിരിക്കുകയോ ആണ് വേണ്ടത്.

തുല്യശക്തിയുള്ള രണ്ടു ക്രൂര ജന്തുക്കളുടെ ബുദ്ധിശൂന്യമായ ദ്വന്ദ്വയുദ്ധമായി മാത്രം മനുഷ്യരുടെ പോരാട്ടങ്ങളെ ഒരാൾക്ക് കാണാൻ കഴിഞ്ഞാൽ ഈ മനുഷ്യൻ നമ്മെ എന്നേ ഉപേക്ഷിച്ചു കഴിഞ്ഞെന്നു എനിക്കു പറയാൻ കഴിയും. ഓരോ നിഷേധത്തിന്റെയും ഉള്ളിൽ ഉണ്ട് എന്നൊരു പുഷ്പം വിടർന്നു വരുന്നുണ്ട് എന്ന അഭിപ്രായക്കാരനായ നിങ്ങൾ നിരസനത്തിന്റേതായ ഒരു ഹൃദയത്തിൽ സ്നേഹത്തിന്റെയും വിപ്ലവത്തിന്റെയും ലയമാസ്വദിക്കാൻ സമയം കണ്ടെത്തി. നിങ്ങളെ സംബന്ധിച്ചിടത്തോളം മനുഷ്യന്റെ സത്ത പൂർണ്ണത പ്രാപിക്കുന്നത് അവൻ അസന്തുഷ്ടനായിരിക്കുമ്പോഴാണ്. എന്നാൽ യഥാർത്ഥത്തിൽ സന്തുഷ്ടിയെന്നു പറയുന്നത് ഒരവസ്ഥയോ ഒരു പ്രവൃത്തിയോ അല്ല. ജീവശക്തിയും മരണത്തിന്റെ ശക്തിയും തമ്മിലുള്ള ഒരു സംഘർഷമാണിത്." സാർത്രേ കാമുവിനെഴുതിയ ഈ കത്ത് വായിച്ചതിനുശേഷം അദ്ദേഹത്തിനു ഞാൻ ഗൗരവതരമായ ഒരു കത്തെഴുതി. ജേർണൽ ഞാൻ വായിച്ചുവെന്നും കൂടിയുള്ള ഒരറിയിപ്പായിരുന്നു അത്. പക്ഷേ, എന്റെ പരിഭവം ഒട്ടുംതന്നെ പ്രകടമാവാതിരിക്കാൻ ഞാൻ പ്രത്യേകം ശ്രദ്ധിച്ചു. ഞാൻ അദ്ദേഹത്തെ സ്നേഹിക്കുകയും കൊതിക്കുകയും ചെയ്യുന്നത്ര അദ്ദേഹം എന്നെ ആഗ്രഹിക്കുന്നുണ്ടോ എന്ന കാര്യത്തിൽ ഇപ്പോഴെനിക്ക് സംശയമുണ്ട്. എങ്കിലും എന്റെ ജീവിതം ശാന്തമായി ത്തന്നെയാണ് നീങ്ങുന്നത്. എന്തുകൊണ്ടോ ഇപ്പോഴായി സാർത്രിനെഴുതുന്ന കത്തുകൾ എനിക്കു വെറും പ്രഹസനങ്ങളായാണ് തോന്നുന്നത്. ദിനവും പരിശീലിച്ച വിദ്യ അനായാസം കൈകാര്യം ചെയ്യുന്ന മിടുക്കുള്ള ഒരു വിദ്യാർത്ഥിയുടെ ലാഘവത്തോടെ എപ്പോഴും ഞാനീ പ്രഹസനം ആവർത്തിക്കുന്നു.

കാമുവിനെഴുതിയ കത്തിനെക്കുറിച്ച് മാത്രമാണ് എന്റെ കത്തിൽ പ്രതിപാദിച്ചിരുന്നത്. ഞങ്ങളുടെ സ്വകാര്യപരമായ ഒരു പരാമർശവും

എഴുതാതിരിക്കാൻ ഞാൻ പ്രത്യേകം ശ്രദ്ധിച്ചു. കഴിഞ്ഞ കുറച്ചു മാസങ്ങളായി സാർത്രേ എന്നോട് ഒരു കാര്യവും പങ്കുവയ്ക്കാറില്ല. എന്റെ കാര്യങ്ങളെക്കുറിച്ച് അന്വേഷിക്കാറുമില്ല. ഞങ്ങൾക്കിടയിൽ പിണക്കമോ വഴക്കുകളോ ഒന്നും തന്നെ ഉണ്ടായിരുന്നില്ല. എന്നിട്ടും അദ്ദേഹം കാണിക്കുന്ന ഈ അകൽച്ച എന്നെ ദുഃഖവതിയും നൈരാശ്യക്കാരിയും ആക്കി മാറ്റി. ദിവസങ്ങൾ തീർത്തും ഉദാസീനമായി കടന്നുപോകുന്നു. കുറച്ചു മാസങ്ങളായി ഒരുമിച്ചു താമസിക്കാൻ ഞങ്ങൾക്ക് സാധിച്ചിട്ടുമില്ല. എനിക്കു അവധി കിട്ടുമ്പോഴോ ഞാൻ പാരീസിൽ എത്തുമ്പോഴോ സാർത്രേക്ക് ഒഴിവ് കിട്ടാറില്ല. ചിലപ്പോൾ എനിക്കു തോന്നും ഒഴിവില്ല എന്നുപറഞ്ഞുകൊണ്ട് അദ്ദേഹം എന്നെ അവഗണിക്കുകയാണോയെന്ന്.

ഒരിക്കൽ ഞാനൊരു ഇരുപതുകാരിയായിരുന്നു. ജീവിതത്തിൽ ഏറ്റവും അത്ഭുതം സൃഷ്ടിക്കേണ്ട പ്രായമായിരുന്നു അത്. പക്ഷേ, അന്നൊന്നും ഞാൻ ജീവിതംകൊണ്ട് ഒന്നും സമ്പാദിച്ചില്ല. ജീവിതം കൊണ്ട് വിപ്ലവം സൃഷ്ടിക്കുന്ന ബുദ്ധിജീവികളെയും സാമൂഹ്യ പ്രവർത്ത കരെയുംകുറിച്ച് ചിന്തിച്ചു നടന്നു. അവരെ പോലെയാകണമെന്ന് സ്വപ്നം കണ്ടിരുന്നു. എന്നാൽ എന്റെ ഉൾഭയവും കടുത്ത സദാചാരബോധവും എല്ലാത്തിൽനിന്നും പിന്തിരിപ്പിച്ചുകൊണ്ടിരുന്നു. ഇറങ്ങിത്തിരിക്കാൻ തയ്യാറെടുക്കുകയും നിലനിൽക്കാൻ അധൈര്യപ്പെടുകയും ചെയ്യുന്ന ചാഞ്ചാട്ടവതിയായ ഒരു പെൺമനസ്സായിരുന്നു എന്റേത്. പക്ഷേ, ഇപ്പോൾ ധൈര്യവതിയും ഉറച്ച നിലപാടുകളുമുള്ള തത്വചിന്താ ക്ലാസുകൾ എടുക്കുന്ന മദ്ധ്യ വയസ്സ് പിന്നിട്ട ഈ സ്ത്രീ കേവലം പ്രണയത്തിന്റെ പേരിൽ ദുർബ്ബലയാകുമോ എന്നോർത്തു എനിക്കെന്നോട് തന്നെ അവജ്ഞ തോന്നിത്തുടങ്ങി. യഥാർത്ഥത്തിൽ കേവലം പ്രണയത്തിന്റെ പേരിലുള്ള വേദനയല്ല എന്നെ അലട്ടിക്കൊണ്ടിരുന്നത്. എത്രയോ വർഷങ്ങളായി ആ വ്യക്തിയെ ചുറ്റിപ്പറ്റിയായിരുന്നു എന്റെ ചിന്തക ളെല്ലാം. സാർത്രിന്റെ വാക്കുകളിൽ ജീവിതമെന്നാൽ നിയന്ത്രണമില്ലാത്ത സ്വാതന്ത്ര്യം എന്നായിരുന്നു. എന്നാൽ ഞങ്ങൾ തമ്മിലുള്ള ബന്ധ ത്തിനിടയിൽ പലപ്പോഴും അത്തരം സ്വാതന്ത്ര്യം അനുവദിച്ചു കൊടുക്കു ന്നതിൽ എനിക്കു മനോവേദന അനുഭവപ്പെട്ടുതുടങ്ങി.

ഒരുപക്ഷേ, ഈ കത്തും എന്റെ ഹൃദയത്തിന്റെ അടയാളമായിത്തന്നെ അദ്ദേഹം വിലയിരുത്തിയേക്കാം. മനഃപൂർവ്വം ഞങ്ങൾക്കിടയിലെ സ്വകാ ര്യതകൾ ഞാൻ ഒഴിവാക്കിയതാണെന്ന് സാർത്രേക്കു പിടികിട്ടും. അങ്ങനെ ആയിരിക്കണെമെന്നാണ് ഞാൻ ആഗ്രഹിക്കുന്നതും. സാർത്രേ ഇല്ലാതെ എനിക്കു ദിവസങ്ങൾ തള്ളിനീക്കാൻ സാധിച്ചേക്കാം. പക്ഷേ, അപ്പോഴൊക്കെ അദ്ദേഹം എന്റെ ഹൃദയത്തിനുള്ളിൽത്തന്നെയുണ്ട് എന്നത് ഉറച്ച വിശ്വാസമായിരുന്നു. പക്ഷേ, എപ്പോഴാണ് ഞാൻ ചഞ്ചല ചിത്തയും നൈരാശ്യക്കാരിയും ആയിത്തീർന്നത്! എന്നാൽ ഈ കാര്യ ത്തിൽ പരിപൂർണ്ണമായും ഞാൻ കുറ്റക്കാരിയുമല്ല. സാർത്രിന് അയച്ച കത്തിന് എന്തു മറുപടിയാണ് കിട്ടുകയെന്ന് എനിക്കൊരു രൂപവുമു

ണ്ടായില്ല. കഴിഞ്ഞ ഏതാനും നാളുകളായി അദ്ദേഹം എന്നോടു പറയുന്ന സ്ഥിരം വാചകങ്ങൾ എനിക്കോർമ്മ വന്നു.

"നിന്റെ വാക്കുകളെ ഞാനിപ്പോൾ ഗൗരവമായി കാണുന്നില്ല സിമോൺ. നീ വളരുന്തോറും കുട്ടിയാവുകയാണ്. ഞാൻ ഏത് തരക്കാരനാണെന്ന് നിനക്കു നന്നായറിയാം. എനിക്ക് കെട്ടുപാടുകൾ ഇഷ്ടമല്ല, നിയന്ത്രണങ്ങൾ ഇഷ്ടമല്ല, ഞാൻ നിരന്തരം സഞ്ചരിക്കാൻ ആഗ്രഹിക്കുന്ന ഒരാളാണ്. എന്റെ വഴികളുടെ മുന്നിലുള്ള തടസ്സമായല്ല എനിക്കൊരു കൂട്ടുകാരിയെ വേണ്ടത്."

വാക്കുകൾ, വാക്കുകൾ ചിലപ്പോൾ ആയുധത്തെക്കാൾ മൂർച്ചയോടെ അതെന്നെ മുറിവേൽപ്പിക്കുന്നു. മുറിവുകൾ ഉണങ്ങി പാകമാകും മുന്നേ വീണ്ടും വീണ്ടും മുറിവുകൾ. ഞാൻ പലപ്പോഴും സാർത്രേക്കു മുന്നിൽ താണുകൊടുക്കുന്നു. അതെന്റെ പരാജയമായല്ല കാണുന്നത്. എന്നാൽ സാർത്രിനോടുള്ള അന്ധമായ സ്നേഹം അദ്ദേഹത്തെ അലോസരപ്പെടുത്തുന്നുവെന്ന അറിവ് ഉടലിനെ ചൂഴ്ന്നുനിൽക്കുന്ന വേദനയായി മാറിയതിന്റെ നീറ്റലിൽ കട്ടിലിൽ ചുരുണ്ടുകൂടി കിടന്നു ഞാൻ കരഞ്ഞു.

എന്റെ കത്തിന് മറുപടി കിട്ടുമെന്ന പ്രതീക്ഷ എന്തുകൊണ്ടോ എനിക്കുണ്ടായില്ല. പണ്ടൊക്കെ ഞാനെഴുതുന്നതിലും കൂടുതൽ കത്തുകൾ അദ്ദേഹം എനിക്കെഴുതിയിരുന്നു. ഞങ്ങൾക്കിടയിൽ ഗംഭീരമായ വഴക്കുകളും സൗന്ദര്യപ്പിണക്കങ്ങളും ഉണ്ടായിട്ടുണ്ട്. ആഴ്ചകളോളം പല വിഷയങ്ങളെക്കുറിച്ചും തർക്കിച്ചിട്ടുണ്ട്. എന്നാൽ അതൊന്നും തന്നെ വൈകാരികമായ അകൽച്ചയ്ക്ക് കാരണമായിരുന്നില്ല. അടുത്ത ആഴ്ചയിൽ ഏതെങ്കിലും ദിവസം പാരീസിലേക്ക് മടങ്ങി ചെല്ലണമെന്ന് ഞാൻ മനസ്സിലുറപ്പിച്ചു. സാർത്രേ വരാൻ തയ്യാറാകുമോ എന്നറിയില്ല. ചിലപ്പോൾ യാത്രയ്ക്കിടയിൽ പെട്ടെന്നൊരു മടങ്ങിവരവ് സാധിച്ചില്ല എന്നും വരാം. എന്റെ മനസ്സിൽ മാതൃരാജ്യത്തോട് പെട്ടെന്നൊരു സ്നേഹം ഉദിച്ചതല്ല. സുഹൃത്തുക്കളേയും ബന്ധുക്കളേയും കാണണം എന്നൊരു തോന്നൽ. എന്നാൽ അതെന്നെ പൂർണ്ണമായും കീഴ്പ്പെടുത്തുന്നുമില്ല.

രാത്രി മുഴുവൻ ഉറങ്ങാതെ കിടന്ന് യാത്രയെ പറ്റിത്തന്നെ ഞാൻ ചിന്തിച്ചു. രാവിലെ ആ വിവരം വച്ച് ഒരു കത്തുകൂടി സാർത്രിനയക്കണമെന്ന് തീരുമാനിക്കുകയും ചെയ്തു.

*****

ആശങ്കയുടെ ദിനങ്ങൾ

ജീവിതത്തിലൂടെ എത്രയോ അനുഭവങ്ങൾ കടന്നുപോയി എത്രയോ രാജ്യങ്ങൾ സഞ്ചരിച്ചു, എത്രയോ വ്യക്തികളെ കണ്ടുമുട്ടി. എഴുത്തിലും പൊതുരംഗത്തും സ്വന്തമായൊരിടവും നിലപാടുകളും ഉണ്ടാക്കിയെടുത്തു.

എന്നാൽ വ്യക്തിജീവിതത്തിൽ ഞാൻ ചെയ്തതെല്ലാം ശരിയായിരുന്നോ, ആരോടെങ്കിലുമൊക്കെ അറിഞ്ഞോ അറിയാതെയോ അനീതി പ്രവർത്തിച്ചിരുന്നോ എന്നൊക്കെയോർത്ത് ചിലപ്പോഴെങ്കിലും എന്നെത്തന്നെ വിലയിരുത്തി നോക്കുവാൻ തുടങ്ങി. കഴിഞ്ഞ ഏതാനും മാസങ്ങളായി എനിക്കും സാർത്രിനുമിടയിൽ നിലനിൽക്കുന്ന ശീതസമരം ഇപ്പോഴും മാറ്റമില്ലാതെ തുടരുന്നു. ഈ വീട്ടിൽ കഴിഞ്ഞ എത്രയോ വർഷങ്ങളായി ഞങ്ങൾ ഒത്തുകൂടുന്നു, സ്നേഹം പങ്കുവയ്ക്കുന്നു. രതി പങ്കുവയ്ക്കുന്നു. സ്വപ്നങ്ങളും പദ്ധതികളും കൈമാറുന്നു. മരത്തടികൾ പാകിയ നിലവും വെളുത്ത പെയിന്റ് പൂശിയ ജനാലകളും ചെറിയ ഡ്രോയിങ് റൂമും ധാരാളം പുസ്തകങ്ങൾ അടുക്കിവെച്ച വലിയൊരു എഴുത്ത് മുറിയും ഞങ്ങളൊരുമിച്ചുറങ്ങുന്ന കിടപ്പറയുമുള്ള ഈ വീട്ടിൽ സാർത്ര് ഇല്ലാത്തപ്പോഴൊന്നും എനിക്കു താമസിക്കാൻ മനസ്സ് വരാറില്ല. പാരീസിലെത്തുമ്പോൾ ഇങ്ങോട്ട് വന്നാലും രാത്രി തങ്ങാതെ തിരികെ ഹോട്ടൽ മുറിയിലേക്കോ ഏതെങ്കിലും സ്നേഹിതയോടൊപ്പമോ തങ്ങുകയാണ് പതിവ്.

ഇനിയെങ്കിലും പരസ്പരമുള്ള അകൽച്ചയെക്കുറിച്ച് തുറന്നു സംസാരിക്കണമെന്ന് എനിക്കു തോന്നി. ഉള്ളിലുള്ളത് മറച്ചുവെച്ച് പെരുമാറാൻ ശ്രമിക്കുന്ന നിമിഷങ്ങളിൽ ഞാൻ ഞാനല്ലാതായി മാറുകയാണ്. കുടുംബം എന്ന സങ്കല്പവുമായി യോജിച്ച് പോകുന്ന

തായിരുന്നില്ല എന്റെ ചിന്താഗതികളും ആശയങ്ങളും. എന്നിട്ടും എന്തുകൊണ്ടാണ് ഈയിടെയായി വൈകാരികമായ പിരിമുറുക്കം എന്നെ അലട്ടുന്നത്.

"എനിക്കു നിങ്ങളോട് ചിലത് സംസാരിക്കാനുണ്ട്."

സാർത്രേയുടെ മുന്നിൽ പരാജയപ്പെട്ടവളുടെ മുഖവുമായിരുന്നു കൊണ്ട് ഞാൻ പറഞ്ഞു.

എഴുതിക്കൊണ്ടിരുന്ന പുസ്തകത്തിൽനിന്നും കണ്ണെടുത്തുകൊണ്ട് ചോദ്യഭാവത്തിൽ സാർത്ര് എന്നെ ഉറ്റുനോക്കി.

അദ്ദേഹം *ക്രിട്ടിക് ഓഫ് ഡയലിക്റ്റിക്കൽ റീസൻ* എന്ന പുസ്തകത്തിന്റെ രചനയിലായിരുന്നു. മാർക്സിസം വിഷയമായി വരുന്ന തത്ത്വചിന്തകൾ ആയിരുന്നു പുസ്തകത്തിന്റെ ഉള്ളടക്കം. കഴിഞ്ഞ ഏതാനും മാസങ്ങളായി പലരുമായും ഈ പുസ്തകത്തെക്കുറിച്ച് ചർച്ച ചെയ്യുന്നു. മാർക്സിസത്തെക്കുറിച്ചുള്ള സാർത്രേയുടെ ചിന്താഗതികളും വിമർശനങ്ങളും തുറന്നെഴുതുന്നതാണ് ഈ പുസ്തകത്തിന്റെ വൈവിദ്ധ്യമായി ഞാൻ മനസ്സിലാക്കിയത്.

"എന്താണ് നിനക്കു പറയാനുള്ളത്, അതോ അറിയാനോ?"

'അറിയാൻ' എന്ന വാക്കിന് ഇത്തിരി ഊന്നൽ കൂടുതൽ ഉണ്ടായിരുന്നു.

അറിയുകയെന്നത് ഞാനെന്നെത്തന്നെ അപരിചിതയാണെന്ന് വിശേഷിപ്പിക്കുന്നതിനു തുല്യമാണെന്ന് ബോദ്ധ്യമുണ്ട്. എന്നാൽ പൂർണ്ണമായും അവനവനെ തന്നെ അറിയുന്ന ആരുണ്ട് ഭൂമിയിൽ! എനിക്കുറപ്പില്ല, എനിക്കെന്നെ മുഴുവനുമായും അറിയില്ല. എന്നെത്തന്നെ പഠിക്കാൻ ശ്രമിച്ചു പലപ്പോഴും ഞാൻ പരാജയപ്പെട്ടിട്ടുണ്ട്. പക്ഷേ, മനസ്സിന്റെ ദുർബ്ബലതകൾ സാർത്രിൽനിന്നും ഒളിച്ചുവയ്ക്കാൻ ഞാനാഗ്രഹിച്ചില്ല. ഓരോ ആത്മബന്ധത്തിനിടയിലും ഒരു നൂലിഴയുടെ വ്യത്യാസത്തിൽ തകർന്നുപോകാവുന്ന വിശ്വാസത്തിന്റെ ഒരു നേർരേഖയുണ്ട്. ഞാൻ ഭയത്തോടെ എപ്പോഴും തിരഞ്ഞുകൊണ്ടേയിരിക്കുന്നു സാർത്രേയുടെ ഉള്ളിന്റെ ഉള്ളിലേക്ക്.

എന്താണ് ചോദിക്കേണ്ടത് എന്നതിന് വ്യക്തമായൊരു ധാരണ എനിക്കുണ്ടായിരുന്നില്ല.

നിങ്ങളുടെ മനസ്സിൽ ഇപ്പോഴും ഞാനില്ലേ എന്ന ചോദ്യം എത്ര അർത്ഥശൂന്യമായിരിക്കും. മനസ്സിന്റെ ഓരോ കോണും സംശയഗ്രസ്തമായിരിക്കുന്നു.

"സിമോൺ ഞാൻ നിന്നിൽ ഒരു സാധാരണ സ്ത്രീയെ അല്ല കാണുന്നത്. നീ അങ്ങനെ ആകരുത്. പണ്ട് നിന്റെ ചിന്തകൾ എത്ര വിശാലമായിരുന്നു. മനുഷ്യ ബന്ധങ്ങളെക്കുറിച്ച് വ്യക്തമായൊരു കാഴ്ചപ്പാട് ഉണ്ടാക്കിയെടുക്കുക അസാദ്ധ്യമെന്ന് മനസ്സിലാക്കിയവരാണ് നമ്മളിരുവരും. എന്റെയോ നിന്റെയോ ചെറുപ്പത്തിൽ നമ്മളതേക്കുറിച്ച് ഗൗരവത്തോടെ സംസാരിക്കുകയും ലാഘവത്തോടെ വിട്ടുകളയുകയും ചെയ്തിരുന്നു."

അത് പറയുമ്പോൾ സാർത്ര് എന്റെ നേർക്ക് അസഹനീയത നിറഞ്ഞ നോട്ടം നോക്കി.

എന്താണ് പറയേണ്ടതെന്ന് ഒരു ധാരണയുമില്ലാതെ ഞാനാ നോട്ടത്തെ വേദനയോടെ നേരിട്ടു.

കണ്ണാടിയിൽ നോക്കുമ്പോൾ മനസ്സിൽ തോന്നുന്ന നിരാശപോലെ തന്നെയായിരുന്നു സാർത്രേയുടെ കണ്ണുകളെ ഞാൻ നേരിട്ടത്.

വയസ്സ് കൂടി വരുന്നു. കൺതടങ്ങളിൽ കറുപ്പും ചുളിവുകളും വീണിരിക്കുന്നു. ശരീരത്തിനു വേണ്ടത്ര ബലമില്ലാത്തപോലെ. എന്റെ പ്രണയം, ഹൃദയത്തിന് മേൽ കൊളുത്തിടുംപോലെ. വേദനയനുഭവിക്കാതെ ആർക്കാണ് പ്രണയിക്കാൻ സാധിച്ചിട്ടുണ്ടാവുക. അതോ പുരുഷനും സ്ത്രീയും വെവ്വേറെ മനോഭാവത്തോടെയാണോ പ്രണയിക്കുന്നത്. ജീവിതത്തിന്റെ ഒരു ഘട്ടം കഴിഞ്ഞാൽ പുരുഷൻ എപ്പോഴും അവന്റെ ജോലിയിലും സൗഹൃദത്തിനും വേണ്ടി സമയം കണ്ടെത്തുന്നതുപോലെ പ്രണയത്തിനുവേണ്ടി സമയം ചെലവഴിക്കില്ല. എന്നാൽ സ്ത്രീ കാത്തിരിക്കുന്നു. കാത്തിരുന്നു കൊണ്ടേയിരിക്കുന്നു. അത്ര നിസ്സാരമായതൊന്നും അവളെ തൃപ്തയാക്കുകയുമില്ല.

കഴിഞ്ഞ ഏതാനും മാസങ്ങളായി സാർത്ര് തുടർച്ചയായി യാത്രകൾ ചെയ്തുകൊണ്ടിരുന്നു. എന്നാൽ കൃത്യമായി എനിക്കെഴുതിയിരുന്ന കത്തുകളിൽ മുടക്കം വന്നു. എന്തുകൊണ്ടാണ് അങ്ങനെ സംഭവിച്ചതെന്ന് ചോദിക്കാൻ ദുരഭിമാനിയായ എന്റെയുള്ളിലെ സ്ത്രീ തയ്യാറായതുമില്ല.

"സിമോൺ നീ എന്നെ ചോദ്യങ്ങൾകൊണ്ട് കെട്ടിയിടാൻ ശ്രമിക്കരുത്. ഞാനതിന് നിന്നുതരുമെന്നു കരുതണ്ട. നിന്റെ കാഴ്ചപ്പാടിന്റെ അളവുകോലിൽ നിന്നുതരാൻ ഞാൻ തയ്യാറല്ല. നിനക്കത് ബുദ്ധിമുട്ടാണെങ്കിൽ പിരിഞ്ഞുപോകാനുള്ള സ്വാതന്ത്ര്യം ഉണ്ട്."

ഞാൻ ഞെട്ടലിൽ മിഴിച്ചുനോക്കി. എന്റെയുള്ളിൽ ഉൽക്കണ്ഠ വർദ്ധിച്ചുവന്നു. അതേസമയം മനസ്സിൽ ജാള്യതയും അനുഭവപ്പെട്ടു. അപമാനത്താൽ ഉള്ളു പുകഞ്ഞുനീറുന്നു.

"നമ്മൾ കുട്ടികളല്ല. കൗമാരവും യൗവനവും പിന്നിട്ടവരാണ്. ഈ പ്രായത്തിൽ ചിന്തകൾ ഇടറുന്നതിന്റെ യുക്തി എനിക്കു മനസ്സിലാകുന്നില്ല എന്നാണോ നീ കരുതുന്നത്?"

എന്റെ തൊണ്ട വരണ്ടുണങ്ങി കൈകൾ വിറച്ചു. പക്ഷേ ഞാൻ മറുപടി പറഞ്ഞില്ല.

സാർത്ര് കണ്ണടയൂരി മേശപ്പുറത്ത് വെച്ചു. പിന്നീട് വർദ്ധിച്ച ദേഷ്യത്തോടെ പുലമ്പി. "ഒരു വക എഴുതാനും സമ്മതിക്കില്ല നാശം."

ആലിംഗനം ചെയ്യാനും ചുംബിക്കാനും രതി പങ്കുവയ്ക്കാനും മാത്രമായുള്ള ഒരു സ്ത്രീ ശരീരം മാത്രമാണോ സാർത്രേക്ക് ഞാൻ. എന്റെ ഹൃദയം പങ്കുവയ്ക്കാൻ ചിന്തകളും സ്വപ്നങ്ങളും പങ്കുവയ്ക്കാൻ എന്റേതായ എല്ലാം പങ്കുവയ്ക്കാൻ പകരം മറ്റാരെയും ഞാൻ

കണ്ടെത്തിയിരുന്നില്ല. അല്ലെങ്കിൽ കണ്ടെത്താൻ ശ്രമിച്ചപ്പോഴൊക്കെ ആരിലും തൃപ്തി ലഭിച്ചിരുന്നില്ല.

സാർത്രേയുടെ വാക്കുകൾക്ക് എന്റെ ഹൃദയത്തെ തകർത്തുകളയാൻ കഴിഞ്ഞു. എന്നിട്ടും വീണ്ടും ചോദ്യങ്ങൾ ചോദിച്ചുകൊണ്ട് മറുപടിക്ക് കാത്തുനിൽക്കാൻ മാത്രം ദയനീയമായിരുന്നു എന്റെ അപ്പോഴത്തെ മനോനില. പക്ഷേ, തൃപ്തികരമായ ഒരുത്തരവും എനിക്കു ലഭിച്ചില്ല.

അതോർത്തുകൊണ്ടു പിന്നിട്ട ഒരു പകലും രാത്രിയും ഞാൻ വിവശയായി. പാരീസിൽ ഒരുമിച്ചുണ്ടായ അത്രയും ദിനങ്ങൾ ഞങ്ങളിരുവർക്കും തിരക്കുകൾ തന്നെയായിരുന്നു. കിട്ടിയ ഇടവേളകളിലും വീട്ടിൽ ഞാൻ ഏകാകിയായിരുന്നു. ഞാൻ ഭൂതകാലത്തെ കുറിച്ച് ഓർത്തുകൊണ്ടേയിരുന്നു. കുട്ടിക്കാലത്തെക്കുറിച്ച്, ഞങ്ങളുടെ വീടിനെക്കുറിച്ച്, അച്ഛനമ്മമാരെക്കുറിച്ച്, അനിയത്തിയെക്കുറിച്ച്, ഒരു വൃക്ഷത്തിന്റെ തായ് തടി ഉണങ്ങാൻ തുടങ്ങുമ്പോൾ വേരുകൾ കൂടുതൽ കൂടുതൽ ആഴത്തിൽ ജലാംശം തേടിയിറങ്ങുംപോലെ ഞാനെന്റെ ഗൃഹാതുരത്വം തിരഞ്ഞു പൊയ്ക്കൊണ്ടിരുന്നു. വർണ്ണിച്ച് വർണ്ണിച്ച് പറഞ്ഞ് നിറം നഷ്ടപ്പെട്ടുപോയ വാക്കുകൾ പോലെയാണ് ഓർമ്മകൾ എന്നു ചിലപ്പോൾ തോന്നും.

തിരക്കുകൾക്കിടയിൽനിന്നും തിരക്കുകളിലേക്ക് ഊളിയിട്ടു പോകുന്നതിനിടയിൽ പലപ്പോഴും സാർത്രിന് എന്നെ ഓർക്കാനേ സമയം കിട്ടുന്നുണ്ടായിരുന്നില്ല. കുറച്ചു ദിവസം ഒരുമിച്ച് താമസിക്കാൻ വേണ്ടിയാണ് പൊതുപരിപരിപാടികളെല്ലാം ഒഴിവാക്കി ഞാനെത്തിയത്. പിരിയാനായി കണ്ടുമുട്ടുകയെന്നത് മാത്രമായി തീർന്നിരിക്കുന്നു ഞങ്ങളുടെ ഓരോ സമാഗമങ്ങളും. പ്രണയം എന്ന വാക്ക് ഉപയോഗിച്ചുപയോഗിച്ചു തേഞ്ഞുപോയ ചെരുപ്പ് പോലെ ഇപ്പോഴും ഞാൻ പേറി നടക്കുന്നു. എന്തിനെന്നറിയാത്ത വേദനയോടെ, എന്തിനെന്നറിയാത്ത ആധിയോടെ.

ഒരാഴ്ചത്തെ താമസത്തിനുശേഷം സാർത്രേക്ക് കാലിഫോർണിയയിലേക്ക് ഒരു യാത്രയുണ്ടായിരുന്നു. പാരീസിൽ കുറച്ചു ദിവസം കൂടി താമസിക്കണമെന്നു എന്റെയുള്ളിൽ ആഗ്രഹം ഉടലെടുക്കുകയും ചെയ്തു. എനിക്ക് എന്റേതായ എല്ലാം ഒന്നുകൂടി കാണണം. ഞാൻ നടന്ന വഴികൾ, കരഞ്ഞു നടന്ന നടപ്പാതകൾ, എന്റെ സ്വപ്നങ്ങൾ സാക്ഷാൽക്കരിച്ച ലൈബ്രറിയുടെ വായനമുറികൾ, എന്റേതായ എല്ലാം ആഴ്ന്നിറങ്ങിയ മണ്ണ് പോപ്പറ്റിന് കൊടുക്കാനായി ഒരു വാച്ചും കുറച്ചു പുസ്തകങ്ങളും വാങ്ങിവെച്ചു. എന്തൊക്കെ വാങ്ങണമെന്നുള്ള കാര്യത്തിൽ എപ്പോഴും എന്റെയുള്ളിൽ ഒരുതരം അനിശ്ചിതത്വം നിലനിൽക്കും. സമ്മാനങ്ങൾ വാങ്ങുന്ന കാര്യത്തിൽ ഒരിക്കലും ഞാൻ മിടുക്കിയായിരുന്നില്ല.

അതിരാവിലെ സാർത്രിനെ യാത്രയാക്കാൻ എയർപോർട്ടിലേക്ക് പോകാനായി എന്തുകൊണ്ടോ എനിക്കു മനോബലം കിട്ടിയില്ല. ഉള്ളിൽ

ശൂന്യത കൊണ്ടുള്ള വേദന നിറഞ്ഞുനിൽക്കുന്നു. എന്നിട്ടും പുറമെ അത് പ്രകടമാവാതിരിക്കാൻ എന്റെ സ്വഭാവവുമായി ബന്ധമില്ലാത്ത ഒരു നടിയെ പണിപ്പെട്ടു സൃഷ്ടിച്ചെടുത്തു. കുളിമുറിയിലെ നിലക്കണ്ണാടിക്ക് മുന്നിൽ നിന്നുകൊണ്ട് എന്റെ തന്നെ കണ്ണുകളിലേക്ക് നോക്കി ഞാൻ കണ്ണുനീരൊഴുക്കി.

*****

ഡിസംബർ -12-1953

അപ്പോൾ സമയം നാലുമണി കഴിഞ്ഞ് പതിനഞ്ചു മിനിറ്റായിരുന്നു. പുറത്തും അകത്തും കൊടുംതണുപ്പ്. ജനാലകൾ തുറന്നാൽ മഞ്ഞിൻ പാളികൾ അകത്തേക്ക് വന്നു എന്നെയൊരു ജഡവസ്തുവാക്കി മാറ്റാം. സ്വതവേ എനിക്കു തണുപ്പ് സഹിക്കാൻ പ്രയാസമാണ്. ഒന്നിന് മീതെ ഒന്നായി മൂന്നോ നാലോ കോട്ടുകൾ ധരിച്ചാണ് രാത്രിയിൽ ഉറങ്ങാൻ കിടക്കുക. രാവിലെ എഴുന്നേൽക്കാൻ മടിപിടിച്ചു കിടക്കയിൽത്തന്നെ ചുരുണ്ടുകൂടുകയാണ് പതിവ്. ഇന്നെന്തുകൊണ്ടോ ഉറക്കം ഒട്ടും തന്നെ അനുഗ്രഹിച്ചില്ല. രാത്രി മുഴുവൻ എഴുന്നേറ്റിരുന്നു നോവലിനാവശ്യമായ നോട്ടുകൾ തയ്യാറാക്കിവെച്ചു. എഴുതിക്കൊണ്ടിരിക്കുന്ന നോവലിലെ കഥാപാത്രങ്ങളെക്കുറിച്ചു ചിന്തിച്ചാണ് ഓരോ ദിവസവും ഉറങ്ങാൻ കിടക്കുക. ഒന്നു രണ്ടു അദ്ധ്യായങ്ങൾ തുടങ്ങിവച്ചു. അത് ആദ്യ അദ്ധ്യായമോ നടുവിലത്തെതോ എന്നൊന്നും പറയാൻ കഴിയില്ല. ഇപ്പോൾ എന്നെ അലട്ടുന്ന വിഷയം കഥയിലെ നായകനായ ഹെൻറി പെറാനും അയാളുടെ കാമുകിയായ പോളയുമായുള്ള സംഘർഷങ്ങൾ ഞാൻ സങ്കല്പിച്ചതുപോലെ ആവിഷ്കരിക്കാൻ സാധിക്കുന്നില്ല എന്നതാണ്. നോവലിലെ മറ്റ് കഥാപാത്രങ്ങളെയൊക്കെ എവിടെയൊക്കെ എങ്ങനെയൊക്കെ യോജിപ്പിച്ചു കൊണ്ടുപോകണമെന്നുമെല്ലാം എഴുതി തയ്യാറാക്കി വച്ചിട്ടുണ്ടെങ്കിലും അത് കഥാരൂപത്തിൽ എഴുതുമ്പോൾ വേണ്ടത്ര തൃപ്തി കിട്ടുന്നില്ല. മറ്റൊരു നായകനായ റോബർട്ട് ഡെബ്രവർത്ത് അയാളുടെ ഭാര്യയായ ആൻ ഡെബ്രവർത്ത് അവരുടെ മകൾ മാഡിൻ ഡെബ്രവർത്ത് തുടങ്ങിയവരാണ് കേന്ദ്ര കഥാപാത്രങ്ങൾ. ഒരു മാനസിക വിദഗ്ദ്ധയായ ആനും അവൾക്ക് താൽപ്പര്യം തോന്നുന്ന ലെവിസ് ബ്രോഗനുമെല്ലാം കഴിഞ്ഞ ഏതാനും മാസങ്ങളായി എന്റെ ഉറക്കം കെടുത്തുന്നു. യഥാർത്ഥത്തിൽ ഇവരാരും എനിക്കപരിചിതരല്ല

എന്നതാണ് അതിന്റെ വെല്ലുവിളി.

ഹെൻറി പെറാൺ എന്ന കഥാപാത്രം യഥാർത്ഥത്തിൽ കാമുവിന്റെ ഒരു നിഴലാണ്. റോബർട്ട് എന്ന നായകൻ മറ്റാരുമല്ല ജീൻ പോൾ സാർത്രേ തന്നെ. ആനിൽ എന്റെ നിഴൽവീണു കിടപ്പുണ്ട്. യാഥാർത്ഥ്യവും ഭാവനയും കൂട്ടിക്കലർത്തിയെഴുതുന്ന മാജിക്കൽ സ്റ്റോറിയാണ് *ദി മാൻഡ്‌യേർസ്* എന്നാൽ എന്നെ അലട്ടുന്നത് ഉള്ളിൽ കൂടിക്കുഴഞ്ഞ് കിടക്കുന്ന ചില ചരിത്ര സത്യങ്ങളാണ്. രണ്ടാം ലോകമഹായുദ്ധവും അതിന്റെ കെടുതികളും ബാക്കിയാക്കിയ ഫ്രാൻസിന്റെ ഇന്നത്തെ നില. യുദ്ധത്തിനു മുൻപും ശേഷവുമുണ്ടായ ജനജീവിതത്തിന്റെ ദുരിതങ്ങളും പലായനങ്ങളും. ചരിത്രവും നോവലും കൂടിക്കലർന്നു ഒരു റിയലിസ്റ്റിക്കൽ സ്റ്റോറി വഴിതിരിഞ്ഞേക്കാം. പക്ഷേ, നോവലിന്റെ എഴുത്ത് എവിടെയോ തടസ്സപ്പെടുന്നു. രണ്ടുതരം ജീവിതം ജീവിക്കുന്ന മനുഷ്യർ വ്യത്യസ്തങ്ങളായ ഇതിവൃത്തങ്ങൾ പരിചിതമായ കഥാപാത്രങ്ങൾ ഒരു നാടിന്റെ ചരിത്രമെഴുതുമ്പോൾ നിലവിലിരിക്കുന്ന മിഥ്യാധാരണകളും കാപട്യങ്ങളും പൊളിച്ചടുക്കേണ്ടി വരും.

നവോത്ഥാനം എന്ന സങ്കല്പം ഉരുവംകൊണ്ടത് ഏതാണ്ട് 1350 കളിൽ ആയിരുന്നു. മനുഷ്യൻ സ്വയം തിരിച്ചറിയുകയും തന്റെ നഗ്ന നേത്രങ്ങളാൽ ലോകത്തെ നോക്കിക്കാണാനുള്ള ഉൾക്കാഴ്ചയുള്ളവരായിത്തീരുകയും ചെയ്തുവെന്നതാണ് നവോത്ഥാനത്തിന്റെ നേട്ടങ്ങളിൽ ഏറ്റവും പ്രാധാന്യമർഹിക്കുന്നത്.

പക്ഷേ, നവോത്ഥാനത്തിൽ തുടങ്ങുന്ന അന്വേഷണം ഫ്രാൻസിന്റെ രാജവാഴ്ചയും സ്വേച്ഛാധിപത്യഭരണവും ഒഴിവാക്കി തുടരാൻ സാദ്ധ്യമല്ലല്ലോ. 1789 ലെ ഫ്രഞ്ച് വിപ്ലവത്തിൽ തുടങ്ങിയ ജനങ്ങളുടെ ശക്തമായ പ്രതികരണങ്ങൾ ഫ്രാൻസിനെ മാത്രമല്ല മറ്റു രാജ്യങ്ങളേയും ബാധിച്ചിരുന്നു. മനുഷ്യന്റെ അകമേക്കും പുറമേക്കുമായ എല്ലാ വൈകാരിക തലങ്ങളെയും അത്രമാത്രം ആഴത്തിൽ പതിഞ്ഞ ഒരു മഹായുദ്ധത്തിന്റെ ആരംഭമായിരുന്നു ഫ്രഞ്ച് വിപ്ലവം. ഒരു രാജ്യത്തിന്റെ ചരിത്രത്തെ കൈകാര്യം ചെയ്യുമ്പോൾ അതിനുമേൽ തൂവൽ കിരീടമണിയിച്ചവരെ മാത്രമല്ല കളങ്കം ചാർത്തിയവരെയും സ്മരിക്കേണ്ടിവരും. അത്രയേറെ ആഴത്തിൽ പഠിച്ചതിന് ശേഷമേ ഇതിലെ ഓരോ കഥാപാത്രത്തെയും കൈകാര്യം ചെയ്യാൻ സാധിക്കൂ.

ദി മാൻഡറിൻസ് എന്ന നോവൽ എഴുതുമ്പോൾ അതിലെ കഥാപാത്രമായ ആനിനോട് എന്തുകൊണ്ടാണ് പ്രത്യേകിച്ചൊരു മമത തോന്നിയതെന്ന് ലൈബ്രറിയിൽ വച്ചു പരിചയത്തിലായ ഒരു പെൺകുട്ടിയുടെ മുഖച്ഛായ കണ്ടപ്പോൾ എനിക്കു വെളിവായി. ആ പെൺകുട്ടിക്ക് എന്റെ പ്രിയങ്കരിയായിരുന്ന സാസായുടെ മുഖച്ഛായയുണ്ടായിരുന്നു. എന്നാൽ നോവലിലെ കഥാപാത്രമായ ആനിന് തികച്ചും എന്റെ ഛായ മാത്രമായിരുന്നു.

ഒരു മനുഷ്യൻ മറ്റെന്തിനേക്കാൾ കൂടുതലായി അവനവനെ സ്നേ

ഹിക്കുന്നു. അതൊരുപക്ഷേ, തന്റെ പ്രതിബിംബമോ, നിഴലോ ആകട്ടെ എന്തുതന്നെയായാലും പിന്നേയും പിന്നേയും നോക്കിയാസ്വദിക്കാൻ മറ്റൊരാളുടെ നിഴലല്ല സ്വന്തം നിഴലാണ് നമ്മെ പ്രേരിപ്പിക്കുന്നത്. അതുകൊണ്ടുതന്നെ എന്റെ നിഴൽ വീണുകിടക്കുന്ന ഈ നഗരവും ഈ രാജ്യവും ഒഴിവാക്കി നിർത്തി എനിക്കൊരസ്തിത്വമില്ലെന്നു തിരിച്ചറിയുന്നു.

രാത്രി മുഴുവൻ ഉണർന്നിരുന്നു ഞാൻ നോവലിന് വേണ്ട കുറിപ്പുകൾ എഴുതി. നോവലിന്റെ പാതിഭാഗം എഴുതിക്കഴിഞ്ഞിരുന്നു. അവസാന അദ്ധ്യായത്തിലെത്തിയപ്പോൾ എന്തുകൊണ്ടോ എഴുതിവച്ചതൊന്നും തൃപ്തി കിട്ടാത്തതുപോലെ ഇതുവരെ എഴുതിയതിൽ കൂടുതൽ പ്രതീക്ഷയർപ്പിച്ചാണ് ഈ നോവൽ തുടങ്ങിയത്. കഴിഞ്ഞുപോയ എത്രയോ വർഷങ്ങൾ ഇതിനു വേണ്ടി ചെലവഴിച്ചു. *സെക്കൻഡ് സെക്സിന്* ശേഷം എഴുതുന്ന രചന എന്നത് മാത്രമല്ല ഈ കൃതിയുടെ സവിശേഷത. ഈ നോവൽ ഏറക്കുറെ ആത്മകഥാപരമാണെന്ന് പറയാം.

എന്റെയുള്ളിലെ സംഘർഷങ്ങളും സന്ദേഹങ്ങളും തന്നെയാണ് നോവലിലെ നായികയായ ആനിലൂടെ അവതരിപ്പിച്ചത്. എങ്കിലും നോവലിന്റെ അവസാനം എങ്ങനെയാവണമെന്ന് പലതവണ ചിന്തിച്ചിട്ടും രൂപപ്പെടുത്തിയിട്ടും മനസ്സിനെ തൃപ്തിപ്പെടുത്താനാവുന്നില്ല.

വൈകാരികമായ സംഘർഷങ്ങളിലൂടെയാണ് ഞാനും ഇപ്പോൾ കടന്നുപോകുന്നത്. പുതിയ നോവലിനെക്കുറിച്ച് ആരോടും ചർച്ച ചെയ്യാൻ ഞാനിഷ്ടപ്പെട്ടില്ല. എന്നാൽ സാർത്ര് കൂടെ നിന്നിരുന്നെങ്കിൽ ഇപ്പോഴത്തെ മനോനിലയ്ക്കു ഒരയവു ലഭിക്കുമായിരുന്നു. ജീവിതത്തിൽ ആരെയും ആശ്രയിക്കാതെ മറ്റെന്തൊക്കെ ചെയ്യാൻ കഴിയുമെങ്കിലും എഴുത്തിൽ എനിക്കു സാർത്രേയുടെ പിന്തുണ ആവേശം നല്കുമായിരുന്നു. എഴുതുന്ന ഓരോന്നും സാർത്ര് വായിച്ചിട്ടു പറയുന്ന മറുപടികളായിരുന്നു എനിക്കു കിട്ടുന്ന വിലമതിക്കാനാവാത്ത അംഗീകാരം. ഞങ്ങളുടെ രണ്ടുപേരുടെയും തിരക്കുകൾക്കിടയിൽ പരസ്പരമുള്ള വിലയിരുത്തലുകളും ശ്രദ്ധ ചെലുത്തലുകളും ഇല്ലാതായി.

ഡയറിയിൽ കുറിച്ചിട്ടിരുന്ന വാചകങ്ങൾ ഒന്നോടിച്ചു വായിച്ചു. മനോവേദന അടക്കാൻ കഴിയാതിരുന്ന സമയങ്ങളിൽ വൈകാരികമായി എഴുതിക്കൂട്ടിയവയായിരുന്നു പലതും. ഇപ്പോൾ വായിക്കുമ്പോൾ ഏതാണ്ട് ബാലിശമെന്ന് തോന്നുന്നത്. എങ്കിലും നോവലെഴുത്തിന്റെ വഴികളിൽ പലപ്പോഴും ഡയറിക്കുറിപ്പിലെ നുറുങ്ങുകഷണങ്ങളെ പെറുക്കിയെടുത്ത് ചെത്തിമിനുക്കി ചേർക്കും. വായനയ്ക്കിടയിൽ മനസ്സിനെ സ്പർശിച്ച വരികൾ കുറിച്ചു വയ്ക്കുന്ന ശീലമുണ്ട്. എഴുതാനിരിക്കുമ്പോൾ അത്തരം കുറിപ്പടികൾ ഒരു പ്രത്യേക തരം ഊർജ്ജം തരും.

അടച്ചിട്ട ഈ മരവിച്ച മുറിയിൽ എഴുതാനായി തനിച്ചിരിക്കുമ്പോൾ വാക്കുകൾ ചൊൽപ്പടിക്ക് വരാതെ എന്നെ കബളിപ്പിക്കുകയാണോയെന്നുള്ള സന്ദേഹത്താലും നിരാശയാലും ഞാനെന്റെ ആദ്യകാലത്തെ എഴുത്തുദിനങ്ങളെ ഓർമ്മിച്ചെടുക്കാനൊരു വിഫല ശ്രമം നടത്തിനോക്കി.

ഒരു കുട്ടിയെ കൈപിടിച്ചു നടത്തുംപോലെ എന്നിലെ എഴുത്തുപെണ്ണിനെ അക്ഷരവഴിയിലൂടെ കൈപിടിച്ചു നടത്തിയ സഖാവിനെയോർത്തു. മുൻവിധികളില്ലാതെ സ്വപ്നം കാണാനും പ്രതീക്ഷയില്ലാതെ എഴുതിക്കൂട്ടിവയ്ക്കാനും നിഷ്കളങ്കത്തം സ്വന്തമായുണ്ടായവളിൽ നിന്നും തികച്ചും പ്രായോഗികമതിയായ എഴുത്തുകാരിയിലേക്കുള്ള വളർച്ചാഘട്ടത്തിൽ കൈമോശം വന്ന എന്നിലെ കുട്ടിത്തത്തെക്കുറിച്ചും അന്യംനിന്നുപോയ ഹൃദയ നൈർമ്മല്യത്തെക്കുറിച്ചും വിസ്മയത്തോടെ വീണ്ടും വീണ്ടും ഞാനോർത്തു. എഴുത്തുകുത്തുകൾക്കിടയിൽ എവിടെയോ വച്ചു നഷ്ടപ്പെട്ടുപോയ എന്നിലെ ബാലികയുടെ മനസ്സ് തിരഞ്ഞു തിരഞ്ഞു ഞാനുഴറി.

അന്തരാത്മാവിൽ ഒരാഘാതംപോലെ പലപ്പോഴും സംഭവിക്കുന്ന ചിന്താധാരയെ എങ്ങനെയൊക്കെ ഒഴിവാക്കി നിർത്താൻ ശ്രമിച്ചാലും പലപ്പോഴും അതെന്നെ കൂടുതൽ കൂടുതൽ പരാജയപ്പെടുത്തുകയല്ലാതെ അതിജീവിക്കാനാവുന്നില്ലല്ലോയെന്ന് വേദനയോടെ ഞാനോർത്തുകൊണ്ടിരുന്നു. വിവാഹിതകളായ സ്ത്രീകൾ അനുഭവിക്കുന്ന ബാദ്ധ്യതകളുടെ തടസ്സങ്ങളൊന്നും എഴുത്തുജീവിതത്തെ ബാധിച്ചിട്ടില്ലെങ്കിലും വ്യക്തിപരമായി സ്നേഹബന്ധങ്ങളുടെ വേദന വേണ്ടുവോളമനുഭവിച്ച ദുഃഖവും തീരുമാനങ്ങൾ ഏകപക്ഷീയമായി എടുത്തതിന്റെ ഒറ്റപ്പെടലും വർഷങ്ങളായി അനുഭവിക്കുന്നുണ്ടെങ്കിലും ഈയിടെ പുതുതായി വിവിധതരം സംശയങ്ങൾ ഉടലെടുത്തു തുടങ്ങിയിരിക്കുന്നു. എഴുത്തിലും വായനയിലും ശ്രദ്ധ ചെലുത്താൻ ശ്രമിക്കുമ്പോൾ മനസ്സ് പതറുന്നു.

കഠിനമായ പ്രതിസന്ധി ഘട്ടത്തിൽ സംഭവിക്കുംപോലെ എന്റെ തലയിൽ ഉറക്കം വന്നു നിറഞ്ഞു. നെഞ്ചിന് മുകളിൽ തീർത്തും കനമില്ലാതായതുപോലെ. കിടക്കയിൽ ചുരുണ്ടുകൂടി അലസമായി കിടക്കുമ്പോഴേ കണ്ണുകൾ കുമ്പി ഉറക്കത്തിലേക്ക് വീണുപോകുന്നു. ഓരോ തവണയും അക്ഷരങ്ങൾ പിടിതരാതെ എന്നിൽനിന്നും അകന്നകന്നു പോകുന്നു. വായിക്കുമ്പോൾ കാഴ്ച വ്യക്തമാകുന്നില്ല. ഉറക്കം ഉറക്കം ദീർഘമായി ഉറങ്ങുവാൻ മാത്രം ക്ഷീണം ബാക്കിയാവുന്നു.

വാർദ്ധക്യത്തിലേക്കുള്ള പടവുകൾ എത്ര ആയാസം നിറഞ്ഞതാണെന്ന് ഉൾഭയത്തോടെ ഞാനോർത്തുകൊണ്ടിരുന്നു. ശരീരത്തെ ആക്രമിച്ചേക്കാവുന്ന രോഗങ്ങളെയോർത്ത്, മനസ്സിനും വിരലിനും വഴങ്ങാത്ത അക്ഷരങ്ങളെയോർത്ത്, തലച്ചോറിനുള്ളിൽ ഇരുന്നു പുകയുന്ന ചിന്താശകലങ്ങളെയോർത്ത്.

പേടി! പേടി! ജീവിതത്തെയും സ്വപ്നങ്ങളെയും മുക്കികളയുന്ന പേടി.

*****

മാനുഷികമായ എന്റെ അനുഭവം നിസ്സാരമാണെന്ന് എനിക്കറിയാം. അതറിയാനുള്ള ഉൾക്കാഴ്ചയും പോരാ. അതറിയിക്കാൻ എനിക്കു വാക്കുകളില്ല. മനുഷ്യത്വത്തെ അതിന്റെ യഥാർത്ഥ സ്വരൂപത്തിൽ മനസ്സിലാക്കാൻ എനിക്കു കഴിയുന്നില്ല. അതേക്കുറിച്ചു ചിന്തിക്കുമ്പോഴാകട്ടെ ജീവിതം വിജയത്തിന്റെയും പരാജയത്തിന്റെയും ഇടയിൽക്കൂടിയുള്ള പ്രയാണമാണെന്ന് തോന്നിപ്പോകുന്നു.

—സിമോൺ

സാസ
ഒക്ടോബർ 25

ഇന്നത്തെ ദിവസം മനോഹരമായ ഒരു കാഴ്ച കണ്ടുകൊണ്ടാണ് ആരംഭിച്ചത്. ദിനം മുഴുവൻ അതിന്റെ സന്തോഷം നിറഞ്ഞു നിന്നിരുന്നു. എന്റെ പെരുമാറ്റത്തിലും പ്രവൃത്തിയിലും. ചില ദിവസങ്ങൾ ഇങ്ങനെയാണ് അനുഗ്രഹങ്ങൾകൊണ്ട് നിറയും. ചില ദിവസങ്ങളിൽ കാരണമില്ലാതെ മൂടിക്കെട്ടി മ്ലാനത നിറഞ്ഞിരിക്കും.

രാവിലെ ഉറക്കമുണർന്ന് ജനാലവിരിമാറ്റി നോക്കിയപ്പോൾ ആദ്യം കണ്ട കാഴ്ച പൂക്കൂടകളുമായി പുറത്തുനിൽക്കുന്ന യുവതിയാണ്. അവൾ ധരിച്ചിരുന്ന റോസ് നിറത്തിലുള്ള കുപ്പായവും അതിനുമീതെ ധരിച്ചിരുന്ന ചാര വർണ്ണത്തിലുള്ള കോട്ടും മഞ്ഞിൻകണം വീണു നനഞ്ഞിരുന്നു. എങ്കിലും പുറത്തെ തണുപ്പ് അവളെ ബാധിക്കുന്നതായി ആ മുഖത്തെ നനുത്ത ആഹ്ലാദം കണ്ടിട്ടു തോന്നിയില്ല. ഇളം പ്രായം, ഈ പ്രായത്തിൽ എന്തും ആസ്വാദ്യമായിരിക്കും. ജനാലക്കൽ എന്നെ കണ്ടതും അവൾ കൈയുയർത്തി കാണിച്ചു.

ഇട്ടിരുന്ന കോട്ട് മാറ്റി മറ്റൊന്നു ധരിച്ചുകൊണ്ടു ഞാൻ വാതിൽ തുറന്നു ചെന്നു. എന്നെ കണ്ടതും മനോഹരമായ ഒരു പ്രഭാതം ആശംസിച്ചുകൊണ്ട് ഓർക്കിഡ് പൂക്കളുടെ ഒരു ബൊക്കെ അവളെനിക്ക് സമ്മാനിച്ചു. അത്ഭുതം തോന്നി, ആരാവും ഈ പ്രഭാതത്തിൽ ഈ പൂക്കൂടകളുമായി ഇവളെ അയച്ചത്. എന്നാൽ തിരിച്ചെന്തെങ്കിലും ചോദിക്കാൻ തുടങ്ങും മുമ്പെ യാത്ര പറയാൻ പോലും നിൽക്കാതെ ആ പെൺകുട്ടി സൈക്കിൾ തിരിച്ചുപോയി കഴിഞ്ഞു. ബൊക്കെ കൈയിൽ പിടിച്ച് വിസ്മയത്തോടെ ഞാനോർത്തു, വളരെ വ്യത്യസ്തമായ ഒരനുഭവമായിരിക്കുന്നുവെന്ന് ഇതുവരെയുള്ള ജീവിതത്തിൽ ഇത്തരം

ആകസ്മികമായ സമ്മാനങ്ങളൊന്നും കിട്ടിയിട്ടില്ല. ഈ പൂക്കൾ ആരുടെ ഹൃദയത്തിന്റെ പ്രതിഫലനമായിരിക്കാം. ഏതെങ്കിലും വായനക്കാരുടേ താവുമോ. അതോ സുഹൃത്തുക്കളുടേതോ. അതും ഇന്നത്തെ ദിവസം തന്നെ ഈ സമ്മാനം ഇവിടെയെത്തിച്ചയാൾക്ക് ഈ ദിവസത്തിന്റെ പ്രത്യേകതയും അറിയാമായിരിക്കണം.

അങ്ങനെയൊരാൾ! ആരായിരിക്കും ആ ഒരാൾ.

ദിവസം തുടങ്ങിയത് എങ്ങനെയാണോ അങ്ങനെ തന്നെയായിരുന്നു ഇന്ന് മുഴുവൻ സമയവും. തുടക്കംക്കുറിച്ച കാര്യങ്ങൾക്കൊന്നും തന്നെ യാതൊരുവിധ തടസ്സങ്ങളും ഉണ്ടായില്ല. വൈകുന്നേരമായിരുന്നു പുസ്തകചർച്ചയും മീറ്റിങ്ങും സംഘടിപ്പിച്ചിരുന്നത്. നോവലിനെക്കുറിച്ച് പറയാനുള്ള പ്രസക്തങ്ങളായ ഭാഗങ്ങൾ മനസ്സിൽ കരുതിവെച്ചിരുന്നു. യഥാർത്ഥത്തിൽ ഈ ചർച്ച ഇപ്പോൾ അനാവശ്യമാണ്. ഏതാനും ദിവസം മുമ്പു പ്രസിദ്ധീകരിച്ച പുസ്തകത്തെക്കുറിച്ച് ഇത്ര തിടുക്കത്തിൽ ഒരു ചർച്ച സംഘടിപ്പിക്കേണ്ടതുണ്ടോ എന്നുള്ള സംശയം പ്രസാധകരോട് ചോദിച്ചതാണ്. അവരെ സംബന്ധിച്ചു ഇതൊരു വിൽപ്പന തന്ത്രം കൂടിയാണ്. പാരീസിലെ പ്രധാനപ്പെട്ട എഴുത്തുകാരും പത്രക്കാരുമെല്ലാം മീറ്റിങ്ങിൽ പങ്കെടുക്കും.

കലയും സാഹിത്യവും യഥാർത്ഥത്തിൽ എന്തിനെയാണ് വെളിപ്പെടുത്തുന്നത്. മനുഷ്യനു തന്റെ ദുഃഖങ്ങളെ അകറ്റാനുള്ള അത്താണി മാത്രമാണോ സാഹിത്യം. എന്നാൽ സാഹിത്യത്തിന് അങ്ങനെയൊരു അവകാശം ഉന്നയിക്കാൻ ആവുമോ?

ഒരാൾ കേവലം തന്റെ വികാരപരമായ സമീപനങ്ങളുടെ പശ്ചാത്തലത്തിൽ പകർത്തിവയ്ക്കുന്ന സാഹിത്യം ഒരുപക്ഷേ, അതേ മനഃസ്ഥിതിയുള്ള മറ്റൊരാളെ ആശ്വാസപ്പെടുത്തിയേക്കാം. എന്നാൽ മനോഭാവത്തിലും ദുഃഖത്തിലും തെരഞ്ഞെടുപ്പിലും വ്യത്യസ്തത പുലർത്തുന്ന ഓരോ ആളും അവനവന്റെ വ്യത്യസ്തമായ അഭിരുചികൾ തേടി നടക്കുന്നു. സാഹിത്യം വായനയിലും കാഴ്ചയിലും കേഴ്വിയിലുമൊക്കെ അപ്പുറം അനുഭവമാകുന്നത് എങ്ങനെയൊക്കെയാവും!

പറഞ്ഞതുപോലെ കൃത്യസമയത്തു തന്നെ ചടങ്ങുകൾ ആരംഭിച്ചു. വന്നുചേർന്നവരെല്ലാം തന്നെ സാർത്രേയെ തിരക്കിക്കൊണ്ടിരുന്നു. അദ്ദേഹം യാത്രയിലാണ് എന്നു മാത്രമേ എനിക്കും അറിയാമായിരുന്നുള്ളൂ. ഏതാനും മാസങ്ങളായി കൃത്യമായ വിവരങ്ങൾ ഇല്ല. അതേക്കുറിച്ചു കൂടുതൽ ചിന്തിക്കാൻ എനിക്കു ധൈര്യം ലഭിച്ചില്ല. എന്റെയുള്ളിൽ വേദനയുടെ ഒരഗ്നി പർവ്വതം നീറുന്നത് പുറമെ കാണിക്കാൻ ഞാനിഷ്ടപ്പെട്ടില്ല. എന്തുകൊണ്ടോ ഇന്നത്തെ ദിവസം അത്രത്തോളം വേദന അലട്ടുന്നില്ല. പ്രഭാതത്തിൽ സമ്മാനമായി കിട്ടിയ പൂക്കുടകളുടെ സൗന്ദര്യം മനസ്സിനെ ആനന്ദിപ്പിക്കുന്നു. അജ്ഞാതനായി നിൽക്കുന്ന ആ സമ്മാനദാതാവ് ആരായിരിക്കാം എന്നതുമാത്രം ഇടയ്ക്കിടെ ആകാംക്ഷയോടെ ചിന്തിച്ചുകൊണ്ടിരുന്നു എന്നുമാത്രം.

ഏതാനും വാക്കുകളിൽ ഞാനെന്റെ പുസ്തകത്തെക്കുറിച്ചു പറഞ്ഞു. ചർച്ചയിൽ പങ്കെടുത്തവർ എന്റെ മറ്റ് രചനകളെക്കുറിച്ചും ഫിലോസഫിയെക്കുറിച്ചും സംസാരിച്ചു. എന്റെ രചനകളിൽ ഞാൻ സങ്കല്പിക്കാത്തതും കാണാതെ പോയതുമായ അനേകം ദാർശനിക തത്ത്വങ്ങൾ മറ്റുള്ളവർ പറഞ്ഞതുകേട്ട് അത്ഭുതം തോന്നി. എഴുത്തിന്റെ വഴികൾ എത്ര വ്യത്യസ്തമാണ്! ഓരോ രചനയും. വായനക്കാരന്റെ തലച്ചോറിൽ നിർമ്മിക്കപ്പെടുന്ന ഭാവനയിൽ ഇഴുകി ചേരുമ്പോഴാണ് പൂർണ്ണത പ്രാപിക്കുന്നത്. ഒരുപക്ഷേ, രചയിതാവ് ചിന്തിക്കുകപോലും ചെയ്യാത്ത ഭാവനയുടെ ഒരതീന്ദ്രിയ ലോകം അവർ സൃഷ്ടിച്ചെടുക്കും.

രാത്രി ഒമ്പതു മണിയോടെ ചടങ്ങുകൾ അവസാനിച്ചു. അത്താഴ വിരുന്നിൽ ഞാൻ ചെറുതായി മദ്യപിച്ചു. ഭക്ഷണം കുറച്ചു മാത്രമേ കഴിച്ചുള്ളൂ. തലയിൽ മദ്യത്തിന്റെ നേർത്ത ലഹരിയോടെയാണ് കാറിൽ വന്നിരുന്നത് എങ്കിലും പൂർണ്ണമായും അബോധാവസ്ഥയിലേക്ക് വീണു പോയില്ല. യാത്രയിൽ റോഡ് വക്കിലെ വിളക്കുകളിലേക്ക് നോക്കിക്കൊണ്ട് ഞാനെന്നോടു തന്നെ മന്ത്രിച്ചു.

എന്റെ നഗരം, എന്റെ ബാല്യവും കൗമാരവും യൗവനവും ആഘോഷിച്ച നഗരം ഭാവിയെക്കുറിച്ചുള്ള ആശങ്കയാൽ വേദനിച്ചു നടന്ന വീഥികൾ. തകർന്നുപോയ പ്രണയത്തിന്റെ കണ്ണീരുമായി തനിച്ചിരുന്നു കരഞ്ഞ ലക്സൺബർഗ് ഗാർഡൻ. സാർത്രേയുടെ സ്നേഹം എനിക്കു പകർന്നു നൽകിയ ദിനങ്ങളും, ഞങ്ങളൊരുമിച്ചു സ്വപ്നങ്ങൾ പങ്കിട്ട സെയിൻ നദിയുടെ തീരവും. എന്തെല്ലാം സ്മരണകളാണ് ഈ നഗരത്തെ ചുറ്റിപ്പറ്റി ഓർമ്മയിലെത്തുന്നത്.

രണ്ടു ലോകമഹായുദ്ധങ്ങൾക്ക് സാക്ഷ്യം വഹിച്ച കെട്ടിടങ്ങൾ. ഇരകളാക്കപ്പെട്ട മനുഷ്യരും അവരുടെ പിൻഗാമികളും, ഇതിഹാസ സമാനരായ എഴുത്തുകാർ പിറന്ന മണ്ണ്. ഫ്രാൻസിലെ ഒരു പഴഞ്ചൊല്ല് ഓർമ്മയിൽ വരുന്നു.

"പ്രഭുക്കന്മാർ പോരാടുന്നു. വൈദികർ പ്രാർത്ഥിക്കുന്നു. സാധാരണ ജനങ്ങൾ നികുതി കൊടുക്കുന്നു."

സ്വേച്ഛാധിപത്യ രാജവാഴ്ചയ്ക്കും ഫ്യൂഡലിസത്തിനും എതിരെ വിപ്ലവം നടത്തിയ ഒരു ജനതയുടെ പിൻഗാമികൾ പിന്നീട് പിറന്ന മണ്ണു കൈവിട്ടു പോകുമെന്നുള്ള ഭയത്താലും, മരണഭയത്താലും നഗരങ്ങളിൽ നിന്നും ഗ്രാമങ്ങളിലേക്ക് പലായനം ചെയ്ത ഓർമ്മ എന്നെ ലജ്ജിതയും ആശങ്കാകുലയും ആക്കുന്നു. സുരക്ഷിതരെന്നു സ്വയം നടിക്കുന്ന ഏതൊരു രാജ്യവും എന്നെങ്കിലും നേരിടാൻ ഇടവരേണ്ടി വരുന്ന അരക്ഷിതാവസ്ഥയെ ഓർത്ത്.

"എന്റെ കാലശേഷം പ്രളയം എന്നു ധരിച്ചുവച്ച വിഡ്ഢിയായ ലൂയി പതിനഞ്ചാമന്റെ പിൻഗാമികളുടെ രാജ്യം. ദൈവമില്ലെങ്കിൽ ദൈവത്തെ നമുക്ക് സൃഷ്ടിക്കേണ്ടി വരും എന്നു പ്രസ്താവിച്ച മഹാനായ വോൾട്ടയറുടെ രാജ്യം."

"മനുഷ്യൻ സ്വതന്ത്രനായാണ് ജനിക്കുന്നത്. എന്നാൽ എവിടേയും അവൻ ചങ്ങലയിലാണ് എന്നു പ്രസ്താവിച്ച റൂസ്സോയുടെ രാജ്യം."

സദാ പരിവർത്തനത്തിന് വേണ്ടി കാത്തുനിന്നതുകൊണ്ടാവും ഏത് മാറ്റവും ഏത് നൂതന ആശയങ്ങളും ഞങ്ങളെ ഇളക്കി മറിച്ചതും ഉന്മാദി കളാക്കിയതും. പരിഷ്ക്കരണത്തിനും വിപ്ലവത്തിനും വേണ്ടിയുള്ള തത്ത്വ ചിന്തകന്മാരുടെ ആഹ്വാനം ചെവിക്കൊള്ളാൻ സന്നദ്ധരായതുകൊണ്ടു മാത്രമാണ് ഫ്രാൻസ് എന്നും വിപ്ലവങ്ങളെ ആവേശത്തോടെ ചേർത്തു പിടിക്കുന്നവരുടെ രാജ്യമായി മാറിയത്.

ഇന്നെന്തുകൊണ്ടാണ് ഇതൊക്കെ ചിന്തിക്കുന്നതെന്ന് എനിക്കു തന്നെ അറിയില്ല. ഒരുപക്ഷേ, സഞ്ചരിച്ചതും അറിഞ്ഞതുമായ നഗരങ്ങളെ കുറിച്ചുള്ള അറിവ് പുസ്തകങ്ങളിലേക്ക് പകർത്തിവയ്ക്കാം. പക്ഷേ, പിറന്ന മണ്ണിനോടും വളക്കൂറു നൽകി പരിപോഷിപ്പിച്ചെടുത്ത അനുഭവങ്ങളോടുമുള്ള അനുഭൂതി ഇവിടെ കാൽ കുത്തുമ്പോൾ മാത്രം ലഭിക്കുന്ന നേട്ടമാണല്ലോയെന്ന് വീണ്ടും വീണ്ടും ഞാനറിയുന്നു. അതേ സമയം സാർത്രേയുടെ പതിഞ്ഞ പുഞ്ചിരിയും ഉള്ളുലയ്ക്കുന്ന സംഭാഷ ണവും ഓർക്കുമ്പോൾ ഹൃദയം തരളിതമാകുന്നു.

അദ്ദേഹം ഇപ്പോൾ എഴുതിക്കൊണ്ടിരിക്കുന്ന *ക്രിറ്റിക്സ് ഓഫ് ഡയലറ്റിക്കൽ റീസൻ* എന്ന പുസ്തകത്തെക്കുറിച്ച് എത്രയോ ദിനങ്ങൾ ഞങ്ങൾ ചർച്ച ചെയ്തിരുന്നു. പക്ഷേ, സാർത്രിനെ അലട്ടുന്ന പ്രശ്ന ങ്ങൾ എഴുത്തിന്റെ വൈകാരിക വിക്ഷോഭങ്ങളല്ലെന്നും ലോകമെമ്പാടും ഭരണകൂടം തങ്ങളുടെ ജനങ്ങളുടെ മേൽ അടിച്ചേൽപ്പിക്കുന്ന നിയമ വാഴ്ചയിലുള്ള പ്രതിഷേധമാണന്നും എനിക്കു മനസ്സിലാകുന്നുണ്ട്.

അതിന്റെ അസഹിഷ്ണുത നേരിട്ട യുദ്ധത്തെക്കാൾ സാർത്രേയെ മുറിപ്പെടുത്തുന്നുണ്ട് എന്നുള്ള കാര്യം എത്രയോ വേദികളിൽ തന്റെ നിരാശ സ്ഫുരിക്കുന്ന ശബ്ദത്തിൽ അദ്ദേഹം പറഞ്ഞിരിക്കുന്നു.

പക്ഷേ, ജനങ്ങൾ എത്രമാത്രം നിസ്സഹായരായിപ്പോകുമെന്ന് മനസ്സിലാക്കുന്ന ചില ഘട്ടങ്ങൾ ജീവിതത്തിലൂടെ എപ്പോഴെങ്കിലു മൊക്കെ കടന്നുപോകും. ഏത് പ്രതിസന്ധിയെയും നിസ്സാരമായി കാണുന്നയാളായിരുന്നു സാർത്രേ. പക്ഷേ, ഇപ്പോൾ ലോകത്ത് നടക്കുന്ന അനീതിക്കു നേരെ പ്രതികരിക്കാൻ ശ്രമിച്ചിട്ടും ഒരു മാറ്റവും വരുത്താൻ കഴിയുന്നില്ലല്ലോയെന്ന ആകുലത എഴുത്തിലൂടെ പ്രകടിപ്പിക്കാൻ ശ്രമിക്കുമ്പോൾ അക്ഷരങ്ങളെ ചോദ്യം ചെയ്യുകയും എഴുത്തുകാരെ ക്രൂശിക്കുകയും ചെയ്യുന്ന അധികാരി വർഗത്തിന്റെ കഠിനമായ നയങ്ങൾ വീർപ്പുമുട്ടലല്ല സൃഷ്ടിക്കുന്നത് പകരം അപമാനബോധമാണെന്ന് സാർത്രേ പറഞ്ഞതോർമ്മ വരുന്നു.

ഹോട്ടൽ മുറിയിലെത്തി ഇളം ചൂടുവെള്ളത്തിൽ മേലുകഴുകി സാർത്രേക്കു വിശദമായൊരു കത്തെഴുതാനിരുന്നു.

മനസ്സിന് നല്ല ലാഘവം തോന്നുന്നു. ഏറെ നാളുകൾക്കുശേഷം പ്രശാന്തമായ മനസ്സോടെ ഒരുദിവസം മുഴുവൻ കഴിഞ്ഞു. ചിന്തകൾ

അലട്ടുന്നില്ല, ഭാവിയെക്കുറിച്ച് ആശങ്കയില്ല. അനീതികളോർത്ത് വേവലാതി തോന്നുന്നില്ല. മനസ്സ് അപ്പൂപ്പൻ താടിപോലെ ഒഴുകി നടക്കുന്നു. ജീവിതം ഹാ എത്ര നിസ്സാരം എന്നു തോന്നുംവിധം. എത്രയോ നാളുകളായി ഈ നഗരത്തിൽ താമസിക്കുന്നു. ഓരോ സഞ്ചാരത്തിനുശേഷവും ഇവിടെ വന്നു വിശ്രമിക്കുന്നു. അപ്പോഴൊന്നും ഇങ്ങനെയൊരു അനുഭൂതി ലഭിച്ചിട്ടില്ല. അതെന്തുകൊണ്ടാവും! ചിലപ്പോൾ മനസ്സിനുള്ളിലിരുന്നു വീർപ്പുമുട്ടിച്ചിരുന്ന എല്ലാ വികാരങ്ങളും എഴുതിത്തീർത്തതു കൊണ്ടാവുമോ?

ഒരു കൗമാരക്കാരി നേരിടേണ്ടി വരുന്ന എല്ലാ അനുഭവങ്ങളും ഏത് പ്രായത്തിലും പിന്തുടർന്നുകൊണ്ടിരിക്കും. എന്റെ ജീവിതത്തിലുടനീളം ആ മുറിവുകൾ അലട്ടിക്കൊണ്ടിരുന്നു. ചിലപ്പോൾ കുറ്റബോധമായി; മറ്റ് ചിലപ്പോൾ ഒറ്റപ്പെടലും അരക്ഷിതാവസ്ഥയും വാശിയുമായി. സങ്കടങ്ങളിൽ നിന്നുള്ള ഒളിച്ചോട്ടമായിരുന്നു എന്റെ ഓരോ യാത്രകളും.

സാർത്രിന്റെ പുതിയ മേൽവിലാസം ഇതുവരെ കിട്ടിയിട്ടില്ല എങ്ങോട്ടേക്കാണു യാത്രയെന്നറിയിച്ചു ഒരു കത്ത് പോലും വന്നില്ല. നിരാശനും ആശങ്കയും മനസ്സിനെ ചൂഴ്ന്നു ചൂഴ്ന്നു വേദനിപ്പിക്കും. സ്നേഹം മനസ്സിനെ ബാധിക്കുന്ന രോഗമാണെന്ന് പലപ്പോഴും തോന്നിയിട്ടുണ്ട്. ഞാൻ സ്നേഹത്തിൽ ശ്രദ്ധ പതിപ്പിക്കുമ്പോൾ ചിന്തകൾ വളർന്നില്ല. പ്രണയമായിരുന്നു തലച്ചോറിനെ നിയന്ത്രിച്ചിരുന്നത്. പ്രണയത്തെ മാറ്റി നിർത്തുമ്പോഴൊക്കെ ചിന്തകൾ വിശാലമാകാൻ തുടങ്ങി. ചിലപ്പോൾ തോന്നും മാനത്ത് നിന്നു വീഴുന്ന എല്ലാ മഞ്ഞുകണങ്ങളും മഴവില്ലായി മാറുകില്ലെന്നും മഞ്ഞിൻ തുള്ളിയിൽ സൂര്യകിരണങ്ങൾ പതിയുന്നില്ലെങ്കിൽ. സാർത്രേക്കുള്ള കത്തിൽ എന്നത്തേയും പോലെ മഹത്തായ ഒരു ദാർശനിക തത്ത്വം ആദ്യം എഴുതിവെച്ചു. ഇത് ഞങ്ങൾ രണ്ടുപേരുടെയും സ്വഭാവരീതിയാണ്. ഓരോ കത്തും തുടങ്ങുന്നത് ഓരോ മഹദ്വചനങ്ങൾ ആയിരിക്കണമെന്നുള്ളത്. അത് മിക്കവാറും എഴുതുന്ന വിഷയങ്ങളോട് ബന്ധപ്പെട്ടുള്ളതാകാൻ ശ്രദ്ധിക്കാറുണ്ട്.

"നിങ്ങൾക്ക് ശ്വാസം മുട്ടുന്നുവെങ്കിൽ അത് പ്രാണവായുവിന്റെ കുറവുകൊണ്ടാകണമെന്നില്ല. നിങ്ങളുടെ ശ്വാസകോശത്തിന് ബലം കുറവായതുകൊണ്ടു മാത്രമാണ്."

-കാഫ്ക

"എന്റെ കൂട്ടുകാരാ

ഇന്ന് വളരെ നാളുകൾക്കുശേഷം ജന്മനാട്ടിൽ വളരെ ആനന്ദവതിയായി ഒരു ദിനം ചെലവഴിച്ചു. എന്താണതിന്റെ ഹേതു? ആനന്ദത്തിന്റെ! ഒരു വ്യക്തി ഏറ്റവും സന്തോഷത്തിലെത്തിച്ചേരുക ഏത് ഘട്ടത്തിലാണെന്ന് ചിന്തിച്ചിട്ടുണ്ടോ? ഓരോ പ്രായത്തിലും വ്യത്യസ്തങ്ങളായ നിഗമനങ്ങളിലാണ് ഈ ചോദ്യം എന്നെ കൊണ്ടെത്തിച്ചിരുന്നത്. ബാല്യത്തിൽ വാത്സല്യത്തിനും, കൗമാരത്തിൽ അംഗീകാരത്തിനും, യൗവനത്തിൽ പ്രണയത്തിനും നേടിയെടുക്കലിനും, വാർദ്ധക്യത്തിൽ കരുത

ലിനുമാവും സന്തോഷത്തിന്റെ ഹേതുവാകാൻ സാധിക്കുക എന്നതാണു എന്റെ കണ്ടെത്തൽ. പക്ഷേ, അതിനെല്ലാമുള്ളിൽ നിൽക്കുമ്പോഴും നമ്മൾ നമ്മുടെയുള്ളിൽ തന്നെ അനുഭവിക്കുന്ന നിരാശകൾ ബാക്കിയുണ്ടാവില്ലേ? കാരണമെന്തെന്ന് കണ്ടെത്താൻ കഴിയാത്ത ഒരു തരം ശൂന്യത. എന്നാൽ ഒരു വ്യക്തി സ്വയം വിമർശനാത്മകമായി വിശകലനം ചെയ്താൽ കണ്ടെത്താവുന്ന ഒരു സത്യമുണ്ട്.

എന്താണെന്നോ പിന്നിട്ട ദൂരമത്രയും അളന്നളന്നു നിജപ്പെടുത്തി ഞാൻ കണ്ടെത്തിക്കഴിഞ്ഞ ഒരു സത്യം.

ഒരാൾ തന്നെ എവിടെയെങ്കിലും അടയാളപ്പെടുത്തുമ്പോൾ മാത്രമേ ഈ ശൂന്യത ഇല്ലാതാകൂ എന്നതാണ് സത്യം. കഴിഞ്ഞ ഏതാനും നാളുകൾ വരെ ഞാനുള്ളിൽ പേറിനടന്ന ഭാരമത്രയും അടയാളപ്പെടുത്തലായി മാറിയിരിക്കുന്നു.

ഇനിയെനിക്ക് എന്നിലേക്ക് യാത്രചെയ്യണം. എന്നിലേക്ക് എന്നു പറയുമ്പോൾ നമ്മളിലേക്ക്.

നിന്റെ സിമോൺ."

കത്തെഴുതി ഡയറിക്കുള്ളിലേക്ക് വെച്ചു. സർത്രേയുടെ പുതിയ വിലാസം ലഭിക്കുംവരെ എഴുതുന്ന കത്തുകളെല്ലാം കൂട്ടിവയ്ക്കുകയേ നിവൃത്തിയുള്ളൂ.

നാളെ പകൽ മറ്റെല്ലാ പരിപാടികളും മാറ്റിവെച്ച് ഈ നഗരത്തിലൂടെ നടക്കണം എന്നു മനസ്സിലുറപ്പിച്ചു. ഈ നഗരത്തിന്റെ ആത്മാവിൽ ഞാൻ സ്നേഹിച്ചിരുന്ന എത്രയോപേരുടെ കാല്പാടുകൾ പതിഞ്ഞിട്ടുണ്ട്. അച്ഛൻ, അമ്മ, പോപ്പറ്റ്, ജാക്യൂസ്, സാസാ.

സാസയെക്കുറിച്ചുള്ള ഓർമ്മ കാലമെത്ര പിന്നിട്ടിട്ടും തരിമ്പു പോലും കുറയാതെ നിലനിൽക്കുന്നു. കൗമാരത്തിന്റെ അതികഠിനമായ പരീക്ഷണത്തിലൂടെ കടന്നുപോയപ്പോൾ അവളായിരുന്നു തുണയായി നിന്നത്. അത്ര നാളും ഏകാകിയായിരുന്നു. വേദനിക്കുകയും കരയുകയും നിരാശപ്പെടുകയും ചെയ്തിരുന്നവളിൽനിന്നും കൈപിടിച്ചു കയറ്റിയത് സാസാ പകർന്നുതന്ന ആത്മവിശ്വാസമാണ്. എത്ര ഇച്ഛാശക്തിയുള്ളവളായിരുന്നു അവൾ. എന്നിട്ടും പ്രാഡിലിയുമായുള്ള ബന്ധത്തിൽ വിള്ളലുകൾ വീണപ്പോൾ അവളുടെ ഹൃദയത്തിനത് താങ്ങാൻ കഴിഞ്ഞില്ല. പ്രണയത്തിന്റെ വേദന ഒരു ജീവിതത്തെ എങ്ങനെ തകർക്കുമെന്ന് സാസയുടെ മരണം എന്നെ പഠിപ്പിച്ചു. കുറച്ച് നാളുകൾക്ക് ശേഷം യാദൃച്ഛികമായി പ്രാഡിലിയെ കണ്ടപ്പോൾ അയാളുടെ കണ്ണുകളിലേക്ക് ഞാൻ ഉറ്റുനോക്കി. വേദനയുടെയോ നഷ്ടപ്പെടലിന്റെയോ നിഴലെങ്കിലും അയാളുടെ കണ്ണുകളിൽ ഉണ്ടോയെന്ന്.

ശബ്ദം തികച്ചും സാധാരണമട്ടിലാക്കാൻ പരിശ്രമിച്ചുകൊണ്ടു ഞാൻ ചോദിച്ചു.

"ഒരാളുടെ മരണത്തിന് ചിലപ്പോഴെങ്കിലും ആരെങ്കിലും ഉത്തരവാദിയായി തീരും അല്ലേ പ്രാഡിലി?"

പ്രാഡിലി അയാളുടെ വിളർത്ത മുഖം താഴ്ത്തി നിശ്ശബ്ദനായി നിന്നു. എന്നെ വിധിക്കു എന്നൊരു ധ്വനി അന്നേരത്തെ അയാളുടെ പ്രകൃതത്തിന് ചേരുമെന്ന് എനിക്കുതോന്നി. ഒരു തണുത്ത കാറ്റ് ഞങ്ങളെ കടന്നുപോയി. വസന്തത്തിന്റെ ആരംഭമായിരുന്നു, പൂക്കൾ മൊട്ടിട്ടു തുടങ്ങി. എങ്ങും കിളികളുടെ സംഗീതം. ഞങ്ങൾ നിന്നിരുന്നത് നഗരത്തിൽനിന്നും ഏറെ മാറി ഒരു സമതലപ്രദേശത്താണ്. ഏതാനും ദിവസങ്ങൾക്ക് മുമ്പാണ് ഞാനിവിടെ താമസിക്കാനെത്തിയത്. താമസിച്ചിരുന്ന ഷെവൻ സതൂൽക്ക് ഹോട്ടലിൽനിന്നും ബസ്സിൽ യാത്ര ചെയ്താണ് ഈ പ്രദേശത്തെത്തിയത്. ഈ സ്ഥലത്തിന്റെ പേര് മോറിലാക്ക് എന്നാണ്. പ്രാഡിലി എന്തിനാണ് ഇവിടേക്ക് വന്നതെന്ന് ഞാൻ ചോദിച്ചില്ല. അയാൾ പറഞ്ഞതുമില്ല. ഞങ്ങൾ സാസയെക്കുറിച്ചു കുറച്ചു സമയം സംസാരിച്ചു. അയാളുടെ വാക്കുകളിലെ കുറ്റബോധത്തിന്റെ ലാഞ്ഛന എന്നിൽ അവജ്ഞ ഉളവാക്കി.

"ഉറച്ച തീരുമാനങ്ങൾ എടുക്കാൻ കെൽപ്പുള്ളവർ മാത്രമേ ഏത് ബന്ധത്തിനും മുൻകൈ എടുക്കാവു." ഞാൻ ദയയില്ലാതെ പറഞ്ഞു.

പ്രാഡിലി ഒരക്ഷരം മറുപടി പറഞ്ഞില്ല.

"വരൂ എന്തെങ്കിലും കഴിക്കാം." ഒടുവിൽ വിഷയം മാറ്റാൻ ഞാനയാളെ ഒരു കോഫീ ഷോപ്പിലേക്ക് കൂട്ടിക്കൊണ്ടുപോയി. സാൻവിച്ചും മുട്ടയും രണ്ടു സൂപ്പും ഓർഡർ കൊടുത്തു.

"നിങ്ങളുടെ സഹോദരി വിദേശത്തേക്ക് പോയോ പ്രാഡിലി?"

"പോയി. ജ്യേഷ്ഠനും ഭാര്യയും അമേരിക്കയിലേക്കും. ഇപ്പോൾ അമ്മയും ഞാനും തനിച്ചാണ്."

"അതായിരുന്നു നിങ്ങളുടെ ഭയവും." ഞാൻ പരിഹാസത്തോടെ പറഞ്ഞു.

"സാസയെ വിവാഹം കഴിച്ചാൽ വീട് വിട്ടിറങ്ങേണ്ടി വരുമെന്നു നിങ്ങൾ പേടിച്ചു. നിങ്ങളുടെ അകാരണമായ ഭയം കാര്യങ്ങൾ തുറന്നു പറയാനുള്ള അധൈര്യം ഇതൊക്കെ എന്തെല്ലാം നഷ്ടങ്ങളുണ്ടാക്കി!

പ്രണയം ഭീരുക്കൾക്കു പറഞ്ഞിട്ടുള്ളതല്ല. ഞാൻ നിങ്ങൾക്കെഴുതിയ കത്തിന് ഒരു മറുപടി പോലും അന്നയച്ചില്ല. ഞാനത് പ്രതീക്ഷിച്ചിരുന്നുമില്ല. സാസയുടെ മനോനിലയോർത്ത് ഞാൻ ഭയന്നിരുന്നു. നിങ്ങൾക്കൊരിക്കലും വ്യക്തമായ തീരുമാനമെടുക്കാൻ കെൽപ്പുണ്ടെന്ന് എനിക്കുതോന്നിയിട്ടില്ല."

ഒരിക്കൽ സാസാ എനിക്കെഴുതിയ കത്തിലെ വരികൾ വീണ്ടും ഞാനോർമ്മിച്ചു.

"ഇന്നലെ പ്രാഡിലിയുടെ കത്ത് വന്നു. അവൻ എന്നെ സമാധാനിപ്പിക്കാനുള്ള ഏതാനും വരികൾ എഴുതി വച്ചിരിക്കുന്നു. അവന്റെ വാക്കുകളിൽ എന്നോടുള്ള തീവ്രമായ പ്രണയം ഉണ്ട്. പക്ഷേ, വരികളിലെ ഉറപ്പില്ലായ്മ എന്നെ തളർത്തുന്നു.

എന്റെ സ്നേഹം വെറും സ്വപ്നം മാത്രമായി തീരുമോ?

പ്രണയിക്കാനുള്ള മുൻകൈ എടുക്കാൻ മാത്രമേ പുരുഷന് എന്നും ധൈര്യമുണ്ടാകൂ. ഒരു പെൺകുട്ടിയുടെ ജീവിതം തകർത്തു കളയാൻ മാത്രം ഭീരുത്വവും. അങ്ങനെയെങ്കിൽ സിമോൺ എനിക്കിത് താങ്ങാനാവുമെന്ന് തോന്നുന്നില്ല. എന്റെ പ്രണയം എന്റെ മരണം കൂടിയാവുമോ?"

ആ കത്തിന് എന്ത് സമാധാനവാക്കാണ് മറുപടി പറയേണ്ടതെന്ന് എനിക്കും നിശ്ചയമുണ്ടായില്ല. എന്റെയുള്ളിലും പ്രണയത്തിന്റെ വേദനയും, നഷ്ടപ്പെടലിന്റെ ആഘാതവും ഉണ്ടായിരുന്നു. ജാക്യൂസിന്റെ വിവാഹം കഴിഞ്ഞത് അടുത്തിടെയായിരുന്നു. എന്നാൽ സാസായെ അപേക്ഷിച്ച് എനിക്ക് കുറേക്കൂടി മനക്കരുത്തുണ്ടായിരുന്നു. പ്രാഡിലിയെ വീണ്ടും കണ്ടപ്പോൾ ഓർമ്മകൾക്ക് ആക്കംകൂടി. സാസയെ പ്രണയിച്ചു മരണത്തിന് വിട്ടുകൊടുത്ത പുരുഷനാണ് മുന്നിലിരുന്നു നിസ്സംഗതയോടെ സൂപ്പ് കഴിക്കുന്നത്.

എന്തുകൊണ്ടാണ് സ്ത്രീകൾ സ്നേഹിക്കുംപോലെ നിഷ്കളങ്കമായി സ്നേഹിക്കാൻ പുരുഷന്മാർക്ക് കഴിയാത്തത്? പുരുഷൻ സ്ത്രീയേക്കാൾ ഏതെങ്കിലും തരത്തിൽ മിടുക്കനാണെങ്കിൽ അത് ശാരീരിക ബലത്തിൽ മാത്രമാണെന്ന് ഞാനുറച്ചു വിശ്വസിച്ചിരുന്നു. മാനസികമായി സ്ത്രീകൾ കാണിക്കുന്ന പക്വതയും സഹനവും പുരുഷൻ കാണിക്കാത്തിടത്തോളം എങ്ങനെയാണ് സൃഷ്ടിയുടെ പ്രത്യേകതകൊണ്ട് മാത്രം ലഭിച്ച കഴിവിനെ അംഗീകരിക്കുകയെന്ന് മനസ്സിലാകുന്നില്ല. ഒരു കാട്ടിൽ ആനയും സിംഹവും പുലിയും മാനും ഉണ്ടെങ്കിൽ ഓരോരുത്തരും ഓരോ തരത്തിൽ കഴിവുള്ളവരാകുന്നതുപോലെ മാത്രമല്ലേ ഇതെന്നും ഞാൻ വിശ്വസിച്ചു. ദൈവം ഉണ്ടെങ്കിൽ ആ ദൈവത്തിന്റെ മുന്നിൽ ഇത്തരം വ്യത്യാസങ്ങൾ നിലനിൽക്കുമോ. ഞാൻ ക്രിസ്തുവിനെ പ്രാർത്ഥിക്കുമ്പോൾ അവന് ജന്മം നൽകിയ മാതാവിനോടുള്ള ശ്രേഷ്ഠത എങ്ങനെ കുറച്ചു കാണും. പക്ഷേ, എന്റെ ഇത്തരം തർക്കങ്ങൾ മറ്റുള്ളവരെ പറഞ്ഞു മനസ്സിലാക്കാൻ സാധിച്ചില്ല. സ്ത്രീകൾ വീട്ടിലെ സകല കാര്യങ്ങളും ചെയ്യും. പുരുഷന്മാർ അവരുടെ വാക്കുകൾക്ക് ചെവിയോർത്തിരുന്നുവെങ്കിലും പണം സമ്പാദിക്കുന്നവനും വീടിന്റെ ഉടമസ്ഥനുമെന്ന നിലയിൽ പുരുഷൻ കിട്ടുന്ന അംഗീകാരം സ്ത്രീകൾക്ക് ലഭിച്ചതുമില്ല. ചെറുപ്പത്തിൽ ഈ കീഴ്വഴക്കം എന്നിൽ യാതൊരു എതിർപ്പും സൃഷ്ടിച്ചില്ല. കാരണം എന്റെ അച്ഛൻ ബഹുമാനിക്കപ്പെടാൻ തക്ക യോഗ്യതയുള്ള ആളായിരുന്നു. അന്നൊന്നും ഒരു സ്ത്രീയായി ജനിച്ചതിൽ നിരാശ തോന്നിയിരുന്നില്ല. എങ്കിലും മുതിർന്നവർ പെൺകുട്ടികളോട് പറയുന്ന അരുതുകൾ എന്നിൽ അസഹ്യതയുളവാക്കുമായിരുന്നു. ഒരു മുതിർന്ന പെൺകുട്ടിയായി ആ നിമിഷം മുതൽ എനിക്കനുവദിച്ചിരുന്ന നിയമങ്ങൾ വിട്ടു വീഴ്ചയില്ലാതായി. മുതിർന്ന പെൺകുട്ടിയാവുക ഞാനെന്നറിഞ്ഞ അവസ്ഥയെ വർഷങ്ങളോളം ഒരപമാനംപോലെ ഞാൻ ഉള്ളിൽ പേറി നടന്നു. അമ്മായിമാർ ഉള്ളിൽ

അർത്ഥം വച്ച് പറയുന്ന നേരംപോക്കുകൾ ശരീരത്തോട് തോന്നുന്ന അപരിചിതത്വവും വെറുപ്പും നിറയ്ക്കാനേ ഉതകിയുള്ളൂ. മറ്റുള്ള പെൺകുട്ടികൾ ഇങ്ങനെയാണോ എന്നെനിക്കറിയില്ല. പക്ഷേ, ആണിനെ കൂട്ടിച്ചേർത്തു പറയുന്ന കളിതമാശകൾ കേൾക്കാൻ ഞാനിഷ്ടപ്പെട്ടില്ല. അതേസമയം അത് കൂട്ടുകാരികൾ പറയുമ്പോൾ നിഗൂഢമായ ആനന്ദം ഉള്ളിൽ നിറഞ്ഞു.

ഞാൻ പ്രാഡിലിയെ തന്നെ നോക്കിയിരുന്നു. അയാളുടെ മുഖം ക്ഷീണിച്ചും, കൺതടങ്ങളിൽ ഇരുളിമ പടർന്നും കിടപ്പുണ്ടായിരുന്നു. പ്രാഡിലി മുഖമുയർത്താതെ സൂപ്പ് കഴിച്ചു തീർത്തു. ഒരു സാൻഡ്‌വിച്ചിന്റെ പകുതിയോളം കഴിച്ച് അയാളത് നീക്കിവെച്ചു. പിന്നെ ആരോടെന്നില്ലാതെ ചോദിച്ചു.

"യാത്രയൊക്കെ സുഖമായിരുന്നോ?"

"ബസ് യാത്ര കുറച്ചു മോശമായിരുന്നു. വഴിയിൽ കുറെ തടസ്സങ്ങൾ.

ഇടയ്ക്ക് ഒന്നു ബ്രേക്ക്ഡൗൺ ആയി. എങ്കിലും ആളുകൾ പരസ്പരം സഹകരിച്ചതുകൊണ്ട് പ്രയാസമുണ്ടായില്ല. നിങ്ങൾ എന്നാണ് പ്രാഡിലി മടങ്ങുന്നത്?"

"ഇന്ന് തന്നെ. ഇവിടെ ഒരു സ്നേഹിതനെ കാണേണ്ട കാര്യമുണ്ടായിരുന്നു. ചില ഔദ്യോഗിക കാര്യങ്ങൾ. ഒന്നും നടന്നില്ല."

"എനിക്കു കുറച്ചു ദിവസത്തെ യാത്രകൂടിയുണ്ട്. ചില സ്ഥലങ്ങൾ കാണണം. പ്രാഡിലി നാട്ടിലേക്കു തന്നെയല്ലേ?"

"അതേ." പിന്നീട് ഒന്നും പറയാനില്ലാത്തതുപോലെ അയാൾ കൈകൾ തുടച്ചു എഴുന്നേറ്റു.

ഞാൻ വീണ്ടും അയാളെ ഉറ്റുനോക്കി. അയാളുടെ വിളർത്ത മുഖഭാവങ്ങളിലേക്ക്, പരവശപ്പെട്ട ചലനങ്ങളിലേക്ക്, ഒന്നു മന്ദഹസിച്ചുകൊണ്ട് എഴുന്നേറ്റ് ഹസ്തദാനം കൊടുത്തിട്ട് ഞാൻ പറഞ്ഞു.

"ഇനിയും കാണാം പ്രാഡിലി. നിങ്ങളുടെ യാത്ര സുഖകരമാവട്ടെ.

ആത്മവിശ്വാസമില്ലാത്ത കാൽവയ്പ്പുകളോടെ അയാൾ നടന്നകലുന്നതും നോക്കി ഏറെ നേരം ഞാനങ്ങനെ തന്നെ നിന്നു. വീണ്ടും ഞാൻ സാസായെ ഓർത്തു. ഹോട്ടൽ മുറിയിൽ ചെന്നു കിടക്കയിൽ കണ്ണടച്ച് കിടന്നുകൊണ്ട് ഞാനെന്റെ കൗമാരകാലത്തേക്ക് യാത്ര ചെയ്തു.

ബിരുദ പഠനത്തിന് തയ്യാറെടുത്ത ദിനങ്ങൾ ഒരേ സമയം എന്റെയുള്ളിൽ ആകുലതയും സന്തോഷവും ഉണ്ടായിരുന്നു. പുതിയ അന്തരീക്ഷം. ഇതുവരെ പഠിച്ച രീതികളിൽനിന്നും വേറിട്ട് നിൽക്കുന്ന പാഠ്യരീതി. സാസാ കൂടി ഒരുമിച്ചുണ്ടെന്നറിഞ്ഞപ്പോൾ തെളിഞ്ഞ ആകാശത്തു ആദ്യമായി മഴവില്ല് കണ്ട കുട്ടിയെപ്പോലെ മനസ്സ് ആർത്തുല്ലസിച്ചു. ഞങ്ങൾ വീണ്ടും ഒരുമിച്ചാണല്ലോ എന്നത് തന്നെയായിരുന്നു ആനന്ദത്തിന്റെ കാരണം.

എനിക്കെല്ലാ രീതിയിലും മനസ്സ് പങ്കിടാൻ സാധിക്കുന്നത് അവളോടാണ്. പുതിയ വിദ്യാലയത്തിലേക്കുള്ള മാറ്റം ഞങ്ങളെ

അകറ്റുമോ എന്നോർത്തുള്ള മനോവേദന കുറച്ചൊന്നുമല്ല എന്നെ അലട്ടിയിരുന്നത്. ഞങ്ങൾക്കിരുവർക്കും ജീവിതത്തെക്കുറിച്ച് വലിയ സ്വപ്നങ്ങളും പ്രതീക്ഷകളുമുണ്ടായിരുന്നു. പഠനവും ഉദ്യോഗവുമായി ബന്ധപ്പെട്ടുള്ളതായിരുന്നു അതിലേറെയും. കുടുംബ ബന്ധത്തിൽ ജീവിതത്തെ തളച്ചിടുന്നതിൽ യാതൊരു വിധ ആഗ്രഹവും എനിക്കില്ലായിരുന്നു. ലൗകികമായ ചുറ്റുപാടുകളേക്കാൾ വലുതാണ് ആത്മാവിന്റെ അഭിലാഷങ്ങൾ എന്നു ഞാൻ വിശ്വസിച്ചു. സാസായും ഞാനും തമ്മിൽ ചിന്തകളിൽ വ്യത്യസ്തത പുലർത്തിയിരുന്നെങ്കിലും ഞങ്ങൾ തമ്മിൽ സംസാരിക്കുമ്പോൾ പരസ്പരം മടുപ്പനുഭവപ്പെട്ടില്ല. ഇന്നിപ്പോൾ സാസായില്ല. അവൾ അവശേഷിപ്പിച്ചുപോയ ശൂന്യത ഇപ്പോഴും ബാക്കിയായിരിക്കുന്നു.

സെയിൻ നദിയും ലക്സൺ ബർഗ് ഗാർഡനുമെല്ലാം എന്തെല്ലാം സ്മരണകളാണ് എന്നിലുണർത്തുന്നത്! ജീവിതം മാറി എന്നൊക്കെ ധരിക്കുന്നത് വെറും മിഥ്യയാണ്. സാഹചര്യങ്ങളും അനുഭവങ്ങളും മാറിയിരിക്കാം. ഉറങ്ങുന്നതും ഉണരുന്നതുമായ ഇടങ്ങൾക്ക് മാറ്റമുണ്ടാവാം. പുതിയ സൗഹൃദം പുതിയ പ്രണയം, പുതിയ ജോലി ഇത്തരം മാറ്റങ്ങൾ അനിവാര്യമായി വരുമ്പോൾ അതിലൂടെയെല്ലാം കടന്നുപോകേണ്ടി വരുന്നു. എന്നാൽ യഥാർത്ഥത്തിൽ ഉള്ളത് മാറ്റമില്ലാതെ നിലനിൽക്കുകയും ചെയ്യുന്നു.

കൗമാരത്തിൽ അച്ഛനും അമ്മയും പ്രകടിപ്പിക്കുന്ന സ്നേഹരാഹിത്യം എന്നിൽ അകാരണമായ ദേഷ്യമായും നിഗൂഢമായ വേദനയായും പേറിനടന്നു. എന്റെ ചിന്താഗതികളും ആശയങ്ങളും ഒരിക്കലും അവരുടെ തീരുമാനങ്ങളുമായി സമാനത പുലർത്തുന്നവയല്ലായിരുന്നു. അതോ അവർ പ്രതീക്ഷിച്ച രീതിയിൽ എനിക്കെത്തിപ്പെടാനോ ഞാൻ ആഗ്രഹിച്ച രീതിയിൽ സ്നേഹം നൽകാൻ അവർ മുതിരാതിരുന്നതോ! കാരണമെന്തെന്ന് തിരിച്ചറിയാത്ത അകൽച്ചയുടെ കനത്ത മതിൽ ഞങ്ങൾക്കിടയിൽ ഞങ്ങളറിയാതെ രൂപപ്പെട്ടു. കുടുംബസദസ്സ് കൂടുമ്പോഴോ, ബന്ധുവീട്ടിലോ, സൗഹൃദ കൂട്ടായ്മയയിലോ എന്റെ സമപ്രായക്കാരായ മറ്റ് കുട്ടികളെ ചൂണ്ടിക്കാട്ടി അച്ഛനും അമ്മയും അവൾ എത്ര നല്ല കുട്ടിയാണ് എന്തു നന്നായി പെരുമാറുന്നു. അവളുടെ വസ്ത്രധാരണവും മുടിക്കെട്ടും ശ്രദ്ധിച്ചില്ലേ. മുതിർന്നവരെ കാണുമ്പോൾ അവൾ കാണിക്കുന്ന വിനയം സിമോൺ കണ്ടുപഠിക്കേണ്ടതാണ് എന്ന മട്ടിൽ സംസാരിക്കും. അമ്മയുടെ ഓരോ വാക്കിലും കുറ്റപ്പെടുത്തലും നിരാശയും നിറഞ്ഞിരിക്കും. നല്ല മക്കളെ കിട്ടാനും ഭാഗ്യം വേണം എന്ന ആത്മഗതത്തിലവസാനിക്കുന്ന ആ വാക്കുകൾ കുറച്ചൊന്നുമല്ല എന്നെ മുറിപ്പെടുത്തിയിട്ടുള്ളത്. ഹൃദയത്തെ പല പല നാരുകളായി വലിച്ചു വാരിയിടും പോലെ അനുഭവപ്പെട്ട ആ വേദനയാണ് എന്നെ കലാപകാരിയും എഴുത്തുകാരിയും ആക്കിത്തീർത്തത്. എത്രയൊക്കെ ശ്രമിച്ചിട്ടും ഉള്ളിൽ രൂപപ്പെട്ടുവന്ന ഗൗരവത്തിന്റെ തുകൽച്ചട്ട കൂടുതൽ കൂടുതൽ

മുറുകുകയല്ലാതെ അയഞ്ഞില്ല. സാസയോടൊപ്പം ചെലവഴിക്കുന്ന നേരങ്ങളിൽ മാത്രം സിമോൺ പുഞ്ചിരിക്കുന്നവളും ആഹ്ലാദചിത്ത യുമായി തീർന്നു. പിന്നീട് സാർത്രേ ജീവിതത്തിന്റെ ഭാഗമായിത്തീർന്ന പ്പോൾ സാസയുടെ വിയോഗം ഒരു പരിധിവരെ നികത്താൻ സാധിച്ചു. ജീവിതത്തിന്റെ ദുഃഖക്കടൽ നീന്തി കടക്കാനുള്ള അനുഭവങ്ങളുടെ ആർജ്ജവം ലഭിച്ചു. പക്ഷേ, ഇന്നീ രാത്രിയിൽ നഷ്ടപ്പെട്ടുപോയ സഖിയെ കുറിച്ചുള്ള സ്മരണ കണ്ണുകളെ ഈറനാക്കുന്നു. ഹൃദയം വരിഞ്ഞു മുറുകുന്നു.

******

നിഷേധികളുടെ ഇടം

"**നി**ഷേധികളുടെ ഇടം എന്നു ഓമനപ്പേരിട്ട് വിളിക്കുന്ന ഒരു റെസ്റ്റോറന്റ് പാരീസിൽ ഉണ്ട്. നിനക്ക് ഞാൻ ഇന്നവിടെ ഒരു ഡിന്നർ ഒരുക്കിയിട്ടുണ്ട്, പോകാൻ തയ്യാറായി കൊള്ളൂ."

"നിങ്ങൾ അസ്തിതവാദികളുടെ താവളത്തിലേക്ക് പാവപ്പെട്ട എന്നെക്കൊണ്ടുപോയി പരീക്ഷിക്കണോ?"

കാമില പരിഭ്രമം നടിച്ചുകൊണ്ട് പറഞ്ഞു.

രണ്ടുദിവസം മുമ്പ് വീണ്ടും ഓർക്കാപ്പുറത്ത് തന്നെയാണ് കാമില വന്നത്.

എന്തായി ബുവെയുടെ എഴുത്തൊക്കെ എന്നു ചോദിച്ചുകൊണ്ടാണ് അവൾ വന്നുകയറിയത്. "ഇടയ്ക്കൊന്നു തിരക്കിയില്ലെങ്കിൽ ആത്മകഥ ഉപേക്ഷിച്ചു കളഞ്ഞാലോ എന്നൊരു ശങ്ക. സത്യം പറഞ്ഞാൽ അതോർത്തു മാത്രമാ ഞാനിപ്പോ ഓടിപ്പിടിച്ച് വന്നത്. അല്ലാതെ ബൂവെ ചത്തോ ജീവിച്ചിരിപ്പുണ്ടോ എന്നന്വേഷിക്കാനല്ല?"

"എഴുത്തൊക്കെ അതിന്റെ വഴിക്കു നടക്കും. നമുക്കിപ്പോ ജീവിതം ആഘോഷിക്കാൻ പറ്റിയ സമയമാണെന്നാ എന്റെയൊരു അഭിപ്രായം. എന്താ നിനക്കു വിരോധമുണ്ടോ?"

"സാർത്രേ ഇല്ലാതെയോ?"

കാമില ഒരമ്പെയ്തു.

"സന്തോഷം ഒരു വ്യക്തിയെ ആശ്രയിച്ചാകുമ്പോൾ സന്തോഷം അനുഭവിക്കാൻ മനുഷ്യർക്ക് കഴിയില്ല എന്നൊരു വലിയ തത്ത്വശാസ്ത്രം കൂടി നമ്മൾ അറിഞ്ഞിരിക്കേണ്ടേ. ഇപ്പോൾ എനിക്കതറിയാം കാമില."

"എങ്കിൽ ഉഷാറായി പോകുക തന്നെ. എനിക്കാണോ സന്തോഷം വേണ്ടാത്തത്. അതുകൊള്ളാം."

പഴയ മാതൃകയിലുള്ള കെട്ടിടത്തിലാണ് ആ റെസ്റ്റോറന്റ് നിലനിന്നിരുന്നത്. ഇടത്തരം ആളുകളും തൊഴിലാളികളും ഏതാനും കോളേജ് വിദ്യാർത്ഥികളും വന്നു കൂടുന്നയിടം. യഥാർത്ഥത്തിൽ അസ്തിത്വവാദികളോ കലാകാരന്മാരോ ഒന്നുംതന്നെ ഇങ്ങോട്ടേക്ക് വരാറില്ല. മിക്കവാറും സമയങ്ങളിൽ തൊഴിലാളികളുടെ ബഹളമായിരിക്കും. ഉറക്കെ സംസാരിച്ചാൽ മാത്രമേ അടുത്തിരിക്കുന്ന ആൾക്ക് കേൾക്കാൻ കൂടി പറ്റൂ എന്ന തരത്തിലുള്ള ബഹളം എന്നുതന്നെ പറയേണ്ടി വരും. ഇവിടേക്ക് ആദ്യമായി വന്നത് ഗാരിക്ക് പറഞ്ഞുകേട്ടിട്ടാണ്.

"ജീവിതത്തിലെ നാനാ തുറയിലുമുള്ള ആളുകളെ അടുത്തറിഞ്ഞാൽ മാത്രമേ നമുക്കവരെ ശരിയായി വിലയിരുത്താൻ അർഹത ഉണ്ടാകൂ സിമോൺ."

"ഒരിക്കൽ സാമൂഹ്യ പ്രവർത്തനത്തെക്കുറിച്ച് സംസാരിക്കവേ ഗാരിക്ക് എന്നോടു പറഞ്ഞ വാക്കുകളാണിത്. അതേ വാക്കുകൾ തന്നെയാണ് എനിക്കു നിന്നോടും പറയാനുള്ളത്. അത് നേരിട്ടറിയണമെങ്കിൽ ഇത്തരം സ്ഥലങ്ങൾ സന്ദർശിക്കണം. സാധാരണക്കാരുടെ ചികിത്സാലയങ്ങൾ, അവർ പോകുന്ന റെസ്റ്റോറന്റുകൾ, തുണിക്കടകൾ എന്തിന് പള്ളികൾ പോലും വ്യത്യസ്തമാണ്. അവരുടെ ജീവിതങ്ങളിൽ നിന്നും പഠിക്കുന്ന പാഠമാണ് ഏതൊരു സർവ്വകലാശാലയിൽനിന്നും പഠിക്കുന്നതിനേക്കാൾ അറിവ് നൽകാൻ പ്രാപ്തിയുള്ളത്."

"ഗാരിക്ക്?"

"എന്റെ അദ്ധ്യാപകൻ ആയിരുന്നു. വലിയ ആദർശങ്ങൾ ജീവിതത്തിന്റെ മൂല്യങ്ങളായി കൊണ്ടുനടന്ന വ്യക്തി."

"എനിക്കു കേൾക്കാൻ ആഗ്രഹം തോന്നുന്നു. അദ്ദേഹത്തെക്കുറിച്ച്."

"അത്രക്കൊന്നും പറയാൻ മാത്രം അടുപ്പമൊന്നും ഞങ്ങൾക്കിടയിൽ രൂപപ്പെട്ടിട്ടില്ല. പക്ഷേ, മനുഷ്യരെ പല തരത്തിൽ മനസ്സിലാക്കാൻ ആ ബന്ധം സഹായിച്ചിട്ടുണ്ട്."

"സാർത്രേയെ പരിചയപ്പെടും മുമ്പോ?"

"അതേ. പിന്നീട് ഞാനും സാർത്രേയും ഇവിടെ വരുമ്പോഴൊക്കെ ഗാരിക്ക് സംസാരവിഷയം ആയിട്ടുണ്ട്. ഈ ഇടം സാർത്രേക്കു അത്ര പ്രിയപ്പെട്ട സ്ഥലമായിരുന്നു. സാർത്രേ ഏറ്റവും അധികം സമയം ചിലവഴിക്കാൻ ആഗ്രഹിക്കുന്നത് സാധാരണ മനുഷ്യരോടൊപ്പം ആയിരുന്നു. ഇപ്പോഴും ആ കാര്യങ്ങളിൽ വലിയ മാറ്റങ്ങൾ ഒന്നും വന്നിട്ടുണ്ടാകില്ല. അദ്ദേഹത്തിന്റെ യാത്രകൾ മിക്കവാറും പാവപ്പെട്ടവർ ജീവിക്കുന്ന ചേരികളിലും പണിയിടങ്ങളിലേക്കും ആയിരിക്കും."

"ബുവെ. ഞാനൊന്നു ചോദിക്കട്ടെ. അതിശയകരമായ ഒരു സംഗതി എന്റെ ഉള്ളിൽ തോന്നുന്നത് മറച്ചുവയ്ക്കാൻ സാധിക്കാത്തത് കൊണ്ടാണ്."

"ചോദിക്കൂ."

"സാർത്രേ ഇത്രയധികം അവഗണിച്ചിട്ടും ബുവെ എന്തുകൊണ്ടാണ് അദ്ദേഹത്തിന്റെ നന്മകൾ മാത്രം പറയുന്നത്?"

"സാർത്രേ ഏതൊരു തരക്കാരനായാലും അദ്ദേഹത്തിന് മനുഷ്യനോടുള്ള സഹാനുഭൂതി എന്ന വികാരം എന്നെക്കാൾ മേലെയാണെന്ന് സമ്മതിക്കാതിരിക്കാൻ പറ്റില്ല കാമില."

"ഒരു സ്ത്രീക്ക് തന്റെ ആദ്യ പ്രണയത്തിലെ പുരുഷനെ ഒരിക്കലും മറക്കാൻ സാധിക്കില്ല എന്നു കേട്ടിട്ടുണ്ട്. എന്റെ ചോദ്യം തമാശയായി കണ്ടാൽ മതി. ബുവെയുടെ മനസ്സിലെ ആദ്യത്തെ പുരുഷൻ ആരായിരുന്നു?"

"വ്യക്തതയില്ല. ഒരേസമയം പല പുരുഷന്മാരോടും പല രീതിയിൽ ഉള്ള താൽപ്പര്യം തോന്നിയിട്ടുണ്ട്. ചിലരോടു വെറും ഇഷ്ടമാകും. മറ്റ് ചിലരോട് ആരാധന. വേറെ ഒരാളോട് തീവ്രമായ ശാരീരിക ആകർഷണം. ഇതിൽ രണ്ടുപേർ പരസ്പരം അറിഞ്ഞുകൊണ്ടു പ്രണയത്തിൽ ഏർപ്പെടുന്നതാണ് ആദ്യപ്രണയമെങ്കിൽ ആ പ്രണയത്തിലെ പുരുഷനെ ഞാനിപ്പോൾ ഓർക്കാറേയില്ല എന്നതാണു സത്യം."

"ബൂവെ ആ പ്രണയത്തിൽ വഞ്ചിക്കപ്പെട്ടവൾ ആയിരുന്നോ?"

"ഒഴിവാക്കപ്പെട്ടവൾ."

"ഗാരിക്കിനോടോ? അദ്ദേഹത്തോട് ആരാധന തോന്നിയിട്ടില്ലേ?"

"ഉണ്ട്. തീവ്രമായിത്തന്നെ."

"എങ്കിൽ ആ കാലത്തെപ്പറ്റി കേൾക്കാൻ ആഗ്രഹം തോന്നുന്നു."

"ഇവിടെ വെച്ചോ? കൊള്ളാം പ്രണയത്തെക്കുറിച്ച് സംസാരിക്കാൻ പറ്റിയ ഇടം."

തൊട്ടടുത്ത കസേരകളിൽ ഏതാനും തൊഴിലാളികൾ ഇരുന്ന് പണിക്കൂലി വർദ്ധിപ്പിക്കാത്തതിനെക്കുറിച്ച് ഒച്ചവെച്ചു സംസാരിക്കുന്നുണ്ട്.

അവരിൽ പലരും ഇട്ട വസ്ത്രങ്ങൾ പഴകിയതും പാതിയോളം തുന്നൽ വിട്ടുപോയതും ആയിരുന്നു. കുടുംബം നടത്തിക്കൊണ്ടുപോകാനുള്ള കഷ്ടപ്പാടിനിടയിൽ വീണ്ടും കുട്ടി ജനിച്ചതിനെക്കുറിച്ചായിരുന്നു ഒരാളുടെ സംസാരം. അശ്ലീലം നിറഞ്ഞൊരു മറുപടി കൂടെയുണ്ടായ ഒരാൾ പറഞ്ഞതും ചെറിയൊരു വാക്കേറ്റം ഉണ്ടാവുകയും ചെയ്തു.

അതിനപ്പുറം ഇരുന്നത് ഏതാനും സ്ത്രീകളായിരുന്നു. അവരെല്ലാം സെക്സ് വർക്കേഴ്സ് ആണെന്ന് സംഭാഷണം കേട്ടാൽത്തന്നെ വ്യക്തമാകും. ഉപേക്ഷിച്ചുപോയ ഭർത്താവ് ഇന്ന് തന്നെ സന്ദർശിക്കാൻ വന്നതിനെക്കുറിച്ചാണ് ഒരുത്തി പറയുന്നത്. "അയാളെന്റെ മുഖത്ത് കാർക്കിച്ചു തുപ്പിയിട്ടാണ് പോയത്. ഒന്നോർത്താൽ അയാളുടെ രോഷം സഹിക്കേണ്ടത് തന്നെയാണ്. ആ തെണ്ടിയുടെ കൊച്ചിനെയാണല്ലോ ഞാനിപ്പോഴും തീറ്റിപ്പോറ്റാൻ പാടുപെടുന്നത്. പത്തു പൈസ തരാറില്ലെങ്കിലും പട്ടികൾ നമ്മളെ ചവിട്ടി തേയ്ക്കും."

അവളുടെ കണ്ണിൽനിന്നും അന്നേരം കണ്ണീരൊലിക്കുന്നുണ്ടായിരുന്നു.

കൂടെയുള്ളവൾ കുറച്ചു കാശെടുത്ത് അവളുടെ പേഴ്സിൽ വച്ച് കൊടുത്തു. "ഇന്നത്തേക്ക് എനിക്ക് വലിയ തിരക്കായിരുന്നു. ഇത്രയും പണം ഒരുമിച്ചു കൊണ്ടുപോയാലും ചെലവായി പോകും. നിനക്ക് വലുതായൊന്നും തടഞ്ഞില്ല എന്നെനിക്ക് മനസ്സിലായി. തൽക്കാലം കൊണ്ടുപോയി കാര്യങ്ങൾ നടത്തൂ."

കാമില അവരെത്തന്നെ നോക്കിയിരുന്നു.

"ശരിയാണ് ബുവെ പറഞ്ഞത്. ജീവിതം കാണാൻ മനുഷ്യർ വരുന്നിടത്ത് വരണം."

"സാർത്രേ ഉണ്ടായിരുന്നെങ്കിൽ ഇപ്പോൾ ആ കരയുന്നവളെ വിളിച്ചു കൊണ്ടുപോയേനെ. മിക്കവാറും എന്നെ ഇവിടെയിരുത്തിയിട്ട്. ആ മനോഭാവത്തെ വേണമെങ്കിൽ കാരുണ്യം എന്നു പറയാം അല്ലേ കാമില?"

"ആയിരിക്കാം. കാരുണ്യത്തിന് പല ഭാവങ്ങൾ കാണുമല്ലോ. സാർത്രേ പച്ചയായ മനുഷ്യനാണെന്ന് ഞാനും കേട്ടിട്ടുണ്ട്."

"ഞാനും പച്ചയായ സ്ത്രീയാണ്."

കാമില പൊട്ടിച്ചിരിച്ചു. "എനിക്കു തോന്നുന്നത് ബുവെ കുറേക്കൂടി വൈകാരികപിരിമുറുക്കം അനുഭവിക്കുന്ന ഒരാളാണെന്നാണ്."

"ആയിരുന്നു. ഇപ്പോഴില്ല."

കുറച്ചു വിദ്യാർത്ഥികൾ കൂട്ടത്തോടെ വന്നുകയറി ഇരുണ്ട ഒരിടത്തേക്കു മാറിയിരുന്നു. പെൺകുട്ടികളും ആൺകുട്ടികളും അടങ്ങുന്ന സംഘമായിരുന്നു അത്.

"അവർ മയക്കുമരുന്ന് ഉപയോഗിക്കുന്നവരാണോ?" കാമില സ്വരം താഴ്ത്തി ചോദിച്ചു.

"ഇവിടെ അതൊന്നും കിട്ടില്ല. പക്ഷേ, അവർക്ക് ചില ശാരീരിക ആവശ്യങ്ങൾ നടക്കും. ഇവിടെയാവുമ്പോൾ ആരും ഗൗനിക്കില്ല.

ഈ കുട്ടികളൊക്കെ തികച്ചും താഴ്ന്ന ചുറ്റുപാടിൽനിന്നും വരുന്നവരാണ്. കാശുള്ളവർക്ക് എവിടെ വെച്ചും എന്തും ചെയ്യാനുള്ള ധൈര്യവും സ്വാതന്ത്ര്യവും ഉണ്ട്. ഇവർക്കതൊന്നും ലഭിക്കില്ല. ഇതുപോലെയുള്ള ചില ഇടങ്ങളിലാണ് പ്രണയവും ചുംബനവും അത്യാവശ്യം തൊടലും പിടിക്കലുമൊക്കെ നടക്കുന്നത്."

"അതാണോ നിഷേധികളുടെ ഇടം എന്നു പേര് വരാൻ കാരണം?"

"നിഷേധിക്കപ്പെട്ടവരുടെ ഇടം. അതൊരു മാനുഷിക പരിഗണന അല്ലേ?"

മടങ്ങുമ്പോൾ കാമില വീണ്ടും ഗാരിക്കിനെക്കുറിച്ചും സാർത്രേയെക്കുറിച്ചും സംസാരിച്ചു. എന്നാൽ ഞാനോർത്തത് ജാക്വൂസിയെ കുറിച്ചായിരുന്നു. ശരിയാണോ. ഒരു സ്ത്രീക്ക് ആദ്യത്തെ പ്രണയം ഒരിക്കലും മായ്ക്കാൻ കഴിയാത്ത അടയാളമായിരിക്കുമോ?

******

മഹത്തരമായ ത്യാഗത്തെ അലസനായിരിക്കുന്നവന്റെ വിഡ്ഢി സ്വപ്നമായി കാണരുത്. പകരം അന്തരാത്മാവിനെ ഉദാത്തമാക്കുന്ന ഉൽകൃഷ്ട വിചാരങ്ങളിലേക്ക് ഉയർത്തിക്കൊണ്ടുവരാനാണ് ശ്രമിക്കേണ്ടത്. മനുഷ്യൻ വ്യക്തിപരമായ ചെറിയ ഉൺമയെ താലോലിക്കുന്നതിന് പകരം ആദ്ധ്യാത്മികമായ മഹത്ഗ്രന്ഥങ്ങളുടെ സങ്കീർണ്ണമായ അദ്ധ്യായങ്ങളിൽ സ്വയം ലയിച്ചു ചേർന്നാൽ അതാവും ആത്മാവിന്റെ സത്യമായി അവശേഷിക്കുക.

-സിമോൺ

സെന്റ് മേരീസ് കോളേജിൽ വെച്ച് പ്രൊഫസർ ഗാരിക്കുമായുള്ള സ്നേഹബന്ധമാണ് സാമൂഹ്യ പ്രവർത്തനത്തിലേക്കിറങ്ങാൻ എനിക്കു പ്രേരണയായത്. ജോലിയിൽ ഉയർന്ന പദവിയിലായിരുന്നിട്ടും സമൂഹത്തിലെ താഴെത്തട്ടിലെ ആളുകളോടൊപ്പമാണ് അദ്ദേഹം താമസിച്ചിരുന്നത്. ജാക്യൂസിയോടൊപ്പമാണ് അദ്ദേഹം പ്രസംഗിക്കുന്ന യോഗത്തിൽ പങ്കെടുക്കാൻ ആദ്യമായി പോയത്. തൊഴിലാളികളും തികച്ചും സാധാരണക്കാരായ ചെറുപ്പക്കാരും ആ സംഘടനയിൽ ഉണ്ടായിരുന്നു. സമൂഹത്തിൽ നിലനിൽക്കുന്ന സമ്പത്തിന്റെയും ജീവിതനിലവാരത്തിന്റെയും അതിർവരമ്പുകൾ ഇല്ലാതാക്കാൻ ഞങ്ങൾ വിദ്യാർത്ഥികളോട് തൊഴിലാളി വർഗ്ഗത്തിനിടയിലേക്കിറങ്ങി ചെന്നു സൗഹൃദമുണ്ടാക്കാൻ അദ്ദേഹം പ്രേരിപ്പിച്ചു. ഗാരിക്കിന്റെ പ്രസംഗം കേൾക്കാൻ വിദ്യാർത്ഥികളും മദ്ധ്യവർത്തികളും തൊഴിലാളികളും സമ്പന്നരുമുണ്ടായിരുന്നു. സദസ്സിൽനിന്നുള്ള നിറഞ്ഞ കൈയടിയോടെയാണ് ഓരോ സംഭാഷണവും അവസാനിക്കുക.

സ്നേഹമാണ് ഏറ്റവും വലിയ ആയുധമെന്നും സമർപ്പണമാണ് മാർഗ്ഗമെന്നും സാഹോദര്യവും സ്വാതന്ത്ര്യവുമാണ് ലക്ഷ്യമെന്നും അദ്ദേഹം ഞങ്ങളെ ഓർമ്മിപ്പിച്ചുകൊണ്ടിരുന്നു.

അദ്ദേഹം ധീരനും ആദർശവാനുമായിരുന്നു.

ജീവിതത്തിന് അർത്ഥവും ഭാവിയുമുണ്ടെന്ന് തോന്നിയ നാളുകൾ ഞാനൊരിക്കലും സാധാരണ സ്ത്രീകളെ പോലെയല്ലെന്നും മറ്റുള്ളവരിൽനിന്നും വ്യത്യസ്തമായ എന്തോ എന്നിലുണ്ടെന്നും വിശ്വസിച്ചു പോന്നു. അതൊരിക്കലും ശാരീരികമായ പ്രത്യേകതയോ സൗന്ദര്യമോ അല്ലെന്നും ആന്തരികമായ വ്യത്യസ്തതയാണെന്നും എനിക്കെന്നെ കുറിച്ച് തന്നെ തോന്നിയിരുന്നു. സമപ്രായക്കാരായ പെൺകുട്ടികൾ ചിന്തിക്കുന്നതുപോലെ വസ്ത്രം, ആഭരണങ്ങൾ, അണിഞ്ഞൊരുങ്ങൽ

ആൺസൗഹൃദങ്ങൾ ഇതൊന്നുമല്ല ഞാനാഗ്രഹിച്ചത്. ഞാനേറ്റവും അധികം സമയം ചെലവഴിക്കാനും സംസാരിക്കാനും ആഗ്രഹിക്കുന്ന ഏതാനും പേർ; അവരെ ചുറ്റിപ്പറ്റിയായിരുന്നു എന്റെ ലോകം.

ജാക്യൂസിയോടൊപ്പം ചെലവഴിച്ചിരുന്ന നിമിഷങ്ങളിൽ ഞാൻ അങ്ങേയറ്റം പ്രണയവതിയായ പെൺകുട്ടിയായിരുന്നു. സാസായോടൊപ്പം ചെലവഴിക്കുമ്പോൾ എന്നിൽ ഊർജ്ജം നിറയും. ഗാരിക്കിന്റെ അരികിലെത്തുമ്പോൾ അത് ലോകത്തോടുള്ള സഹാനുഭൂതിയായും മാറും. എന്റെ വ്യക്തിത്വത്തിന് എന്തെല്ലാം വിധത്തിൽ മാറ്റങ്ങളുണ്ടായോ അതിൽ പ്രധാന പങ്ക് വഹിക്കാൻ അവർക്ക് മൂന്നുപേർക്കും ഒരുപാട് സാധിച്ചിരുന്നു.

അച്ഛനും അമ്മയ്ക്കും എന്റെ ഇത്തരം ബന്ധങ്ങളോ സാമൂഹ്യമായ ഇടപെടലോ യാതൊരുവിധ തൃപ്തിയും സന്തോഷവും നേടിക്കൊടുത്തില്ല.

അന്ന് യോഗം കഴിഞ്ഞു ചെല്ലുമ്പോൾ അച്ഛൻ ഹാളിൽ ഇരിപ്പുണ്ടായിരുന്നു. എന്നെ കണ്ടിട്ടും കണ്ട മട്ട് കാണിച്ചില്ല. അമ്മ ഭക്ഷണം വിളമ്പി തന്നു. അമ്മയുടെ മുഖവും ഒട്ടും പ്രസന്നമല്ലായിരുന്നു. അപകടകരമായതെന്തോ കാത്തിരിപ്പുണ്ട് എന്നെനിക്ക് തോന്നി. അമ്മയുടെ മുഖത്തേക്ക് നോക്കാൻ എന്തുകൊണ്ടോ ധൈര്യമുണ്ടായില്ല.

മുഖാമുഖം നോക്കിയാൽ അവർ പൊട്ടിത്തെറിച്ചേക്കുമോ എന്നെനിക്ക് ഭയം തോന്നി. അത്തരം അനുഭവത്തെ നേരിടുവാനുള്ള ധൈര്യക്കുറവല്ല. വീണ്ടും വീണ്ടുമുണ്ടാകുന്ന പ്രശ്നങ്ങൾ എല്ലാത്തരത്തിലും ഞങ്ങൾക്കിടയിൽ അകലം വർദ്ധിപ്പിക്കും എന്നുള്ള ഭയം. അച്ഛനമ്മമാരിൽനിന്നും അകലാൻ ശ്രമിക്കുമ്പോഴും അവരോടു ചേർന്നിരിക്കാനാഗ്രഹിക്കുന്ന ഹൃദയത്തിന്റെ പാതിഭാഗം എന്നെ വിലക്കിക്കൊണ്ടിരുന്നു. ഉള്ളിന്റെയുള്ളിൽ ഞാനിപ്പോഴും അവരെ സ്നേഹിക്കുന്നു. എന്നെങ്കിലും അമ്മയെന്നെയൊന്ന് ചേർത്തണച്ചാൽ അലിഞ്ഞില്ലാതായി അവരുടെ ശരീരത്തോട് പറ്റിച്ചേർന്ന് നിൽക്കാനാഗ്രഹിക്കുന്ന കാലുഷ്യം മാത്രമേ എന്നിലുണ്ടായിരുന്നുള്ളൂ. അച്ഛൻ എപ്പോഴെങ്കിലും പണ്ടേ പോലെ മൃദുവായി സംസാരിക്കുകയോ അഭിനന്ദിക്കുകയോ ചെയ്താൽ പിന്നീടൊരിക്കലും യുക്തിചിന്തയുടെയും ലോകസേവനത്തിന്റെയും പാതയിലേക്ക് തിരിയാതെ ഈ വീട്ടിനുള്ളിലെ ആനന്ദത്തിലേക്കൊതുങ്ങാൻ ചിലപ്പോൾ ഞാൻ തയ്യാറാകുമായിരുന്നു.

പക്ഷേ, ഞാനാഗ്രഹിച്ചത് പോലെയൊന്നുമല്ല സംഭവിച്ചത്. ഭക്ഷണം കഴിച്ച് എഴുന്നേറ്റതും അച്ഛൻ വിളിക്കുന്നു എന്നു പറഞ്ഞുകൊണ്ട് അമ്മ എനിക്കു മുഖം തരാതെ പോയി.

എന്റെ കൈകൾ, വിറച്ചു. ഉടലിലൂടെ ഇടിവാൾ പോലൊരു വിറയൽ കയറിയിറങ്ങിപ്പോയി. മുഖം ശാന്തമാക്കാൻ പരിശ്രമിച്ചുകൊണ്ട്

തണുത്ത കാലുകൾ വലിച്ചു വച്ച് ശിരസ്സുയർത്തിപ്പിടിച്ചുകൊണ്ട് തന്നെ ഹാളിലേക്ക് ചെന്നു.

കുറച്ചു നേരം മുമ്പു ഞാൻ കണ്ട ഭാവമായിരുന്നില്ല അച്ഛന്റെ മുഖത്ത്. ക്രോധംകൊണ്ട് മുഖം ചുവന്നു തുടുത്തും, കണ്ണുകൾ കലങ്ങിയുമിരുന്നു. മനസ്സിലൂടെ സുന്ദരനും സൗമ്യനും എപ്പോഴും പുഞ്ചിരിക്കുന്നവനുമായ അച്ഛന്റെ പഴയരൂപം കടന്നുപോയി. പക്ഷേ ഏറെനാളായി ഇങ്ങനെ രോഷാകുലനും അസഹ്യത നിറഞ്ഞ ഭാവത്തോടുകൂടിയ അച്ഛനെയാണ് പരിചിതം. ഗതകാല സ്മരണകൾ എന്നെ തരളിതയാക്കുന്നു. എന്റെ ബാല്യം അദ്ദേഹത്തിന്റെ ചിറകിനടിയിൽ ചെലവഴിച്ചിരുന്ന എന്റെ സുരക്ഷിതത്വം. ഇപ്പോൾ തീർത്തും അരക്ഷിതയാണെന്ന് എനിക്ക് തോന്നിത്തുടങ്ങി. ഇറങ്ങിപ്പോകൂ എന്നു ഏത് നിമിഷവും കേൾക്കാൻ തയ്യാറായാണ് ഓരോ കുറ്റവിചാരണയ്ക്കും നിന്നുകൊടുക്കാറുള്ളത്. എന്നിട്ടും ഞാൻ തല താഴ്ത്തി പിടിച്ചില്ല. എന്റെയുള്ളിൽ പൂർണ്ണമായും ശരിയെന്നു ഉത്തമബോദ്ധ്യമുള്ള സത്യങ്ങളുണ്ട്. എത്ര തന്നെ കഷ്ടപ്പെട്ടാലും അവസാനം ഞാനാ സത്യം ലോകത്തിന് കാണിച്ചുകൊടുക്കും.

"സിമോൺ."

അച്ഛന്റെ കഠിനശബ്ദം എന്റെ പ്രജ്ഞയെ ഉണർത്തി. ഞാൻ നിശ്ശബ്ദയായി ഒട്ടും പതറാതെ അദ്ദേഹത്തിന്റെ കണ്ണുകളിലേക്കു നോക്കി.

പതറാത്ത എന്റെ നോട്ടം അദ്ദേഹത്തെ കൂടുതൽ ക്രോധാലുവാക്കി.

"മര്യാദയ്ക്ക് നാളെ നിന്റെ പുസ്തകങ്ങൾ മുഴുവനുമെടുത്ത് കളഞ്ഞേക്കണം. ഒറ്റയെണ്ണം കാണരുത്. എന്താ നിന്റെ വിചാരം. കാശിന് കൊള്ളാത്ത ഓരോ വക വായിച്ചു ഭാവി തുലയ്ക്കാനാണോ? സിമോൺ നീ ഈ വീടിനെക്കുറിച്ചു ചിന്തിക്കുന്നുണ്ടോ. ഇവിടെ ആരൊക്കെ വരുന്നുണ്ട് എന്നറിയുന്നുണ്ടോ. ആരോടെങ്കിലും നന്നായി പെരുമാറാൻ നിനക്കറിയാമോ. നിന്റെ ഈ സ്വഭാവംകൊണ്ട് എങ്ങനെയാണ് ഒരാളെ വിവാഹം കഴിച്ചു ജീവിക്കുക. ഈ വീട്ടിലുള്ളവരോടു നീ മര്യാദയോടെയാണോ പെരുമാറുന്നത്. പോപ്പറ്റിനോട് എത്രനാളായി നീയൊന്നു മിണ്ടിയിട്ട്. നിങ്ങൾക്കിടയിൽ എന്തെങ്കിലും അഭിപ്രായവ്യത്യാസമുണ്ടോ. സിമോൺ നീ വായിക്കുന്ന പുസ്തകങ്ങളിലും പങ്കുടുക്കുന്ന യോഗങ്ങളിലും പറയുന്ന സിദ്ധാന്തങ്ങളൊന്നുമല്ല യഥാർത്ഥത്തിലുള്ള ജീവിതം. വെറും സ്വപ്നജീവികൾ പറയുന്നതും എഴുതിവയ്ക്കുന്നതും വായിച്ചും കേട്ടും നടന്നു നീ നിന്റെ ജീവിതം പാഴാക്കും?

അച്ഛൻ കൂടുതൽ ഒച്ചവയ്ക്കാനാവാതെ കിതച്ചുകൊണ്ട് സെറ്റിയിലിരുന്നു. അദ്ദേഹത്തിനു ശ്വാസതടസ്സമുണ്ടാകുമോയെന്ന് ഞാൻ ഭയന്നു.

അച്ഛാ എന്നൊന്ന് വിളിച്ചുകൊണ്ട് അദ്ദേഹത്തെ സമാധാനിപ്പിക്ക

ണമെന്ന് ആ നിമിഷം ഞാനാഗ്രഹിച്ചു. സത്യമായും എനിക്കദ്ദേഹത്തോട് വളരെയധികം സ്നേഹം തോന്നി. എന്നിട്ടും ഞാൻ നിന്ന നിൽപ്പിൽ നിന്നതേയുള്ളൂ. പക്ഷേ, കണ്ണുകൾ നിറഞ്ഞുതൂവി. ഹൃദയം ആർത്തിരമ്പി. ഞാൻ തീർത്തും കൊള്ളരുതാത്തവളാണോ അത്രമേൽ അസഹിഷ്ണുതയാണോ അദ്ദേഹത്തിന് കൊടുത്തുകൊണ്ടിരിക്കുന്നത് എന്നൊക്കെയുള്ള അനേകം ചോദ്യങ്ങൾ മനസ്സിലൂടെ കടന്നുപോയ്ക്കൊണ്ടിരുന്നു.

ഞാൻ വായിക്കുന്ന പുസ്തകങ്ങൾ എങ്ങനെയാണ് കൊള്ളരുതാത്തതാകുന്നത്? ഏറെനാൾ മുമ്പുവരെ ഈ എഴുത്തുകാരും അവരുടെ പുസ്തകങ്ങളും അച്ഛന് എത്രമേൽ ഹൃദ്യമായിരുന്നു. ഇതേ നാവുകൊണ്ടാണ് നോവലുകളും കഥകളും വായിച്ച് അദ്ദേഹം ആവേശത്തോടെ പറഞ്ഞിരുന്നത്. എന്താണ് അദ്ദേഹത്തെ ചൊടിപ്പിക്കുന്നത് എന്നെനിക്ക് മനസ്സിലായില്ല. വീട്ടിൽ അത്യാവശ്യം ജോലിയൊക്കെ ഞാനിപ്പോഴും ചെയ്യുന്നുണ്ട്. പരീക്ഷകളിൽ നല്ല വിജയം നേടുകയും ചെയ്തു. പോപ്പറ്റിനോട് പണ്ടത്തെപ്പോലെ സംസാരിക്കാൻ കഴിയുന്നില്ല എന്നത് സത്യമാണ്. പക്ഷേ, അതെന്റെ മാത്രം കുറ്റമല്ല. പോപ്പറ്റ് ഇപ്പോഴും എനിക്കു കുഞ്ഞാണ്. എന്നാൽ എന്റെ വാത്സല്യം അവൾക്ക് അരോചകമായിത്തുടങ്ങിയോ എന്നു ഞാൻ സംശയിക്കുന്നു. സാസായോട് സംസാരിക്കുന്ന വിഷയങ്ങൾ പോപ്പറ്റിനോട് സംസാരിക്കുവാൻ എനിക്കാവുന്നില്ല.

താൻ മുതിർന്ന പെൺകുട്ടിയായി; ചേച്ചി എന്നോട് കുഞ്ഞുങ്ങളുടെ മാതിരി പെരുമാറരുത് എന്നൊരു ഭാവമാണ് അവളുടെ പെരുമാറ്റത്തിൽ. എനിക്കവളെ കൂട്ടുകാരിയായി കാണാൻ സാധിക്കുന്നില്ല.

നിസ്സഹായത എന്ന വാക്കിന്റെ അർത്ഥം ഇതാണെന്ന് എനിക്കു തോന്നി. സത്യങ്ങൾ വിളിച്ചു പറഞ്ഞിട്ടും ആരും എന്നെ വിശ്വസിക്കുന്നില്ല. അതെത്രമേൽ വേദനാജനകമാണെന്ന് എനിക്കാരോടും പറഞ്ഞു മനസ്സിലാക്കാനും സാധിക്കുന്നില്ല.

"സിമോൺ എന്താണ് ഒന്നും മിണ്ടാത്തത്?" അച്ഛൻ ചോദിച്ചതിന് നിന്റെ ഭാഗത്ത് എന്തു ന്യായീകരണമാണ് ഉള്ളത്."

അമ്മയുടെ ശബ്ദം ഇടറുകയും കണ്ണുകൾ നിറഞ്ഞൊഴുകുകയും ചെയ്തു.

അതെന്നെ കൂടുതൽ രോഷാകുലയാക്കി.

എന്തിനാണ് അച്ഛന്റെ മുമ്പിൽ ഈ നാടകം കളിക്കുന്നത് എന്നാണ് ഞാനാലോചിച്ചത്. ദിവസം ആയിരം തവണ അമ്മ എന്നെ ഗുണദോഷിക്കുകയും വഴക്കുപറയുകയും ചെയ്യുന്നുണ്ട്. എന്നിട്ട് ഇപ്പോൾ കാണിക്കുന്ന ഈ ദുഃഖപ്രകടനം എന്നിൽ മടുപ്പുളവാക്കി. ഇത്രമാത്രം പറയാൻ ഞാൻ ചെയ്ത തെറ്റെന്താണെന്ന് എനിക്കു മനസ്സിലാകുന്നില്ല. എന്തു

വിശദീകരണമാണ് നൽകേണ്ടതെന്നറിയാതെ പകച്ചു നിൽക്കാനേ ഇത്തരം സാഹചര്യങ്ങളിൽ കഴിയുന്നുള്ളൂ. അച്ഛൻ വീണ്ടും എനിക്കു നേരെ തിരിഞ്ഞു.

"നിനക്കു ദൈവവിശ്വാസമുണ്ടോ? പള്ളിയിൽ പോയാൽ ഉദാസീനതയോടെ നിൽക്കും. കുടുംബപ്രാർത്ഥനകളിൽ പങ്കുകൊണ്ടാലും ഫലം അതു തന്നെ. എപ്പോഴും വായിച്ചും കുത്തിക്കുറിച്ചും വേണ്ടാത്ത ചിന്തകൾ വളർത്തിയും നടക്കുന്നതു എന്തുദ്ദേശ്യത്തിലാണ്?"

എനിക്കു മറുപടി പറയാൻ തോന്നിയില്ല. അല്ലെങ്കിൽ വാക്കുകൾ കൊണ്ട് എന്തു പ്രയോജനം. അവ സ്വന്തം മനസ്സിനെ തന്നെ മുറിവേൽപ്പിക്കുകയേ ചെയ്യുന്നുള്ളൂവെങ്കിൽ ഞാനെന്തു പറഞ്ഞാലും അതിലെ ഏതെങ്കിലുമൊരു വാക്കിൽ അച്ഛനും അമ്മയും കുറ്റം കണ്ടെത്തും. പിന്നീട് കുറേ ദിവസത്തേക്ക് എനിക്കെതിരെ കുറ്റപത്രം നിരത്താനുള്ള ഒരു കാരണമാകും അതും. ഞാൻ സിമോൺ അല്ലാതായി മാറുകയാണോ? യഥാർത്ഥത്തിൽ അച്ഛനമ്മമാർ പറയുന്നതും സമൂഹം കാലാകാലങ്ങളായി സ്ത്രീകളുടെ മേൽ ചേർത്തുവച്ചിരിക്കുന്നതുമായ നിയമങ്ങളുമാണോ എന്റെ യഥാർത്ഥ സ്വത്വം തിരിച്ചറിയാൻ എന്നെ സഹായിക്കുക. അതിനർത്ഥം സമൂഹത്തിന്റെ ചൊൽപ്പടിക്ക് നിൽക്കുന്ന സാധാരണക്കാരിയായ ഒരുവൾ മാത്രമായി ഒതുങ്ങുക എന്നതാണോ. വിശാലമായ ഈ ലോകത്തെ അനവധി അറിവുകളും കാഴ്ചകളും കണ്ടെത്താനുള്ള എന്റെ ഉൾക്കാഴ്ചയുടെ ദൃഷ്ടി ഞാൻ ഒതുക്കി വെച്ചു നടക്കേണ്ടി വരും എന്നല്ലേ. ഇത്രയും നാൾ ഞാൻ പോരാടുകയായിരുന്നു എന്റെ മനസ്സിനോട്. സമൂഹത്തിനോടും കുടുംബത്തോടും അത് ബാഹ്യമായല്ലെങ്കിലും ആന്തരികമായ നിരന്തര യുദ്ധം നടന്നിരുന്നു. പുതുതലമുറയിലെ എഴുത്തുകാരുടെ ആശയങ്ങളും ലക്ഷ്യങ്ങളും എന്നെ പിടിച്ചുലച്ചിരുന്നു. നവീനമായ എല്ലാത്തിനോടും കാണിക്കുന്ന അസഹിഷ്ണുത എന്റെ അച്ഛനമ്മമാരും സമൂഹവും അവരുടെ സൃഷ്ടികളോടും കാണിച്ചു. മനുഷ്യരെ വഴിതെറ്റിക്കാനുള്ള സിദ്ധാന്തങ്ങൾ വിളമ്പുന്ന കാപാലികർ എന്നാണ് വീട്ടിൽ അവരെ വിശേഷിപ്പിക്കുക. പക്ഷേ, ഞാൻ തേടിനടന്നു, ആർത്തിയോടെ വായിച്ചു. പുതിയതരം ഭാഷാ ചാതുര്യം, ആശയസമ്പുഷ്ടത, നിലവിലുള്ള ദുർവ്യവസ്ഥിതികളോടുള്ള തുറന്ന എതിർപ്പ്, സമൂഹത്തിനോടും അവനവനോടും ആത്മാർത്ഥത പുലർത്തുകയും സ്വയം കണ്ടെത്തുകയും ചെയ്യുക എന്നതായിരുന്നു അവരുടെ നയം. അവരും എന്നെപ്പോലെ കുടുംബത്തിന്റെയും സമൂഹത്തിന്റെയും വ്യവസ്ഥിതികളോട് പൊരുതുന്നവരായിരുന്നു. പഴയ ആളുകളുടെ കഠിനമായ സദാചാരനിഷ്ഠയും പരമ രഹസ്യമായുള്ള അതിന്റെ ദയനീയ പരാജയവും കണ്ടുവളർന്നവരായിരുന്നു ഞങ്ങൾ, ആത്മാവിനു തൃപ്തി എന്നു തോന്നുന്നത് ചെയ്യാൻ ധൈര്യം കാണിക്കാത്തവരായി

രുന്നു പഴയ തലമുറ. അവർ ക്രിസ്തുവിനെ ആരാധിക്കും. പക്ഷേ, അവന്റെ ആശയങ്ങളെ അനുസരിക്കില്ല. ക്രിസ്തു ആരാധിക്കാൻ വേണ്ടിയുള്ള രൂപം മാത്രമായിരുന്നു.

സ്വയം ഉടച്ചു വാർക്കാൻ ധൈര്യം കാണിക്കാത്തവർക്കുള്ള അഭയ കേന്ദ്രം. ഏറ്റവും താഴേക്കിടയിലുള്ളവരും ഏറ്റവും മുകളിലുള്ളവരും ഇത്തരം നിഷ്ഠകൾ പാലിക്കാൻ ശ്രദ്ധ ചെലുത്താറില്ല. പക്ഷേ, സമൂഹത്തിലെ മദ്ധ്യവർഗ്ഗക്കാർ കഠിനമായ നിഷ്ഠകളും ആചാരങ്ങളും പാലിക്കുന്നതിലാണ് ശ്രദ്ധ ചെലുത്തിയത്. സ്വയം നിരാശരാവുകയും മറ്റുള്ളവരെക്കൂടി നിരാശപ്പെടുത്തുകയും ചെയ്യുന്നതിൽ അവർ സംതൃപ്തി കണ്ടെത്തി. പുതിയ പാത കണ്ടെത്തുന്നവരെ ഒറ്റപ്പെടുത്താനും വെട്ടി വീഴ്ത്താനും ഉത്സാഹഭരിതരാവുകയും അവർക്കൊപ്പം നടക്കാൻ കഴിയാത്തതിന്റെ പരാജയബോധം പേറുകയും ചെയ്യുന്നവർ.

ഞാൻ പൂർണ്ണമായും പുതിയതിനോടും പഴയതിനോടും യോജിച്ചില്ല. സത്യസന്ധത, കർമ്മനിരത തുടങ്ങിയ ആശയങ്ങൾക്കൊപ്പം തന്നെ ലോകസുഖങ്ങൾ നേടാനുള്ള അഭിവാഞ്ഛ എന്നിൽ നിറഞ്ഞു. ഒന്നും പാഴാക്കി കളയാതെ അനുഭവവേദ്യമാക്കുക എന്നതിനൊപ്പം തന്നെ സ്വയം പ്രകാശമാകുക എന്ന നവ ആശയവും എന്റെ സ്വപ്നമായിരുന്നു.

കോപംകൊണ്ട് വിറച്ചാണ് അച്ഛൻ മനസ്സിലുള്ള കാലുഷ്യം മുഴുവൻ എന്റെ നേർക്ക് ഒച്ചവച്ചു തീർത്തത്.

“അവൾക്ക് നമ്മൾ പറയുന്നതല്ല വേദവാക്യം. ആ സാസയുടെ കൂടെക്കൂടിയാണ് സിമോൺ ഇത്രയധികം മോശമായത്.”

അമ്മയും വിടുന്ന മട്ടില്ല.

“എന്തിനാണ് സാസയെ ഇതിൽ പിടിച്ചിടുന്നത്. ഞാൻ കൊച്ചുകുട്ടിയാണോ: എന്റെ ഓരോ പ്രവൃത്തിയിലും എനിക്കു മാത്രമേ പങ്കുള്ളൂ. അല്ലാതെ എന്റെ കൂട്ടുകാരുടെ കുറ്റം കൊണ്ടല്ല.”

‘‘കണ്ടോ സാസായെ പറഞ്ഞത് അവൾക്ക് പിടിച്ചില്ല. നീ പോപ്പറ്റിനെ കണ്ടുപഠിക്കൂ. നിന്നെക്കാൾ ഇളയതല്ലേ അവൾ. എന്നിട്ട് അവൾക്ക് എന്തെങ്കിലും കുഴപ്പമുണ്ടോ. ഈ മാതിരി ചന്ത ബുക്കുകൾ വായിച്ചു ചിന്തിച്ചിരിക്കുന്നത് മാത്രമാണോ നിന്റെ പഠിപ്പ്. എങ്കിൽ ആ പഠിപ്പങ്ങു നിർത്തി വല്ല ജോലിയും ചെയ്യൂ.”

പോപ്പറ്റിനെ കണ്ടു പഠിക്കൂ. ജെനീഫറിനെ കണ്ടു പഠിക്കൂ. സ്റ്റെഫ്ഫായെ കണ്ടു പഠിക്കൂ. ഇത്തരം ശാസനാ മുറകൾ കേട്ടു കേട്ടു മടുത്തു കഴിഞ്ഞിരിക്കുന്നു.

ഒരാൾക്ക് എങ്ങനെയാണ് വേറൊരാളെ പോലെയാകാൻ സാധിക്കുക. എനിക്കെന്നും ഞാനാകാൻ മാത്രമേ സാധിക്കുകയുള്ളൂ. ഞാൻ ഞാനാകുന്നത് ഏത് തരത്തിലാണ് മറ്റുള്ളവരുടെ കുറ്റമാകുന്നത്. സാസയുടെ അമ്മ പറയും സിമോണിനെ കൂടെ കൂട്ടരുതെന്ന്. എന്റെ അമ്മ

നേരെ തിരിച്ചും. എത്ര യുക്തിരഹിതമാണ് മുതിർന്നവരുടെ ചിന്തകൾ.

എനിക്കു കരച്ചിൽ വരുന്നുണ്ടായിരുന്നു. അതേസമയം അടക്കാനാവാത്ത ദേഷ്യവും. എന്നിട്ടും അകമേയുള്ളത് പ്രകടിപ്പിക്കാൻ സാധിക്കാതെ വരുമ്പോഴുള്ള അക്ഷമ അടക്കി നിർത്താനേ ഇത്തരം സാഹചര്യങ്ങളിൽ സാധിക്കാറുള്ളൂ. ഞാൻ നിശ്ശബ്ദയായി നിന്നു. ഹൃദയത്തിനുള്ളിൽ രോഷത്തിന്റെ കൊടുങ്കാറ്റടിക്കുന്നു. പ്രതിഷേധം പ്രകടിപ്പിക്കുവാൻ വഴിയില്ലാതെ വിചാരണയ്ക്ക് വിധേയയായി നിൽക്കുമ്പോൾ എന്നും ചെയ്യുന്നതുപോലെ വിരലുകൾ വിടർത്തിയും അടച്ചും അമർഷത്തെ അതിജീവിക്കാൻ ശ്രമിച്ചുകൊണ്ടിരുന്നു.

ഏറെ നേരത്തെ ബഹളത്തിനുശേഷം അച്ഛൻ മുറിയിൽ കയറി കതകടച്ചു. അമ്മ കുറച്ചുനേരം അങ്ങനെ തന്നെ നിന്നു. എനിക്കു എന്താണ് ചെയ്യേണ്ടതെന്ന് രൂപമുണ്ടായില്ല. നിന്നിടത്ത് നിന്നും ചലിക്കാനാവാത്ത വിധം കാലുകൾ ഉറഞ്ഞുകൂടിയിരിക്കുന്നു. കഴിഞ്ഞ ഏതാനും ദിവസങ്ങളായി ജാക്യൂസിയെ കാണാൻ കഴിഞ്ഞിട്ടില്ല. അയാളോടൊപ്പം മറ്റൊരു പെൺകുട്ടിയെ റെസ്റ്റോറന്റിലും തിയേറ്ററിലും വെച്ചു കണ്ടെന്ന് ചില സുഹൃത്തുക്കൾ പറഞ്ഞറിഞ്ഞു. അതേപ്പറ്റി കൂടുതൽ ചിന്തിക്കാൻ എനിക്കെന്തുകൊണ്ടോ ധൈര്യമുണ്ടായില്ല. എങ്കിലും ഒറ്റയ്ക്കിരിക്കുമ്പോഴൊക്കെ ആരായിരിക്കും ആ പെൺകുട്ടിയെന്നു ചിന്തിച്ചു മനസ്സുരുകുകയും ചെയ്യും.

രണ്ടുതവണ ജാക്യൂസിയെ അന്വേഷിച്ച് അയാളുടെ വീട്ടിൽ ചെന്നെങ്കിലും അയാളവിടെ ഇല്ലായിരുന്നു. ഞാൻ ചെന്നു എന്നറിയുമ്പോൾ എന്നെ തിരക്കി വരുമെന്നാണ് പ്രതീക്ഷിച്ചത്. അതുമുണ്ടായില്ല. ഉള്ളിൽ നിരാശയും അകൽച്ചയും കൂടിക്കൂടി വന്നു. ഇനിയും അങ്ങോട്ട് ചെന്നു അയാളെ കാണുന്നത് അഭിമാനത്തെ തകർത്തുകളയുമെന്ന് തോന്നിയതിനാൽ അയാളെ ഓർക്കാതിരിക്കാൻ ശ്രമിക്കുക മാത്രമായിരുന്നു ഒരേയൊരു പോംവഴി.

വീട്ടിൽ വന്നാൽ അച്ഛൻ അയാളോട് കയർത്ത് സംസാരിക്കുമെന്ന് ഭയന്നാവും ഒഴിഞ്ഞു മാറുന്നതെന്ന് ആശ്വസിക്കാൻ ശ്രമിച്ചെങ്കിലും അതെനിക്ക് സമാധാനം തന്നില്ല. അയാൾക്കെന്നെ കാണണമെന്നുണ്ടെങ്കിൽ എത്രയോ മാർഗ്ഗങ്ങൾ വേറെയുണ്ട്. അയാളുടെ മനസ്സിൽ എനിക്കുള്ള സ്ഥാനം അത്രയേ ഉള്ളൂ എന്നാണ് ഈ ഒഴിഞ്ഞു മാറലിന് അർത്ഥം.

തിരിച്ചും മറിച്ചും കൂട്ടിയും കിഴിച്ചും അയാളെ ന്യായീകരിക്കാനും കുറ്റപ്പെടുത്താനും ശ്രമിച്ചു ഞാൻ പരാജയപ്പെട്ടു.

പൂർണ്ണമായും കുറ്റപ്പെടുത്താനോ പൂർണ്ണമായും ന്യായീകരിക്കാനോ ആവാതെ ആശയക്കുഴപ്പത്തിൽ എത്തിച്ചേരാനേ അതുകൊണ്ടു സാധിച്ചുള്ളൂ. പ്രണയത്തിൽപ്പെടുന്നവർക്ക് സംഭവിക്കുന്ന ഏറ്റവും വലിയ

ദുരന്തം സ്നേഹിക്കുന്നയാളുടെ കുറവ് ഉൾക്കൊള്ളാൻ മനസ്സുണ്ടാകില്ല എന്നതുതന്നെയാണ്.

ജാക്യൂസിയുടെ കാര്യത്തിൽ ആളുകൾ പറയുംപോലെ മറ്റൊരു പെൺകുട്ടി അയാളുടെ ജീവിതത്തിൽ ഉണ്ടെന്നതായിരിക്കുമോ സത്യം. മുത്തച്ഛന്റെ വീട്ടിൽവെച്ച് അയാൾക്ക് ഞാനയച്ച കത്ത് കിട്ടിയിട്ടില്ല എന്നു വരുമോ. ഒരുറച്ച തീരുമാനമെടുക്കാൻ എന്തുകൊണ്ടാണ് എനിക്കു സാധിക്കാത്തത്. ഒന്നുകിൽ അയാളെ പൂർണ്ണമായും മറക്കാൻ കഴിയണം. അല്ലെങ്കിൽ തുറന്ന ആശയവിനിമയം നടത്തണം. രണ്ടിനുമിടയിലൂടെയുള്ള ഈ ജീവിതം മാനസികമായി തളർത്തിക്കൊണ്ടേയിരിക്കുന്നു.

മിഥ്യ

സാർത്രേ ല്യൂബോവിസിന്റെ ലേഖനത്തിനു മുഖവുരയായി 1950 ൽ *Edition de I Arche* ൽ എഴുതിയ കുറിപ്പുകൾ ഇന്ന് ഞാൻ വീണ്ടും വായിച്ചു. അത് യദൃച്ഛയാ കണ്ണിൽ പെട്ടതാണ്. സാർത്രേയുടെ എല്ലാ രചനകളും ഞാൻ സൂക്ഷിച്ചുവച്ചിരുന്നു. ഇതെപ്പോഴോ ഒന്നുകൂടി വായിക്കാനെടുത്തിട്ട് ഡയറിയിലേക്ക് വച്ചതാവണം. അതിൽ അടിവരയിട്ടു വച്ചിരിക്കുന്ന വരികൾ ഞാൻ വീണ്ടും വായിച്ചു.

"ഉജ്ജ്വലനായ പിക്കാസോയെ ഛർദ്ദിക്കാനോ ഇറക്കാനോ വയ്യാതെ ഞെരിപിരി കൊള്ളുന്ന കമ്യൂണിസ്റ്റ് ബോകൺസ്ട്രക്റ്ററുടെ വിഷമസന്ധിയെ നോക്കി എനിക്ക് കളിയാക്കാതിരിക്കാനാവുന്നില്ല. കമ്യൂണിസ്റ്റു പാർട്ടിയുടെ ദഹനക്കേടിൽ നമ്മുടെ മുഴുവൻ യുഗത്തെയും വിഷലിപ്തമാക്കുന്ന ഒരു പകർച്ചവ്യാധിയുടെ ലക്ഷണങ്ങൾ ഞാൻ കാണുന്നു. സൗജന്യക്കാരുടെ വിഭാഗങ്ങൾ സുഖകരമായ വണ്ണം തങ്ങളുടെ തത്ത്വങ്ങളിൽ അടിയുറച്ചിരിക്കുമ്പോൾ, അവരുടെ മനസ്സാക്ഷി സ്വച്ഛമായിരിക്കുമ്പോൾ അശരണർ തങ്ങളുടെ അധമസ്ഥിതിയെക്കുറിച്ച് നല്ലതുപോലെ ഉൾക്കൊണ്ടു തങ്ങളുടെ പാദസേവ ചെയ്യുന്ന അവസ്ഥയിൽ അഭിമാനംകൊള്ളുന്നു.

കലാകാരൻ സ്വസ്ഥതയിലുമത്രേ!

നവോത്ഥാനം മുതൽ ഗായകർ തുടർച്ചയായി സ്പെഷലിസ്റ്റുകളുടേതായ ഒരു ബഹുജനത്തെ അഭിസംബോധന ചെയ്തു. പക്ഷേ, ഭരിക്കുന്ന കുബേരവർഗ്ഗമല്ലാതെ മറ്റാരാണീ പൊതുജനങ്ങൾ?

അവർ തങ്ങളുടെ സൈനിക നിയമ രാഷ്ട്രീയ വകുപ്പുകൾ ഭരണശക്തിയുടെയൊക്കെമേൽ ആധിപത്യം സ്ഥാപിച്ച് അതിനെയൊരു അഭിരുചിക്കിണങ്ങിയ ട്രിബ്യൂണൽ ആക്കി മാറ്റിയില്ലേ. ദൈവിക അവകാശത്താൽ പ്രാമാണികവർഗ്ഗം മനുഷ്യരൂപം നിശ്ചയിച്ചതുപോലെ, കുതിര

ചാട്ടക്കാരനോ അല്ലെങ്കിൽ ക്വെയർമാസ്റ്ററോ എല്ലാവർക്കുമായി സിംഫോണിസോ കന്റാസോ നിർമ്മിച്ച് സമുദായം മനുഷ്യത്വരഹിതമായി നില കൊണ്ടതിനാൽ കലാകാരനെ ഹ്യൂമനിസ്റ്റ് എന്നു വിളിക്കാൻ കഴിഞ്ഞു.

"ഇതേ നിലപാട് ഇന്ന് ശരിയാണോ?"

"ഈയൊരു ചോദ്യം എന്നെ വേട്ടയാടുന്നു."

സാർത്രേയുടെ ഓരോ രചനകളും ആഴത്തിൽ ചിന്തിപ്പിക്കുന്നതാണ്. ഓരോ തവണ വായിക്കുമ്പോഴും അതിലടങ്ങിയിരിക്കുന്ന വിലമതിക്കാനാവാത്ത സന്ദേശങ്ങൾ അറിവിന്റെ സീമകളെ കൂടുതൽ വിശാലമാക്കുകയും ചെയ്യുന്നു.

"അവൻ എപ്പോഴും എന്തെങ്കിലും ചിന്തിച്ചുകൊണ്ടിരിക്കും." സാർത്രിനെ ആദ്യമായി പരിചയപ്പെടുത്തിയശേഷം ഹെർബാർഡ് പറഞ്ഞ ആദ്യവാചകം അതായിരുന്നു.

പിന്നീട് ഒരുമിച്ചുള്ള ജീവിതയാത്രയിൽ അന്ന് ഹെർബാർഡ് പറഞ്ഞത് എത്ര ശരിയായിരുന്നുവെന്ന് ചിന്തിച്ചിട്ടുണ്ട്.

സാർത്ര് അലസനായിരുന്നില്ല. എന്തിനെയും സൂക്ഷ്മമായി നിരീക്ഷിക്കുകയും വിശകലനം ചെയ്യുകയും അതിന്റെ പൊരുൾ അറിയുംവരെ അതേക്കുറിച്ചു പഠിക്കുകയും ചെയ്യും.

ജനലിലൂടെ ദൃശ്യമാകുന്ന ആകാശത്തിന്റെ കീറിലേക്ക് നോക്കി നിൽക്കേ മനസ്സിലേക്ക് എന്റെ പത്തൊമ്പതാമത്തെ വയസ്സും അന്നത്തെ സ്വപ്നവതിയായ പെൺകുട്ടിയുടെ ചിത്രവും കടന്നുവന്നു. മനസ്സിന് കരുത്തുണ്ടായിരുന്നവൾ സ്വപ്നത്തിൽ ജീവിക്കുകയും പാദങ്ങൾ നിലത്തൂന്നിനടക്കുകയും ചെയ്തിരുന്നവൾ. സാർത്ര് അന്നും ഇന്നും എനിക്കാരാണ്?

കൂട്ടുകാരനിൽനിന്നും പ്രിയനിലേക്കും, പ്രിയനിൽനിന്നും സഖാവിലേക്കും മാറിയ അഭിസംബോധനകൊണ്ട് അയാൾ എന്നിൽ എവിടെയാണ് ഇടം നേടിയത്. സാർത്രേ എനിക്ക് ഒരു പേരായിരുന്നില്ല. അനേകം വാക്കുകളുടെ ആഴങ്ങളെ അനുസ്മരിക്കുന്ന ചിന്ത കൂടിയായിരുന്നു. ഒരു പക്ഷേ, ജാക്യൂസിയെ വിവാഹം കഴിച്ചിരുന്നെങ്കിൽ തികച്ചും സാധാരണക്കാരിയായ വീട്ടമ്മയുടെ റോളിലേക്ക് ചുരുങ്ങിപ്പോവുമായിരുന്ന ജീവിതമാണ് അയാൾ തന്റെ വിപ്ലവംകൊണ്ട് മാറ്റിമറിച്ചത്.

അവസാനമായി ജാക്യൂസിയെ കണ്ടത് ഓർക്കുമ്പോൾ ദുഃഖം തോന്നുന്നു. ജരാനരകൾ ബാധിച്ച് വാർദ്ധക്യത്തോടടുത്ത രൂപം. തികഞ്ഞ മദ്യപന്റെ കെട്ടും മട്ടും. കണ്ടതും ഓടിവന്നു കൈയിൽ കടന്നുപിടിച്ചു. അയാളുടെ പരവശമായ മുഖത്തേക്ക് നോക്കിയപ്പോൾ പുഞ്ചിരിക്കാൻ ശ്രമിച്ചു ഞാൻ പരാജയപ്പെടുകയും ചെയ്തു. പഴയ ഓർമ്മകളൊന്നും മനസ്സിൽ ബാക്കിയുണ്ടായിരുന്നില്ല. പക്ഷേ, അയാളുടെ ഇപ്പോഴത്തെ പ്രകൃതവും പഴയ സൗന്ദര്യം സ്ഫുരിക്കുന്ന രൂപവും തമ്മിലുള്ള പൊരുത്തക്കേട് അത്ര പെട്ടെന്നു ഉൾക്കൊള്ളാൻ സാധിക്കുന്നതായിരുന്നില്ല. ജാക്യൂസിയെക്കുറിച്ച് അമ്മ പറഞ്ഞു. ചിലതെല്ലാം അറിയാമാ

യിരുന്നു. എങ്കിലും അതിത്രയ്ക്ക് ദയനീയമാണെന്ന് കരുതിയിരുന്നില്ല.

അയാൾ പലതരം ബിസിനസുകൾ തുടങ്ങിയെന്നും എല്ലാം തികഞ്ഞ പരാജയങ്ങളായിരുന്നെന്നും ഭാര്യയോടും അമ്മയോടും സ്വത്തിനുവേണ്ടി വഴക്കുണ്ടാക്കുകയും അമ്മയും സഹോദരനും ആദ്യം അയാളെ ഉപേക്ഷിച്ചുപോയി എന്നുമാണ് അറിഞ്ഞത്. ഒരു ഭർത്താവെന്ന നിലയിലും ജാക്യൂസി തികഞ്ഞ പരാജയമായിരുന്നു. ആറ് കുട്ടികളുടെ അമ്മയായതിനുശേഷം തികച്ചും മടുത്ത് ഭാര്യയും അയാളെ ഉപേക്ഷിച്ചുപോയി.

"സിമോൺ." ജാക്യൂസി തളർന്ന കരങ്ങൾകൊണ്ട് എന്റെ കൈകൾ കൂട്ടിപ്പിടിച്ചുകൊണ്ടു മാപ്പപേക്ഷിക്കുന്ന ഭാവത്തിൽ പറഞ്ഞു.

"ഞാൻ നിന്നെ വിവാഹം കഴിക്കേണ്ടതായിരുന്നു. അന്ന് അമ്മ എതിർത്തു. നമ്മൾ ബന്ധുക്കൾക്കിടയിലുണ്ടായിരുന്ന വഴക്ക് പിന്നീട് ചില പ്രശ്നങ്ങൾ കൂടി ഉണ്ടാക്കി. നമ്മൾ തമ്മിലുള്ള വിവാഹം നടന്നാൽ ഭാവിയിലേക്കും പ്രശ്നങ്ങൾ സൃഷ്ടിക്കാമെന്ന് അമ്മ ചിന്തിച്ച് കാണും. അമ്മയെ എതിർക്കാൻ എനിക്കും ധൈര്യമുണ്ടായില്ല."

ഞാൻ സാസായെയും പ്രാഡിലിയെയും ഓർത്തു. സാസായേക്കാൾ മനോധൈര്യമുള്ളവളായിരുന്നു ഞാൻ. മറക്കാനുള്ള കരുത്തുണ്ടായിരുന്നതുകൊണ്ട് ഓർക്കാനും ഞാനിഷ്ടപ്പെട്ടില്ല. ഇപ്പോഴത്തെ രൂപം എന്നിൽ അറപ്പും സഹതാപവും ഒരേപോലെ സൃഷ്ടിച്ചു.

"അതൊക്കെ മറക്കൂ. നിങ്ങൾ എന്തിനാണ് ഇങ്ങനെ നശിക്കുന്നത്. ജീവിതം ഒന്നേയുള്ളൂ ജാക്യൂസി വേണമെങ്കിൽ നിങ്ങൾക്കിനിയും എല്ലാം വീണ്ടെടുക്കാൻ സമയമുണ്ട്." അയാൾ ചുണ്ടുകൾ കോട്ടി ചിരിച്ചു. "ഇനിയെന്ത് ഇനിയൊന്നുമില്ല. എന്നെക്കൊണ്ടു ഇനിയൊന്നിനും കഴിയുമെന്ന് തോന്നുന്നില്ല സിമോൺ. എല്ലാവരും എന്നെ ഉപേക്ഷിച്ചുപോയില്ലേ എന്റെ അമ്മ പോലും."

ആശ്വസിപ്പിക്കാൻ എന്റെ പക്കൽ വാക്കുകൾ ഇല്ലായിരുന്നു. അയാളുടെ തകർന്ന രൂപം എന്നിൽ എവിടെയോ ബാക്കിയുണ്ടായിരുന്ന കാലുഷ്യം ഇല്ലാതാക്കാൻ മാത്രം ദയനീയമായിരുന്നു. ഞങ്ങൾ തമ്മിലുണ്ടായിരുന്ന ബന്ധത്തിൽ എപ്പോഴും പ്രശ്നങ്ങൾ മാത്രമായിരുന്നു. എങ്കിലും പൂർണ്ണമായും പിരിയാനുള്ള കാരണത്തിലൊന്ന് ജാക്യൂസിന്റെ ഇതേ മനോഭാവം തന്നെയായിരുന്നു. ജീവിതത്തിൽ എന്തിനോടുമുള്ള അലസത. അതേസമയം സ്വാർത്ഥമായ പ്രായോഗികബുദ്ധിയും.

അന്ന് നിയമ പരീക്ഷയുടെ റിസൾട്ട് വന്നപ്പോൾ ജാക്യൂസ് തോറ്റിരുന്നു. ജാക്യൂസിയെ അതെങ്ങനെ ബാധിച്ചുവെന്ന് വ്യക്തമായില്ല. ഉള്ളിലുള്ളത് പുറമെ പ്രകടിപ്പിക്കുന്ന ആളായിരുന്നില്ല ജാക്യൂസ്. അവധിക്കാലം അച്ഛന്റെ വീട്ടിൽ ചെന്നു താമസിക്കാൻ പുറപ്പെടും മുമ്പാണ് അതിനുശേഷം ഞങ്ങൾ തമ്മിൽ കാണുന്നത്. അന്നും അയാൾ തെളിഞ്ഞ പുഞ്ചിരിയോടുകൂടി എന്നെ ആലിംഗനം ചെയ്തു. കവിളിൽ എപ്പോഴത്തെയുംപോലെ ചുംബിച്ചു. യാതൊരു വൈഷമ്യവുമില്ലാതെ എന്നെ യാത്രയാക്കുകയും ചെയ്തു. ആ ഒഴിവ് ദിനം മുഴുവൻ ചിന്തയാൽ

മനസ്സുരുകിക്കൊണ്ടിരുന്നു. എന്താവാം ജാക്യൂസിന് എന്നോടുള്ള മനോഭാവം. ഞാൻ ചിന്തിക്കുന്നതുപോലെ ഞാൻ ആഗ്രഹിക്കുന്നത് പോലെ ഞാൻ വേദനിക്കുന്നതുപോലെയൊക്കെ എന്നെ പ്രതി അയാൾക്കനുഭവപ്പെടുന്നില്ലായെങ്കിൽ ഇതെങ്ങനെ പ്രണയമാകും. അയാൾ ഇത്രനാൾ കാണിച്ച സ്നേഹം എനിക്കുവേണ്ടി ചെലവഴിച്ച മണിക്കൂറുകൾ ഞങ്ങളൊരുമിച്ചു പങ്കുവെച്ച സ്വപ്നങ്ങൾ ഇതെല്ലാം ഇല്ലാതാകുമോ.

അയാളെനിക്ക് കവിത ചൊല്ലിത്തന്നത്, പുസ്തകങ്ങൾ സമ്മാനിച്ചത്, ഒരുമിച്ച് നാടകങ്ങൾക്ക് പോയത്, എന്റെ കണ്ണുകളിലേക്ക് പ്രണയാർദ്രമായി നോക്കിയത്, ചിന്തകൾ കൂടുതൽ കൂടുതൽ ആഴത്തിൽ മുറിവുകളുണ്ടാക്കുന്നു. മാനസികമായി തകരുമെന്ന് തോന്നിയ ഏതോ നിമിഷത്തിലാണ് അയാൾക്കൊരു കത്തയച്ചത്. മറുപടിയൊന്നും വന്നില്ല. ദിവസവും തപാൽ പെട്ടിയിൽ നോക്കി നിരാശയോടെ പിൻവാങ്ങും. മെത്തയിൽ കിടന്നു കണ്ണീരൊഴുക്കിക്കൊണ്ട് സ്വയം ചോദിച്ചുകൊണ്ടിരുന്നു ഇതാണോ സ്നേഹം!

ഞങ്ങളുടെ ബന്ധത്തിൽ അതുവരെയുണ്ടായിരുന്ന വിശ്വാസം തകർന്നു. ഈശ്വരനിലുള്ള വിശ്വാസവും നഷ്ടപ്പെടാൻ തുടങ്ങി. മനുഷ്യൻ ശൂന്യത അനുഭവിക്കുന്നത് സ്നേഹിക്കാൻ തുടങ്ങുമ്പോഴാണ് എന്നു മനസ്സിലായി. സ്നേഹിക്കും മുമ്പ് ഏകാന്തത എങ്ങനെ വീർപ്പുമുട്ടിക്കും എന്നു തിരിച്ചറിവുണ്ടാകില്ല. സാധാരണ അവസ്ഥയ്ക്കപ്പുറം ഏകാന്തത ഹൃദയത്തിന്റെ ഭാരമായി അനുഭവപ്പെടില്ല. വിശ്വാസം നഷ്ടപ്പെടുക എന്നത് ഏത് വിഷയത്തിലായാലും ആ വിഷയത്തിൽ പരാജിതയായി എന്നാണ് അർത്ഥം. ദൈവം ഉണ്ടോ ഇല്ലയോ എന്ന ചോദ്യം സ്വയം ചോദിച്ചു ഉത്തരമില്ലാതാകുന്നു. ദൈവം ഉണ്ട് എന്നതിന് എന്താണ് തെളിവ്! പ്രാർത്ഥിക്കുമ്പോൾ ഫലം ലഭിക്കുന്നതാണ് ആ തെളിവായി ഞാൻ വിലയിരുത്തിക്കൊണ്ടിരുന്നത്. എന്നാൽ ആ കാരുണ്യം ലഭിച്ച ആരെയും ഞാൻ കണ്ടില്ല. സമൂഹത്തിൽ ദുരിതവും കണ്ണീരും രോഗവും അനുഭവിച്ചു ജീവിക്കുന്നവർക്ക് എന്തുകൊണ്ട് ദൈവത്തിന്റെ കാരുണ്യം ലഭിക്കാതെ പോകുന്നത്? എന്താണ് അതിനർത്ഥം. പ്രകൃതിക്ക് ചില തീരുമാനങ്ങൾ ഉണ്ടെന്നും അതനുസരിച്ചു ലഭ്യമാകുന്നതുമാണ് ഭാവിയെന്നുമോ! എങ്കിൽ പ്രാർത്ഥനയ്ക്കു എന്താണ് പ്രസക്തി! എന്റെ മനസ്സിൽ ചോദ്യങ്ങൾ വീർപ്പുമുട്ടിച്ചുകൊണ്ടിരുന്നു. ഞാൻ വായിച്ച ശ്രേഷ്ഠരായ എഴുത്തുകാരുടെ രചനയിലൊന്നും ഈശ്വരനെ അനുകൂലിക്കുന്നതായി കണ്ടിട്ടില്ല. അത്രയും അറിവും ജീവിത സമ്പത്തും ഉള്ളവരെയാണോ, തികച്ചും സാധാരണക്കാരായ എന്റെ മാതാപിതാക്കന്മാരെയാണോ ഞാൻ പിന്തുടരേണ്ടത് എന്നുള്ള സംശയത്താൽ ഞാൻ പരവശയായി. അച്ഛൻ ഒരുകാലത്ത് ഏറ്റവുമധികം ആരാധിച്ചിരുന്നത് എഴുത്തുകാരെയായിരുന്നു. അതിനർത്ഥം അവരുടെ രചനകളിൽ അച്ഛനെ സ്വാധീനിക്കുന്ന പലതും ഉണ്ടായിരുന്നുവെന്നും അതിലെല്ലാം മനുഷ്യർക്ക് മാർഗ്ഗനിർദേശം ലഭിക്കാവുന്ന പലതും ഉണ്ടായിരുന്നു എന്നല്ലേ. പക്ഷേ, *ബൈബിളും*

ഉൽകൃഷ്ടമായ ഗ്രന്ഥമാണല്ലോ. മതഗ്രന്ഥങ്ങൾക്കു എന്നെ സ്വാധീനിക്കാനായില്ല. ജീവിതത്തിൽ ഞാനും ചില കൊച്ചു കൊച്ചു തെറ്റുകൾക്ക് വശംവദയായിരുന്നു. അത്തരം തെറ്റുകൾ ചെയ്യുമ്പോൾ ദൈവത്തിന്റെ സാന്നിദ്ധ്യം എന്നിൽ ഭയാശങ്കയുളവാക്കി. കാലക്രമേണ എനിക്കു തോന്നി ദൈവം എന്റെ ജീവിതത്തിൽ തീരുമാനങ്ങൾ എടുക്കേണ്ടതില്ലെന്ന്. ഈ ലോകത്ത് കിട്ടിയ ജീവിതത്തിൽ ആഗ്രഹിക്കുന്ന സുഖസൗകര്യങ്ങളൊക്കെ അനുഭവിക്കണമെന്നും മോഹിച്ചു. അല്ലെങ്കിലും ഈശ്വരൻ വൈരുദ്ധ്യങ്ങളുടെ ആകത്തുകയാണെന്ന് തോന്നിയിട്ടുണ്ട്. ദൈവം എന്ന ഭയം ഇല്ലെങ്കിലും ധാർമ്മിക മൂല്യങ്ങളിൽ വ്യതിചലിക്കാൻ ഞാൻ തയ്യാറല്ലായിരുന്നു. എന്റെ ശരികളായിരുന്നു എന്റെ പ്രവൃത്തി. മനസ്സുകാണിക്കുന്ന വഴിയിലൂടെയാവണം നടക്കേണ്ടതെന്ന ചിന്ത ശാഠ്യം പോലെ ഞാൻ പിന്തുടർന്നു. വായിച്ച പുസ്തകങ്ങളിലെ സിദ്ധാന്തങ്ങൾ വളരെയധികം എന്നെ സ്വാധീനിച്ചിരുന്നു. എന്നെങ്കിലും അതുപോലുള്ളവ രചിക്കണമെന്നും ആഗ്രഹിച്ചു. പക്ഷേ, എനിക്കറിയാം ജന്മവാസനയുള്ള എഴുത്തുകാരിയല്ല ഞാനെന്ന്. കഠിനമായി പരിശ്രമിച്ചാലേ എഴുത്തിന്റെ ലോകത്ത് എന്തെങ്കിലുമാകാൻ സാധിക്കൂ എന്ന കാര്യം ഞാൻ മനസ്സിലാക്കി. നോവലുകളും കഥകളും വായിക്കുന്നതിനേക്കാൾ താൽപ്പര്യം എഴുത്തുകാരുടെ കത്തുകളും കുറിപ്പുകളും വായിക്കാനായിരുന്നു. ഓരോരുത്തരും എത്ര വയസ്സിൽ എഴുതിത്തുടങ്ങി, എന്തുതരം പുസ്തകങ്ങളോടായിരുന്നു അവർക്ക് താൽപ്പര്യം, എത്ര വയസ്സിലാണ് അവരുടെ മികച്ച രചന ഉണ്ടായതെന്നുള്ള കാര്യങ്ങൾ ഞാൻ ആകാംക്ഷയോടെ നോക്കിക്കണ്ടു. ഞാൻ അക്ഷമയായിരുന്നു. പതിനഞ്ചുവയസ്സിലേ നോവലെഴുതണമെന്ന ആഗ്രഹം എന്നിൽ ആവേശിച്ചു. എന്റെ പുസ്തകങ്ങൾ ആളുകൾ ആവേശത്തോടെ വായിക്കുന്നതും എനിക്കു ചുറ്റും ആരാധകവൃന്ദം കൂടുന്നതും ദിവാ സ്വപ്നം കണ്ടു. രാത്രികളിൽ ഉറക്കമില്ലാതെയിരുന്നു എഴുതിക്കൂട്ടി. അത്രയും തീവ്രമായിരുന്നു എഴുത്തിനോടുള്ള ആസക്തി.

നാഷണൽ ലൈബ്രറിയിൽ പോയിരുന്ന് ശബ്ദമില്ലാതെ കരഞ്ഞ ദിനങ്ങൾ ഓർമ്മയിൽ വന്നു. ജാക്യൂസിയുമായി വഴക്കു കൂടിയതിന് ശേഷമുള്ള ദിനങ്ങൾ, വ്യാകുലതകൊണ്ടും ഒറ്റപ്പെടൽകൊണ്ടും അതിജീവിക്കാൻ പറ്റാത്തതായ ദിനങ്ങൾ. പുസ്തകങ്ങളിലേക്ക് മനസ്സർപ്പിച്ചാണ് ആ കാലഘട്ടത്തെ അതിജീവിച്ചത്.

പഴയതെല്ലാം ഓർക്കുമ്പോഴും ഇപ്പോൾ അനുഭവിക്കുന്ന നിസ്സംഗതയാണോ ആർജ്ജവം എന്നു പറയുന്നത്. ചിലപ്പോൾ ഞാൻ നേടിയവളും അയാൾ നഷ്ടപ്പെട്ടയാളും ആയതുകൊണ്ടാവും.

"സിമോൺ എന്നെ വെറുത്തിട്ടുണ്ടാവും?"

"എനിക്കറിയില്ല ജാക്യൂസ്. ഞാനതെല്ലാം മറന്നു."

"ഞാൻ തോറ്റു പോയവനാണ്."

എന്റെയുള്ളിൽ വീണ്ടും കയ്പ്പ് നിറഞ്ഞു.

"ജീവിതം യുദ്ധമല്ലായിരുന്നു. നിങ്ങൾ അലസനായിരുന്നു. എന്നും നിങ്ങളെക്കുറിച്ചു മാത്രമേ ചിന്തിച്ചുള്ളൂ. ഇനി വർഷങ്ങൾ കഴിഞ്ഞുള്ള ആത്മവിശകലനവും കുറ്റപ്പെടുത്തലും!"

"നിന്നെക്കുറിച്ചു ഞാൻ ചിന്തിക്കാതിരുന്നിട്ടില്ല. മനഃപൂർവ്വം വഞ്ചിച്ചുവെന്നാണ് സിമോൺ കരുതുന്നതെങ്കിൽ?"

"ജീവിതത്തിന്റെയും സ്നേഹത്തിന്റെയും യുക്തി വേറെ വേറെയാണെന്ന് ഞാനും പഠിച്ചു ജാക്യൂസ്. നമ്മൾ പ്രായമായവർ ആയില്ലേ പഴയതെല്ലാം പഴയതാണ്. നിങ്ങളെ വീണ്ടും കണ്ടുമുട്ടാനാവുമെന്ന് കരുതിയിരുന്നില്ല. സന്തോഷം."

"ഞാൻ സന്തോഷവാനല്ല. നിന്റെ മുന്നിൽ പരാജയപ്പെട്ടവനായി വീണ്ടും നിൽക്കേണ്ടിവരുമ്പോൾ ഞാനെങ്ങനെ സന്തോഷവാനാകും. എന്നും അത് തന്നെയായിരുന്നു പ്രശ്നം. എനിക്കൊരിക്കലും നിന്നെക്കാൾ മികച്ച വിജയങ്ങൾ നേടാൻ കഴിയില്ലായിരുന്നു. നിന്റെ അച്ഛന്റെ മുന്നിൽ എന്നും ഞാൻ കഴിവില്ലാത്തവനായി നിൽക്കേണ്ടി വന്നു. തോൽപ്പിക്കപ്പെട്ടവന്റെ നിരാശയുടെ ആഴം നിനക്കറിയില്ല സിമോൺ. നമ്മളൊരുമിച്ചു കണ്ട സ്വപ്നങ്ങളിൽ ഞാൻ പരാജയപ്പെട്ടപ്പോൾ ജീവിതത്തിൽ നിന്നുള്ള ഒളിച്ചോട്ടം കൂടിയായിരുന്നു എന്റെ വിവാഹം."

ജാക്യൂസിന്റെ മുന്നിൽ സ്വന്തം ജീവിതത്തെക്കുറിച്ചു വിശദീകരിക്കാൻ അപ്പോൾ ഞാനശക്തയായിരുന്നു. വിജയങ്ങളും പരാജയങ്ങളും ദുഃഖങ്ങളും അടക്കം ജീവിതം എത്തിനിൽക്കുന്നത് ഏത് സാഹചര്യത്തിലാണെന്ന് തുറന്നുപറയാൻ മാത്രം നിഷ്കളങ്കത എന്നിൽ ബാക്കിയുണ്ടായിരുന്നില്ല.

പാരീസിലെ തിരക്കേറിയ നിരത്തിൽ പരസ്പരം വാക്കുകൾ നഷ്ടപ്പെട്ടവരെപ്പോലെ ഏറെനേരം ഞങ്ങളിരുവരും നിസ്സഹായരായി നിന്നു.

ഒരു സ്ത്രീയും പുരുഷനും. ഒരു കാലത്ത് തീവ്രമായി പ്രണയിച്ചവർ. പറഞ്ഞാലും തീരാത്ത വാക്കുകളും, മതിവരാത്ത സ്പർശനങ്ങളും നടന്നാലും കൊതിതീരാത്ത വീഥികളും മുന്നിലുണ്ടായിരുന്നവർ വഞ്ചിച്ചുപോയ ഒരു പുരുഷനെ മദ്ധ്യ വയസ്സിൽ കാണുന്ന സ്ത്രീയുടെ മനസ്സ് ഇത്ര തണുത്തുറഞ്ഞിരിക്കുമോ!

വഞ്ചനയുടെ വേദന എന്നെ എഴുത്തുകാരിയാക്കി. വഞ്ചനയുടെ വേദന എന്നെ കലാപകാരിയും ഫെമിനിസ്റ്റുമാക്കി. വഞ്ചനയുടെ വേദനയോടെ വീണ്ടും വീണ്ടും അതിതീവ്രമായി പ്രണയിക്കാനും തുടങ്ങി.

"നിന്റെ പുസ്തകങ്ങൾ ചിലതൊക്കെ ഞാൻ വായിച്ചിട്ടുണ്ട്. ഇപ്പോൾ ഒന്നിനും മനസ്സുവരുന്നില്ല. വായനയും സിനിമയും നാടകവും ഒന്നും എന്റെ ലോകത്തില്ലാതായി. എങ്കിലും നിന്നെക്കുറിച്ചു വായിക്കുമ്പോഴും കേൾക്കുമ്പോഴും സന്തോഷം തോന്നാറുണ്ട്."

ജാക്യൂസിയുടെ വാക്കുകൾ കേട്ടപ്പോൾ ഒരു ഫലിതം കേട്ടതുപോലെ ചിരിച്ചുകൊണ്ട് പറഞ്ഞു. "സ്നേഹവും എഴുത്തും. രണ്ടും

ഭ്രാന്തിന് തുല്യമാണ്. ആത്മാവിന്റെ മരണത്തിലല്ലാതെ രണ്ടിനും അവസാനമുണ്ടാകില്ല ജാക്യൂസ്."

"സിമോൺ എന്നെ പരിഹസിക്കുകയാണോ?"

"ഒരിക്കലുമല്ല. ജീവിതത്തെക്കുറിച്ചുള്ള തത്ത്വം പറഞ്ഞെന്നേയുള്ളൂ."

"പരിഹാസമാണെങ്കിലും എനിക്കതിൽ വിരോധമില്ല. ഞാനിതൊക്കെ കേൾക്കേണ്ടയാളാണ്. സിമോൺ ഒന്നെന്നെ തല്ലിയാൽ അതു കൊള്ളാൻ മാത്രം കുറ്റം ഞാൻ ചെയ്തിട്ടുണ്ട്."

തൊണ്ടയിൽ കയ്ക്കുന്ന വേദന വീണ്ടും ഞാനനുഭവിച്ചു. മനസ്സിലേക്ക് വീണ്ടും സാർത്രിനെക്കുറിച്ചുള്ള സ്മരണ കടന്നുവന്നു. സ്നേഹത്തിന്റെ കാര്യത്തിൽ ഞാൻ വീണ്ടും വീണ്ടും തോൽപ്പിക്കപ്പെട്ടവളാണ് എന്നു പറയണമെന്നുണ്ടായിരുന്നു. ആത്മാവിന്റെ മരണം സംഭവിച്ചു കഴിഞ്ഞവൾ.

ഞാനും സാർത്രേയും തമ്മിലുള്ള വിചിത്രമായ ബന്ധത്തെക്കുറിച്ചു ജാക്യൂസ് ചോദിച്ചാൽ എന്തു മറുപടി പറയണമെന്ന് എനിക്കറിയില്ലായിരുന്നു. ആ ഓർമ്മയിൽ ഒരു സമൂഹത്തിന്റെ മുന്നിലും അനുഭവപ്പെടാതിരുന്ന വേവലാതി എന്നെ പിടികൂടി.

"ഞാൻ ഒരു കാര്യം ആവശ്യപ്പെട്ടാൽ സിമോൺ സാധിച്ചു തരുമോ?"

"എന്താണ് പറയൂ?"

"കുറച്ചുനേരം എനിക്കുവേണ്ടി ചെലവഴിക്കുമോ? എത്രയോ നാളായി അടുപ്പമുള്ള ഒരാളോട് ഞാനൊന്ന് മിണ്ടിയിട്ട്."

അന്നേരം ഞാൻ വീണ്ടും സാർത്രേയെ ഓർത്തു. നെഞ്ചിന് മേലെ എന്തോ ഭാരമിരിക്കുന്നതുപോലെയാണ് അനുഭവപ്പെട്ടത്. ഇയാൾ എന്തിനാണ് വീണ്ടും വീണ്ടും സ്നേഹത്തിന്റെ വാക്കുകൾ പറഞ്ഞു ദുർബ്ബലയാക്കാൻ വരുന്നത്. പറ്റില്ല എന്നു പറഞ്ഞ് ഒഴിവാക്കി മുഖം വെട്ടിത്തിരിച്ചു പോകാൻ തോന്നിയെങ്കിലും കാലുകൾ നിലത്തുറഞ്ഞു പോയിരുന്നു.

ഒഴിഞ്ഞുമാറാൻ മനസ്സ് പറഞ്ഞെങ്കിലും അതിന്റെ മറുപാതി അയാളുടെ വിളറിയ മുഖത്തെ നേരിടാനാവാതെ ആർദ്രമായി.

ജാക്യൂസിയോടൊപ്പം തിരക്കേറിയ വീഥിയിലൂടെ നടക്കുമ്പോൾ ഞാൻ മറ്റേതോ ജന്മത്തിലാണ് എന്നെനിക്ക് തോന്നി. ഈ മനുഷ്യനെ എവിടെവെച്ചാണ് ഞാൻ കണ്ടുമുട്ടിയത്? ഇപ്പോൾ പരസ്പരം സംസാരിച്ച് കൊണ്ട് നടക്കുന്ന ഈ അന്യഗ്രഹജീവികൾ ഏത് ഭാഷയിലാണ് ആശയവിനിമയം നടത്തുന്നത്? ഈ ഭാഷ എനിക്കു വ്യക്തമല്ല. ഈ നാട്യം എനിക്കു യോജിച്ചതാണോ. ഞാൻ അഭിനയിക്കുകയാണോ?

പെട്ടെന്നെനിക്ക് ഭയം തോന്നി. ഈ മനുഷ്യൻ വീണ്ടും എന്നെ ചതിക്കാൻ ഒരുങ്ങുകയാണോ? മദ്ധ്യവയസ്സ് പിന്നിട്ട തത്ത്വ ചിന്തകയും എഴുത്തുകാരിയും, ഫെമിനിസ്റ്റുമായ ഒരുവളെ. ചതിക്കപ്പെടാൻ വേണ്ടിയാണോ ആർദ്രമായ ഹൃദയവുമായി ഇയാളോടൊപ്പം നിരത്തിലൂടെ നട

ക്കുന്നത്. ഞാൻ ഇടംകണ്ണിട്ട് ജാക്യൂസിയെ നോക്കി. അയാളുടെ മുഖഭാവം അപ്പോഴും മുറുകിയും പരവശപ്പെട്ടും ഇരുന്നു. നെറ്റിത്തടം ചുളിവുകൾ വീണും കറുത്തും കാണപ്പെട്ടു. വഞ്ചിക്കപ്പെടാൻ തയ്യാറായി മനപ്പൂർവ്വം ഇറങ്ങിപ്പുറപ്പെട്ട ഒരുവളുടെ ധാർഷ്ട്യം നിറഞ്ഞ മനസ്സുമായി തിരക്കേറിയ നിരത്ത് മുറിച്ചുകടക്കാൻ നിൽക്കേ എന്റെ മനസ്സിലേക്ക് വീണ്ടും ജാക്യൂസിയെ കാണാൻ പോയ ദിനം ഓർമ്മ വന്നു. വിസ്മയ ത്തോടെ ഞാൻ തിരിച്ചറിഞ്ഞു. ഉവ്വ് എന്റെ തലച്ചോറിൽ ഇപ്പോഴും ഓർമ്മകൾ ബാക്കിയുണ്ട്.

****

വളരെയധികം ആകാംക്ഷയോടും നെഞ്ചിടിപ്പോടുംകൂടിയാണ് ഞാനന്ന് ജാക്യൂസിന്റെ വീട്ടിലേക്ക് ചെന്നത്. എന്റെ കത്ത് അയാൾക്ക് കിട്ടിയിട്ടുണ്ടെങ്കിൽ വെറും കൗമാര ചാപല്യമായാണോ കണ്ടിരിക്കുക യെന്നോർത്തുള്ള ജാള്യത എനിക്കുണ്ടായിരുന്നു. അതല്ല അയാൾക്കത് ഇഷ്ടപ്പെട്ടില്ല എന്നുവരുമോ എന്നുള്ള ആശങ്കയും. വാതിലിൽ മുട്ടി ഏതാനും നിമിഷം നിന്ന ശേഷമാണ് ജാക്യൂസി പുറത്തേക്ക് വന്നത്. എന്നെ കണ്ടതും അയാൾ പുഞ്ചിരിയോടെ അരികിലേക്ക് വന്നു ഓ സിമോൺ എത്ര നാളായി കണ്ടിട്ട് എങ്ങനെയിരിക്കുന്നു യാത്രയൊക്കെ എന്നു ചോദിച്ചുകൊണ്ട് ആലിംഗനം ചെയ്തു. അന്നെന്തുകൊണ്ടോ അയാളുടെ ആലിംഗനത്തിന് പതിവിലേറെ മുറുക്കമനുഭവപ്പെട്ടു. എന്നെ ശരീരത്തിൽനിന്നും വേർപെടുത്തി കണ്ണുകളിലേക്ക് നോക്കുമ്പോൾ അയാളുടെ മുഖത്ത് ലജ്ജയും പ്രണയവും ഇടകലർന്നു തുടുത്തിരുന്നു. എനിക്കും അയാളുടെ നേരെ നോക്കാൻ ലജ്ജ അനുഭവപ്പെട്ടു. മുമ്പു ഞങ്ങൾ ഒരുമിച്ചു ചെലവഴിച്ചിരുന്ന മണിക്കൂറുകളോ പങ്ക് വെച്ച ചുംബനങ്ങളോ വെറും സൗഹൃദത്തിന്റെ അതിരുകൾക്കുള്ളിൽ നിൽക്കു ന്നതായിരുന്നു. പക്ഷേ, ഏതാനും ദിവസം മുമ്പ് ഞാനെന്റെ മനസ്സ് പൂർണ്ണമായും അനാവരണം ചെയ്തു കഴിഞ്ഞിരുന്നുവല്ലോ. അതിനു ശേഷം ആദ്യമായാണ് കാണുന്നത്. ഞാൻ ജാക്യൂസിനെ കാണാനായി ചെല്ലാതെ അയാൾ എന്നെ കാണാൻ വരണമെന്നാണ് ഞാനാഗ്രഹിച്ചി രുന്നത്. അയാളിൽനിന്നും ഞാനാഗ്രഹിച്ചിരുന്ന പോലുള്ള സ്നേഹവ ചസ്സുകളൊന്നും ഇതുവരെ ലഭിച്ചിട്ടില്ല. ഒരു കാമുകിയോടു സംസാരിക്കും വിധം മധുരവാക്കുകൾ അയാൾ എന്നെങ്കിലും പറയുമെന്ന് മോഹിച്ചിട്ടു ണ്ട്. ജീവിതത്തെയും ഭാവിയെയും ഗൗരവത്തോടെ കാണുമ്പോഴും ഞാനിതെല്ലാം ആഗ്രഹിക്കുകയും ചെയ്തിരുന്നു. സദാ ദിവാസ്വപ്നം കണ്ടിരുന്ന തരള ഹൃദയയായ ഒരു പെൺകുട്ടി കൊതിയോടെ എന്റെയുള്ളിൽ ഇരുന്നു വീർപ്പുമുട്ടി.

അകത്തെ മുറിയിൽ സോഫയിൽ അടുത്തടുത്തിരിക്കുമ്പോൾ കാരണമെന്തെന്നറിയാത്ത ഒരു തരം ജാള്യതയാൽ പരസ്പരം നോക്കാൻ ഞങ്ങൾക്ക് സാധിച്ചില്ല. ആ നേരത്ത് വീട്ടിൽ ഞങ്ങളെ കൂടാതെ മറ്റാരും

ഉണ്ടായിരുന്നില്ല. ഇതിന് മുമ്പ് ഒരുപാട് തവണ എന്റെ വീട്ടിലും ഈ വീട്ടിലും ഞങ്ങൾ തനിച്ചിരുന്നിട്ടുണ്ട്. പക്ഷേ, അപ്പോഴൊക്കെ ഞങ്ങൾക്കിടയിലെ ബന്ധത്തിനു വെളിപ്പെടുത്താത്ത നിഗൂഢത നിലനിന്നിരുന്നു. പരസ്പരം ആഗ്രഹിക്കുന്നുണ്ടെങ്കിലും ആഗ്രഹങ്ങൾക്കപ്പുറത്തായിരുന്നു പുറമെ നടിച്ചിരുന്ന സദാചാരബോധം. ബന്ധങ്ങളിൽ പാലിക്കേണ്ട ചിട്ട വട്ടങ്ങൾ തെറ്റിക്കാതെയും എന്നാൽ സ്നേഹത്തിന്റെ ഉന്മാദം നിറഞ്ഞു നിന്നിരുന്നതുമായിരുന്നു ഞങ്ങളുടെ കണ്ടുമുട്ടലുകൾ.

“ജാക്യൂസിയെ കാണാനേയില്ലല്ലോ. ഞാനിവിടെ രണ്ടുതവണ വന്നിരുന്നു. നിങ്ങളുടെ അമ്മ മാത്രമേ ഉണ്ടായിരുന്നുള്ളൂ.” ഒരൽപ്പം പരിഭവത്തോടെയാണ് എന്റെ വാക്കുകൾ പുറത്തേക്ക് വന്നത്.

“സിമോൺ വന്നിരുന്നെന്ന് അമ്മ പറഞ്ഞിരുന്നു. എനിക്ക് ചില തിരക്കുകൾ ഉണ്ടായിരുന്നു.”

ആരാണ് നിങ്ങളോടൊപ്പമുണ്ടായിരുന്ന പെൺകുട്ടിയെന്നു ചോദിക്കണമെന്നുണ്ടായിരുന്നു. എന്നാൽ അത്തരം വില കുറഞ്ഞ സംസാരരീതി എന്റെ സ്വഭാവത്തിന് യോജിച്ചതല്ലെന്നു തോന്നിയത് കൊണ്ട് ആ വിഷയം മറക്കാൻ ശ്രമിച്ചുകൊണ്ട് ഞാൻ പറഞ്ഞു. “നിങ്ങളെന്നെ കാണാൻ വരുമെന്നു ഞാൻ പ്രതീക്ഷിച്ചു.”

“എനിക്കു നിന്നെ കാണണമെന്ന് ആഗ്രഹമുണ്ടായിരുന്നു. പക്ഷേ, നിന്റെ വീട്ടിലുള്ളവർക്ക് നമ്മൾ തമ്മിൽ എപ്പോഴും കാണുന്നതിൽ എതിർപ്പുണ്ട്. അതേക്കുറിച്ചു ചിന്തിച്ചതുകൊണ്ടാണ് ഞാനങ്ങോട്ട് വരാതിരുന്നതും.”

ജാക്യൂസ് അത് പറഞ്ഞപ്പോൾ എനിക്കു കുറച്ചു സമാധാനം അനുഭവപ്പെട്ടു. അയാളുടെയുള്ളിൽ എന്നോടു സ്നേഹമില്ലാതില്ല. ഞാനില്ലാതിരുന്ന ദിവസങ്ങളിൽ എന്നെക്കുറിച്ച് ചിന്തിക്കുകയും ചെയ്യുന്നുണ്ട്. അതേസമയം എന്റെയുള്ളിൽ ഒരു സംശയാലു ഉണർന്നു. ഞാനൊരു വിഡ്ഢിയായ പെൺകുട്ടിയാണോ എന്നവൾ ഓർമ്മിപ്പിച്ചു. അതിന്റെ അന്ധാളിപ്പോടെ ജാക്യൂസിയുടെ നേർക്ക് പകപ്പോടെ മിഴിച്ചുനോക്കുകയും ചെയ്തു.

“എന്തു പറ്റി സിമോൺ?”

എന്റെ പെട്ടെന്നുള്ള ഭാവപ്പകർച്ച കണ്ട് ജാക്യൂസ് തോളിൽ തട്ടി കൊണ്ട് ചോദിച്ചു.

“ഒന്നുമില്ല.” ഞാനൊരു മരപ്പാവയുടെ മാതിരി തലചലിപ്പിച്ചു. എന്തുകൊണ്ടാണ് ഇയാൾ എന്റെ കത്തിനെപ്പറ്റി ഒന്നും പറയാത്തതെന്ന് ഞാനാലോചിച്ചു.

“ഈ കൊല്ലത്തെ പരീക്ഷ തീർച്ചയായും എനിക്കു ജയിക്കണം. എന്നാലല്ലേ എനിക്കു നിന്റെ അച്ഛന്റെ മുമ്പിൽ വന്നു നിൽക്കാൻ സാധിക്കൂ.”

എന്താണ് ആ വാക്കുകളിൽ ഒളിഞ്ഞിരിക്കുന്ന അർത്ഥമെന്ന് പെട്ടെന്നെനിക്ക് പിടികിട്ടിയില്ല തികച്ചും സാധാരണമായ ഒരാഗ്രഹമാണോ.

അച്ഛന്റെ അഭിപ്രായത്തിൽ ജാക്യൂസിന് ഒട്ടും തന്നെ മിടുക്കില്ലെന്നും കഠിനാദ്ധ്വാനം ചെയ്യാനുള്ള മനസ്സില്ല എന്നുള്ളതൊക്കെയാണ് കുറ്റങ്ങൾ. ചിലപ്പോൾ മനസ്സിൽ അതു വച്ചാവാം പരീക്ഷയുടെ കാര്യം പറഞ്ഞതും.

"മുത്തച്ഛന്റെ വീട്ടിൽ എന്തൊക്കെയുണ്ട് വിശേഷങ്ങൾ. വളരെ മനോഹരമായ ഗ്രാമമാണ് അതെന്ന് അമ്മ പറയാറുണ്ട്. ഞാൻ അങ്ങോട്ടൊക്കെ പോയിട്ട് ഒരുപാട് നാളായി. നമ്മുടെ രണ്ടുപേരുടെയും കുടുംബക്കാർ തമ്മിലുള്ള ശീതസമരം സിമോണിനറിയാമല്ലോ."

"ഉം. നമ്മുടെ സൗഹൃദത്തെക്കുറിച്ച് ചില ചർച്ചകൾ നടന്നു. മുത്തച്ഛന് അതൊട്ടും ഇഷ്ടമായില്ല. പക്ഷേ, അച്ഛനും അമ്മയും അതൊന്നും കാര്യമാക്കുമെന്ന് തോന്നുന്നില്ല." അത്രയും പറഞ്ഞു കഴിഞ്ഞപ്പോഴാണ് എന്തിനാണ് ഈ വിഷയം ഞാനിവിടെ പറഞ്ഞതെന്ന് ഓർത്തത്. ഈ വിഷയത്തിന് ഞങ്ങളുടെ സംഭാഷണത്തിനിടയിൽ എന്തെങ്കിലും പ്രസക്തി വരണമെങ്കിൽ എന്റെ മനസ്സിലുള്ളത് എന്താണോ അത് ജാക്യൂസിയുടെ മനസ്സിലും ഉണ്ടാവണം.

അന്നേരം ജാക്യൂസ് എഴുന്നേറ്റ് എന്റെ അരികിലായി വന്നിരുന്നു. എന്തുകൊണ്ടോ അന്നേരം ചെറിയൊരു പരിഭ്രമം എനിക്കുണ്ടായി.

"സിമോൺ രണ്ടാഴ്ചയായി ഞാൻ നിന്നെ കാണാതിരുന്നത് മനപ്പൂർവ്വമാണ്. നിന്റെ അച്ഛന് എന്നോടു മറ്റ് തരത്തിൽ വിരോധമില്ലെങ്കിലും നമ്മൾ തമ്മിൽ കണ്ടുമുട്ടുന്നതിൽ എതിർപ്പുണ്ട്. അദ്ദേഹത്തെ കൂടുതൽ ചൊടിപ്പിച്ചാൽ ഒരുപക്ഷേ..."

"ഒരുപക്ഷേ?" ഞാൻ ഉദ്വേഗത്തോടെ ചോദിച്ചു.

ജാക്യൂസ് ഒന്നും മിണ്ടിയില്ല. അതിനുപകരം കുറച്ചൂടെ എന്റെ അരികിലേക്ക് നീങ്ങിയിരുന്നു. അയാളുടെ ഉച്ഛ്വാസവായുവിന്റെ ചൂട് എന്റെ മുഖത്ത് തട്ടി. ശരീരത്തിൽ എന്തോ ഒന്നു സംഭവിച്ചു. ചുണ്ടുകൾ അയാളെ ആഗ്രഹിക്കുന്നത് അടക്കിവയ്ക്കാൻ ഞാൻ നന്നേ പാടുപെട്ടു.

എന്റെ കത്ത് ജാക്യൂസ് വായിച്ചുവെന്ന് എനിക്കുറപ്പായി. അതേ നിമിഷം അയാളെന്റെ താടി പിടിച്ചുയർത്തി കണ്ണുകളിലേക്ക് ഉറ്റുനോക്കി.

എന്റെ തൊണ്ട വരണ്ടുണങ്ങി. ശരീരം തളർന്നു. അയാളുടെ കണ്ണുകളെ നേരിടാനാവാതെ ഞാൻ കണ്ണുകൾ അടച്ചു പിടിച്ചു. ജാക്യൂസിന്റെ ചുണ്ടുകൾ ആദ്യം എന്റെ കണ്ണുകൾക്ക് മേലാണ് സ്പർശിച്ചത്.

അത് ഇതിനുമുമ്പ് അനുഭവിക്കുന്നത് പോലെയല്ല എനിക്കനുഭവപ്പെട്ടത്. വളരെ സാവധാനം അയാളെന്റെ ചുണ്ടുകൾ കവർന്നെടുത്തു. ചെവിയിൽ ചുണ്ടുരസി സിമോൺ എന്നു മൃദുവായി വിളിച്ചു.

അത്രയും ആർദ്രമായ ശബ്ദത്തിൽ ഇതിനുമുമ്പ് മറ്റാരും എന്റെ പേര് ഉച്ചരിച്ചിട്ടില്ലയെന്ന് ഉടലിന്റെ കോരിത്തരിപ്പിലൂടെ ഞാനോർത്തു. അന്നേരം ഇതുവരെ തോന്നാത്ത തീവ്രമായ പ്രണയത്താൽ അയാളുടെ കണ്ണുകളുടെ ആഴങ്ങളിലേക്ക് ഞാനുറ്റുനോക്കി. ഒരു പുരുഷൻ സ്ത്രീയെ ഇത്രയും ഹൃദ്യമായാണോ ചുംബിക്കുന്നതെന്ന് അതിശയത്തോടെ ഞാനോർത്തു. മറ്റൊരാളുടെ ഉമിനീരിനെ അറപ്പില്ലാതെ സ്വീകരിക്കാൻ

സാധിക്കുന്നത് പ്രണയത്തിലും സെക്സിലും മാത്രമാണെന്ന് അന്നേരം എനിക്കു തോന്നി. മറ്റൊരു ശരീരത്തെ സ്വീകരിക്കുന്നതിൽ പ്രണയം കടന്നുവരുമ്പോൾ തീവ്രമായ ഉന്മാദം ശരീരത്തെ കീഴ്പ്പെടുത്തുമെന്നും ഉടൽ തീ പോലെ ജ്വലിക്കുമെന്നും ഞാനറിഞ്ഞു. എനിക്ക് തലചുറ്റൽ അനുഭവപ്പെട്ടു. എങ്കിലും ചുണ്ടുകൾ വേർപെടുത്താനോ ആലിംഗന ത്തിൽനിന്നും മുക്തയാവാനോ മടിതോന്നി. അയാളുടെ കൈകളിൽ എന്റെ മുഖം കോരിയെടുത്തിരുന്നു. ഇടയ്ക്ക് നെറ്റിയിൽ തഴുകുകയും തലമുടി മാടിയൊതുക്കുകയും ചെയ്തു. ഏറെ സമയത്തിനുശേഷം പരസ്പരം വേർപെടുമ്പോൾ ഞങ്ങളുടെ രണ്ടുപേരുടെയും മുഖം ലജ്ജയിൽ ചുവന്നു തുടുത്തിരുന്നു.

നിർണ്ണായകം

ആ തവണത്തെ പരീക്ഷയിലും ജാക്യൂസ് ദയനീയമായി പരാജയപ്പെട്ടു. അയാളുടെ തോൽവി എന്നെയാണ് കൂടുതൽ തളർത്തിയത്. ഭാവിയെക്കുറിച്ചോർത്തു ഉള്ളിൽ ആശങ്ക നിറയുന്നു. ജാക്യൂസിന് എന്നേക്കാൾ ബുദ്ധിയും അറിവുമുണ്ടെന്ന് എനിക്കു നന്നായറിയാം. പക്ഷേ, അവനൊരിക്കലും ആ കഴിവുകൾ വേണ്ടവണ്ണം ഉപയോഗിക്കാൻ മിനക്കെടുന്നില്ല.

അയാളെ ആശ്വസിപ്പിക്കാൻ ശ്രമിക്കുമ്പോഴും എനിക്കു നിരാശയും ദേഷ്യവും തോന്നി. പലപ്പോഴും അയാളുടെ പ്രവൃത്തികൾ എനിക്കു നിരാശ മാത്രമാണ് തന്നിട്ടുള്ളത്. ചിലപ്പോൾ തോന്നും യഥാർത്ഥത്തിൽ ജാക്യൂസ് എന്നെ സ്നേഹിക്കുന്നുണ്ടോയെന്ന്. സ്നേഹിച്ചിരുന്നെങ്കിൽ ജീവിതത്തെ പ്രതി അവൻ നിരാശയോടെ സംസാരിക്കുമായിരുന്നോ! എന്താണ് അതിനർത്ഥം. എനിക്കയാളെ ആനന്ദിപ്പിക്കാൻ സാധിക്കുന്നില്ല എന്നാണോ. അതോ ഭാവിയിലേക്കും നിരാശ നിലനിർത്താൻ മാത്രമേ എന്റെ സ്നേഹത്തിന് കഴിയുന്നുള്ളൂ എന്നോ.

“ജീവിതത്തിൽ ലക്ഷ്യങ്ങൾ നേടാൻ സ്വയം പ്രയത്നിക്കാനാണ് നമ്മൾ ശ്രമിക്കേണ്ടത് അല്ലാതെ ആരും ഒരു സാമ്രാജ്യവും സ്ഥാപിച്ചിട്ടില്ല. ജാക്യൂസ്.”

എന്റെ വാക്കുകൾ പരുഷമായിരുന്നു.

“എനിക്കറിയില്ല. സാമ്രാജ്യം സ്ഥാപിച്ചിട്ടെന്ത് ചെയ്യാൻ?”

അയാളുടെ പ്രതികരണം എന്നെ കോപാകുലയാക്കി. ഭാവിയെക്കുറിച്ചുള്ള യാതൊരുവിധ ആശങ്കയോ ആലോചനയോ ഇപ്പോൾ ജാക്യൂസിയിൽ കാണാറില്ല. എന്നാൽ പലപ്പോഴും അയാൾ അയാളെ പറ്റിയോർത്ത് നിരാശനാണുതാനും. എന്നിട്ടും ആ നിരാശയെ മറികടക്കാൻ ഒന്നും ചെയ്യുന്നുമില്ല. ഒന്നിനും കൊള്ളാത്തവനാണെന്ന് സ്വയം കുറ്റ

പ്പെടുത്താനും വേവലാതിപ്പെടാനും മാത്രമേ അയാളെക്കൊണ്ട് പറ്റുമായിരുന്നുള്ളൂ. എന്റെയുള്ളിൽ ചിലപ്പോഴൊക്കെ ജാക്യൂസിയോട് വെറുപ്പും കാലുഷ്യവും നിറയും. ചിലപ്പോഴൊക്കെ സഹതാപവും നിരാശയും തോന്നും.

സംസാരം താൽപ്പര്യമില്ലാത്തതുപോലെ ജാക്യൂസ് ഏതോ പുസ്തകം തിരക്കിട്ട് തിരയുന്നതായി ഭാവിച്ചു.

"നിങ്ങൾ എന്നെ ഒഴിവാക്കുകയാണോ?"

അയാൾ അത് കേട്ടതായി ഭാവിച്ചില്ല.

"ജാക്യൂസ്." ഞാൻ തെല്ലുച്ചത്തിൽ വിളിച്ചു.

"സിമോൺ നീ വെറുതെ ഒരു കുട്ടിയെ കാണുംപോലെ എന്നെ കാണരുത്. എനിക്കും ചിന്തിക്കാനുള്ള ബോധമുണ്ടെന്ന് മനസ്സിലാക്കൂ. അല്ലാതെ തന്നെ വേണ്ടുവോളം ഉപദേശമുണ്ട്. ഇനി നിന്റെ കുറവുകൂടിയേയുള്ളൂ. നിന്റെ ശല്യം എനിക്ക് സഹിക്കാൻ പറ്റാതായിരിക്കുന്നുവെന്ന് നീയും തിരിച്ചറിയണം."

"നിങ്ങളെ ഒരു തരത്തിലും ഉപദ്രവിക്കാൻ ഞാനാഗ്രഹിക്കുന്നില്ല ജാക്യൂസ്." ഞാൻ നിരാശയോടെ മന്ത്രിച്ചു. ആനന്ദിപ്പിക്കുന്നതിന് പകരം പരിഭ്രാന്തിയും ആകുലതയും മാത്രമേ ഈ പ്രണയം നൽകുന്നുള്ളൂ. എന്റെ മനസ്സ് അയാളിൽനിന്നും ഓടിയൊളിക്കാനുള്ള ധൈര്യമോ, ചേർന്നുനിൽക്കാനുള്ള ആഗ്രഹമോ ഇല്ലാതെ എരിഞ്ഞുകൊണ്ടിരുന്നു. പുറത്തെ ചാരവർണ്ണമാർന്ന ആകാശം ആ മുറിയിൽ നിന്നാൽ വ്യക്തമായി കാണാമായിരുന്നു. ഈ മനുഷ്യനെ ഞാൻ സ്നേഹിച്ചിരുന്നോ! മുമ്പ് എപ്പോഴൊക്കെയോ ഞാനിയാളെ തീവ്രമായി സ്നേഹിച്ചിട്ടുണ്ട്. ഇപ്പോൾ അനുഭവിക്കുന്ന ഈ വേദന അതിന്റെ അടയാളങ്ങൾ ആയിരിക്കണം. ഇതിലും തീവ്രമായ വേദനയിലൂടെ കടന്നുപോകാതിരിക്കാൻ ഞാനെന്റെ ചെറിയ ശരീരത്തിന്റെ അകമേ എരിയുന്ന തീക്കുണ്ഡവുമായി ഏത് കടലിൽ മുങ്ങിച്ചാകണം. എനിക്ക് ശ്വാസം മുട്ടുംപോലെ തോന്നി. ഹൃദയമിരിക്കുന്ന ഭാഗത്ത് അതികഠിനമായ തിക്കുമുട്ടൽ. ഇനിയും ഈ മനുഷ്യനെ സ്നേഹിക്കണമോ. ഉള്ളിന്റെയുള്ളിൽ പതഞ്ഞു പൊന്തിയ അപമാനത്തിന്റെ വേദന അണപ്പല്ല് ഞെരിച്ചുകൊണ്ട് ഞാൻ സഹിച്ചു. ഹൃദയം ഇങ്ങനെ ദുർബ്ബലമായിക്കൂടാ എന്നു വാശിയോടെ സ്വയം പറഞ്ഞു പഠിപ്പിക്കാൻ ശ്രമിച്ചുകൊണ്ട് യാത്രപറയാൻ പോലും നിൽക്കാതെ ഇറങ്ങിനടന്നു. കണ്ണുകളിൽ അസഹ്യമായ നീറ്റലും ഉള്ളിൽ ഏത് നദിക്കും അണയ്ക്കാൻ പറ്റാത്ത തീക്കുണ്ഡവും പേറി. എന്റെ ആദ്യത്തെ പ്രണയം. ആദ്യത്തെ തിരസ്കാരം.

അതിജീവിക്കാൻ കഴിയാത്ത ഏതോ സമസ്യപോലെ ഭാവി ശൂന്യമായി തീർന്നിരിക്കുന്നുവെന്ന് തോന്നി. കണ്ണുനീരിന്റെ പാട മൂടി മുന്നിലെ വഴി അവ്യക്തമായി. റോഡിലൂടെ യാതൊരുവിധ ലജ്ജയുമില്ലാതെ കണ്ണുനീരൊഴുക്കിക്കൊണ്ട് ഞാൻ നടന്നു. വീട്ടിൽ ചെന്നതും വാതിലടച്ചു മെത്തയിൽ കിടന്നു ആർത്തലച്ചു കരഞ്ഞു. എത്ര

കരഞ്ഞിട്ടും ആ വേദന വിട്ടുമാറിയില്ല. ഇനിയൊരിക്കലും ജാക്യൂസിയുടെ മുന്നിലേക്ക് കടന്നുചെല്ലില്ലെന്നു ഉറപ്പിച്ചു. ആ രാത്രി, വേദനയുടെ ആ രാത്രി ഇനിയൊരു പുരുഷനും ജീവിതത്തിലേക്കില്ലെന്നു ഉറപ്പിച്ച രാത്രി. ഒരു പുരുഷന്റെ സ്നേഹവും ഇനിയെന്നെ തൃപ്തിയാക്കില്ല. എത്രയോ തവണ എന്നെ ചേർത്തുപിടിച്ച കൈകൾ. പതിമൂന്നാം വയസ്സ് മുതൽ എനിക്കു മേൽ സ്വാധീനം ചെലുത്തിയ വ്യക്തി. ഞങ്ങൾ പറഞ്ഞിരുന്ന തമാശകൾ, പങ്കുവെച്ച കൊച്ചു കൊച്ചു സ്വപ്നങ്ങൾ, പരസ്പരം കവർന്നെടുത്ത ചുംബനങ്ങൾ, എന്റെ ശരീരം ആദ്യമായി പൂത്തുലഞ്ഞ നിമിഷങ്ങളുടെ ഉന്മാദം. എനിക്ക് പകരം അവിടെ മറ്റൊരുത്തി വരും. അയാൾ അവളെയും ഇതുപോലെ തന്നെ ചേർത്തുപിടിക്കും. അവളുടെ ചെവിയിലും ചുണ്ടുകൾ ചേർത്ത് രഹസ്യങ്ങൾ പറയും. അവളുടെ ചുണ്ടുകളെയും ചുംബനങ്ങൾകൊണ്ട് തുടുപ്പിക്കും. ആ സമയം പള്ളി മണിയുടെ ശബ്ദവും അൾത്താരയിലെ വിശുദ്ധ കന്യാമറിയത്തെയും ഞാനോർമ്മിച്ചു.

പിറ്റേന്ന് ഞാൻ സാസയെ കാണാൻ പോയി. അവൾക്ക് വായിക്കാൻ ഏതാനും പുസ്തകങ്ങൾ കൊടുത്തിരുന്നു. ഓരോ പുസ്തകവും വായിച്ചതിനുശേഷം ഞങ്ങൾ അതേക്കുറിച്ചു സംസാരിച്ചിരുന്നു പണ്ടൊക്കെ. അതിലെ സംഭാഷണങ്ങൾ മനസ്സിനെ സ്പർശിച്ച വാചകങ്ങൾ, കഥാപാത്രങ്ങൾ. ഒടുവിൽ ഓരോ കഥയും നാടകമായാൽ ഓരോ കഥാപാത്രവും ഏതൊക്കെ നടീനടന്മാർ ചെയ്താൽ നന്നായിരിക്കും എന്നും സങ്കല്പിച്ചു വിലയിരുത്തും. ലക്സൻബർഗ് തോട്ടത്തിലിരുന്നു മണിക്കൂറുകൾ ഞങ്ങൾ ചർച്ചയിൽ മുഴുകിയിരുന്നു. പക്ഷേ, ഇപ്പോൾ സാസയെ പുസ്തകങ്ങൾ സ്വാധീനിക്കാതെയായിരിക്കുന്നു. എങ്കിലും സാസയുടെ സാമീപ്യം എനിക്കാശ്വാസം തന്നെയായിരുന്നു. അവളും വല്ലാത്തൊരു ധർമ്മസങ്കടത്തിൽ ആയിരുന്നു. പാർട്ടികളിലും സൽക്കാരങ്ങളിലും അവൾ പങ്കെടുക്കുന്നുണ്ട്. പഠിത്തകാര്യത്തിൽ ശ്രദ്ധ ചെലുത്തുന്നുണ്ട്. എങ്കിൽക്കൂടിയും ഞങ്ങളുടെ രണ്ടുപേരുടെയും അകം നൂലിൽനിന്നും വേർപെട്ട പട്ടം കണക്കെ ആകാശത്തു ദിശയറിയാതെ. ഉഴറുന്നു.

അന്ന് സ്വയം മറന്ന് ഞാനവളുടെ മുന്നിലിരുന്ന് പൊട്ടിക്കരഞ്ഞു.

“എന്തുപറ്റി സിമോൺ?” സാസ പരിഭ്രമിച്ചുകൊണ്ട് എന്റെ മുഖം തുടയ്ക്കുകയും തോളിൽ തട്ടുകയും ചെയ്തു.

സാസയോട് അന്നാണ് ജാക്യൂസിയുമായുള്ള ബന്ധം തകർന്നതിനെക്കുറിച്ച് പറഞ്ഞത്. അവൾ വാക്കുകൾകൊണ്ട് എന്നെ ആശ്വസിപ്പിച്ചില്ല പകരം അവളുടെ തോളിലേക്ക് എന്നെ ചായ്ച്ച് കിടത്തി, വിരലുകൾ തലമുടിയിലൂടെ താളത്തിൽ തഴുകിക്കൊണ്ടിരുന്നു. എന്റെ അമ്മയുടെ തോളിൽ ഇതുപോലൊന്ന് ചാഞ്ഞിരുന്നു കരയാൻ സാധിച്ചിരുന്നെങ്കിലെന്ന് അതിയായി മോഹിച്ചിട്ടുണ്ട്. അമ്മ ഒരിക്കലെങ്കിലും അവരുടെ വിരലുകൾകൊണ്ട് എന്റെ കണ്ണുകൾ തുടച്ചിരുന്നെങ്കിൽ. ഒരുപക്ഷേ, ഇത്രമാത്രം ഏകാന്തതയും, ഇത്രമേൽ ഇരുട്ടും ശൂന്യതയുംകൊണ്ട്

എന്റെ ഹൃദയം തകർന്നു പോകില്ലായിരുന്നു. കൗമാരത്തിനും യൗവന ത്തിനും ഇടയിലൂടെ കടന്നുപോകുന്ന പെൺകുട്ടികൾ അനുഭവിക്കുന്ന വിഷാദാവസ്ഥ ഞങ്ങൾ ഇരുവരെയും പിടികൂടിയിരുന്നു.

സാസയുടെ ചേച്ചിയുടെ വിവാഹം നടത്താനുള്ള ഒരുക്കങ്ങൾ നടക്കുന്നു. അത് കഴിഞ്ഞാൽ ഉടൻ സാസയുടെ കാര്യത്തിലും തീരുമാന മുണ്ടാകും. പെൺകുട്ടികൾ വലിയ വിദ്യാഭ്യാസം നേടുന്നതിലോ, ഉദ്യോഗം സമ്പാദിക്കുന്നതിലോ ഒന്നും തന്നെ അത്ര മതിപ്പുള്ളവരായിരുന്നില്ല അവളുടെ മാതാപിതാക്കൾ. മക്കളെ നല്ല കുടുംബിനികളാക്കുകയായി രുന്നു അവരുടെ ലക്ഷ്യമത്രയും. സാസായാണെങ്കിൽ പ്രാഡിലി ഇല്ലാതെ ജീവിക്കുന്നതിനെക്കുറിച്ച് ചിന്തിക്കാൻ പോലും അശക്തയും.

ഒന്നുകിൽ പ്രാഡിലി ധൈര്യം കാണിക്കണം. അല്ലായെങ്കിൽ ഈ ബന്ധത്തിൽനിന്നും മറികടക്കാനുള്ള ധൈര്യം എനിക്കുണ്ടാവണം. സാസാ ആരോടെന്നില്ലാതെ പിറുപിറുത്തു.

“നിനക്കതിനുള്ള ധൈര്യമുണ്ടോ?”

“ഇല്ല. ഞാനെന്നെ തന്നെയാണ് ഭയക്കുന്നത്.”

അത് പറയുമ്പോൾ സാസയുടെ കണ്ണുകൾ നിറഞ്ഞൊഴുകി.

“പ്രണയം എത്ര വലിയ മനോരോഗമാണ് അല്ലേ സിമോൺ. അതിൽ ആനന്ദം വളരെ കുറച്ചേയുള്ളൂ. വേദന വേദന മാത്രം.”

ശരിയാണ് വേദന മാത്രം. എന്നിട്ടും എന്തിനാണ് ഈ വേദന കൂടെ കൊണ്ട് നടക്കാൻ മനുഷ്യർ ഇഷ്ടം കാണിക്കുന്നത്. ആ വേദനയിൽ നിന്നും മറികടക്കാൻ ആ സമയം ശക്തമായി ഞാനാഗ്രഹിച്ചിരുന്നു. ഞാൻ എന്നോടുതന്നെ കലഹിക്കാൻ തീരുമാനമെടുക്കുന്നത് പോലെ യാണ് പ്രണയത്തെ കുറിച്ചോർത്തു കണ്ണീരൊഴുക്കുന്നതും. എന്നാൽ അതിൽനിന്നും രക്ഷപ്പെടാൻ ശ്രമിക്കുമ്പോൾ അനുഭവസിദ്ധിയില്ലാത്ത വന്റെ കൈയിലെ ആയുധം പിന്നെയും പിന്നെയും പരാജയപ്പെടും പോലെ ഒരുതരം പരാജയബോധം എന്നെ ചൂഴ്ന്നുനിൽക്കാൻ തുടങ്ങുന്നു.

സാസാ ബെർലിനിൽ പോകാൻ തീരുമാനിച്ച വിവരം പറഞ്ഞത് ഏതാനും ദിവസം മുമ്പാണ്. അതേക്കുറിച്ചു ചോദിക്കാൻ മുതിരും മുമ്പേ സാസയുടെ അമ്മ അകത്തുനിന്നും വന്ന് സിമോൺ അറിഞ്ഞോ വിശേഷങ്ങൾ എന്നാരാഞ്ഞു.

എന്താണ് എന്നോർത്തു സാസായെ നോക്കുമ്പോൾ അവൾ വിഷാദത്തോടെ രണ്ടുദിവസം കഴിഞ്ഞാൽ ബെർലിനിലേക്ക് പോകേണ്ടി വരുമെന്ന് പറഞ്ഞു.

ഹൃദയത്തിനുള്ളിൽ ഒരു നടുക്കം സംഭവിച്ചത് വ്യക്തമായി ഞാനറിഞ്ഞത് അന്നേരമാണ്.

****

ഇന്ന് ജീവിതത്തെ വിലയിരുത്തുമ്പോൾ എനിക്കു തോന്നുന്നു. ജാക്യൂസിയെ കാണാൻ വീണ്ടും തീരുമാനമെടുത്ത ദിവസമായിരുന്നു എന്റെയും ജീവിതത്തിലെ ആദ്യത്തെ നിർണ്ണായക സന്ധിയെന്ന്. ഇനിയൊരിക്കലും കാണരുത് എന്നുറപ്പിച്ചയാളെ കാണാൻ ഇറങ്ങിത്തിരിക്കുംമുമ്പ് അനേകമനേകം വട്ടം എനിക്കെന്നോട് തന്നെ കലഹിക്കേണ്ടി വന്നു. ഒരായിരം വട്ടം നേരിട്ട അപമാനത്തെ ഓർത്തെടുത്ത് പിന്തിരിയാൻ ശ്രമിച്ചുനോക്കി. അതിന്റെയെല്ലാം അവസാനം ഞങ്ങൾ തമ്മിലുള്ള പ്രശ്നങ്ങൾ എല്ലാം മറക്കാൻ ശ്രമിച്ചുകൊണ്ട് അയാളെ കാണാൻചെന്നു.

നിർബ്ബന്ധിത മിലിട്ടറി സേവനത്തിന് അൽജിയെഴ്സിലേക്ക് ജാക്യൂസ് പോകുന്നുവെന്നറിഞ്ഞതുമുതൽ ഒരു തീരുമാനമെടുക്കാതെ ഞാനുഴറിനടന്നു. അകത്തും പുറത്തും തണുപ്പുണ്ടായിട്ടും എന്റെയുള്ളു പുകഞ്ഞുകൊണ്ടിരുന്നു. സ്വീകരണ മുറിയിലും അടുക്കളയിലും കിടപ്പറയിലും ഉറപ്പില്ലാതെ ചുറ്റിനടന്നു. എന്തിന് വേണ്ടിയാണ് അയാളെ കാണാൻ ആഗ്രഹിക്കുന്നതെന്ന് സ്വയം ചോദിച്ചു പരാജയപ്പെട്ടു. ഉത്തരമില്ലാത്ത ചില ചോദ്യങ്ങൾ ഏത് ബന്ധത്തിലും ബാക്കി നിൽക്കും എന്നെനിക്ക് ബോദ്ധ്യപ്പെട്ടുതുടങ്ങി. സാമാന്യ മര്യാദ എന്ന യുക്തിപരമായ ന്യായം പറയാം. പക്ഷേ, അതാണോ അതുമാത്രമാണോ ശരി.

എന്നാൽ ജാക്യൂസിയെ നേരിൽ കണ്ടപ്പോൾ അതുവരെ തോന്നിയിരുന്ന വിക്ഷോഭങ്ങളൊന്നും തന്നെ മനസ്സിനെ അലട്ടിയില്ല. ദൂരയാത്ര പോകുന്ന ഒരു ബന്ധുവിനെ യാത്രയാക്കാൻ പോകുന്നത്ര ലാഘവത്തോടെ അയാളെ നേരിടാൻ കഴിഞ്ഞപ്പോൾ അത്ഭുതം തോന്നി.

കഴിഞ്ഞ തവണ വാഗ്വാദത്തിലായി പിരിഞ്ഞതിൽ പിന്നെ ഞങ്ങൾ പരസ്പരം വാശിയോടെ അവഗണിക്കാൻ ശ്രമിച്ചുകൊണ്ടിരുന്നു. ചില സമയങ്ങളിൽ തോന്നും പൂർണ്ണമായും എനിക്കയാളെ മറക്കാൻ കഴിഞ്ഞുവെന്ന്. മറ്റ് ചിലപ്പോൾ അതികഠിനമായ നിരാശാബോധത്തിൽ അയാളെ ആഗ്രഹിക്കുകയും ചെയ്യുന്നു.

ഞാൻ ചെല്ലുമ്പോൾ ആ വീട്ടിൽ നിറയെ ആളുകളുണ്ടായിരുന്നു. ജാക്യൂസിയുടെ ചില ബന്ധുക്കളും പരിചയക്കാരും അയൽക്കാരും. ബന്ധുക്കളിൽ ചിലരെയൊക്കെ എനിക്കും പരിചയമുണ്ട്. കണ്ടപാടെ കുശലാന്വേഷണം നടത്തിക്കൊണ്ട് ജാക്യൂസിയുടെ അമ്മ എന്നെയും അകത്തു പിടിച്ചിരുത്തി. ആ സാഹചര്യത്തിൽ പെട്ടെന്ന് അവിടെനിന്നും ഇറങ്ങിപ്പോകാൻ കഴിയില്ലെന്നു ബോദ്ധ്യമായി. വല്ലാത്തൊരു വീർപ്പുമുട്ടൽപോലെ തോന്നിയെങ്കിലും അതൊന്നും പ്രകടമാവാതിരിക്കാൻ എനിക്കു നന്നേ പണിപ്പെടേണ്ടിവന്നു. ആൾക്കൂട്ടത്തിൽ ജാക്യൂസിയെ മാത്രം കണ്ടില്ല. വയറിൽനിന്നും നെഞ്ച് വരെയെത്തുന്ന കഠിനമായ ആകുലത നിറഞ്ഞു. ഈ വീട്ടിൽ മുമ്പു വന്നപ്പോഴൊന്നും തോന്നാത്തത്ര ഏകാന്തത ആ സമയം അനുഭവപ്പെട്ടു. ആരോടോ തമാശ പറഞ്ഞു ചിരിച്ചുകൊണ്ട് പുറത്തുനിന്നും ജാക്യൂസി കയറിവന്നതും എന്നെയാണ്

ആദ്യം കണ്ടത്. ഞാൻ പ്രതീക്ഷിച്ച പോലെയുള്ള അകൽച്ചയൊന്നും അയാളുടെ മുഖഭാവത്തിനില്ലെന്നുള്ളത് എന്നെ അത്ഭുതപ്പെടുത്തി.

"സിമോൺ വരുമെന്നു ഞാൻ പ്രതീക്ഷിച്ചില്ല." ആഹ്ലാദം നിറഞ്ഞ ചലനങ്ങളോടെ അയാളെന്റെ അരികിൽ വന്നിരുന്നു.

"നിങ്ങൾ പോകുന്നുവെന്നറിഞ്ഞപ്പോൾ..." വാക്കുകൾക്കായി ഞാൻ തപ്പിത്തടഞ്ഞു.

"ഇപ്പോഴും ദേഷ്യത്തിലാണോ?"

ആ ചോദ്യം ചോദിക്കുമ്പോൾ അതുവരെ കണ്ടിട്ടില്ലാത്ത കുസൃതി

അയാളുടെ കണ്ണുകളിൽ കണ്ട് ഞാൻ അതിശയപ്പെട്ടു. ഞങ്ങളിരുവരും പുറത്തിറങ്ങി വീടിനടുത്തുള്ള മേപ്പിൾ മരച്ചുവട്ടിൽ പോയിനിന്നു. വാക്കുകൾക്കുള്ള ക്ഷാമംകൊണ്ട് എന്തുപറയണം എന്നറിയാതെ നിൽക്കാനേ അപ്പോഴും എനിക്കു സാധിച്ചുള്ളൂ. ജാക്യൂസി വാതോരാതെ സംസാരിച്ച് കൊണ്ടിരുന്നു. അയാളെ ഇത്രയധികം രാജ്യസ്നേഹം ബാധിച്ചോയെന്ന് എനിക്കതിശയം തോന്നി. ഇനി അടുത്തകാലത്തൊന്നും ഞങ്ങൾ തമ്മിൽ കാണാനിടയില്ലെന്നു ഓർത്തപ്പോൾ വീണ്ടും ഹൃദയം എരിഞ്ഞു വേദനിച്ചു. പഴയകാലത്തെക്കുറിച്ചും കൂട്ടുകാരെക്കുറിച്ചും സംസാരിക്കുന്നതിനിടയിൽ എന്റെ പഠിത്തത്തിന്റെ കാര്യങ്ങളെക്കുറിച്ചും അയാൾ ചോദിച്ചുകൊണ്ടിരുന്നു. വീട്ടിൽ പറയാതെയാണ് ഞാൻ വന്നതെന്ന് പറഞ്ഞപ്പോൾ ശാസിച്ചു. എനിക്കു വീണ്ടും നെഞ്ച് വേദനിച്ചു.

ഈ മനുഷ്യൻ വീണ്ടും എന്നെ സ്നേഹത്തിൽ പെടുത്താൻ ശ്രമിക്കുകയാണോ.

നിന്നെ പിരിഞ്ഞു പോകുന്നതാണ് എന്റെ സങ്കടമെന്ന് ജാക്യൂസ് പറഞ്ഞതോടെ കണ്ണുകൾ നിറയാതിരിക്കാൻ ശ്രമിച്ചുകൊണ്ട് ഒരു മേപ്പിൾ ഇലയെടുത്ത് തിരിച്ചും മറിച്ചും നോക്കി അലസഭാവത്തിൽ നിൽക്കാൻ ശ്രമിച്ചു. അന്നേരവും കാരണമെന്തെന്ന് തിരിച്ചറിയാത്ത ഒരുതരം വേദന ഹൃദയത്തിന്റെ ഇടത് ഭാഗത്ത് അനുഭവിച്ചു. അയാളുടെ വാക്കുകൾ എന്നെ ഉലച്ചുവെങ്കിലും ജാക്യൂസിയുമായുള്ള പ്രണയത്തിലോ വിവാഹത്തിലോ എനിക്കു വിശ്വാസമില്ലായിരുന്നു. പക്ഷേ, എന്റെ മനസ്സിൽ അപ്പോഴും സ്നേഹം ബാക്കിയുണ്ടായിരുന്നു. വിശ്വാസമില്ലാതെയും ഒരാളെ സ്നേഹിക്കാൻ കഴിയുമെന്ന അനുഭവം അതിശയത്തോടെ ഞാൻ മനസ്സിലാക്കി. തിരിച്ചു വീട്ടിലെത്തിയിട്ടും ഉള്ളു പുകഞ്ഞുകൊണ്ടിരുന്നു. യാത്ര പറഞ്ഞുപോയ ജാക്യൂസിയെ അല്ല എന്റെ ഉള്ളിലുള്ള അയാളെയാണ് തൂത്തെറിയേണ്ടതെന്ന് എരിഞ്ഞെരിഞ്ഞു വേദനിച്ചു ഓർമ്മിച്ചുകൊണ്ടിരുന്നു.

ജാക്യൂസിയെ കാണാൻ പോയത് അച്ഛന് അത്രയൊന്നും ഇഷ്ടപ്പെട്ടില്ലെന്നു മനസ്സിലായി. എന്തുകൊണ്ടോ അതിന്റെ പേരിൽ വഴക്കൊന്നും ഉണ്ടാക്കിയില്ല. മിലിട്ടറി സേവനത്തിന് പോയതുകൊണ്ട് ഇനിയടുത്തൊന്നും ഞങ്ങൾ തമ്മിൽ കാണില്ല എന്ന ആശ്വാസമാകാം അച്ഛന്റെ

മനസ്സിൽ. ജാക്യൂസിയോടുള്ള മനോഭാവത്തിൽ മാറ്റം വരുത്തിയത് ഞാനും തുറന്ന് പറഞ്ഞില്ല.

പിന്നീട് അവസാനമായി ഞങ്ങൾ കണ്ടത് അയാൾ ലീവിൽ വന്നതിനുശേഷം തികച്ചും യാദൃച്ഛികമായി റോഡിൽ വച്ചായിരുന്നു. ജാക്യൂസിയുമായി ബന്ധമുള്ള ഒരു യുവതിയെ അതിനിടയിൽ പരിചയപ്പെടാൻ കഴിഞ്ഞിരുന്നു. അയാളെ കുറിച്ചുള്ള എല്ലാ വിശ്വാസങ്ങളും തെറ്റായിരുന്നുവെന്ന് അതോടെ മനസ്സിലാകുകയും ചെയ്തു.

അയാൾ ലീവിന് വന്നിട്ട് ഒരാഴ്ചയായിട്ടുണ്ടാവും. ജാക്യൂസി നന്നേ ക്ഷീണിച്ചിരുന്നുവെന്ന് തോന്നി. എങ്കിലും പെരുമാറ്റത്തിൽ ഊർജ്ജസ്വലതയും, വാക്കുകളിൽ ആഹ്ലാദവും ഉണ്ടായിരുന്നു. തന്റെ വിവാഹം നിശ്ചയിച്ച വാർത്ത കുറ്റബോധമില്ലാതെ എന്നോടു പങ്ക് വയ്ക്കുകയും ചെയ്തു.

അന്നേരം എനിക്കെന്നെ നിയന്ത്രിക്കാനായില്ല. അതുവരെയുള്ള മുഴുവൻ ദേഷ്യവും എന്റെ വാക്കുകളിൽ നിറഞ്ഞു.

"സിമോൺ വരൂ നമുക്ക് എന്റെ വീട്ടിൽ പോകാം." അയാളുടെ വാക്കുകൾ മധുരവും പ്രണയാർദ്രവും ആയിരുന്നു.

ഞങ്ങളൊന്നിച്ചു ചിലവിട്ട ദിനങ്ങളും, യാത്രകളും ഞങ്ങളുടെ ആദ്യ ചുംബനവും എനിക്കോർമ്മവന്നു. നിമിഷാർദ്ധത്തേക്ക് എന്നിൽ ഒരു പെണ്ണ് പൂത്തുലഞ്ഞു തളിർത്തു. എനിക്കെന്നെ തന്നെ നഷ്ടപ്പെടുമോയെന്ന് തോന്നിയ ആ നിമിഷം അയാളെ കഠിനമായി വെറുക്കണേയെന്ന് ഉള്ളുലഞ്ഞു ഞാനാഗ്രഹിച്ചു. അതിന്റെ തീക്ഷ്ണ വേദന എനിക്കടക്കാൻ സാധിച്ചില്ല. ശരീരത്തിൽ നിന്നും പ്രാണൻ പറിഞ്ഞുപോകും പോലൊരു വേദന ഒരിക്കൽക്കൂടി ഞാനനുഭവിച്ചു. പക്ഷേ, അതയാളുടെ മുന്നിൽ പ്രകടമായി പോകുന്ന നിമിഷം സിമോൺ എന്ന സ്ത്രീയുടെ ഉള്ളിലെ അവശേഷിക്കുന്ന മൂലധനമായ ആത്മാഭിമാനം കൂടി നഷ്ടപ്പെടുമെന്ന് എനിക്കറിയാം.

ഉള്ളിലുള്ളത് മറച്ചുവെച്ചുകൊണ്ട് ഞാനയാളെ നോക്കി കൊല്ലുന്ന ഒരു ചിരി ചിരിച്ചു.

"നിങ്ങളെ വീണ്ടും കണ്ടതിൽ സന്തോഷം ജാക്യൂസ്. ഒരുപക്ഷേ, മഗ്ദക്ക് കുറേക്കൂടി സന്തോഷം ലഭിച്ചേക്കാം. ഓർമ്മയില്ലേ അവളെ?"

ആ ചോദ്യം ചോദിക്കുമ്പോൾ അയാളുടെയുള്ളിൽ ഒരു കൊളുത്തിട്ട് വലിക്കാൻ കഴിഞ്ഞതിന്റെ ചാരിതാർത്ഥ്യം ഞാനനുഭവിച്ചു. ആ ചോദ്യം ഉന്നയിക്കുമ്പോഴും അയാളെ അറിഞ്ഞ ആദ്യത്തെ സ്ത്രീ ഞാനായിരുന്നില്ലല്ലോ എന്നൊരു കഠിന വേദന എന്റെ ഹൃദയത്തിലും ഒരു കൊളുത്തിട്ടു. വളരെ ചെറിയ ഒരു ചൂണ്ടക്കൊളുത്ത്. അതിന്റെ മൂർച്ചയേറിയ അഗ്രം കൃത്യം എന്റെ ഹൃദയത്തിന് തൊട്ട് മേലെ തന്നെ പിടിമുറുക്കുകയും ചെയ്തു. അന്നായിരുന്നു ഞങ്ങളുടെ ബന്ധത്തിന്റെ പൂർണ്ണ വിരാമം ഉണ്ടായത്. മുറിഞ്ഞും തളിർത്തും, പ്രതീക്ഷിപ്പിച്ചും, വേദനിപ്പിച്ചും എന്നിൽ നിറഞ്ഞ ആദ്യ പ്രണയത്തിന്റെ.

എങ്കിലും അത്രവലിയ സംഘർഷം അധികനേരത്തേക്ക് മനസ്സിനെ അലട്ടിയില്ല. ജാക്യൂസിയെ കണ്ടതിനുശേഷം വീട്ടിലെത്തിയപ്പോൾ സാസ വന്നിട്ടുണ്ട് എന്ന് അമ്മ പറഞ്ഞു. അത്രയും സന്തോഷകരമായ വാർത്ത കേട്ടതിനാലാവാം ജാക്യൂസിയെക്കുറിച്ചോർത്തു കൂടുതൽ സങ്കടം അനുഭവിക്കാതിരുന്നതും.

ബർലിനിലെ ജീവിതം സാസയ്ക്ക് തൃപ്തികരമായിരുന്നു. പാരീസിലെ വീട്ടിലേക്ക് തിരിച്ചു വന്നാൽ വീണ്ടും അമ്മയുടെ ചിട്ടകളിൽ ജീവിതം തളച്ചിടേണ്ടി വരുമല്ലോ എന്നൊരു ചിന്ത അവളെ അലട്ടിയിരുന്നു.

ലില്ലിച്ചേച്ചിയുടെ വിവാഹനിശ്ചയം കഴിഞ്ഞിരുന്നു. വിവാഹത്തിന് വീട്ടിലെത്താതെ നിവൃത്തിയില്ലാഞ്ഞിട്ടാണ് ഈ വരവെന്ന് അവൾ പറയാതെ തന്നെ എനിക്കു മനസ്സിലാകുന്നുണ്ടായിരുന്നു. കുറച്ചു ദിവസത്തേക്കാണെങ്കിലും അവളുടെ മടങ്ങി വരവ് എനിക്കാശ്വാസം തന്നെയായിരുന്നു. ജീവിതം വീണ്ടും ഉന്മേഷപൂരിതമായി. ചിലരുടെ അഭാവം എത്രകണ്ടു നമ്മെ നിരാശരാക്കിയിരുന്നു എന്നു മനസ്സിലാവണമെങ്കിൽ ഓർക്കാപ്പുറത്തുള്ള അവരുടെ മടങ്ങിവരവ് വേണ്ടി വരും.

****

ജീവിതം ഉത്സാഹഭരിതമായി ആശങ്കയില്ലാതെ മുന്നോട്ട് പായുക മാത്രം ചെയ്യുന്ന കാലം ഏതെന്നു ചോദിച്ചാൽ ഒരാൾ വിദ്യാർത്ഥിയായിരിക്കുമ്പോൾ എന്നു സംശയലേശമെന്യേ പറയാനാവും.

സെർബോൺ സർവ്വകലാശാലയിൽ ചരിത്രവും തത്ത്വശാസ്ത്രവും പഠിക്കാൻ ഒരുമിച്ചിരുന്നവരിൽ നിന്നാണ് സോഷ്യലിസ്റ്റ് എന്നറിയപ്പെടുന്ന ബുദ്ധിജീവികളെ പരിചയപ്പെടുന്നത്. അവരുടെ അസാധാരണമായ രീതിയിലുള്ള സംഭാഷണവും കഠിനമായ തത്ത്വങ്ങൾ ഉൾക്കൊള്ളുന്ന സാഹിത്യവും പെട്ടെന്ന് ഗ്രഹിക്കാൻ പറ്റുന്നതായിരുന്നില്ല. അവരെ സംബന്ധിച്ച് സാഹിത്യവും തത്ത്വശാസ്ത്രവുമെല്ലാം ഓരോതരം വിപ്ലവങ്ങൾ ആയിരുന്നു. ആവിഷ്കാരത്തിലൂടെ പ്രകടിപ്പിക്കുന്ന വിപ്ലവങ്ങൾ.

ഓരോ സൃഷ്ടിയും രചയിതാവിന്റെ ഉള്ളിൽ നടക്കുന്ന പ്രക്ഷോഭങ്ങളാണെന്നാണ് അവരുടെ വാദം. എഴുത്തുകാർ അവരുടെ രചനയിലൂടെ വെളിപ്പെടുത്തുന്ന ആശയങ്ങൾ തന്നെയാണ് സോഷ്യലിസ്റ്റുകൾ അവരുടെ സമരത്തിന്റെ രൂപത്തിൽ വെളിപ്പെടുത്തുന്നത് എന്നെനിക്കും തോന്നിത്തുടങ്ങി. അത്തരം വിപ്ലവങ്ങളാകട്ടെ ഏത് കാലഘട്ടത്തിലും അടിച്ചമർത്തപ്പെടുകയും ചെയ്യുന്നു. എങ്കിലും ഓരോ ചാരക്കൂമ്പാരത്തിലും അണയാതെ അവശേഷിക്കുന്ന ഒരു തരി അഗ്നി കാണും; ഒരു ചെറു കാറ്റിനാൽ പോലും ആളിക്കത്തിക്കാൻ പരുവത്തിലുള്ളത്.

സോഷ്യലിസ്റ്റുകളുടെ പ്രത്യേകതരം ആശയവിനിമയങ്ങൾ, രഹസ്യാത്മകത തുളുമ്പുന്ന സംഭാഷണം, നവീനമായ ശൈലിയിലുള്ള എഴുത്ത് ഇതെല്ലാം എന്നെയും സ്വാധീനിച്ചുതുടങ്ങി. സാമൂഹികമായ കാര്യങ്ങളിൽ എന്തെങ്കിലും സഹായങ്ങൾ ചെയ്യണമെന്ന് ആഗ്രഹിക്കുമ്പോഴും എന്താണ് ചെയ്യേണ്ടതെന്ന് അതുവരെ വ്യക്തമായ രൂപമില്ലായിരുന്നു.

സാമൂഹികമായ കാര്യങ്ങളിൽ തുറന്നിടപ്പെടുന്നതിനെയാണോ വിപ്ലവം എന്നു വിളിക്കുന്നത്?

പല രാജ്യങ്ങളിലും വിപ്ലവം പൊട്ടിപ്പുറപ്പെട്ടു എന്നു പത്രങ്ങളിൽ നിന്നും അറിയാൻ കഴിയുന്നുണ്ട്. ഫ്രാൻസിന്റെ ഏതാനും പ്രദേശങ്ങളെ കുറിച്ചുള്ള അറിവേ അതുവരെ എനിക്കുണ്ടായിരുന്നുള്ളൂ. ഫ്രാൻസിനും അപ്പുറത്ത് എനിക്കന്യമായ ഭാഷയും, സംസ്കാരവും, സാഹിത്യവും, സംഗീതവും, വിപ്ലവവും, യുദ്ധവും അധികാരവും അതിജീവനവുമൊക്കെയായി ജീവിക്കുന്ന മനുഷ്യരെക്കുറിച്ച് അറിയാനായത് സോഷ്യലിസ്റ്റുകളുമായുള്ള ബന്ധത്തിലൂടെയായിരുന്നു.

“എന്താണ് യഥാർത്ഥത്തിൽ വിപ്ലവം?” കൂട്ടത്തിൽ പിയറി എന്നു പേരുള്ളയാളോട് ഞാൻ ആരാഞ്ഞു.

മാനുഷികമായ മൂല്യങ്ങളും, വികാരങ്ങളും എല്ലാ നാട്ടിലും ആനന്ദിപ്പിക്കപ്പെടുകയും അതേ സമയം അടിച്ചമർത്തപ്പെടുകയും ചെയ്യുന്നു. അളവുകളുടെ ഏറ്റക്കുറച്ചിലുകൾ ഉണ്ടെങ്കിലും മനുഷ്യർ

എല്ലാ കാലത്തും, എല്ലാ ദേശങ്ങളിലും അടിച്ചമർത്തപ്പെടുകതന്നെയാണ്. അതിനെതിരെയുള്ള ഏത് തരം പ്രതിരോധവും വിപ്ലവങ്ങളാണ് സിമോൺ.

സെർബോൺ സർവ്വകലാശാലയിൽ വിദ്യാർത്ഥി സംഘടനയും ശക്തമായിരുന്നു. അതിലേറെപ്പേരും സോഷ്യലിസ്റ്റ് അനുഭാവികളായിരുന്നു. സ്ത്രീകൾക്കും കുട്ടികൾക്കും സൈന്യത്തിൽ ചേരാം എന്ന നിയമം പ്രാബല്യത്തിൽ വന്നത് അടുത്തിടെയാണ്. അതിനെ എതിർത്തുകൊണ്ട് *യൂറോപ്പ്* എന്ന മാസിക പല വാർത്തകളും പ്രസിദ്ധീകരിക്കാൻ തുടങ്ങി. വിദ്യാർത്ഥി സംഘടനകൾ ആ വാർത്തക്കെതിരെ ശക്തമായി പ്രതികരിക്കാൻ ഇറങ്ങിപ്പുറപ്പെട്ടു.

പിയറിയും ഞാനും സംസാരിച്ചുകൊണ്ടിരിക്കെ അതേ വിഷയം കടന്നുവന്നു.

"എന്താണ് സിമോണിന്റെ അഭിപ്രായം ഈ വിഷയത്തിൽ?"

പിയറി വളരെ സാവധാനമാണ് സംസാരിക്കുക. തെളിഞ്ഞ ജലാശയം പോലെയുള്ള ആശയവിനിമയങ്ങൾ. പുഞ്ചിരിയോടെയല്ലാതെ ഒരാളോടും ഇടപെടില്ല.

"പുരുഷനും സ്ത്രീയും ഒപ്പത്തിനൊപ്പം നിൽക്കണം എന്ന ചിന്താഗതി തന്നെയാണ് എനിക്കുമുള്ളത്. പക്ഷേ, സോഷ്യലിസ്റ്റുകളുടെ ആശയങ്ങൾ പലതും എനിക്കു വ്യക്തമാകുന്നില്ല. സുതാര്യമല്ലാത്ത ആശയങ്ങൾ അവിശ്വാസ്യതയുളവാക്കും. ജനങ്ങളെ നിയമങ്ങളുടെ പേരിൽ തടവിലാക്കുന്ന ഗവൺമെന്റിന്റെ നടപടിക്കെതിരെ സോഷലിസ്റ്റുകൾ ശക്തമായി തന്നെയാണ് വാദിച്ചത്. എന്നിട്ടും പല കാര്യങ്ങളും എനിക്കുൾക്കൊള്ളാനോ മനസ്സിലാക്കാനോ സാധിക്കുന്നില്ല."

"സിമോൺ ഇപ്പോൾ തുടക്കക്കാരിയാണ്. പല കാര്യങ്ങളും പഠിക്കാനിരിക്കുന്നേയുള്ളൂ. റഷ്യയിലും, ആഫ്രിക്കയിലും, ജർമ്മനിയിലും, ചൈനയിലും, ഏഷ്യയിലും വിപ്ലവങ്ങൾ നടക്കുന്നു. എന്താണ് വിപ്ലവങ്ങളുടെ നേട്ടം. എന്താണ് അവരുടെ ആശയങ്ങളുടെ ലക്ഷ്യം എന്നതിനെക്കുറിച്ച് ഗൗരവതരമായി ചിന്തിച്ച് നോക്കിയിട്ടുണ്ടോ?"

പിയറിയുടെ സ്വതേ ശാന്തമായ മുഖഭാവം അന്നേരം ഗൗരവപൂർണ്ണമായിരുന്നു.

"എന്താണ് ലക്ഷ്യമെന്ന് ഇപ്പോഴും എനിക്കവ്യക്തമാണ്. എങ്കിലും ഒരു കാര്യം ഉറപ്പുണ്ട്. വിപ്ലവത്തിലൂടെ സ്വാതന്ത്ര്യത്തിലേക്കുള്ള പാത സുഗമമാകുമെന്ന് എനിക്കും തോന്നുന്നില്ല. പക്ഷേ, വിപ്ലവങ്ങൾ അനിവാര്യമാണ്. അധികാരികളെ ചിലതെല്ലാം ഓർമ്മപ്പെടുത്താൻ, ഇരിക്കുന്ന സിംഹാസനങ്ങൾ സത്യത്തിന് വെളിയിലേക്ക് സഞ്ചരിക്കുമ്പോൾ ആരെങ്കിലുമൊക്കെ വേണം അതൊന്നു തിരുത്തി കൊടുക്കാൻ. സോഷ്യലിസ്റ്റുകളുടെ ആശയങ്ങൾ എന്നെയും സ്വാധീനിച്ചിട്ടുണ്ട്. അതിന്റെ പ്രധാന കാരണങ്ങളിലൊന്ന് ഞാൻ ആരാധിക്കുകയും, വായിക്കുകയും ചെയ്തിട്ടുള്ള പല എഴുത്തുകാരും സോഷ്യലിസ്റ്റ്

അനുഭാവികളാണ് എന്നുള്ളതാണ്."

"മറ്റുള്ളവർ ഇഷ്ടപ്പെടുന്നത് കൊണ്ടല്ല നമുക്കിടയിൽ ആശയവിനിമയങ്ങൾക്ക് സാദ്ധ്യത ഉണ്ടെങ്കിലേ ആരാധനയും നിലനിൽക്കൂ സിമോൺ."

"തടവറയിലേക്കാണെന്ന് അറിഞ്ഞുകൊണ്ടു എതിർക്കാൻ ധൈര്യം കാണിക്കുന്ന ആരോടുമുള്ള ആരാധന എനിക്കു സോഷ്യലിസ്റ്റുകളോടും ഉണ്ട്. അതിനെ സ്നേഹം എന്നു പേരിട്ടുവിളിക്കാനാണ് എനിക്കിഷ്ടം."

പിയറി ഉറക്കെ ചിരിച്ചു. "നല്ലത്. വിപ്ലവം സ്നേഹത്തിന്റെ തീവ്രഭാവം തന്നെയാണ്."

എനിക്കും ചിരി വന്നു. "സ്നേഹത്തിന്റെ വിശപ്പ് അല്ലേ?"

****

ശീതകാലം വന്നെത്തി തണുപ്പ് അസഹ്യമായിരിക്കുന്നു. സെയിൻ നദിയിൽക്കൂടി മഞ്ഞുകട്ടകൾ ഒഴുകി നടക്കുന്നു. ശരീരത്തിനു തണുപ്പ് താങ്ങാൻ പറ്റാതായിക്കഴിഞ്ഞു. പുറത്തിറങ്ങാൻ അസഹ്യമായ മടിയുണ്ടായിട്ടും നാഷണൽ ലൈബ്രറിയിൽ പോയിരുന്ന് പുസ്തകങ്ങൾ വായിച്ചു. ഹ്യൂമിനെയും കാന്റിനെയും പറ്റി ഗവേഷണ പ്രബന്ധം തയ്യാറാക്കുന്നതിൽ മുഴുവൻ ശ്രദ്ധയും കൊടുക്കാൻ ശ്രമിച്ചു. വായനയിൽ മാത്രമായി ചിന്തകളെ തളച്ചിടാൻ കഠിനമായി പരിശ്രമിക്കേണ്ടി വന്നു. ഏകാന്തതയെ മറികടക്കാനുള്ള ഏക ഉപാധി അത് മാത്രമായിരുന്നു. രാത്രിയെന്നോ പകലെന്നോ ഇല്ലാതെ പുസ്തകങ്ങളിൽ ഒതുങ്ങിക്കൂടാൻ ശ്രമിച്ചു. പലപ്പോഴും എഴുത്തിൽ തൃപ്തി തോന്നാതിരുന്നതിനാൽ എഴുതിവച്ചതിലേറെയും ഉപേക്ഷിക്കേണ്ടി വന്നു.

സാർത്രിനെ പരിചയപ്പെടുന്നത് ആ നാളുകളിലാണ്. ഒട്ടും തന്നെ നാടകീയതകൾ ഇല്ലാതെയുള്ള പരിചയപ്പെടൽ. ഇങ്ങനെയൊരാൾ അവിടെയുണ്ടെന്ന് അറിയാം. കണ്ടിട്ടുമുണ്ട്. വലിയ കുഴപ്പക്കാരനാണ് എന്നായിരുന്നു പൊതുവേയുള്ള അഭിപ്രായം. മദ്യപാനിയും പെൺസുഹൃത്തുക്കളുമായി കറങ്ങി നടക്കുകയും ചെയ്യുന്നൊരാൾ. കേട്ടറിവ് വെച്ച് മതിപ്പൊന്നും തോന്നിയിട്ടില്ല. ആദ്യത്തെ പരിചയപ്പെടലിലും ആ വ്യക്തിയോട് യാതൊരു വിധത്തിലുള്ള ആകർഷണവും തോന്നിയില്ല. കൂടെയുള്ള രണ്ടുപേരുമായി നേരത്തെ അടുപ്പമുണ്ട്. ഹെർബാർഡും, നിസാനും. നിസാൻ നല്ല എഴുത്തുകാരനാണ് എന്നറിയാം. ഗൗരവമേറിയ രചനകൾ പലതും ചർച്ച ചെയ്യുന്നത് കണ്ടിട്ടുണ്ട്. അന്നത്തെ ആകസ്മികമായ കണ്ടുമുട്ടലിനുശേഷം ഞങ്ങളിരുവരും അടുത്തടുത്ത ദിവസങ്ങളിൽ വീണ്ടും കാണുകയും ഒരുമിച്ച് കാപ്പി കുടിക്കാൻ പോവുകയും ചെയ്തു. അപ്പോഴെല്ലാം ഗൗരവമേറിയ കാര്യങ്ങളാണ് ഞങ്ങൾക്കിടയിൽ സംഭാഷണവിഷയമായത്. ഞങ്ങളുടെ പഠനവിഷയമായ ഹ്യൂമിനെയും കാന്റിനെയും പറ്റി ചർച്ച ചെയ്യുക എന്നതായിരുന്നു അതിൽ പ്രധാനവും. സാർത്രിന്റെ മുന്നിൽ അറിവ് പ്രദർശിക്കുമ്പോൾ അതുവരെയില്ലാത്ത ഉത്സാഹം എന്നിലുണരുന്നത് അത്ഭുതകരമായിരുന്നു. ഏറെ നാളായി എന്നെ പിടികൂടിയിരുന്ന തളർന്ന പ്രകൃതവും ഊർജ്ജമില്ലാത്ത ചലനങ്ങളും എന്നിൽനിന്നും വിട്ടകന്നു.

ചിലപ്പോഴൊക്കെ സാർത്രേ ശാസിക്കും.

"സിമോൺ നിന്റെ മനസ്സിന്റെ ചാഞ്ചാട്ടം കാണുമ്പോൾ പരിഹാസം തോന്നുന്നു. ചിലപ്പോൾ പൂർണ്ണമായ യുക്തിവാദി. എന്നാൽ ചില സന്ദർഭങ്ങളിൽ നിന്നിലൊളിഞ്ഞിരിക്കുന്ന അന്ധവിശ്വാസി തല പുറത്തേക്കിടും. എന്തു ബാലിശമാണ് നിന്റെ പ്രകൃതം."

സാർത്രേയെ തർക്കിച്ചു തോൽപ്പിക്കാൻ ഞാനൊരു ശ്രമം നടത്തി നോക്കി.

"പ്രകൃതിയുടെ നിഗൂഢമായ പ്രതിഭാസത്തിലുള്ള എന്റെ വിശ്വാസം അന്ധമാണ് സാർത്ര്. അതിനർത്ഥം എനിക്കു പരിചിതമല്ലാത്ത ഏതോ

ഒരു നിഗൂഢ ശക്തിയിൽ വിശ്വസിക്കുന്നുവെന്നല്ല. പക്ഷേ, കാറ്റായും മഴയായും മഞ്ഞായും ഭൂമികുലുക്കമായും അതിശയിപ്പിക്കുകയും പ്രകമ്പനം കൊള്ളിക്കുകയും ചെയ്യുന്ന ഒരു ശക്തി നിലനിൽക്കുന്നുണ്ട് എന്നു തന്നെ ഞാൻ വിശ്വസിക്കുന്നു. അതെങ്ങനെ യുക്തിരഹിതമാകും!"

"ആ വിശ്വാസത്തെ സയൻസ് എന്ന് വിളിക്കാനാണ് എനിക്കിഷ്ടം. വിശ്വസിക്കാനും." അത് പറഞ്ഞിട്ടു സാർത്രേ പരിഹാസത്തോടെ ചിരിച്ചുകൊണ്ട് കൂട്ടിച്ചേർത്തു.

"ദൈവത്തിലോ, പൗരോഹിത്യത്തിലോ എനിക്കു വിശ്വാസമില്ല സിമോൺ. അത്തരം സമ്പ്രദായങ്ങളുടെ ഇരകളായല്ല മനുഷ്യർ ജീവിക്കേണ്ടത്."

സാർത്രേയുടെ അഭിപ്രായത്തോട് എനിക്ക് വിയോജിപ്പില്ലായിരുന്നു. അങ്ങനെയൊരു ജീവിതം തന്നെയാണ് എന്റെ സങ്കല്പത്തിലും ഉണ്ടായിരുന്നത്. പക്ഷേ, അത് തുറന്നു സമ്മതിക്കാൻ ദുരഭിമാനം അനുവദിച്ചില്ല. സാർത്രേയോട് സംസാരിക്കുമ്പോൾ എന്നോടുതന്നെ സംസാരിക്കുന്നതുപോലെയാണ് തോന്നുന്നത്. സിമോണിന്റെ പ്രതിരൂപം കണ്ണാടിയിൽ കാണുംപോലെ.

മനുഷ്യബന്ധങ്ങൾ എത്ര വിചിത്രമാണെന്ന് അതിശയത്തോടെ ഞാൻ ചിന്തിച്ചു. വിചിത്രമായ രീതിയിൽ സ്നേഹബന്ധങ്ങൾ ഉടലെടുക്കും, അതിശയകരമായ രീതിയിൽ വളരും. അതിന്റെ വേരുകൾ ഓരോ രോമകൂപത്തിലും ആഴ്ന്നിറങ്ങും. ചിലത് ഇത്തിക്കണ്ണി പോലെ നശിപ്പിച്ചുകൊണ്ട്, മറ്റ് ചിലത് ഹൃദയ ഭിത്തികളുടെ നേർത്ത അടയാളങ്ങളെ പോലും കീഴടക്കിക്കൊണ്ട്. ബന്ധങ്ങളെ എങ്ങനെയാണ് പേരിട്ടു നിർവ്വചിക്കാനാവുക. ഓരോ ബന്ധത്തിനും ഓരോ താളമുണ്ട്. ചിലതിനു മുളംകാടിന്റെ മർമ്മരം, ചിലതിനു വയലിന്റെ ലോലസംഗീതം. ചിലത് മാത്രം ഹൃദയ താളമായി മാറിയേക്കാം. നൂറായിരം മനുഷ്യർക്കിടയിൽ നിൽക്കുമ്പോഴും ഒരാളിലേക്കൊതുങ്ങി ചേർന്ന് സ്നേഹത്തെ ഒരു ദ്വീപാക്കി മാറ്റിത്തീർക്കാൻ കഴിയുന്നൊരാൾ കൂടെയുണ്ടെങ്കിൽ.

സാർത്രേയുമായി സംസാരിക്കുമ്പോഴാണ് സോഷ്യലിസ്റ്റുകൾ ഞങ്ങളുടെ മുന്നിലവതരിപ്പിച്ച ചരിത്രമായിരുന്നില്ല, യഥാർത്ഥത്തിൽ ഫ്രഞ്ച് ജനത അനുഭവിച്ച വിപ്ലവമെന്ന് തിരിച്ചറിഞ്ഞത്.

സ്വേച്ഛാധിപത്യ രാജവാഴ്ചയ്ക്കും ഫ്യൂഡലിസത്തിനും എതിരായി 1789 ൽ ഫ്രാൻസിലെ ഉദ്ബുദ്ധരായ എഴുത്തുകാരും, ചിന്തകന്മാരും നയിച്ച് സാധാരണ ജനങ്ങൾ കൂടി പങ്കെടുത്ത പ്രക്ഷോഭമായിരുന്നു ഫ്രഞ്ച് വിപ്ലവം. അതിനുശേഷമാണ് ഫ്രാൻസിൽ പല മാറ്റങ്ങളും ഉണ്ടായത്. അതുവരെ സമൂഹത്തിൽ നിലനിന്നിരുന്ന ഉച്ചനീചത്വങ്ങളെയാണ് വിപ്ലവം മാറ്റിമറിച്ചത്. രാജവാഴ്ചയിലും കത്തോലിക്കാ മതത്തിലും വിശ്വസിച്ചിരുന്ന മോണ്ടെസ്ക്യൂ പോലും സഭയുടെയും സ്റ്റേറ്റിന്റെയും അധികാരദുർവ്വിനിയോഗത്തെ വിമർശിച്ചിരുന്നു. ഫ്രഞ്ച് ചിന്തകന്മാരിൽ ഏറ്റവും പ്രസിദ്ധനായ വോൾട്ടയറെക്കുറിച്ചുള്ള കൂടുതൽ

അറിവ് നാളുകൾക്ക് മുമ്പു ഗാരിക്കിൽനിന്നും കേട്ടത് ഓർമ്മ വന്നു. വോൾട്ടയറുടേതിൽനിന്നും വളരെ വ്യത്യസ്തമായിരുന്നു റൂസ്സോവിന്റെ ചിന്തകൾ. വോൾട്ടയർ യുക്തിയിലും റൂസ്സോ വികാരത്തിലുമാണ് ശ്രദ്ധ ചെലുത്തിയത്. ഫിസിയോക്രാറ്റുകളുടെ നേതാക്കന്മാരായ കെനെ, ടർഗോ, തുടങ്ങിയവരും പുരോഗമനവാദത്തിലും നവീനമായ മാറ്റങ്ങളെ സ്വീകരിക്കുന്നതിലും ജനങ്ങളെ ഉദ്ബോധിപ്പിച്ചു. മാറ്റത്തിനും വിപ്ലവത്തിനും വേണ്ടിയുള്ള ആർത്തി ഹൃദയത്തിൽ നിറഞ്ഞ ഫ്രഞ്ച് ജനത അവരെ നയിക്കാൻ പ്രാപ്തിയുള്ള ഈ ചിന്തകന്മാരുടെ വാക്കുകൾക്കായി കാതോർത്തു കാത്തിരുന്നു. അങ്ങനെ അനേകമനേകം പ്രക്ഷോഭങ്ങൾക്കും, അനേകമനേകം രക്തച്ചൊരിച്ചിലുകൾക്കും ശേഷം അനിവാര്യമായ വിധിക്ക് വിപ്ലവം ഹേതുവായി തീർന്നു. 175 കൊല്ലത്തിലാദ്യമായി 1789 ജനുവരി മാസത്തിൽ ഫ്രാൻസിൽ ജനപ്രതിനിധി സഭയായ സ്റ്റേറ്റ് ജനറൽ? സമ്മേളിച്ചു. ഫ്രഞ്ച് വിപ്ലവത്തെക്കുറിച്ച് ജയിംസ് ഫോക്സ് പറഞ്ഞ വരികൾ സാർത്ര് ഉറച്ച ശബ്ദത്തിൽ ആവേശത്തോടെ പറയും.

"അതെത്രത്തോളം ഗംഭീരമായി ലോകചരിത്രത്തിലെ മഹാസംഭവമായിത്തീർന്നിരിക്കുന്നു. എത്രമേൽ വിശിഷ്ടവും" എന്നായിരുന്നു.

"അന്ന് യഥാർത്ഥത്തിൽ ഫ്രഞ്ച് വിപ്ലവത്തിന് വിജയം വരിച്ചുവെന്ന പൂർണ്ണ അവകാശവാദം ഉന്നയിക്കാൻ സാധിച്ചോ?"

സാർത്രേ ചിരിച്ചുകൊണ്ട് വിശദീകരിച്ചു.

"ഇല്ല സിമോൺ. സ്റ്റേറ്റ് ജനറൽ സമ്മേളിച്ചുവെങ്കിലും വിപ്ലവത്തിനും ജനങ്ങളുടെ ആവശ്യങ്ങൾക്കും ഒരു തരത്തിലുമുള്ള തീരുമാനവും ഉണ്ടായില്ല. ജൂലൈ പതിനാലിന് കവർന്നെടുത്ത തോക്കുകളും, കൈയിൽ കിട്ടിയ മാരകായുധങ്ങളുമായി ജനക്കൂട്ടം ബാസ്റ്റിൻ കോട്ട ആക്രമിച്ചു. തടങ്കലിലായിരുന്ന ആളുകളെ മോചിപ്പിച്ചു. കോട്ട കാത്തിരുന്ന ഗവർണ്ണറെ നിഷ്കരുണം കൊല്ലുകയും ചെയ്തു. അത്രനാൾ സമാധാനപരമായി നടന്ന വിപ്ലവം അതോടെ രക്ത പങ്കിലമായിത്തീർന്നു."

"എല്ലാ വിപ്ലവങ്ങളും എക്കാലത്തും ചോരയുടെ കഥകൾ മാത്രമേ പറഞ്ഞിട്ടുള്ളൂ അല്ലേ സാർത്ര്?"

"ശരിയാണ് സിമോൺ. വിപ്ലവങ്ങൾ യുദ്ധസമാനം തന്നെയാണ്. യുദ്ധവും വിപ്ലവവും തമ്മിലുള്ള വ്യത്യാസം ഒന്നു പ്രതികാരവും മറ്റൊന്നു പ്രതിരോധവും ആണെന്നാണ്. ഫ്രഞ്ച് ജനത നേരിട്ട വിപ്ലവവും പ്രതിരോധ മാർഗ്ഗം തന്നെയായിരുന്നു. ഒടുവിൽ ഒരുപാട് രക്തച്ചൊരിച്ചിലുകളുടെയും ജനങ്ങളുടെ പട്ടിണിയുടെയും ദാരിദ്ര്യത്തിന്റെയും നിലനിന്നിരുന്ന അരാജകത്വത്തിന്റെയും അവസാനമാണ് 1791 ൽ ഫ്രാൻസിൽ ഒരു ലിഖിത ഭരണഘടന നിലവിൽ വന്നത്. എന്നാൽ ഫ്രാൻസിന്റെ ജനതയുടെ പ്രശ്നങ്ങൾ അവിടെ അവസാനിച്ചോ! അതുമുണ്ടായില്ല. ഏത് ഭരണത്തിൻകീഴിൽ നിൽക്കുമ്പോഴും സാധാരണ ജനങ്ങൾ അടിച്ചമർത്തപ്പെട്ടുകൊണ്ടിരിക്കും. സമൂഹത്തിലെ ഉന്നതവർഗ്ഗം

എന്നു വിളിക്കപ്പെടുന്നവരുടെ പേക്കൂത്തുകൾ സഹിക്കേണ്ടവരായിരുന്നു ഏത് കാലത്തും കീഴ് തട്ടിൽ ഉള്ളവർ."

സാർത്രേ പറഞ്ഞത് അതുവരെയുള്ള എന്റെ വിശ്വാസങ്ങൾക്കും സങ്കല്പങ്ങൾക്കും കടകവിരുദ്ധമായിരുന്നു. അത്രത്തോളം ആഴത്തിൽ മാതൃരാജ്യത്തെക്കുറിച്ചു ഞാൻ മനസ്സിലാക്കിയിട്ടില്ലായിരുന്നു. ഞാൻ വെറും സ്വപ്നജീവിയായിരുന്നു. എഴുതിയ രണ്ടുമൂന്ന് കഥകളാവട്ടെ വെറും പ്രണയം മാത്രമായിരുന്നു വിഷയം.

എഴുത്തിനെ ഗൗരവമായി കാണണമെന്ന് എനിക്ക് തോന്നിത്തുടങ്ങി. തത്ത്വചിന്തയിൽ മാത്രം ഒതുങ്ങി നിൽക്കേണ്ടതല്ല ഒരെഴുത്തുകാരിയുടെ വിഷയങ്ങളെന്നും സ്വന്തം നാടിന്റെ ചരിത്രത്തെ രേഖപ്പെടുത്തേണ്ടതാവണം എന്റെ നോവൽ എന്നും മനസ്സിലുറപ്പിച്ചു. പ്രസിദ്ധിയെന്നത് വെറും ഭ്രമമാണോ എന്ന് ചിന്തിക്കാതെയല്ല. ജനസേവനമെന്നത് വെറും പാഴ്ക്കിനാവായി തീരുമോ എന്ന ചിന്ത ഇടയ്ക്കിടെ ആശങ്ക ഉളവാക്കി. അതേക്കുറിച്ചു പറയുമ്പോൾ സാർത്രേ ശാസിക്കും.

"ഉറച്ചു നിൽക്കാത്ത മനസ്സ് നല്ല ലക്ഷണമല്ല സിമോൺ."

ഈ യുവാവ് ആരാണ്! ഇതുവരെ കണ്ടെത്തിയവരിൽനിന്നോ അടുത്തിടപഴകിയവരിൽനിന്നോ ലഭിക്കാത്ത തരം ഊർജ്ജം എങ്ങനെയാണ് ഈ വ്യക്തിയിൽ നിന്നും ലഭിക്കുന്നത്. എത്രയധികമായി ഇയാൾക്കെന്നെ സ്വാധീനിക്കാനാവുന്നു. ശാസിക്കാനും ശിക്ഷിക്കാനുമുള്ള സ്വാതന്ത്ര്യം ഇതുപോലെ മറ്റാർക്കും അനുവദിച്ചുകൊടുക്കാൻ എന്തുകൊണ്ടാണ് സാധിക്കാത്തത്!

ഗവേഷണസംബന്ധിയായ ചില വിഷയങ്ങൾ ചർച്ച ചെയ്യാൻ വേണ്ടി ഞങ്ങൾ നാലുപേരും ഇടയ്ക്കിടെ ഒരുമിച്ച് കൂടാറുണ്ട്. അന്ന് സാർത്രേയുടെ നിർദ്ദേശപ്രകാരമാണ് അവർ മൂവരും താമസിക്കുന്ന വീട്ടിൽ വച്ചാകാം പഠനം എന്ന തീരുമാനത്തിൽ എത്തിയത്. ചിതറി കിടക്കുന്ന പുസ്തകങ്ങളും, സിഗരറ്റ് കുറ്റികളും നിറഞ്ഞ മുറി, പുകയിലയുടെ രൂക്ഷഗന്ധം. വലിച്ചു വാരിയിട്ടിരിക്കുന്ന വസ്ത്രങ്ങളും കിടക്കവിരികളും. പ്രധാന ഹാളിൽ ഏതാനും മരക്കസേരകളും ഒരു ടീപ്പോയും ഉണ്ടായിരുന്നു. വൃത്തിയാക്കിയിട്ട് ദിവസങ്ങളായി എന്നു വെളിപ്പെടുത്തുന്നത്ര പൊടി നിറഞ്ഞിരുന്നു അവിടെയെല്ലാം. ഹാളിൽ ജനലിനോടു ചേർത്തിട്ടിരിക്കുന്ന കസേരയിൽ നിസാൻ ചിന്താധീനനായി ഇരിപ്പുണ്ടായിരുന്നു. എന്നെ കണ്ടതും ചുണ്ടിന്റെ കോണിലോളം എത്തുന്ന പതിവ് പുഞ്ചിരി സമ്മാനിക്കുകയും ചെയ്തു. സാർത്രേ പതിവുപോലെ ചുണ്ടിൽ എരിയുന്ന സിഗരറ്റുമായി എന്നെ കൈപിടിച്ചു കസേരയിൽ കൊണ്ടിരുത്തി. അവർ രണ്ടുപേരും നോക്കിയിരിക്കെ എന്റെ കവിളിൽ ഉമ്മ വയ്ക്കുകയും ചെയ്തു. അന്നേരം ലജ്ജ പോലെയൊരു വികാരം എന്റെ കണ്ണിലും മുഖത്തും പ്രതിഫലിക്കുകയും ചെയ്തു.

"നമുക്കിന്ന് റൂസ്സോയുടെ *ദി സോഷ്യൽ കോൺട്രാക്റ്റ്* എന്ന വിഷയത്തെക്കുറിച്ച് ചർച്ച ചെയ്യാം." സാർത്രേ സമ്മതമാണോ എന്നർത്ഥത്തിൽ ഞങ്ങളെ മാറി മാറി നോക്കി.

സാർത്രേക്കു പുസ്തകങ്ങളെക്കുറിച്ചും ഗ്രന്ഥകാരന്മാരെക്കുറിച്ചും ഉള്ള അവഗാഹം ഞങ്ങൾക്ക് മൂന്നുപേർക്കും ഉണ്ടായിരുന്നില്ല. എന്നിട്ടും പലപ്പോഴും സാർത്രേയുടെ വാദങ്ങളെ കാരണമൊന്നുമില്ലാതെ ഞാനെതിർക്കുക പതിവാണ്. എന്നാൽ അതേക്കുറിച്ചു വിശകലനം ചെയ്യേണ്ടി വരുമ്പോൾ എനിക്കതിന് കഴിയാറുമില്ല.

പതിനെട്ടാം നൂറ്റാണ്ടിന്റെ മദ്ധ്യത്തിൽ ഏറ്റവുമധികം ബഹുമാനിക്കപ്പെട്ട ചിന്തകന്മാരിൽ പ്രമുഖനായിരുന്നു റൂസ്സോ. വ്യവസ്ഥാപിത അധികാരത്തെ കഠിനമായി എതിർത്തയാളായിരുന്നു അദ്ദേഹം. *ദി സോഷ്യൽ കോൺട്രാക്റ്റ്* എന്ന പുസ്തകത്തെക്കുറിച്ചുള്ള ഞങ്ങളുടെ ചർച്ച ആ കാലഘട്ടത്തിലെ ഫ്രാൻസിന്റെ അധഃപതനത്തെക്കുറിച്ചും കത്തോലിക്കാ സഭയുടെ അനീതികളിലും എത്തിച്ചേർന്നു.

റൂസ്സോയുടെ സിദ്ധാന്തം മനുഷ്യന്റെ സ്വാഭാവികമായ നന്മയായിരുന്നു. നന്മ തിന്മകളെ കുറിച്ച് വ്യക്തമായ അറിവില്ലാതെ ജനിക്കുന്ന മനുഷ്യരെ പരിഷ്കാരവും, കൃത്രിമ സ്ഥാപനങ്ങളും ചേർന്ന് ദുഷിപ്പിക്കുകയും അവന്റെ സ്വാതന്ത്ര്യത്തെയും സുഖജീവിതത്തെയും നശിപ്പിക്കുകയും ചെയ്തിരുന്നു. നിയമം സമൂഹത്തിന്റെ നന്മക്ക് വേണ്ടിയുള്ളതാവണം. ഫ്രാൻസിലെ ജനങ്ങൾക്ക് അവരനുഭവിക്കേണ്ടതായ എല്ലാ അവകാശങ്ങളും നഷ്ടപ്പെട്ടിരിക്കുന്നു. ജനങ്ങൾക്ക് നന്മ ചെയ്യാത്ത രാജാവിന് ഭരിക്കാനുള്ള അവകാശവും നഷ്ടപ്പെട്ടിരിക്കുന്നു. ഇതായിരുന്നു റൂസ്സോവിന്റെ സിദ്ധാന്തങ്ങൾ.

"റൂസ്സോവിന്റെ തത്ത്വങ്ങൾ ഫ്രഞ്ച് വിപ്ലവത്തെയും പിന്നീടുണ്ടായ രാഷ്ട്രീയ മാറ്റങ്ങളെയും എത്ര ആഴത്തിലാണ് സ്വാധീനിച്ചതെന്ന് നിർണ്ണയിക്കാനാവില്ല." സാർത്രേ പറഞ്ഞു. .

"അതിനർത്ഥം ആ കാലഘട്ടത്തിൽ ജീവിച്ചിരുന്ന മറ്റ ചിന്തകന്മാർ അതിനു താഴെ നിൽക്കുന്നു എന്നാണോ?"

സാർത്രേയെ ഒന്ന് ചൊടിപ്പിക്കാനാണ് ഞാനാ ചോദ്യം ചോദിച്ചത്.

അന്നേരം സാർത്രേയുടെ മുഖം ചുവന്ന് തുടുത്തു. കണ്ണുകളിൽ രൗദ്രഭാവം നിഴലിട്ടു. എന്നെ വായിൽ വന്നതൊക്കെ വിളിച്ച് പറഞ്ഞു.

"നമ്മൾ ഇപ്പോൾ ചർച്ച ചെയ്യുന്നത്. *ദി സോഷ്യൽ കോൺട്രാക്റ്റ്* എന്ന റൂസ്സോവിന്റെ പുസ്തകത്തെക്കുറിച്ചാണ്. ആരെക്കുറിച്ചാണോ ചർച്ച ചെയ്യുന്നത് അദ്ദേഹത്തിന്റെ വിശേഷങ്ങളാവണം എടുത്തു പറയേണ്ടത്. അതിനർത്ഥം അദ്ദേഹത്തിന്റെ ആശയങ്ങൾ പൂർണ്ണമാണെന്നോ അതിൽ കുറവുകൾ ഇല്ലെന്നോ അല്ല. മറ്റ് ചിന്തകന്മാർ മോശക്കാരാണെന്ന് ഞാൻ അഭിപ്രായപ്പെട്ടോ? സിമോൺ ഉത്തരങ്ങൾക്കുള്ളിൽ ഉത്തരം തിരയുന്നു. റൂസ്സോയുടെ സിദ്ധാന്തങ്ങൾ ശ്രേഷ്ഠമെന്ന് പറയുമ്പോൾ അതിനർത്ഥം ഉന്നതശീർഷരായ മോണ്ടെസ്ക്യൂ, വോൾ

ട്ടയർ, ടർഗോ, ദിദെരോ തുടങ്ങിയവർ സവിശേഷതകൾ ഇല്ലാത്തവരാണ് എന്നാണോ? ഫ്രാൻസിന്റെ പരിഷ്കരണത്തിനും വിപ്ലവത്തിനും റൂസ്സോവിനെപ്പോലെത്തന്നെ പ്രവർത്തിച്ചവരാണ് അവരൊക്കെ തന്നെയും.'' ശബ്ദമുയർത്തിയതിന്റെ കിതപ്പിൽ രോഷാകുലനായി സാർത്രേ എന്നെ തുറിച്ചുനോക്കി. കൈയിലിരുന്ന സിഗരറ്റ് എരിഞ്ഞു തീരാറായത് അദ്ദേഹം ശ്രദ്ധിച്ചതേയില്ല.

തല്ലുകൂടുമ്പോഴുള്ള സാർത്രിന്റെ മുഖഭാവം എനിക്കിഷ്ടമായിരുന്നു. പറഞ്ഞു ജയിക്കാൻ എനിക്കു വാക്കുകൾ കിട്ടിയില്ല. എങ്കിലും വ്യർത്ഥമായ ചില വാഗ്വാദങ്ങൾ ഞാൻ നടത്തി. അവസാനം തോറ്റു കൊടുക്കേണ്ടി വന്നത് എനിക്കു തന്നെയായിരുന്നു. എങ്കിലും സാർത്രേയുടെ വിജയം എന്റെയുള്ളിൽ ആനന്ദം നിറച്ചു. സ്വയം അറിവ് സമ്പാദിക്കുക എന്നതിനപ്പുറം തന്റെ അറിവ് മറ്റുള്ളവർക്ക് കൂടി പകർന്ന് കൊടുക്കാനുള്ള സാർത്രേയുടെ മനസ്സ് എന്നിൽ അദ്ദേഹത്തോടുള്ള ആരാധന വർദ്ധിപ്പിച്ചുകൊണ്ടിരുന്നു. ഞങ്ങൾ വഠിക്കുന്ന വിഷയങ്ങൾ ഇത്രയും മിനക്കെട്ട് പറഞ്ഞു തരുന്നതുകൊണ്ട് അദ്ദേഹത്തിന് യാതൊരു വിധ നേട്ടമുണ്ടാകാനും പോകുന്നില്ല എന്നെനിക്കറിയാം. സ്വന്തം നേട്ടത്തെ മുൻനിർത്തിയല്ല ഒന്നും ചെയ്തിരുന്നത്. അദ്ദേഹത്തിന് പഠിക്കാനും എഴുതാനും വേണ്ടിയുള്ള സമയം ഞങ്ങൾക്ക് വേണ്ടി ചെലവാക്കുമ്പോൾ ഞങ്ങളതു വേണ്ടവണ്ണം ഉപയോഗപ്പെടുത്താത്തതിൽ മാത്രമേ അദ്ദേഹത്തിന് നിരാശയുണ്ടായിരുന്നുള്ളൂ. ഞാൻ അതുവരെ കണ്ടതും അറിഞ്ഞതുമായ എല്ലാ സ്നേഹബന്ധങ്ങളും സ്വാർത്ഥതയുടെ അടിസ്ഥാനത്തിൽ നിലനിന്നതായിരുന്നു. മാത്രമല്ല അവരോരോരുത്തരും ജീവിതത്തിൽ സ്വയം ഉയരത്തിലെത്തുക, ധാരാളം സമ്പാദിക്കുക, നല്ല ഉദ്യോഗം ലഭിക്കുക തുടങ്ങിയ പല കാര്യങ്ങളും ലക്ഷ്യം വച്ചപ്പോൾ സാർത്രേ അത്തരം വിഷയങ്ങളിൽ ചിന്താധീനനായിരുന്നില്ല. അതൊന്നുമല്ല യഥാർത്ഥ നേട്ടങ്ങളെന്നും സമൂഹത്തിനുവേണ്ടി ജീവിക്കുമ്പോൾ കിട്ടുന്ന ആനന്ദമാണെന്നും പ്രവൃത്തികൊണ്ട് തെളിയിച്ചയാളായിരുന്നു സാർത്രേ.

ഞാനും സ്വകാര്യമായ ലക്ഷ്യങ്ങൾ ഉള്ളവളായിരുന്നു. ഡിഗ്രി സമ്പാദിക്കുകയും അദ്ധ്യാപികയാവുകയും ചെയ്യുന്നതിൽ മാത്രം ഒതുങ്ങുന്നതായിരുന്നില്ല എന്റെ സ്വപ്നങ്ങൾ. ഒരു മികച്ച ഫിലോസഫറാവുക, ധാരാളം പുസ്തകങ്ങൾ എഴുതുക ഇതെല്ലാം എന്റെ സ്വപ്നങ്ങളായിരുന്നു. എന്നെങ്കിലും മഹത്തായ ഒരു നോവൽ എഴുതുക എന്നതായിരുന്നു ഏറ്റവും വലിയ സ്വപ്നം. ഞങ്ങളുടെ സൗഹൃദം സദാചാരത്തെക്കുറിച്ചുള്ള എന്റെ അതുവരെയുള്ള കാഴ്ചപ്പാടുകളെ കൂടിയാണ് തിരുത്തിക്കുറിച്ചത്.

എങ്കിലും ഇടയ്ക്കിടെ സദാചാരത്തെ സംബന്ധിച്ചുള്ള കാര്യങ്ങളിൽ ഞങ്ങൾ തമ്മിൽ ശണ്ഠ കൂടും.

"മനുഷ്യർ സ്വാഭാവികമായ ആഗ്രഹങ്ങൾക്കും പ്രലോഭനങ്ങൾക്കും വിധേയരാണ് സിമോൺ. നീ ധരിച്ചു വച്ചിരിക്കുന്നതോ നിന്റെ അറിവിന്റെ പരിധിയിൽ പെട്ടതോ മാത്രമല്ല മനുഷ്യജീവിതം."

മനുഷ്യമനസ്സിന്റെ നിഗൂഢതകളെക്കുറിച്ച് പറഞ്ഞു മനസ്സിലാക്കി തരേണ്ടതല്ല. അത് ജീവിതവും അനുഭവവുംകൊണ്ട് ആർജ്ജിച്ചെടുക്കേണ്ടതാണ്. നീ ഈ കാര്യത്തിൽ ഒരു കുട്ടിയാണ്." സാർത്രേ പുഞ്ചിരിയോടെ എന്റെ തലയിൽ ഒരു കൊട്ടു വെച്ചു തരും അത് പറഞ്ഞിട്ട്.

അത്രനാളും എന്റെയുള്ളിൽ സ്ഥിതിചെയ്തിരുന്ന സദാചാര ബോധക്കാരിയായ പെൺകുട്ടിക്ക് സമൂഹത്തിൽ നിലനിന്നിരുന്ന പല കാര്യങ്ങളും അംഗീകരിക്കാൻ മടിയായിരുന്നു. പിന്നീട് ഞാനെന്നെത്തന്നെ വിശകലനം ചെയ്യാൻ തുടങ്ങി. എന്താണ് ആന്തരികമായി സിമോൺ. വ്യക്തി എന്ന നിലയിൽ ഞാനൊരു വൻ പരാജയമാണോ. എഴുത്തിലും അഭിപ്രായപ്രകടനങ്ങളിലും തീരുമാനങ്ങൾ കൈക്കൊള്ളുന്നതിലും ഉറച്ച നിലപാടുകൾ സൃഷ്ടിക്കാൻ എനിക്കിതുവരെ സാധിച്ചിട്ടില്ല. കൃത്യമായി ആലോചിക്കാതെ രൂപംനൽകിയ ആശയങ്ങളായിരിക്കും മിക്കപ്പോഴും എന്റേത്. എടുത്ത തീരുമാനങ്ങൾ പലതും പിന്നീടാലോചിക്കുമ്പോൾ വെറും മണ്ടത്തരങ്ങളായിരുന്നുവെന്ന് ബോദ്ധ്യപ്പെടും. എന്നാൽ സാർത്രേയുടെ തീരുമാനങ്ങൾ കുറ്റമറ്റതും നിഷ്പക്ഷവുമായിരുന്നു.

ഞങ്ങൾ തമ്മിലുള്ള തർക്കം നീണ്ടുപോകുകയും പരാജയത്തിന്റെ വക്കിൽ ഞാൻ തളർന്നിരിക്കുകയും ചെയ്യുന്ന സന്ദർഭങ്ങളിൽ കഠിനമായ ശബ്ദത്തിൽ സാർത്രേ ശാസിക്കും.

"ബീവർ നിനക്ക് എല്ലാം അറിയാമെന്ന് വെറുതെ മനകോട്ട കെട്ടിയതുകൊണ്ട് കാര്യമില്ല. ഒരു കാര്യത്തെക്കുറിച്ചും നിനക്ക് പൂർണ്ണമായ അറിവില്ല. ഒരാശയത്തെ വ്യക്തമായി ആവിഷ്കരിക്കാൻ സാധിക്കാതെ വരുന്നുവെങ്കിൽ ആ വിഷയത്തിൽ നമ്മൾ പരാജയപ്പെട്ടു എന്നാണർത്ഥം."

മറുപടി പറയാൻ വാക്കുകളില്ലാതെ സാർത്രേയെ ഉറ്റുനോക്കി നിൽക്കേ എന്റെ കാഴ്ചപ്പാടുകളുടെ ന്യൂനതയെക്കുറിച്ചു തന്നെയാണ് ആലോചിച്ചതും. മനുഷ്യൻ എങ്ങനെ ജീവിക്കണം എന്നതിനെക്കുറിച്ചു ഞാനൊരു നിയമം ഉണ്ടാക്കി സൂക്ഷിച്ചിരുന്നു. അതിൽ സംസ്കാരത്തിനായിരുന്നു ആന്തരിക ആനന്ദത്തേക്കാൾ മുൻഗണന. സാർത്രിന്റെ വിലയിരുത്തൽ നേരെ തിരിച്ചും.

"മനുഷ്യൻ ആത്മാവിന്റെ ആനന്ദത്തിന് വേണം മുൻഗണന കൊടുക്കാൻ. ശൂന്യമായ കുടത്തിന്റെ വാ കെട്ടിവച്ചത് പോലുള്ള മനുഷ്യരെ ഞാൻ വെറുക്കുന്നു സിമോൺ."

"നിങ്ങളുടെ വാക്കുകൾ എന്നെ ചിന്തിപ്പിക്കാൻ തുടങ്ങിയിരിക്കുന്നു സാർത്ര്."

തോൽവിയുടെ ആനന്ദം എത്ര മധുരമാണെന്ന് തിരിച്ചറിഞ്ഞുകൊണ്ട് ഞാൻ പറഞ്ഞു.

ഇതുവരെ സങ്കല്പിച്ചിരുന്നതുപോലെ എളുപ്പമല്ല ഭാവിയെന്ന് ബോദ്ധ്യമായിത്തുടങ്ങി. യാഥാർത്ഥ്യ ബോധത്തോടെ നോക്കിക്കാണേണ്ട ഒന്നാണ് എഴുത്തെന്നും, ജീവിതമെന്നും തിരിച്ചറിഞ്ഞിടത്ത് സ്വപ്ന ങ്ങൾക്ക് പ്രാധാന്യമില്ലാതായി.

ഇതാ എന്റെ ചിറകിൻകീഴിൽ വിശ്രമിക്കൂ എന്നു പറഞ്ഞ യുവാവിനെ കണ്ണിമ വെട്ടാതെ നോക്കി നിൽക്കേ ഞാൻ ജീവന്റെ പച്ചയായ യാഥാർത്ഥ്യത്തിലേക്ക് ഇറങ്ങാൻ പോകുന്നു എന്ന തോന്നലിൽ ഉടലും ഉയിരും വിറച്ചുതുള്ളി.

ഉടമസ്ഥാവകാശം ചോദ്യം ചെയ്യപ്പെട്ടു കൂടാത്ത ദിവ്യമായ ഒരവകാശമാണെന്ന് എനിക്കു തോന്നിത്തുടങ്ങി. ഉടമസ്ഥനും ഉടമയിലിരിക്കുന്ന വസ്തുക്കളും തമ്മിൽ ഒരഭേദ്യത ഉള്ളത് പോലെയാണ് ഞാൻ മനസ്സിലാക്കിയത്. വാക്കും— അർത്ഥവും പോലെ. എന്റെ, എന്റെ എന്നു വിശേഷിപ്പിക്കാവുന്ന എന്തിലും ഒരനിഷേദ്ധ്യത ഉണ്ട്. അതിനെ തള്ളിക്കളയാൻ ആർക്കാണ് കഴിയുക.

—സിമോൺ

തത്ത്വശാസ്ത്രം

ചില സമയങ്ങളിൽ നിരാശാബോധം എന്നിൽ ചൂഴ്ന്നുനില്ക്കും. ഫിലോസഫി പഠിച്ചതുകൊണ്ട് എനിക്ക് സമാധാനം ലഭിച്ചുവോ! അതെനിക്ക് സ്വർഗ്ഗവാതിൽ തുറന്നു തന്നില്ല. എന്റെയുള്ളിലെ നിരാശാബോധത്തെയും സംഘർഷാവസ്ഥയെയും മറികടക്കാൻ ഞാൻ പഠിച്ച തത്ത്വശാസ്ത്രം സഹായിച്ചില്ല. കൂടുതൽ കൂടുതൽ ചോദ്യങ്ങൾ എന്നോടു തന്നെ ചോദിക്കാനും സംശയഗ്രസ്തയാകാനുമേ അതെന്നെ സഹായിച്ചുള്ളു. അൽപ്പമെങ്കിലും ആശ്വാസം കിട്ടുവാൻ മുഴുവൻ സമയം വായനയിൽ ശ്രദ്ധ ചെലുത്താൻ ശ്രമിച്ചു. ബർഗ്സാൻ, പ്ലേറ്റോ, ഷോപ്പനോവർ, ലയബനീസ്, ഫമലീൻ, നീഷേ എന്നിവരുടെ കൃതികൾ വായിച്ചു. നീഷേയെ വായിക്കുമ്പോഴാണ് ഞാൻ കൂടുതൽ കൂടുതൽ ആഴത്തിൽ ഉള്ളടക്കത്തെ സ്വീകരിച്ചത്. എല്ലാ ദാർശനികരും പ്രതിഭാശാലികളും ഏതാണ്ട് ഒരേ തരം മാനസിക പിരിമുറുക്കത്തിലൂടെയും ഹൃദയത്തിന്റെ തരിശുനിലങ്ങൾ താണ്ടിയുമാണ് എവിടെയെങ്കിലുമൊക്കെ എത്തിച്ചേർന്നിട്ടുള്ളത് എന്നത് എന്നെ ആശ്വസിപ്പിച്ചുവെങ്കിലും. അരിസ്റ്റോട്ടിലും സെന്റ് തോമസ് അക്യുനസും മോപ്പസാങ്ങുമൊന്നും എന്നെ ഒട്ടും തന്നെ ആകർഷിച്ചില്ല.

വീട്ടിലെ ജീവിതമാണ് മടുപ്പിനുള്ള പ്രധാനകാരണം. സ്നേഹിക്കാനോ സ്നേഹിക്കപ്പെടുവാനോ വേണ്ടി ജനിച്ചവളല്ല ഞാനെന്ന് തോന്നാൻ തുടങ്ങിയിരിക്കുന്നു. എന്റെ മനസ്സ് ഒന്നുകൊണ്ടും തൃപ്തിയാകുന്നില്ല. വീണ്ടും വീണ്ടും കോരിയൊഴിക്കുമ്പോഴും ചോർന്നൊലിച്ച്

പോകുന്ന പാത്രം കണക്കെ മനസ്സിൽ ശൂന്യത മാത്രമായി. ചിലപ്പോൾ തോന്നും സന്തോഷത്തെയാണോ ഞാൻ ഭയപ്പെടുന്നതെന്ന്. പണ്ട് എല്ലാവരാലും സനേഹിക്കപ്പെടുന്നവൾ എന്ന് വിശ്വസിക്കുവാൻ എനിക്കു സന്ദേഹമില്ലായിരുന്നു. കാലക്രമേണ ഞാൻ തന്നെ തെരഞ്ഞെടുത്ത വഴിയിലൂടെ മുന്നോട്ട് പോകവേ ബന്ധങ്ങൾ ഓരോന്നായി എന്നിൽ നിന്നും അടർന്നുപോയി. ചില സമയം ആ ബന്ധങ്ങൾ വേണമെന്ന് തോന്നും മറ്റ ചിലപ്പോൾ ഇതെല്ലാം നിരർത്ഥകങ്ങളാണെന്നും.

പൊള്ളയായ ഈ ജീവിതത്തിൽനിന്നും എനിക്കോടിയൊളിച്ചേ പറ്റൂ. കുടുംബ മീറ്റിങ്ങുകളിൽ പരസ്പരം ആലിംഗനം ചെയ്യുകയും പുഞ്ചിരിക്കുകയും, ഒരുമിച്ച് നൃത്തം ചെയ്യുകയും ഭക്ഷണം കഴിക്കുകയും ചെയ്യുന്നവർ പിരിഞ്ഞു അൽപ്പനേരത്തിന് ശേഷം കുറ്റം പറയുകയും ശപിക്കുകയും ചെയ്യുന്നത് കാണുമ്പോൾ ഈ നിരർത്ഥകത കൂടുതൽ കൂടുതൽ എന്നിൽ രൂഢമൂലമായി.

എല്ലാ ബന്ധങ്ങളും വെറും നാടകങ്ങളാണ്. ഈ ആലിംഗനവും, ചുംബനവും കൈമാറിയ പുഞ്ചിരിയും എല്ലാ നൈപുണ്യമുള്ള കലാകാരന്മാർ നടത്തുന്ന കെട്ടുകാഴ്ചകൾ മാത്രം. അതുകൊണ്ടു തന്നെ ഞാൻ പുസ്തകങ്ങൾക്കിടയിലേക്ക് എന്നെ തന്നെ തളച്ചിട്ടു. ബാലെ ഗീഡേ, ബലേറി, ക്ലോഡൽ തുടങ്ങിയവരെയെല്ലാം വായിച്ചു. എന്നാൽ അവരെല്ലാം ബൂർഷ്വാകൾ ആയിരുന്നു. യുദ്ധം കൊണ്ടുവന്ന അനിശ്ചിതത്ത്വത്തിലും അരക്ഷിതത്ത്വത്തിലും വർഗ്ഗവ്യത്യാസം സൂക്ഷിച്ചവർ. എങ്കിലും പുസ്തകങ്ങളിൽ നിന്നും പുസ്തകങ്ങളിലേക്ക് ഞാനന്വേഷിച്ച് നടന്നു. എന്നെപ്പോലെ തന്നെ മജ്ജയും മാംസവും ഹൃദയവും ഉള്ള എത്രയോ മഹാരഥന്മാർ. അവരുടെ ആത്മാവിനെ എന്റെ ആത്മാവിലേക്ക് ചേർത്ത് വച്ചു രചിച്ച സ്വപ്നങ്ങളാണ് ആ കൃതികളെന്ന് എനിക്കു തോന്നി. പ്രാർത്ഥനകളിൽ നിന്നും ലഭിക്കാതിരുന്ന ശാന്തി പുസ്തകങ്ങളിൽ നിന്നും കിട്ടിയിരുന്നു. പുസ്തകങ്ങളിലെ കഥാപാത്രങ്ങളിലേക്ക് എന്നെ ചേർത്തു വെച്ചു. അവരുടെ വേദനകളും സംഘർഷങ്ങളും ആനന്ദവും എന്റേതായി. വിശുദ്ധഗ്രന്ഥങ്ങൾ വായിക്കുമ്പോൾ അതിനുള്ളിലെ സങ്കീർണ്ണതയിൽ മനസ്സ് വിലയം പ്രാപിച്ചു. വായിച്ച പുസ്തകങ്ങളിൽ നിന്നും സ്വാധീനിച്ച ആശയങ്ങൾ എഴുതി വച്ചു. അതിൽനിന്നും പുതിയ ആശയങ്ങൾ ഞാൻ തന്നെ സൃഷ്ടിച്ചു. എന്നെങ്കിലും ഒരിക്കൽ ഞാനും മഹത്തായ ഒരു രചന നടത്തുമെന്നു സ്വപ്നം കണ്ടു.

****

സാർത്രേ അവതരിപ്പിച്ച 'Theory of Contingency' ഞങ്ങളെയെല്ലാം അതിശയിപ്പിച്ചു. എത്ര ഭംഗിയായും ശക്തമായുമാണ് സംഭവ്യതകളുടെ

സിദ്ധാന്തം അദ്ദേഹം പൂർത്തിയാക്കിയത്. ഞാൻ മാത്രമല്ല മറ്റ് സഹപാഠികളും അദ്ധ്യാപകരുമെല്ലാം സാർത്രേയെ അതിന്റെ പേരിൽ അഭിനന്ദനങ്ങൾകൊണ്ട് മൂടി. അതിനുശേഷം ഞങ്ങൾ തനിച്ചു കാണുന്നത് സെയിൻ നദിക്കരയിൽ വെച്ചാണ്. ഞാനവിടെ ഉണ്ടാകും എന്നുറപ്പുള്ളതുകൊണ്ടാണ് സാർത്രേ എന്നെ തെരഞ്ഞ് അങ്ങോട്ടേക്ക് വന്നത്. എന്നെ കണ്ടതും സാർത്ര് പുഞ്ചിരിയോടെ അരികിൽ വന്നിരുന്നു. കൈയിലിരുന്ന പുസ്തകങ്ങൾ എനിക്കു നീട്ടിയിട്ടു പറഞ്ഞു. "ഇത് നിനക്കു തരുവാനായി എടുത്തതാണ്. ടോൾസ്റ്റോയിയും ഷേക്സ്പിയറും."

War and peace, The Kreutzer, Macbath ഞാൻ പുസ്തകങ്ങൾ മറിച്ച് നോക്കി.

"സാർത്ര് എനിക്കുവേണ്ടി എത്രയധികം സമയം ചെലവാക്കുന്നു. ഞാനെന്താണ് ഇതിന് പകരം തരിക."

"നീ ഒരു കള്ളിപ്പൂച്ചയാണ്." സാർത്രേ അത് പറഞ്ഞുകൊണ്ടു എന്റെ മൂക്കിൻ തുമ്പിൽ പിടിച്ചുവലിച്ചു.

മൂക്കിൻ തുമ്പിൽ ഇങ്ങനെ വേദനിപ്പിക്കും വിധം പിടിക്കുമ്പോൾ എനിക്കു ശുണ്ഠി വരുമെന്ന് സാർത്രേക്കറിയാം. പക്ഷേ, എന്തുകൊണ്ടോ എനിക്കന്നേരം ശുണ്ഠി വന്നില്ല. പകരം ഹൃദയത്തിനുള്ളിൽ അനുഭൂതി നിറയുന്നു. സാർത്രേയുടെ നേർക്ക് നോക്കാൻ എനിക്കു ചെറിയ ലജ്ജ അനുഭവപ്പെട്ടു.

"സിമോൺ നീ എഴുതിക്കൊണ്ടിരിക്കുന്ന നോവൽ എവിടെ വരെയായി. അന്ന് വായിച്ചു കേൾപ്പിച്ചതിൽ പിന്നെ ഒന്നും കാണിച്ചിട്ടില്ല. എന്താ അലസയായിട്ടിരിക്കുവാണോ!"

"എനിക്കൊരു നോവൽ എഴുതാൻ പറ്റുമെന്ന് തോന്നുന്നില്ല. ഒരു നോവൽ എഴുതാൻ മാത്രമുള്ള പക്വത എനിക്കു കൈവന്നിട്ടില്ല ആശയങ്ങൾ ഇല്ലാഞ്ഞിട്ടല്ല. പക്ഷേ, അത് എങ്ങനെ അവതരിപ്പിക്കണം എന്നറിഞ്ഞുകൂടാ. എന്റെ ഭാഷ ശരിയാകുന്നുണ്ടോ എന്നോർത്തു ഞാൻ ആശങ്കയിലാണ്. വാക്കുകൾ അടുക്കിവയ്ക്കുമ്പോൾ ഉണ്ടാകേണ്ട സൗന്ദര്യം എന്റെ എഴുത്തിലില്ല. എന്റെ ഉള്ള് വരണ്ട ജലാശയം പോലെ കിടക്കുന്നു. തനിച്ചിരുന്ന് എഴുതാൻ ശ്രമിക്കുമ്പോൾ നിശ്ശബ്ദതയിൽ മുങ്ങിത്താഴും പോലെ. എന്തോ ഒരു തരം വിരക്തി എഴുത്തിന് തടസ്സമായി നിൽക്കുന്നു. അല്ലെങ്കിൽ അത്രയും ആവേശകരമായി എന്തെങ്കിലും വായിക്കാൻ സാധിക്കണം."

സാർത്ര് നിശ്ശബ്ദം ഇരുന്നു, നദിയുടെ ഓളങ്ങളിൽ ചാഞ്ചാടുന്ന ഇലകളിൽ നോക്കിയിരിക്കുന്നതുപോലെയേ കാണുന്നവർക്ക് തോന്നൂ. എന്നാൽ സത്യത്തിൽ സാർത്രേയുടെ കണ്ണുകളിൽ ആ ഇല പെട്ടിട്ടി

ല്ലെന്നു എനിക്കറിയാം. ഒരു ഇളം കാറ്റ് ഞങ്ങളെ കടന്നുപോയി. സാർത്രേ യുടെ തലയിൽ ഒരു കുഞ്ഞില പറന്നു വീണിരുന്നു.

ഞാൻ അത് തട്ടിക്കളഞ്ഞുകൊണ്ടു War and Peace എടുത്തു. ലിയോ ടോൾസ്റ്റോയി.

"ടോൾസ്റ്റോയി ഈ പുസ്തകം രചിച്ചത് നാല്പതാം വയസ്സിലാണ്. എനിക്കു വയസ്സ് ഇരുപത്തിയൊന്ന് കഴിഞ്ഞതേയുള്ളൂ. എന്റെ ഈ പ്രായത്തിൽ നോവലെഴുതാനുള്ള ആഴമൊന്നും ജീവിതത്തിൽനിന്നും ലഭിച്ചിട്ടില്ല."

"നിന്റെ തോന്നൽ പൂർണ്ണമായും ശരിയല്ല സിമോൺ. കുറഞ്ഞപക്ഷം നിനക്കു സ്വയം വിലയിരുത്താൻ സാധിക്കുന്നുണ്ടല്ലോ. ഒരു ചൊല്ല് കേട്ടിട്ടില്ലേ. തനിക്ക് മുമ്പേ പോയ തലമുറയോടു തട്ടിച്ചു നോക്കുമ്പോൾ ഇപ്പോഴുള്ളവർ പണ്ടത്തെക്കാൾ ദുഃഖിതരാണ്. എന്നാൽ ഒരു വ്യത്യാസമുണ്ടെന്ന് സമ്മതിക്കുന്നു. നാം ദുഃഖിതരാണെന്ന് സമ്മതിക്കു ന്നുണ്ട്.?"

സാർത്രേ പറഞ്ഞത് കേട്ടു ഞാൻ പൊട്ടിച്ചിരിച്ചുപോയി.

"സാർത്ര് എന്തിനെക്കുറിച്ചാണ് പറഞ്ഞത്?"

"പൊതുവെ കലാകാരന്റെ ആവിഷ്ക്കാര വേദനയും അതിൽപ്പെടും. നീ നിന്നെക്കുറിച്ച് പൂർണ്ണബോധവതിയാണ് എന്നത് എന്നെ ആനന്ദിപ്പിക്കുന്നു. എന്നാൽ അത് കുറവുകളെക്കുറിച്ചു മാത്രമല്ലാതെ കഴിവുകളെക്കുറിച്ചു കൂടിയാവണം എന്നു ഞാൻ ആഗ്രഹിക്കുന്നുണ്ടെന്ന് മാത്രം.?

"നിങ്ങൾ എന്താണ് അർത്ഥമാക്കുന്നത്?"

"നിന്റെ മനസ്സിൽ കയറിക്കൂടിയിരിക്കുന്ന അനാവശ്യമായ ഭയങ്ങളെ കുറിച്ചു തന്നെ. അത് നിന്റെ എഴുത്തിനെ ബാധിക്കുവാനിടയുണ്ട്."

"ശരിയാണ് സാർത്ര്. എത്ര വേണമെങ്കിലും പഠിക്കാനും പ്രബന്ധ ങ്ങൾ തയ്യാറാക്കാനും എനിക്കു കഴിയുന്നുണ്ട്. പക്ഷേ, കഥയോ നോവ ലോ എഴുതാൻ ശ്രമിക്കുമ്പോൾ ഒരൊഴുക്ക് കിട്ടാത്തത് പോലെ. മനസ്സിൽ വിചാരിക്കുന്നതുപോലെ അനായാസമായി എഴുതുവാൻ സാധിക്കുന്നില്ല. ഇതല്ലായിരിക്കുമോ എന്റെ വഴി. എനിക്കൊരിക്കലും ഒരു സാഹിത്യ കാരിയാകാൻ സാധിക്കില്ലേ?"

"സിമോൺ നീ ഇപ്പോഴും ഒരു കുട്ടിയാണ്. എത്ര കുഞ്ഞ് കുഞ്ഞ് സംശയങ്ങളാണ് നിന്റെ മനസ്സിൽ. എഴുത്താണ് നിന്റെ വഴിയെന്ന് ഉറപ്പിക്കുക. അതിനുവേണ്ടിയുള്ള സാമഗ്രികൾ സമാഹരിക്കുക. നിനക്കു വേണ്ടതെല്ലാം വായനയിൽ നിന്നു ലഭിക്കും. പരന്ന വായനകൊണ്ട് മാത്രമേ വ്യക്തമായൊരു ധാരണ ലഭിക്കൂ. നല്ല ചട്ടക്കൂടിനുള്ളിൽ മനോഹരമായി ഒതുക്കി നിർത്തുന്നതാവണം ഉദാത്തമായ സൃഷ്ടികൾ."

“എനിക്കു മനസ്സിലാകുന്നുണ്ട് സാർത്ര്. പക്ഷേ...”

“ആശങ്ക കളയൂ സിമോൺ. എനിക്കുറപ്പുണ്ട്. ലോകം ഉറ്റുനോക്കുന്ന എഴുത്തുകാരുടെ പട്ടികയിൽ ഒരിക്കൽ നിന്റെ പേരും എഴുതി ച്ചേർക്കപ്പെടും.”

സാർത്രിന്റെ കണ്ണുകളിൽ ഉറ്റുനോക്കി നിൽക്കേ എന്റെ മനസ്സിലൂടെ അനേകം ചിന്തകൾ കടന്നുപോയി. ഹൃദയത്തിന്റെ എല്ലാ വാതിലും തുറന്നിട്ട ഒരു മനുഷ്യൻ. പരിപൂർണ്ണനായ ഒരു മനുഷ്യൻ.

ഒരുപക്ഷേ, സാർത്ര് അയാളുടെ ലോകം ഇത്രയും സുതാര്യമായി പ്രകടിപ്പിക്കുന്നതുകൊണ്ടാവണം അത്രമേൽ ആവേശത്തോടെ എന്റെയുള്ളിൽ പ്രണയം നിറഞ്ഞതും.

ഫെബ്രുവരി 1930

സാർത്ര് നിർബ്ബന്ധിത പട്ടാള സേവനത്തിന് പോയതിനുശേഷം ഞാൻ വീണ്ടും നോവലെഴുത്തിലേക്ക് മാത്രമായി മുഴുകി. ഏകാന്തത താങ്ങാൻ പറ്റാതായി കഴിഞ്ഞിരിക്കുന്നു. അതിനെ അതിജീവിക്കാനുള്ള മാർഗ്ഗമായിട്ടാണ് എഴുത്തിൽ പൂർണ്ണമായും സമർപ്പിച്ചത്. എന്നിട്ടും മനസ്സ് ഒന്നിലും ഉറച്ചുനിൽക്കുന്നില്ലായിരുന്നു. വായനയിലും എഴുത്തിലുമായി മനസ്സിനെ തളച്ചിടാൻ ശ്രമിക്കുമ്പോഴും അന്തരാത്മാവിൽ എവിടെയോ കുറവനുഭവപ്പെടുന്നു. സാർത്രേ അടുത്തുണ്ടായിരുന്നുവെങ്കിൽ എഴുത്തിലുള്ള സംശയങ്ങൾ ദൂരീകരിക്കാൻ കഴിയുമായിരുന്നു. എഴുതിയത് വായിച്ചു കേൾപ്പിക്കുമ്പോൾ തെറ്റുകൾ തിരുത്താനും പുതിയ ആശയങ്ങൾ പറയാനും ഒരാളുണ്ടാവുക ആ ആൾ ഹൃദയത്തോട് ചേർന്ന് നിൽക്കുന്ന ഒരാളാകുക. സാർത്രേയുടെ അസാന്നിദ്ധ്യം എഴുത്തിനെ സാരമായി ബാധിച്ചിരിക്കുന്നു.

ഞങ്ങൾ ഒരുമിച്ചുണ്ടായിരുന്ന ദിനങ്ങൾ ഓരോന്നായി മനസ്സിലേക്ക് കടന്നുവന്നു. സെയിന്റ് ജർമ്മനിയിലേക്കുള്ള തീവണ്ടി യാത്രയിൽ സാർത്രേ എന്നെ ആലിംഗനം ചെയ്തത്. ഞങ്ങളുടെ ചുംബനത്തിന്റെ തീവ്രത. ഓരോന്നോർക്കെ എനിക്ക് വീണ്ടും അനാഥത്വം അനുഭവപ്പെടാൻ തുടങ്ങി.

കത്തെഴുതാനിരുന്നിട്ട് ഒരു വരിപോലും എഴുതാൻ സാധിച്ചില്ല. കണ്ണിൽനിന്നും രണ്ടു തുള്ളി കണ്ണീർ അടർന്ന് കടലാസിൽ വീണു. എനിക്കു സ്വയം നിയന്ത്രിക്കാനായില്ല.

ലക്സൺ ബർഗ് ഗാർഡനിൽ ഒരുമിച്ചിരിക്കുന്ന പ്രണയിതാക്കളെ കാണുമ്പോൾ ഹൃദയം ആർദ്രമാകുന്നു. കണ്ണുകൾ എത്ര നിയന്ത്രിച്ചിട്ടും നിറഞ്ഞൊഴുകുന്നു. സാർത്രേയുടെ അഭാവം കൊല്ലാതെ കൊല്ലുന്നു.

അന്നത്തെപ്പോലെ പ്രണയപൂർവ്വം എന്നെ ചേർത്തു പിടിക്കാൻ ഇപ്പോ അദ്ദേഹത്തിന് കഴിയില്ലല്ലോയെന്ന ഓർമ്മ വീണ്ടും വീണ്ടും വേദനയിലാഴ്ത്തുന്നു.

ഓരോ ദിവസവും തനിച്ചു കിടക്കുന്നു, ഉറങ്ങുന്നു, പാചകം ചെയ്യുന്നു, യാത്ര പോകുന്നു, ആൾക്കൂട്ടത്തിനിടയിലും ഏകയായി ജീവിക്കുന്നു.

സാർത്രേക്കു പകരം മറ്റൊരാളെ കൂട്ടുകാരനാക്കാം. പക്ഷേ, ഒരിക്കലും സാർത്രേക്കു പകരം മറ്റൊരുവനെ സ്വീകരിക്കാൻ ശരീരമോ മനസ്സോ തയ്യാറാകുന്നില്ല. അന്നേരം വായിച്ചു മനഃപാഠമാക്കിയ വരികൾ ഓർമ്മയിലെത്തി.

പെൺകുട്ടികളേ, നിങ്ങൾ വീരന്മാരുടെ സഖികളാവു എന്ന്. എന്റെ പങ്കാളിയാകാൻ വരുന്ന പുരുഷൻ ആരായാലും എനിക്കയാളെ ആരാധിക്കാൻ സാധിക്കണം. അയാൾക്ക് എന്റെ മേൽ ആധിപത്യം ചെലുത്താൻ സാധിക്കണം. അതൊരിക്കലും ശാസനകൊണ്ടോ പിടിച്ചടക്കൽകൊണ്ടോ ആകരുത് എന്നു ഞാൻ ആഗ്രഹിച്ചിരുന്നു. എല്ലാ രീതിയിലും ഒപ്പത്തിനൊപ്പം നിൽക്കുന്ന ഒരു പുരുഷനിൽ മാത്രമേ എനിക്കു തൃപ്തി കിട്ടുമായിരുന്നുള്ളൂ. നിന്നെ ഞാനെന്റെ ചിറകിനടിയിൽ സൂക്ഷിക്കാൻ പോകുന്നു എന്ന് സാർത്രേ പറഞ്ഞ നിമിഷം അതുപോലൊരു പുരുഷനെയാണ് കണ്ടത്. സാർത്രേയെ മാറ്റിനിർത്തി മറ്റൊരാളെ കുറിച്ചു ചിന്തിക്കാൻ പോലും ഇപ്പോൾ സാദ്ധ്യമല്ലെന്നായിരിക്കുന്നു.

ദിനവും പ്രഭാതത്തിൽ സൂര്യ രശ്മികൾ മുഖത്ത് വീഴും വരെ കിടക്കയിൽ കിടന്നുകൊണ്ടു ഇതുവരെയുള്ള ജീവിതത്തെയും സ്വപ്നങ്ങളെയും വിലയിരുത്തുക ദിനചര്യയായിക്കഴിഞ്ഞു. ഓരോ വ്യക്തിയും എന്നിലേൽപ്പിച്ച മുറിവുകൾ, അപമാനങ്ങൾ, സ്നേഹത്തിന്റെ ചില നനുത്ത സ്മരണകൾ, അതിനെല്ലാം മുമ്പെപ്പോഴോ ലഭിച്ചിരുന്ന സ്നേഹത്തിന്റെ ആർദ്രതയെക്കുറിച്ച്.

ഇപ്പോൾ തീർത്തും ശൂന്യമനസ്കയായി ആശങ്കയും വേദനയും മാത്രം സ്വന്തമുള്ളവളായി ഇങ്ങനെ ജീവിക്കുമ്പോൾ ഞാനെന്നിൽ മറ്റൊരുവളെ തിരയുന്നു. എന്നോ ഒരിക്കൽ പൊട്ടിച്ചിരിച്ചിരുന്നവളെ, എന്നോ ഒരിക്കൽ കണ്ണുകളിൽ തിളക്കം ഉണ്ടായിരുന്നവളെ. ഈ സ്ത്രീ ആരാണ്!

ജീവിതത്തിൽ എന്നെങ്കിലും അവൾക്ക് സ്വപ്നം കണ്ടിരുന്നത് പോലെ ഒരു നോവലെഴുതാൻ സാധിക്കുമോ. വീട്ടിൽനിന്നും മാറി നിൽക്കുന്നത് ഒരു തരത്തിൽ ആശ്വാസമാണെങ്കിലും ചിലപ്പോൾ തോന്നും വീട്ടിൽ പോയി അച്ഛനമ്മമാരെ കാണണമെന്ന്. പോപ്പറ്റിനെ കണ്ടിട്ട എത്ര നാളായിരിക്കുന്നു. അവരുടെ എല്ലാ പ്രതീക്ഷയും തകർത്തു കളഞ്ഞവൾ എന്ന നിലയിലാണ് എന്നെ കാണുന്നതെന്ന റിയാം. അച്ഛനമ്മമാർ അമിതമായി പ്രതീക്ഷയർപ്പിക്കുന്ന കുട്ടികൾ എല്ലായ്പ്പോഴും ഇങ്ങനെ തന്നെയായിരിക്കും. പ്രതീക്ഷയുടെ ഭാരം അവരെ നിവർന്ന് നിൽക്കാൻ പ്രാപ്തിയില്ലാത്തവരാക്കും. ചിറകുകൾ

അരിഞ്ഞെറിയപ്പെട്ട പക്ഷിയുടെ ദൈന്യതപോലെ അവരുടെ മുഖം വിവർണ്ണമായിരിക്കും. പ്രതീക്ഷയർപ്പിക്കൽ ഒരു ചതിയാണ്. ആ ചതിയുടെ സംഘർഷം ഒരിക്കൽ അവരെ വിപ്ലവകാരികളാക്കി മാറ്റും.

എന്റെ മനസ്സിലോ ശരീരത്തിലോ വിപ്ലവം അവശേഷിച്ചിട്ടുണ്ടോ!

തണുത്തുറഞ്ഞ ഹൃദയത്തിൽ ഇനിയെന്നെങ്കിലും വിപ്ലവത്തിന്റെ ജ്വാലയുണരുമോ. എഴുത്തിലും വായനയിലും എന്നെങ്കിലും എനിക്കു സ്വന്തമായൊരു കൈയടയാളം പതിപ്പിക്കാനാകുമോ.

നോവലിന്റെ എഴുതി വച്ച ഭാഗങ്ങളിലൂടെ കണ്ണുകൾ പരതി നടക്കുമ്പോഴൊക്കെ ഞാൻ തിരിച്ചറിയുന്നു. ഇതല്ല ഞാനെഴുതാൻ ആഗ്രഹിച്ച സ്വപ്നം. ഇങ്ങനെയല്ല ഞാനെന്ന അടയാളപ്പെടുത്താൻ ആഗ്രഹിക്കുന്നത്. എന്നാൽ അതെങ്ങനെയെന്ന് വ്യക്തമായൊരു രൂപം എനിക്കില്ലായിരുന്നു. വെറും വായനകൊണ്ടു മാത്രം എഴുതുവാനുള്ള ആർജ്ജവം നേടിയെടുക്കാൻ സാധിക്കുമെന്ന് എനിക്കിപ്പോൾ വിശ്വാസമില്ല.

ഒരിക്കൽ സാർത്രേ എഴുതിയ കത്തിലെ വരികൾ ഓർമ്മ വരുന്നു.

"അറിവെന്നത് വിവരങ്ങൾ മനസ്സിലാക്കലല്ല. അത് അനുഭവത്തിലൂടെ ആർജ്ജിച്ചെടുക്കേണ്ട ഒന്നാണ്. മരണത്തിൽപ്പോലും നഷ്ടപ്പെടാത്തതെന്തോ അത് കരഗതമാകുവാൻമാത്രം അനുഭവങ്ങളെ സ്വായത്തമാക്കുക എന്നത്.

വായന ചിലപ്പോൾ അനുഭവമാകും. എന്നാൽ ഒരു പ്രത്യയ ശാസ്ത്രത്തിനും തത്ത്വചിന്തയ്ക്കും പുതിയൊരു ലോകത്തെ സൃഷ്ടിക്കാൻ കഴിയുമെന്ന വ്യാമോഹം വേണ്ട. തത്ത്വചിന്ത ഒരാളിൽ ആശയപരമായ നവീകരണം നടത്തിയേക്കാം. അതുകൊണ്ടു വ്യക്തിയെ ഉടച്ചുവാർക്കാൻ സാധിക്കില്ല. അനുഭവങ്ങൾ ഒരുവന്റെ ചിന്തയിലും ശീലങ്ങളിലും തിരുത്തലുകൾ വരുത്താം. മനുഷ്യൻ അനുഭവങ്ങളെ ആർജ്ജിക്കുവാനായി ഇന്ദ്രിയങ്ങളെ സ്വതന്ത്രമായി വിടുക. എന്നാൽ ഇന്ദ്രിയങ്ങളെ ജയിക്കുവാൻ പ്രാപ്തരാകുകയും വേണം. സഞ്ചാരിയായ ഒരാൾക്ക് ഇന്ദ്രിയങ്ങളെ സ്വതന്ത്രരാക്കി അനുഭവത്തിലൂടെ നവീകരണം നടത്താൻ സാധിച്ചേക്കും."

സാർത്രേയുടെ വരികൾ ഓർക്കുമ്പോഴൊക്കെ യാത്ര പോകണമെന്ന ആഗ്രഹം എന്നിൽ തീവ്രമായിക്കൊണ്ടിരുന്നു. ഇന്ദ്രിയങ്ങളെ ജയിക്കുവാനായി.

യാത്ര

സാർത്രേയുടെ തുടർച്ചയായുള്ള നിർബ്ബന്ധത്തിന് വഴങ്ങിയാണ് യാത്രപോകാനുള്ള മാനസികമായ തയ്യാറെടുപ്പുകൾ തുടങ്ങിയത്. ഇപ്പോഴത്തെ പരിതഃസ്ഥിതിയിൽ പാരീസിൽ നിൽക്കാനും, വിട്ടുപോകാനും മനസ്സ് ഒരേപോലെ വിസമ്മതിക്കുന്നു. എന്റെ മനഃസംഘർഷം കുറയട്ടെ എന്നത് മാത്രമായിരുന്നില്ല സാർത്രേയുടെ ഉപദേശത്തിന് പിന്നിൽ. യാത്രയുടെ അറിവുകൾ എന്റെ എഴുത്തിൽ ശക്തമായ സ്വാധീനം ചെലുത്തുമെന്ന് അദ്ദേഹം വിശ്വസിക്കുന്നു.

യാത്ര പോകാൻ തീരുമാനിച്ചത് പറഞ്ഞുകൊണ്ട് സാർത്രിനും അമ്മയ്ക്കും ഓരോ കത്തുകൾ അയച്ചിരുന്നു. നോവലിന്റെ എഴുതിവച്ചത്രയും ഭാഗങ്ങൾ സാർത്രേക്ക് അയച്ചുകൊടുക്കാൻ വേണ്ടി പായ്ക്ക് ചെയ്തുവെച്ചിട്ടുണ്ട്. എത്ര വായിച്ചു നോക്കിയിട്ടും തൃപ്തി കിട്ടുന്നില്ല. സാർത്രേയുടെ മറുപടി എന്തായാലും അത് നിഷ്പക്ഷമായിരിക്കും.

മിലിട്ടറി സേവനം സാർത്ര് നന്നായി ആസ്വദിക്കുന്നുണ്ടാവും എന്നെനിക്കറിയാം. ഏത് ജോലിയും കുറ്റമറ്റതാക്കാൻ സാർത്രിനുള്ള മിടുക്ക് പലതവണ ഞാൻ കണ്ടിട്ടുള്ളതാണ്. അത് രാജ്യത്തിന് വേണ്ടിയുള്ളതാകുമ്പോൾ പ്രത്യേകിച്ചും. നാളെ മോറിലാക്കിലേക്കും അവിടെ നിന്ന് ലിയോറത്തിലേക്കും പോകുമെന്ന് കാണിച്ച് ഒരു കത്തുകൂടി എഴുതിവെച്ചു. ഇന്നലെ സാർത്രിന്റെ ഒരു നീണ്ട കത്ത് വന്നിരുന്നു. ഏതാനും പുസ്തകങ്ങൾ ഞാനയച്ചുകൊടുത്തിരുന്നു. അത് കിട്ടിയതായി ഒന്നും പറഞ്ഞിട്ടില്ല. മറ്റൊരു കത്ത് അമ്മയുടേതാണ്. അമ്മയും പോപ്പറ്റും പാരീസിലേക്ക് തിരിച്ചുവരുന്നു. കുറച്ചു ദിവസം ഒരുമിച്ച് താമസിക്കണമെന്ന് ആഗ്രഹം എഴുതിയിരിക്കുന്നു. പോപ്പറ്റിന്റെ പഠനവുമായി അവരിപ്പോൾ പോർച്ചുഗലിൽ ആണ്. യാത്രയെക്കുറിച്ച് ഞാൻ

സൂചിപ്പിച്ചതാകാം ഇത്ര പെട്ടെന്നൊരു തിരിച്ചു വരവിന് ഒരുങ്ങുന്നത്.

അമ്മയുടെ കത്തിലെ വരികൾ വായിക്കുമ്പോൾ ചിരി വരുന്നു.

സിമോൺ നീ എന്നാണ് മടങ്ങുന്നത്. അതനുസരിച്ച് വേണം ഞങ്ങൾക്ക് പാരീസിലെത്താൻ എന്നെഴുതിയിരിക്കുന്നു. അമ്മയ്ക്ക് ഇപ്പോഴും താൻ കുട്ടിയാണ്. എങ്ങോട്ട് തിരിഞ്ഞാലും നൂറു ചോദ്യങ്ങളുമായി പിന്നാലെ കൂടും. ഇപ്പോഴത്തെ സാഹചര്യത്തിൽ എന്തു മറുപടി കൊടുക്കുന്നെങ്കിലും ആലോചിച്ചു വേണം. അവരുടെ വരവ് വെറുതെയാവില്ല. എന്നെ കുടുംബജീവിതത്തിലേക്ക് നിർബ്ബന്ധിക്കുകയാവും ലക്ഷ്യം. ഓരോ തവണയും ബന്ധുക്കളുടെയും വീട്ടുകാരുടെയും നിരന്തര ചോദ്യങ്ങൾക്ക് ഉത്തരം പറഞ്ഞു മടുത്തിരിക്കുന്നു. അമ്മ വന്നാൽ വീണ്ടും ആവർത്തന വിരസമായ നാടകങ്ങൾ കാണേണ്ടിവരും. കരച്ചിൽ, ഉപദേശം, ഒടുവിലത് വാക്കേറ്റത്തിൽ അവസാനിക്കും. ഇപ്പോൾ അത്തരം കാര്യങ്ങളിൽ ശ്രദ്ധ ചെലുത്താൻ സാധിക്കില്ലെന്നു അമ്മയെ പറഞ്ഞു മനസ്സിലാക്കാൻ കഴിയുമെന്ന് തോന്നുന്നില്ല. എന്തു തന്നെയായാലും വരുന്നിടത്ത് വെച്ച് കാണാം.

രണ്ടുപേർക്കുമുള്ള മറുപടി എഴുതി കവറിലാക്കി വച്ചതിനുശേഷം യാത്രയിൽ അത്യാവശ്യം കൊണ്ടുപോകേണ്ട സാധനങ്ങൾ എടുത്തു പായ്ക്ക് ചെയ്തു വെച്ചു. എന്തുകൊണ്ടോ മനസ്സിൽ വിഷാദം നിറയുന്നു. സാർത്ര് ഇല്ലാത്ത യാത്ര ഒരിക്കലും സന്തോഷം തരില്ല. സന്തോഷത്തിന് വേണ്ടിയല്ലാതെയും യാത്രകൾ അനിവാര്യമാകാറുണ്ട് എന്നു പഠിക്കാൻ മാത്രം ജീവിതം കണ്ടറിഞ്ഞു തുടങ്ങിയിരിക്കുന്നു.

തണുപ്പ് അസഹ്യമായിരിക്കുന്നു. രാത്രിയിൽ മദ്യപിക്കാതെ തണുപ്പിനെ അതിജീവിക്കാനാവില്ല. സാധാരണ ജനങ്ങളുടെ അവസ്ഥ അങ്ങേയറ്റം പരിതാപകരമാണ്. പലരും തുളകൾ വീണു തുടങ്ങിയ കോട്ടും, നരച്ചു പിഞ്ഞിയ രോമക്കുപ്പായവുമൊക്കെയാണ് ധരിക്കുന്നത്. ആവശ്യത്തിന് ചീസും മാംസവും കിട്ടാനേയില്ല. എന്തുകൊണ്ടാണ് രാജ്യത്ത് ഇത്രയധികം ദാരിദ്ര്യം. യുദ്ധം ഉണ്ടാകാൻ പോകുന്നു എന്നു കേൾക്കുന്നു. അതും കാരണം തന്നെയാണ്. പൂഴ്ത്തിവയ്ക്കലുകൾ തുടങ്ങിക്കഴിഞ്ഞു. യുദ്ധം എല്ലാത്തിനും ക്ഷാമം വരുത്തും. സാധനങ്ങൾ പൂഴ്ത്തിവയ്ക്കുന്നവർ പിന്നീടുള്ള വൻ ലാഭത്തെയാണ് ലക്ഷ്യം വയ്ക്കുന്നത്. ഒന്നാം ലോകമഹായുദ്ധം അനുഭവിച്ച മനുഷ്യർക്ക് യുദ്ധത്തിൽ സംഭവിക്കാവുന്ന ദുരിതങ്ങളും അറിയാമല്ലോ. എന്തിനെല്ലാം ക്ഷാമം ഉണ്ടാകും എന്നറിഞ്ഞുകൊണ്ട് അതെല്ലാം പൂഴ്ത്തിവയ്ക്കാൻ തുടങ്ങി.

പരിഭ്രാന്തി നിറഞ്ഞ മനുഷ്യർ എന്താണ് ചെയ്തുകൂടാത്തത്! മിലിട്ടറി സേവനത്തിന് പോയവരെക്കുറിച്ചോർക്കുമ്പോൾ ആകുലത നിറയുന്നു. യുദ്ധം എന്തെല്ലാം വരുത്തിവയ്ക്കാം എന്നാണ് ചിന്തിച്ചത്. ആളും അർത്ഥവും ഇല്ലാതാകും. വീടും നാടും ഉപേക്ഷിച്ചു പലായനം ചെയ്യേണ്ടി വരുമായിരിക്കും. ഭാഷയും സംസ്കാരവും വ്യത്യസ്തമായ

ഭൂപ്രദേശങ്ങളിലേക്ക് ഓടിപ്പോയവരെക്കുറിച്ച് പിന്നീട് അറിവൊന്നും ഉണ്ടായിട്ടില്ല. ഏതെല്ലാമോ ഭൂഖണ്ഡങ്ങളിൽ അവർ ജീവിതത്തിന്റെ ചിത്രം കോറിയിട്ടേക്കാം. ചില അടയാളപ്പെടുത്തലുകൾ എന്നും ഏത് കാലത്തും അവശേഷിക്കപ്പെടും. എന്നെങ്കിലും ഒരാൾ ആ കാല്പാടുകൾ പിന്തുടർന്നു ചെന്നേക്കാം. ഇതാ എന്റെ പൂർവ്വികർ മറ്റൊരു മണ്ണിൽ, മറ്റൊരു ഭാഷയിൽ സ്വന്തം സ്വത്വം അടയാളപ്പെടുത്തിയിരിക്കുന്നു എന്നുറക്കെ ലോകത്തിന് മുന്നിൽ വെളിപ്പെടുത്തിയേക്കാം.

എന്റെ സാർത്ര് നമ്മൾ എവിടെയാണ് അടയാളങ്ങൾ ആകേണ്ടത്. ജീവിതംകൊണ്ട് അടയാളപ്പെടുത്താൻ എന്നെങ്കിലും നമുക്ക് കഴിഞ്ഞില്ലായെങ്കിൽ ഈ ജീവിതം എത്രമേൽ നമ്മെ നിരാശരാക്കും കൂട്ടുകാരാ.

****

ഒരു ചെറിയ പട്ടണമായിരുന്നു അത്. ആദ്യം കണ്ട ചെറിയ മൺപാതയിലൂടെ നടന്നാൽ ഏതെങ്കിലും ഗ്രാമത്തിൽ എത്തിച്ചേരാനാവും എന്നു തോന്നി. കല്ലുകൊണ്ടുള്ള പാലമായിരുന്നു പ്രധാന ആകർഷണമായി തോന്നിയത്. പാലം കടന്ന് ചെന്നാൽ ആദ്യം കാണുന്നത് ഇന്റർനാഷണൽ കഫെ ആണ്. തികച്ചും പരിഷ്കൃതമായ ഡാൻസ് ഹാൾ ആയിരുന്നു മറ്റൊരു ആകർഷണം. തടികൊണ്ട് പണിതിരിക്കുന്ന കെട്ടിടത്തിന് പച്ച കളർ പെയിന്റ് അടിച്ചിരിക്കുന്നു. തൊട്ടടുത്ത് മനോഹരമായ തടാകവും അതിനോടു ചേർന്ന് കൊച്ചു കൊച്ചു വീടുകളും താമസിക്കാൻ പറ്റിയ ഹോട്ടൽ ഏതെന്നു തിരക്കിയപ്പോൾ ഷെവൻ സതുൽക്ക് എന്നെഴുതിയ കെട്ടിടം കാണിച്ചു തന്നു.

യാത്രാ ക്ഷീണം നന്നായുണ്ടായിരുന്നതിനാൽ ആദ്യം മുറിയെടുത്ത് വിശ്രമിക്കാൻ തന്നെ തീരുമാനിച്ചു. തീവണ്ടിയിൽ ഒട്ടും ഉറങ്ങാൻ സാധിച്ചില്ല. പിന്നീടുള്ള ബസ് യാത്രയും ക്ലേശകരമായിരുന്നു മോറിലാക്കിൽ എത്തുമ്പോൾ നേരം വെളുത്തിരുന്നു. ഡാലിക്കിങ്ങിന്റെ ഒരു നോവൽ കൈയിലുണ്ടായിരുന്നു. ഒരു തവണ വായിച്ചതാണ് ശാസ്ത്രസംബന്ധമായ വിഷയമാണ്. വായിക്കാൻ രസം തോന്നുന്ന രീതിയിലുള്ള അവതരണമായതിനാൽ വീണ്ടും വായിക്കാമല്ലോ എന്നോർത്തെടുത്തതാണ്. ഉച്ചയ്ക്ക് ശേഷം സ്ഥലങ്ങൾ കാണാൻ പോകണം. തനിച്ചുള്ള യാത്രയായതിനാൽ ഏകാന്തത അസഹ്യമായിത്തീരാൻ ഇടയുണ്ട്. ബസിൽ കൂടെയുണ്ടായിരുന്ന ചിലർ ഇതേ ഹോട്ടലിൽ തന്നെയാണ് താമസം. പറ്റിയ ഒരാളെ കൂട്ടിന് കിട്ടിയാൽ മടുപ്പനുഭവപ്പെടില്ലായിരുന്നു.

ശങ്കിച്ചുകൊണ്ട് ഇറങ്ങിത്തിരിച്ച യാത്ര. യാത്രയോടുള്ള ആസക്തിയോ, ആവേശമോ അല്ല വഴിയിലുടനീളം എന്നെ അലട്ടിക്കൊണ്ടിരുന്നത്. മറിച്ച് യാത്രയിൽനിന്നും എന്താണ് ഞാൻ കണ്ടെത്താൻ പോകുന്നത് എന്നുള്ള സംശയമായിരുന്നു. ഇതുവരെയുള്ള യാത്രകളിൽ എനിക്കു ലക്ഷ്യങ്ങളെക്കാൾ ഉണ്ടായിരുന്നത് ആഘോഷങ്ങളും പങ്ക്

വയ്ക്കലുകളും ആയിരുന്നു. എന്നാൽ ഈ യാത്രയിൽ നേടേണ്ടത് അറിവും കണ്ടെത്തലുകളുമാണ്. ഇനി നടത്താനിരിക്കുന്ന ഓരോ യാത്രയിലേക്കുമുള്ള ചുവടു വയ്പ്പും പ്രതീക്ഷയുമാണ്.

ഈ സ്ഥലത്തെപ്പറ്റി കേട്ടറിവുകൾ ധാരാളം ഉണ്ട്. ഉൾഗ്രാമത്തിൽ കാടുകളും പുൽമേടുകളും ഉയർന്ന കുന്നിൻപുറങ്ങളും ഉണ്ടെന്നാണ് അറിഞ്ഞത്. കുന്നിൻ മുകളിലേക്കുള്ള യാത്ര ആയാസമേറിയതാണോ എന്നറിയില്ല. ഹോട്ടലിൽ അന്വേഷിച്ചാൽ കൂടുതൽ വിവരങ്ങൾ അറിയാനായേക്കും.

യാത്രയിലുള്ള വിവരങ്ങൾ കുറിച്ചു വയ്ക്കാനായി ഡയറിയെടുത്ത് ബാഗിനുള്ളിൽ വച്ചു. ഓരോ പ്രദേശത്തെയും ആളുകൾ വൈവിദ്ധ്യമുള്ള വസ്ത്രധാരണത്തിലും ആചാരത്തിലും ഉച്ചാരണത്തിലും വ്യത്യാസപ്പെട്ടിരിക്കുന്നതുപോലെ തന്നെയാണ് രുചിക്കൂട്ടുകളിലുമെന്ന് അനുഭവങ്ങൾ പഠിപ്പിച്ചിട്ടുണ്ട്. പ്രകൃതിയുടെ ഭാവത്തിലും അത്തരം വൈവിദ്ധ്യങ്ങൾ ഉണ്ട്. മണ്ണിന്റെ ഘടന, തണുപ്പ്, ചൂട് ഇവ പോലെയൊക്കെ ചെടികളിലും വൃക്ഷങ്ങളിലും ജലത്തിന്റെ കട്ടിപ്പിൽ വരെയുള്ള വ്യത്യസ്തത. ഓരോ കാഴ്ചയും അറിവാണ്, ഓരോ അറിവും നാളത്തേക്ക് വേണ്ടി പകർത്തി വയ്ക്കേണ്ട രത്നശേഖരങ്ങളും.

യാത്രാക്ഷീണം കാരണം പകൽ വെറുതെ കിടന്നുറങ്ങി. എങ്ങോട്ടും പോകാൻ തോന്നാത്ത വിധം മടുപ്പ്. രാത്രിയിൽ ഹോട്ടലിന് മുന്നിലെ ചെറിയ മൺപാതയിലൂടെ ഏറെ ദൂരം തനിച്ചുനടന്നു. നൂറ്റാണ്ടുകൾ പഴക്കമുള്ള ചില കെട്ടിടങ്ങൾ ഇടയ്ക്കിടയ്ക്ക് കണ്ടു എന്നതല്ലാതെ വീടുകൾ കണ്ടില്ല. മഞ്ഞു പൊഴിഞ്ഞുകൊണ്ടിരുന്നതിനാൽ കാഴ്ച വ്യക്തമായിരുന്നില്ല. ഭയം തോന്നിയതിനാൽ ഇടയ്ക്കിടെ തിരിച്ചു നടന്നാലോ എന്നാലോചിച്ചുവെങ്കിലും നടന്ന് നടന്ന് ഏറെ ദൂരം പോകുകയും ചെയ്തു. കാടുകൾ കൂടുതൽ ഉള്ള പ്രദേശമായിരുന്നു അത്. ഇടയ്ക്കിടെ ചില ആളുകൾ കടന്നുപോകുന്നതിന്റെ ധൈര്യത്തിൽ ആ രാത്രി കാഴ്ച ചെറുതായി ആസ്വദിച്ചു. തിരിയെ നടക്കുമ്പോൾ ഈ ഏകാന്ത യാത്രയെക്കുറിച്ചു സാർത്രേക്കു എന്തെഴുതണം എന്നാണ് ആലോചിച്ചത്.

നാളെ രാവിലെ ഉൾഗ്രാമത്തിലേക്ക് പോകണം എന്നുറപ്പിച്ചു. സ്ഥല വിവരണം നൽകുന്ന രേഖ കിട്ടുമെങ്കിൽ കൂടുതൽ നന്നായേനെ.

തിരിച്ചു ഹോട്ടലിൽ എത്തി സാർത്രിനുള്ള കത്തെഴുതാനിരുന്നു. കത്തിനോടൊപ്പം അയക്കാനുള്ള സബ്ജക്റ്റിന്റെ ജേർണൽ കൂടി എടുത്തുവെച്ചു.

ഗ്രാമപ്രദേശമായതുകൊണ്ടാവാം തണുപ്പ് കൂടുതലായിരുന്നു. ബാഗിനുള്ളിൽ വൈൻ ഇരിപ്പുണ്ട്. ഈ രാത്രിയിൽ ഒരൽപ്പം വൈൻ എങ്കിലും കഴിക്കാതെ ഉറങ്ങാനാവില്ലെന്നു തോന്നിയതിനാൽ വായനയിലേക്കും എഴുത്തിലേക്കും പോകാതെ അല്പം വൈൻ കുടിച്ചിട്ട് കിടന്നുറങ്ങുന്നതാവും ഭേദമെന്ന് തോന്നി.

****

പിറ്റേന്ന് ഒരു കല്യാണ സംഘത്തെ കണ്ടുകൊണ്ടാണ് എന്റെ യാത്ര ആരംഭിച്ചത്. വധു വെളുത്ത ഗൗണും തലയിൽ ഓർക്കിഡ് പുഷ്പങ്ങളും ചൂടിയിരുന്നു. പിന്നിലേക്ക് നീണ്ടുകിടന്ന ഗൗണിന്റെ നീണ്ട അറ്റം രണ്ടു പെൺകുട്ടികൾ ഉയർത്തി പിടിച്ചിരുന്നു. ഒരു കൈയിൽ ബൊക്കെയും മറുകൈ വരന്റെ വലതു കൈയിലും കോർത്ത് പിടിച്ചിരുന്നു. വരൻ ബ്രൗൺ നിറത്തിലുള്ള കോട്ടും തൊപ്പിയും ധരിച്ചിരുന്നു. അയാളുടെ മുഖത്തെ സ്ഥായിയായ ഭാവം നിശ്ചലതയാണോ എന്നു തോന്നിപ്പിക്കും വിധം വികാരരഹിതമായ മുഖം. അവളുടെ ചുണ്ടിലും കവിളിലും പുഞ്ചിരിയുടെ രക്തഛവി. തികച്ചും യാഥാസ്ഥിതികരെന്നു തോന്നിച്ച കുറച്ചു പേർ കൂടെയുണ്ട്. വിവാഹ സംഘം നടന്നു നീങ്ങും വരെ ഞാൻ നോക്കി നിന്നു.

അന്നേരം അമ്മയെയും ജാക്യൂസിയെയും ഓർമ്മ വന്നു. സാർത്രേയെ ഓർമ്മ വന്നു.

ഒരു കത്തോലിക്ക കുടുംബത്തിൽ പിറന്നതുകൊണ്ടായിരിക്കാം ഒരു കാലഘട്ടം വരെ സദാചാരത്തെപ്പറ്റി എനിക്കുണ്ടായിരുന്ന നിലപാടുകൾ അങ്ങേയറ്റം കർക്കശമായിരുന്നു.

വിവാഹത്തെപ്പറ്റി മധുരമായ സ്വപ്നങ്ങൾ കണ്ടിരുന്നു. മണവാട്ടിയായി ഭംഗിയായി ഉടുത്തൊരുങ്ങുന്നത്, മുതിർന്നവരുടെയും ബന്ധുക്കളുടെയും സുഹൃത്തുക്കളുടെയും സാന്നിദ്ധ്യത്തിലും അനുഗ്രഹത്തിലും സ്നേഹിക്കുന്ന പുരുഷന്റെ മുന്നിൽ ലജ്ജയോടെ നിൽക്കുന്നതും ഏതൊരു പെൺകുട്ടിയുടേതുപോലെ എന്റെയും സ്വപ്നമായിരുന്നു.

സാർത്രേയുമായുള്ള കൂട്ടുകെട്ടാണ് അതുവരെയുള്ള എന്റെ വിശ്വാസങ്ങളെ മാറ്റിമറിച്ചത്. ഒരിക്കൽ സാർത്ര് എനിക്കെഴുതിയത് ഓർമ്മ വന്നു.

"എന്റെ ചിന്തകൾ ഞാൻ തന്നെയാണ്. അതുകൊണ്ടാണ് എനിക്കതിൽനിന്നും മാറിനിൽക്കാൻ സാധിക്കാത്തത്. ഞാൻ നിലനിൽക്കാനുള്ള കാരണവും എന്റെ ചിന്തകൾ തന്നെയാണ്. എനിക്ക് എന്നെത്തന്നെ അതിൽനിന്നും ഒഴിവാക്കി നിർത്തുവാൻ സാധിക്കുന്നില്ല. ചിന്തയിൽ നിന്നും വിമുക്തനാവുന്ന ഓരോ നിമിഷവും എത്രയോ ഭയാനകമാണ്. അങ്ങനെ സംഭവിക്കുകയാണെങ്കിൽ ജീവിതം എത്ര ഭീകരമായിരിക്കും. ഞാൻ എന്നെത്തന്നെ പരുവപ്പെടുത്തുകയാണ്. ഒന്നുമില്ലാത്തതിൽ നിന്നും എന്തിലേക്ക് എത്തിപ്പെടാനാണോ ഞാനാഗ്രഹിക്കുന്നത് അതിലേക്ക്."

ഞങ്ങളൊരുമിച്ചു പങ്കുവച്ച ഒരു സായാഹ്നത്തിന്റെ ഓർമ്മ അന്നേരം മനസ്സിലേക്ക് കടന്നുവന്നു. സാർത്ര് പറഞ്ഞ വരികളുടെ ആഴവും.

"എല്ലാം ഒരുക്കി വെച്ച് മനുഷ്യൻ കാത്തിരിക്കുന്നു എങ്ങനെ ജീവിക്കണമെന്ന് സങ്കൽപ്പിച്ച്. പക്ഷേ, യഥാർത്ഥത്തിൽ എന്തിന് വേണ്ടിയാണ് നമ്മൾ കാത്തിരിക്കുന്നത്! സത്യമായും നമുക്കാവശ്യമായ ഒന്നിന് വേണ്ടിയാണോ ആ കാത്തിരിപ്പ്. യഥാർത്ഥത്തിൽ ഉള്ളതിനെ

കണ്ടെത്തുന്നതിൽ മനുഷ്യൻ പരിപൂർണ്ണമായും വിജയിച്ചിട്ടുണ്ടോ!"

"സാർത്ര് കൂടുതൽ ഫിലോസഫിക്കൽ ആകുന്നു. നമുക്ക് മറ്റൊന്നും പങ്കുവയ്ക്കാനില്ലേ?"

"ജീവിതം എല്ലാ അർത്ഥത്തിലും ഫിലോസഫിക്കൽ അല്ലേ ബീവർ?"

"ഞാൻ ഈ ജീവിതം മഹത്തരമെന്ന് കരുതുന്നില്ല സാർത്ര്. ഒരു സ്ത്രീയായി ജനിച്ചതിന്റെ മനോദുഃഖം വിടാതെ പിന്തുടരുന്നുണ്ട് ഈ പ്രായത്തിലും. കൃത്യമായി പറഞ്ഞാൽ കൗമാരകാലഘട്ടത്തിൽ അനുഭവിച്ച സ്വാതന്ത്ര്യമില്ലായ്മയും ഞങ്ങളുടെ മേൽ അടിച്ചേൽപ്പിച്ച അരുതുകളും. സ്ത്രീകൾക്ക് പുരുഷന്മാരോളം ബുദ്ധിയില്ലെന്നു ചെറുപ്പം മുതൽ കേൾക്കുന്നതാണ്. സ്ത്രീക്ക് പുരുഷനേക്കാൾ യാതൊരു വിധത്തിലും മികച്ചതാകാൻ കഴിയുമെന്ന് ആരും സമ്മതിച്ചു തന്നിരുന്നില്ല. ചെറുപ്പത്തിൽ അച്ഛനെയാണ് ഞങ്ങളും ശ്രേഷ്ഠനായി കണ്ടിരുന്നത്. അമ്മയ്ക്ക് വീട്ടമ്മയുടെ റോൾ മാത്രമേ ഉണ്ടായിരുന്നുള്ളൂ. എല്ലാ കുടുംബത്തിലെയും സ്ത്രീകൾ ജോലിചെയ്യുന്നു എന്നതിനപ്പുറം ഒരു മാഹാത്മ്യവും കണ്ടിരുന്നില്ല. പക്ഷേ, ജീവിതത്തിൽ സ്ത്രീ കാണിക്കുന്ന ആത്മധൈര്യം പുരുഷന് ഉണ്ടാകാറില്ല. യുദ്ധം ഉണ്ടായപ്പോൾ അമ്മ എടുത്ത തീരുമാനങ്ങളോ, ത്യാഗങ്ങളോ അച്ഛന്റെ പ്രവൃത്തിയിൽ കണ്ടില്ല. അദ്ദേഹം ആത്മനിയന്ത്രണം ഇല്ലാത്തയാളായി മാറി. ഉദ്യോഗത്തിലും സമ്പത്തിലും ഉണ്ടാകുന്ന നഷ്ടങ്ങൾ പുരുഷന്മാരെ നിസ്സാരന്മാരും ഭീരുക്കളുമാക്കി തീർക്കുന്നുവെന്ന് വീട്ടിലെ സ്ഥിരം വഴക്കുകളിലൂടെ അച്ഛന്റെ അനിയന്ത്രിതമായ കോപം കാണുമ്പോഴൊക്കെ ഞാൻ ചിന്തിച്ചിട്ടുണ്ട്. എന്തുകൊണ്ടാണ് സ്ത്രീകൾ എപ്പോഴും താഴെ തട്ടിലേക്ക് മാറ്റിനിർത്തപ്പെടുന്നവരായി ഒതുങ്ങിക്കൂടുന്നത് എന്നോർക്കുമ്പോൾ വിസ്മയം തോന്നുന്നു. അന്നൊക്കെ വീട് ഉപേക്ഷിച്ചു പോകുകയെന്ന ഒരേയൊരു വഴി മാത്രം മുന്നിലുള്ള കൗമാരക്കാരി, കാമുകനാൽ പരിത്യജിക്കപ്പെട്ടവൾ ആദ്യം കന്യാസ്ത്രീയാവാനും പിന്നീട് വിപ്ലവകാരിയാവാനും നിലപാടുകൾ മാറി മാറിയെടുത്തുകൊണ്ട് ജീവിതമെന്ന പ്രഹേളികയെ നോക്കി വിഡ്ഢിയായി നിന്നു."

സാർത്ര് എന്റെ നേർക്ക് അനുകമ്പാപൂർവ്വം നോക്കിയിരിക്കുകയായിരുന്നു ആ സമയമത്രയും.

ഞങ്ങളുടെ ശിരസ്സിന് മേൽ വലിയൊരു തണൽമരം കുട വിരിച്ചുനിന്നിരുന്നു. ശിഖരങ്ങളിൽനിന്നും ഊർന്ന് വീണ ഇലകൾ മഞ്ഞിൻ കണമേറ്റ് നനഞ്ഞു കിടന്ന മണ്ണിൽ പാദങ്ങൾകൊണ്ട് ചിത്രം വരച്ചുകൊണ്ട് സാർത്രേയുടെ മുഖത്തേക്ക് പാളിനോക്കി ഞാൻ തുടർന്നു.

"ഇപ്പോൾ ഞാനിട്ടിരിക്കുന്ന ഈ കാലുറകളും ധരിച്ചിരിക്കുന്ന നീളൻ കുപ്പായവും വരെയും മാതാപിതാക്കളുടെ സ്നേഹമോ ഔദാര്യമോ ആണ്. കടങ്ങൾ; വീട്ടാനാവാത്ത കടങ്ങൾ. പകരത്തിന് പകരം കൊടുക്കേണ്ടതല്ല സ്നേഹം എന്നെനിക്ക് തോന്നുന്നു. അങ്ങനെയല്ലേ?"

“സ്നേഹത്തിന് അത്തരം നിർവ്വചനങ്ങൾ ഇല്ല സിമോൺ. സ്നേഹത്തിനർഹരാവുക എന്നതല്ലാതെ.”

“അത്ര എളുപ്പത്തിൽ വായിച്ചു പോകാവുന്ന കഥയാണോ ജീവിതം?”

“കഥയേക്കാൾ വിസ്മയം.” സാർത്രേ പുഞ്ചിരിയോടെ പറഞ്ഞു.

“ജീവിതത്തെ കഥയേക്കാൾ വിസ്മയമായി കണ്ട കൂട്ടുകാരാ. അതേജീവിതത്തിനു മുന്നിൽ ദിക്കറിയാതെ നിൽക്കുകയാണ് ഞാൻ. യൗവനത്തിന്റെ പടിവാതിൽക്കൽ വച്ച നമ്മൾ പങ്കുവച്ച ചിന്തകളുടെയും സ്വപ്നങ്ങളുടെയും ഭാവിയിലേക്ക് ഉറ്റുനോക്കിക്കൊണ്ട്.

ആശങ്ക

ആയിരത്തിത്തൊള്ളായിരത്തി മുപ്പത്തിയൊൻപത് സെപ്തംബർ 3 ന് ആകുലതയുടെ, ആശങ്കയുടെ ദിനങ്ങൾക്കുമേൽ പൂർണ്ണമായുള്ള വെളിപ്പെടുത്തലുണ്ടായി. യുദ്ധം പൊട്ടിപ്പുറപ്പെടാൻ പോകുന്നുവെന്ന വാർത്ത ഏറെനാളായി പേടിയോടെ കേട്ടുകൊണ്ടിരിക്കുന്നു. ഒന്നാം ലോകമഹായുദ്ധത്തിന്റെ ശേഷിപ്പുകളായ ദാരിദ്ര്യവും ഭവനരാഹിത്യവും നാടുകടത്തലും ജനങ്ങൾ ഇപ്പോഴും അതിജീവിച്ചുതീർന്നിട്ടില്ല. നശീകരണത്തിന്റെയും മരണത്തിന്റെയും ആട്ടിയോടിക്കലിന്റെയും ഇരകളാക്കപ്പെട്ട മനുഷ്യർ വീണ്ടുമൊരു യുദ്ധം എന്ന് കേട്ടതോടെ നിരാശരും വിഷാദരോഗികളുമായി മാറി അതിജീവനത്തിന്റെമേൽ വീണ്ടും വന്നുകൂടിയ ആപത്തിനെയോർത്ത് ചിലർ ഭ്രാന്തിന്റെ വക്കോളമെത്തി. സ്ത്രീകൾ പുരുഷന്മാരെയോർത്തും കുട്ടികളെയോർത്തും നിലവിളിച്ചുനടന്നു. വിഷാദഭയത്താൽ മുഖത്ത് നിന്നും രക്തച്ഛവി വാർന്നുപോയ മനുഷ്യർ പരസ്പരം സംസാരിക്കാനാവാതെ കണ്ണിൽ കണ്ണിൽ നോക്കി നെടുവീർപ്പിട്ടു. യുദ്ധം ആസന്നമായിരിക്കേഒളിച്ചിരിക്കാനുള്ള സങ്കേതങ്ങളൊരുക്കാനും എങ്ങോട്ടെങ്കിലും ഓടിയൊളിക്കാനും തയ്യാറായി ഉടുവസ്ത്രങ്ങളും വിലപിടിച്ചതൊക്കെയും വാരിക്കൂട്ടി തയ്യാറെടുത്തിരുന്നു.

ജീവിതവും, സ്വപ്നങ്ങളും, പ്രണയവും ശിഥിലീകരിക്കപ്പെട്ടുപോകാവുന്ന ഘട്ടത്തിൽ നിസ്സഹായത എന്ന വികാരത്തിന്റെ അർത്ഥമറിയുന്നു മനുഷ്യർ. യുദ്ധം ഉണ്ടാവും എന്നറിയാമായിരുന്നു. അതോർത്തുള്ള മനോവേദന ദിനങ്ങളെ യുഗങ്ങളാക്കിത്തീർത്തിരുന്നു. എന്നാൽ ഓർക്കാപ്പുറത്ത് യുദ്ധം പൊട്ടിപ്പുറപ്പെട്ടു എന്നറിഞ്ഞപ്പോൾ നേരിടാനാകാതെ തരിച്ചുനിൽക്കേണ്ടി വന്നു. എല്ലാ സൂചനകൾക്കപ്പുറവും പ്രത്യാശയിൽ അഭയം തേടുന്ന മനുഷ്യസഹജമായ പ്രതീക്ഷയിൽ ഞാനും

അഭയം തേടിയിരുന്നു.

സാർത്രേയെക്കുറിച്ചോർക്കുമ്പോഴൊക്കെ ഭയത്താൽ ഉടലും മനസ്സും വിറകൊള്ളുന്നു. എന്റെ മനസ്സിലൂടെ ഭൂതകാലത്തിന്റെ ഓർമ്മകൾ കടന്നുപോയി.

അതുവരെയുള്ള ചരിത്രം കണ്ടതിൽ വച്ചേറ്റവും ഭയങ്കരമായ ക്രൂരതയോടുകൂടിയാണ് ഒന്നാം ലോകമഹായുദ്ധത്തിൽ ഇരു ചേരികളും പോരാടിയത്. ചരിത്രത്തിൽ ആദ്യമായി ആകാശം യുദ്ധക്കളമായി മാറി. മനുഷ്യ ജീവനെതിരെ ആദ്യമായി വിഷവായു ഉപയോഗിക്കപ്പെട്ടു. ജർമ്മൻകാരാണ് ആദ്യം അതിനു തുടക്കമിട്ടത്. ടാങ്ക് എന്ന ആധുനിക യുദ്ധസാമഗ്രി ആദ്യമായി ഉപയോഗിക്കപ്പെട്ടതും ഒന്നാം ലോകമഹായുദ്ധത്തിലായിരുന്നു. ഉഗ്രവിസ്ഫോടനശക്തിയുള്ള ഷെല്ലുകൾ വീടുകളും കെട്ടിടങ്ങളും പട്ടണങ്ങളും ഗ്രാമങ്ങളും നാശോന്മുഖമാക്കി. ഒരു മഹായുദ്ധത്തിന്റെ പരിണതഫലം. ജനങ്ങളിൽനിന്നും ഇനിയും വിട്ടുമാറിയിട്ടില്ല. യുദ്ധത്തിൽ മരണമടഞ്ഞവർക്കും മുറിവേറ്റവർക്കും പുറമെ എത്രയോപേർ ക്ഷാമംകൊണ്ടും രോഗം കൊണ്ടും നശിച്ചുതീർന്നു.

ജനങ്ങളുടെ സാമ്പത്തിക നില പാടെ തകർന്നടിഞ്ഞു. യുദ്ധത്തിനു വേണ്ടി ചെലവഴിച്ചതിനേക്കാൾ ഇരട്ടിയിലധികം പണം രാജ്യത്തിന്റെ പുനർനിർമ്മാണത്തിനും പുനരായുധീകരണത്തിനുമായി ചെലവഴിക്കേണ്ടതുണ്ടായിരുന്നു. ആ ബാദ്ധ്യതയിലേറെയും ജനങ്ങളുടെ മേൽ നികുതിയിനത്തിൽ ചുമത്തപ്പെട്ടു. സമ്പത്തും തൊഴിലും താമസ സൗകര്യവും നഷ്ടപ്പെട്ട ജനം സകലമാന ബാദ്ധ്യതയാലും വീർപ്പുമുട്ടി. കുടുംബബന്ധങ്ങൾ ശിഥിലമായി. എല്ലാത്തിന്റെയും അടിസ്ഥാനകാരണമായ സാമ്പത്തികമാന്ദ്യം കൂടുതൽ കൂടുതൽ രൂക്ഷമായിക്കൊണ്ടിരുന്നു. ഇനിയുമൊരു യുദ്ധം! അതിന്റെ ഭയാനകമായ ഭവിഷ്യത്തുകൾ അതേക്കുറിച്ചുള്ള ആശങ്കയും ഭീതിയും ജനങ്ങൾക്കിടയിൽ ഏറെ നാളായി ഉണ്ടായിരുന്നതാണ്. ഇപ്പോഴിതാ അത് സംഭവിച്ചിരിക്കുന്നു. ചെറുപ്പത്തിൽ യുദ്ധത്തിന്റെ ഭീകരത കുറേയൊക്കെ അനുഭവിച്ചവരാണ് ഞാനും സാർത്രേയും. പക്ഷേ, ഇനി വരാൻ പോകുന്ന ഈ യുദ്ധം കേവലം മനുഷ്യയുദ്ധമാകില്ല എന്നതുകൂടിയാണ് ഞങ്ങളെ അലട്ടിക്കൊണ്ടിരുന്നത്. അത് ആയുധങ്ങളുടെയും, ടാങ്കുകളുടെയും, കുശാഗ്രബുദ്ധിയുടെയും, വിമാനങ്ങളുടെയും യുദ്ധമായിരിക്കും. യുദ്ധത്തിന്റെ ഭവിഷ്യത്തുകൾ ഏത് രാജ്യത്തിന്റെ വിജയത്തിലവസാനിച്ചാലും വിജയം വരിച്ചവരെയും പരാജയത്തിലായവരെയും ഒരേപോലെ നശിപ്പിക്കുന്നതായിരിക്കും.

മനസ്സിൽ ഭയം ചൂഴ്ന്നു നിൽക്കുന്നു. ഹൃദയത്തിന്റെ ആഴങ്ങളോളം ചെന്ന് അതങ്ങനെ കൊളുത്തി വലിക്കപ്പെടുന്നു. ചില സമയത്ത് തോന്നും സാർത്രേയെ ഒന്ന് ചെന്ന് കണ്ടാലോയെന്ന്. അതിനുവേണ്ടി ഗവൺമെന്റിന്റെ പ്രത്യേകാനുമതി വാങ്ങേണ്ടി വരും. അതേക്കുറിച്ച് ആരോടെ

ങ്കിലും വിശദമായി അന്വേഷിച്ചറിയണം. ഈ ഏകാന്തത താങ്ങാൻ വയ്യാതായിക്കഴിഞ്ഞു.

ഈ വർഷം പാരീസിൽത്തന്നെ കൂടുതൽ സമയവും തങ്ങേണ്ടി വരും. ആ ചിന്ത ഒരേസമയം ആഹ്ലാദവും ദുഃഖവും ജനിപ്പിക്കുന്നു. ഇവിടെ കാലുകുത്തുമ്പോഴാണ് സാർത്രേയെക്കുറിച്ചുള്ള സ്മരണകൾ കൂടുതൽ തീവ്രമാകുന്നത്. പാരീസ്! എന്റെ ജീവന്റെ നഗരമേ! ഇവിടെ നിന്നെ കുറിച്ചുള്ള സ്മരണകൾ പൂത്തുനിൽക്കുന്നു.

ഈയാഴ്ച കുറച്ചു പുസ്തകങ്ങൾക്കൂടി വാങ്ങി അയക്കണം. സാർത്രേ ആവശ്യപ്പെട്ട ചില പുസ്തകങ്ങൾ വാങ്ങി വെച്ചിട്ടുണ്ട്. *ജക്ലണ്ടനും,* കർവുഡ് എഴുതിയ *ദി റിവേർസ് എന്റും.* സാർത്രിന്റെ നോവലെഴുത്ത് എങ്ങനെ നടക്കുന്നുവോ ആവോ. വെറും വായന മാത്രമാണോ ഇപ്പോൾ നടക്കുന്നതെന്ന് സംശയമില്ലാതില്ല. എഴുത്തിനെക്കുറിച്ച് ദിവസങ്ങളായി വല്ലതുമൊക്കെ പറഞ്ഞിട്ട്. ഈയിടെ വരുന്ന കത്തുകളിൽ ഏറെയും യുദ്ധത്തെക്കുറിച്ചുള്ള പരാമർശങ്ങളാണ്. ഒന്നാം ലോകമഹായുദ്ധത്തേക്കാൾ ഭീകരമായിരിക്കും രണ്ടാം ലോകമഹായുദ്ധം എന്നാണ് എഴുതിയിരിക്കുന്നത്.

എഴുത്തിലും ജീവിതത്തിലും സ്വപ്നങ്ങളിലുമെല്ലാം അനിശ്ചിതമായ പ്രതിസന്ധി വന്നുകഴിഞ്ഞുവെന്ന് ബോദ്ധ്യമായിരിക്കുന്നു. ഇനി എന്ത് എന്നത് ചോദ്യചിഹ്നമാണ്. അപരിചിതമായ ആരുടെയോ ജീവിതത്തെക്കുറിച്ച് ചിന്തിക്കുംപോലെ അനായാസമായി ചിലപ്പോഴൊക്കെ നമുക്ക് നമ്മളെക്കുറിച്ച് ചിന്തിക്കാനാവും. ആരുടെയോ സങ്കടങ്ങളെക്കുറിച്ച് വ്യാകുലപ്പെടുംപോലെ നമ്മൾ നമ്മളെത്തന്നെ അതിശയത്തോടെ വീക്ഷിക്കുകയും ചെയ്യും. ഈ സമയം അങ്ങനെയുള്ള എന്തെല്ലാമോ എന്നിലൂടെ കടന്നുപോയ്ക്കൊണ്ടിരുന്നു. ഒരു നെടുവീർപ്പിനകത്ത് കുടുങ്ങി കിടക്കുംപോലെ നിശ്ശബ്ദമായ നിലവിളി എന്റെയുള്ളിൽ ചുറ്റിത്തിരിഞ്ഞു കിടപ്പുണ്ടായിരുന്നു അന്നേരം.

ഓരോ തവണയും പുതിയ ചിട്ടവട്ടങ്ങളിലേക്ക് എന്നെ തന്നെ പറിച്ചു നടപ്പെടുമ്പോഴും എന്റെയുള്ളിൽ വേദനയുടെ ഒരു ചുടുകട്ടയിരുന്ന് പുകഞ്ഞുകൊണ്ടിരുന്നു. രണ്ടു മനസ്സുകൾക്കിടയിലെ അകലത്തെ കുറിച്ച് ചിന്തിക്കുമ്പോൾ അതിനെക്കാൾ എളുപ്പത്തിൽ രണ്ടുരാജ്യങ്ങൾക്കിടയിലെ അതിർരേഖ അളന്നു തിട്ടപ്പെടുത്താമെന്ന് മനസ്സിലാക്കുന്നു. അതായത് ജീവിതവും മരണവും പോലെ വിസ്മയമാകുന്നു സ്നേഹത്തെക്കുറിച്ചുള്ള എന്റെ കണ്ടെത്തലും.

—സിമോൺ

ആരംഭം

യുദ്ധം എത്രനാൾ നീണ്ടുപോകുമെന്ന് വ്യക്തമായ ഒരു ധാരണയുമില്ല. സാർത്രേയുടെ കത്തുകൾ വരുന്നതു വരെ ആകുലത അടക്കാൻ സാധിക്കാറില്ല. അങ്ങോട്ടയക്കുന്ന കത്തുകൾ കിട്ടുന്നുണ്ടോ എന്ന കാര്യത്തിൽ പുറത്തുള്ളവർ ആശങ്കാകുലരാണ്. യുദ്ധം നീണ്ടു പോകുമെന്നാണ് പൊതുവെ കേൾക്കുന്നത്. സാർത്രേ കൂടെയില്ലാതെ എത്രയോ നാളുകൾ തള്ളിനീക്കി. പക്ഷേ, കാത്തിരിപ്പിന് അപ്പോഴൊക്കെ ഒരു കണക്കുകൂട്ടലുണ്ടായിരുന്നു. നിർബ്ബന്ധിത പട്ടാളസേവനം കഴിഞ്ഞ് എന്ന് മടങ്ങിവരുമെന്നുള്ള ഏകദേശ ധാരണ. യുദ്ധം എല്ലാ പ്രതീക്ഷകളെയും തകിടം മറിച്ചു. ചിലപ്പോൾ ഒന്നോ രണ്ടോ വർഷങ്ങൾ. അതിലും നീണ്ടുപോകാനുള്ള സാദ്ധ്യതയും തള്ളിക്കളയാനാവില്ല. അത് വരെ പരസ്പരം ആശയവിനിമയങ്ങൾ പോലും കൃത്യമായി കൈമാറാൻ കഴിയാതെ.

രണ്ടാം ലോകമഹായുദ്ധം നീതികേടിന്റെ യുദ്ധം തന്നെയായി അറിയപ്പെടും. അനിവാര്യമായ ആവശ്യം പോലെയാണ് ജർമ്മനി ഈ യുദ്ധത്തെ ന്യായീകരിച്ചത്.

1918 ൽ ജർമ്മനി ഒരു റിപ്പബ്ലിക് ആയി തീർന്നിരുന്നു. എന്നാൽ ഫ്രാൻസിനെപ്പോലെ ഒരു ഡെമോക്രാറ്റിക് റിപ്പബ്ലിക് ആയിരിക്കണമോ, റഷ്യയെപ്പോലെ ഒരു സോഷ്യലിസ്റ്റ് റിപ്പബ്ലിക് ആയിരിക്കണമോ എന്ന പ്രശ്നം ഉയർന്നുവന്നു. സോഷ്യലിസ്റ്റുകൾ ജർമ്മനിയിൽ പാർലമെന്ററി ജനാധിപത്യവ്യവസ്ഥ സ്ഥാപിക്കാൻ ശ്രമിച്ചപ്പോൾ തീവ്രവാദി സോഷ്യലിസ്റ്റുകൾ ഒരു സോവിയറ്റ് റിപ്പബ്ലിക് സ്ഥാപിക്കാനാണ് ആഗ്രഹിച്ചത്. ഈ രണ്ടു ചേരികളും തമ്മിൽ ആഭ്യന്തര യുദ്ധം നടന്നു.

അതിൽ ജയിച്ച സോഷ്യലിസ്റ്റുകൾ 'വീമാറിൽ' വെച്ച് ജർമ്മനിക്ക് ഒരു പാർലമെന്ററി റിപ്പബ്ലിക്കൻ ഭരണഘടന ഉണ്ടാക്കി. എന്നാൽ സഖ്യശക്തികൾ എല്ലാം ചേർന്ന് ജർമ്മനിയുടെമേൽ ന്യായരഹിതമായ വേഴ്സായി ഉടമ്പടി അടിച്ചേൽപ്പിക്കുകയാണ് ചെയ്തത്. ആ അടിച്ചേൽപ്പിക്കപ്പെട്ട ഉടമ്പടി തങ്ങളുടെ രാജ്യത്തിനേൽപ്പിച്ച അപമാനത്തോടൊപ്പം ജർമ്മൻകാരുടെ മേൽ വന്ന് പതിച്ച വൻ ബാദ്ധ്യതയുമായി തീർന്നു. അതിന്റെ നഷ്ടവും അപമാനവും ജർമ്മൻ ജനതയുടെമേൽ പകയും പ്രതികാരവും ജനിപ്പിച്ചു. എന്നിട്ടും പിന്നീട് സ്ട്രൈസ്മാന്റെ കീഴിൽ സമ്പദ് വ്യവസ്ഥ മെച്ചപ്പെട്ടതോടെ ജർമ്മനി പകയെല്ലാം മറന്ന് ഫ്രാൻസുമായി ലോക്കോർണ്ണോ ഉടമ്പടിയിൽ ഒപ്പ് വെച്ചു. യുദ്ധം നിരാകരിച്ചുകൊണ്ടുള്ള കേല്ലോഗ്-ബ്രയന്റ് കരാറിൽ പങ്കാളിയായി. 1926 ൽ ജർമ്മനി സർവ്വരാഷ്ട്രസമിതിയിൽ അംഗമായി തിരഞ്ഞെടുക്കപ്പെട്ടു. പിന്നീട് അത്ഭുതകരമായ ഉന്നതിയിലേക്ക് ജർമ്മൻ സമ്പദ്വ്യവസ്ഥ വളർച്ച പ്രാപിച്ചു. വ്യാവസായിക മുതൽമുടക്കിനായി അമേരിക്കൻ ഡോളർ ധാരാളം ജർമ്മനിയിലേക്ക് പ്രവഹിച്ചു. എന്നാൽ വിധി വൈപരീത്യം പോലെ 1929 ഒക്ടോബറിൽ ന്യൂയോർക്ക് സ്റ്റോക്ക് എക്സ്ചേഞ്ചിൽ നിന്ന് തുടങ്ങിയ സാമ്പത്തികത്തകർച്ചയും വ്യാവസായിക മാന്ദ്യവും ലോകം മുഴുവൻ പരക്കെ അമേരിക്കൻ മുതൽമുടക്ക് ജർമ്മനിയിൽനിന്നും അവർ പിൻവലിച്ചു. ജർമ്മൻ വ്യാവസായങ്ങളും ബാങ്കുകളും അടച്ചുപൂട്ടപ്പെട്ടു. രാജ്യത്തു തൊഴിലില്ലായ്മ വർദ്ധിച്ചു. ജനങ്ങൾ നിരാശരും പരിഭ്രാന്തരും അക്രമികളുമായി മാറി. അവരിൽ ഏറെപ്പേർ വിപ്ലവത്തെക്കുറിച്ച് ചിന്തിച്ചു തുടങ്ങി. തങ്ങളുടെ അപമാനം ഇല്ലായ്മ ചെയ്യാൻ ധൈര്യവും ശക്തിയുമുള്ള ഏതൊരു നേതാവിനെയും പിന്തുടരാൻ ജർമ്മൻകാർ സന്നദ്ധരായി. അങ്ങനെയൊരു നേതാവിനെയാണ് അവർ ഹിറ്റ്ലറിൽ കണ്ടത്.

ഒരു ആസ്ട്രിയൻ കസ്റ്റംസ് ഉദ്യോഗസ്ഥന്റെ മകനായിരുന്നു അഡോൾഫ് ഹിറ്റ്ലർ. തികച്ചും സ്വപ്നജീവിയായ ഒരാൾ. യൂറോപ്പിലുള്ള എല്ലാ ജർമ്മൻ വംശജരെയും ഉൾപ്പെടുത്തിയുള്ള ഒരു ജർമ്മൻ ദേശരാഷ്ട്രത്തിന്റെ സ്ഥാപനമായിരുന്നു ഹിറ്റ്ലർ സ്വപ്നം കണ്ടത്. 1919 ൽ ഹിറ്റ്ലർ ഒരു ജർമ്മൻ തൊഴിലാളി പാർട്ടി ഉണ്ടാക്കിയിരുന്നു. ജർമ്മൻ നാഷണൽ സോഷ്യലിസ്റ്റ് പാർട്ടി അഥവാ നാസി പാർട്ടി. 1923 ൽ ഫ്രഞ്ചുകാർ റൂർ തടം ആക്രമിച്ചപ്പോൾ ഹിറ്റ്ലർ ജനറൽ ലൂഡൻ ഡോർഫിന്റെ സഹായത്തോടുകൂടി മ്യൂണിക്കിൽ ബവേറിയൻ ഗവൺമെന്റ് പിടിച്ചു പറ്റാൻ ശ്രമം നടത്തി. എന്നാൽ അത് പരാജയപ്പെട്ടതിനെ തുടർന്നു ഹിറ്റ്ലർക്ക് അഞ്ചുവർഷം ജയിൽവാസം അനുഭവിക്കേണ്ടിവന്നു. ആ കാലഘട്ടത്തിലാണ് ഹിറ്റ്ലർ *മെയിൻ കാഫ്* എന്ന ഗ്രന്ഥം രചിച്ചത്.

ജയിൽ മോചിതനായി എത്തിയ ഹിറ്റ്ലർ 1934 ൽ പ്രസിഡന്റ്

ഹിൽഡെൻ ബെർഗ് അന്തരിച്ചപ്പോൾ ചാൻസലർ സ്ഥാനവും പ്രസിഡന്റ് സ്ഥാനവും ഏകീകരിച്ച് മൂന്നാം റൈക് സ്ഥാപിച്ചു. എന്നാൽ വെഴ്സായി ഉടമ്പടിയുടെ ന്യായരാഹിത്യം ജർമ്മനിയെപ്പോലെ ഒരു വൻശക്തിയുടെ അഭിമാനത്തെ വ്രണപ്പെടുത്തിയ സംഭവമായിരുന്നു. ജർമ്മനിയിലെ ധാതുപദാർത്ഥങ്ങളുടെയും വ്യവസായങ്ങളുടെയും ഒരു വലിയ പങ്ക് സഖ്യശക്തികൾ വീതിച്ചെടുത്തു. ജർമ്മനിയെ തോലുരിക്കുന്നതിനു തുല്യം നിരായുധികരിക്കപ്പെട്ടു. വേഴ്സായ് ഉടമ്പടി തുടർച്ചയായി ലംഘിക്കപ്പെട്ടിട്ടും ബ്രിട്ടനും ഫ്രാൻസും നടപടി എടുക്കാതിരുന്നത് ആ ഉടമ്പടിക്കു യാതൊരു വിധത്തിലുമുള്ള സത്യസന്ധതയും ധർമ്മവും ഇല്ലാതിരുന്നതുകൊണ്ടാണ്.

അങ്ങനെ 1935 ൽ ഹിറ്റ്ലർ വേഴ്സായി ഉടമ്പടി വ്യവസ്ഥകളെ വകവയ്ക്കാതെ ജർമ്മനിയിൽ നിർബ്ബന്ധിത സൈനികപരിശീലനം ഏർപ്പെടുത്തി. അതിനെതിരെ ബ്രിട്ടനും ഫ്രാൻസും ഒരു മുന്നണി രൂപീകരിച്ചു. അതിനു പകരമെന്നോണം ഹിറ്റ്ലർ മുസ്സോളിനിയുമായി ഒരു പൂർണ്ണ സൈനിക ഉടമ്പടി. (റോം - ബെർലിൻ അച്ചുതണ്ട്) ഉണ്ടാക്കി. പിന്നീട് സോവിയറ്റ് യൂണിയനുമായി ചേർന്ന് ഒരു അനാക്രമണ സന്ധിയിൽ ഒപ്പ് വയ്ക്കുകയും ചെയ്തു. 1939 സെപ്തംബർ മൂന്നാം തീയതി ബ്രിട്ടനും ഫ്രാൻസും ജർമ്മനിക്കെതിരെ യുദ്ധം പ്രഖ്യാപിച്ചു. ഹിറ്റലറുടെ പോളണ്ട് ആക്രമണത്തോടു കൂടിയായിരുന്നു അത്. മൂന്നാഴ്ചകൊണ്ട് ജർമ്മനി പോളണ്ട് കീഴടക്കി. ഈ യുദ്ധത്തിലാണ് ഹിറ്റ്ലർ തന്റെ മിന്നൽ യുദ്ധതന്ത്രം ആദ്യം പ്രയോഗിച്ചത്. താമസിയാതെ ജർമ്മൻ ഫ്രഞ്ച് അതിർത്തിയിൽ ജർമ്മൻ സേന മാഗിനോട്ട് ലൈൻ കടക്കാതെ ബെൽജിയത്തിലൂടെ ഫ്രാൻസിൽ പ്രവേശിച്ചു. മിന്നൽ യുദ്ധത്തിൽ അമ്പരന്നു പോയ മാർഷൽ പെറ്റെയ്നും ഫ്രഞ്ച് സൈന്യവും നിരുപാധികം കീഴടങ്ങുകയും ചെയ്തു. മൂന്ന് മാസംകൊണ്ട് ഡെന്മാർക്ക്, നോർവെ, ലക്സാൻബർഗ്, പോളണ്ട്, ബെൽജിയം, ഫ്രാൻസ് എന്നീ ആറ് രാജ്യങ്ങൾ ഹിറ്റ്ലർ തകർത്തു.

രണ്ടാം ലോകമഹായുദ്ധം സ്മരിക്കുമ്പോഴെല്ലാം ഞാൻ സ്റ്റെഫയെയും ബാന്ദിയെയും ഓർക്കും. സ്റ്റെഫയോടുള്ള ബാന്ദിയുടെ സ്നേഹം യാഥാർത്ഥ്യമാണെന്ന് തിരിച്ചറിയാൻ ഒരു യുദ്ധം വേണ്ടി വന്നു എന്നോർത്ത് അപ്പോഴെല്ലാം വേദനിക്കും. ബാന്റിയെ അവസാനം കണ്ടത് യുദ്ധം പ്രഖ്യാപിക്കുന്നതിന് തൊട്ട് തലേന്നാണ്. ഫ്രഞ്ച് സൈന്യത്തിൽ സേവന മനുഷ്ഠിക്കാൻ പോവുകയാണ് എന്ന് പറഞ്ഞാണ് ബാന്ദി യാത്ര പറയാൻ വന്നത്. ബാന്റി കാണാൻ വന്നപ്പോൾ ചെറിയ രീതിയിൽ പരിഭ്രമം എന്നെ പിടികൂടി. എന്നോടയാൾക്ക് വൈരാഗ്യം ഉണ്ടെന്ന് അറിയാം. സ്റ്റെഫെയോടുള്ള അയാളുടെ പ്രണയത്തിൽ തടസ്സം നിന്നത് ഞാനായിരുന്നല്ലോ. ഫ്രഞ്ച് ലോഡ്രാമയെക്കുറിച്ച് ഗവേഷണം നടത്താൻ എത്തിയ പത്രപവർത്തകനായിരുന്നു ബാന്റി. ഒരു ഷിപ്രകോപി. ദേഷ്യം വന്നാൽ

അനിയന്ത്രിതമായി ബ്ലഡ് പ്രഷർ കൂടുന്നയാൾ. സ്റ്റെഫയോട് അയാൾക്ക് തോന്നിയ പ്രണയം പെട്ടെന്നുള്ള അഭിനിവേശമായാണ് എനിക്കു തോന്നിയത്. അന്ന് സ്റ്റെഫയുടെ മുന്നിൽ രണ്ടു വഴികൾ ഉണ്ടായിരുന്നു. ഫെർണാർഡോ അയാളുടെ പ്രണയം പറഞ്ഞത് അതേ സമയത്തായിരുന്നു. ഫെർണാർഡോവിനെ തിരഞ്ഞെടുക്കാൻ സ്റ്റെഫായേ ഉപദേശിച്ചത് ഞാൻ തന്നെയായിരുന്നു. അതിന്റെ വൈരാഗ്യം ഏറെനാൾ ബാന്റി എന്നോടു പ്രകടിപ്പിക്കുകയും ചെയ്തു. എങ്കിലും അയാൾ പാരീസ് വിട്ടു പോയില്ല. ആ പ്രണയം എത്രമേൽ തീവ്രമായിരുന്നു എന്നെനിക്ക് മനസ്സിലായത് പിന്നീട് ബാന്റി എന്നെ കാണാൻ വന്നപ്പോഴായിരുന്നു.

സൈന്യത്തിൽ ചേരാൻ പോകുന്നതിന്റെ തലേദിവസമായിരുന്നു അത്. അന്നേരം അയാളുടെ കൈയിൽ ഒരു സ്ഫടിക നാഴിക മണി ഉണ്ടായിരുന്നു. ഒതുക്കി പിടിച്ചുകൊണ്ട് നടക്കാൻ മാത്രം വലുപ്പമുള്ളത്. അന്നാണ് ബാന്റിയുമായി ഞാനും മനസ്സ് തുറന്ന് സംസാരിക്കുന്നത്. മുൻശുണ്ഠിക്കാരനാണെങ്കിലും അയാളൊരു സാധുവായിരുന്നു.

"സിമോണിന് എന്നോട് ആദ്യമേ തന്നെ ഒരുതരം അകൽച്ചയുണ്ടായിരുന്നു. അതിന്റെ കാരണം എന്താണെന്ന് എനിക്കിനിയും മനസ്സിലായിട്ടില്ല. ഞാൻ മനസ്സിലാക്കുന്നത് എന്റെ അമിതമായ ഉൽക്കണ്ഠയും ദേഷ്യവും കൊണ്ടാവുമെന്നാണ്. പക്ഷേ, ഒരു വ്യക്തിയെ വിലയിരുത്തേണ്ടത് അയാളുടെ ഏതെങ്കിലും ദൗർബല്യത്തെ മാത്രം അടിസ്ഥാനമാക്കിയാണോ?"

ആ ചോദ്യം ചെറുതായി എന്നെ ഉലച്ചു. അയാളുടെ ചോദ്യം തികച്ചും ന്യായമായിരുന്നു. ജീവിതത്തിൽ നേരിട്ട അനുഭവങ്ങളും അതിലൂടെ നേടിയെടുത്ത പക്വതയും കൊണ്ടാവാം ഇന്നതെനിക്ക് മനസ്സിലാകുന്നത്. ഇരുപതാം വയസ്സിൽ ഞാനൊരാളെ വിലയിരുത്തിയത് പോലെയല്ല ഇപ്പോൾ നോക്കിക്കാണുന്നത്. ഗുണങ്ങളും ദൗർബല്യങ്ങളും അടങ്ങുന്ന ആകത്തുകയായി മനുഷ്യജീവിതത്തെ എത്രയോ ഉദാരമായി നോക്കി കാണാനും വിലയിരുത്താനും അനുഭവങ്ങൾ എന്നെ പ്രാപ്തയാക്കി.

"എന്നോടു ക്ഷമിക്കു ബാന്റി. കുറ്റബോധത്തോടെ അയാളുടെ കൈകവർന്നുകൊണ്ട് ഞാൻ മാപ്പപേക്ഷിച്ചു. അന്ന് ഞാൻ എന്റെ അറിവിന്റെ പരിമിതിയിൽ നിന്നുകൊണ്ടാണ് ലോകത്തെ വിലയിരുത്തിയത്. എന്റെ ഉൾക്കാഴ്ച അത്ര ചെറുതായിരുന്നു.

"എനിക്കും നിങ്ങളോട് അന്നത്തെ കാലുഷ്യമില്ല സിമോൺ. നിങ്ങൾ സ്റ്റെഫയുടെ നല്ലൊരു സുഹൃത്തായിരുന്നു. സ്നേഹിതയ്ക്ക് ഏറ്റവും നല്ലത് തെരഞ്ഞെടുത്ത് കൊടുക്കാനുള്ള ഉത്തരവാദിത്തബോധത്തെയും സത്യസന്ധതയെയും മാനിക്കാനുള്ള പക്വത എനിക്കും

ഇപ്പോൾ കൈവന്നു. അതിന്റേതായ ബഹുമാനം എനിക്കിപ്പോൾ നിങ്ങളോടുണ്ട്. എന്തായാലും യാത്ര പോകും മുമ്പ് നിങ്ങളോട് തുറന്ന് സംസാരിക്കണമെന്ന് തോന്നി. ഈ നഗരത്തിൽ എനിക്കു വിശ്വസി ക്കാവുന്ന ഒരാൾ നിങ്ങളാണെന്ന് ഞാൻ കരുതുന്നു.

ബാന്റി ഒരു ജൂതനാണെന്ന് അന്നാണ് ഞാനറിയുന്നത്. തന്റെ അസ്തിത്വത്തെക്കുറിച്ചുള്ള അപകർഷതാബോധം അയാളെ അലട്ടിയി രുന്നു.

അതായിരുന്നു അയാളുടെ അമിതമായ ദേഷ്യത്തിന്റെ പിന്നിലെ ഒരു കാരണം. അയാളുടെ ബാല്യത്തെക്കുറിച്ചും കൗമാരത്തെക്കുറിച്ചും എന്റെ മുന്നിലിരുന്നു പറയുമ്പോൾ കാലങ്ങളായി ഉള്ളിൽ ഒതുക്കിവച്ച സങ്കടം മുഴുവൻ ഒഴുക്കിക്കളയുന്നതിന്റെ ആനന്ദം അയാളുടെ കണ്ണുകളിലൂടെ നിറഞ്ഞൊഴുകി.

ഒഴുകട്ടെ എന്നെനിക്കും തോന്നി. എല്ലാ കയ്പും ഒഴുക്കി കളയട്ടെ. എന്നിട്ട് തെളിഞ്ഞ മനസ്സുമായി രാജ്യസേവനത്തിന് പോകട്ടെ. യുദ്ധത്തിൽ എതിരാളിയോട് തോന്നുന്ന വിദ്വേഷത്തേക്കാൾ കൂടുതലായി മാതൃരാജ്യത്തോടുള്ള ഭക്തിയാവണം അയാളെ നയിക്കേണ്ടത്.

അന്നത്തെ ദിവസം മണിക്കൂറുകളോളം ഞങ്ങളൊരുമിച്ചു ചെലവഴിച്ചു. ജീവിതത്തെക്കുറിച്ച് രസകരമായ സിദ്ധാന്തങ്ങൾ പറഞ്ഞു. എഴുത്തിനെക്കുറിച്ചും, തത്ത്വശാസ്ത്രത്തെക്കുറിച്ചും ചർച്ച ചെയ്തു. പ്രണയത്തെക്കുറിച്ചും സംഗീതത്തെക്കുറിച്ചും വാചാലരായി.

ഹിറ്റ്ലറോടുള്ള അടങ്ങാത്ത പകയുണ്ടായിരുന്നു ബാന്റിയുടെ ഉള്ളിൽ. അയാളുടെ കുടുംബം മുഴുവൻ പട്ടാളം ഇല്ലാതാക്കിയതാണ്. അച്ഛനും പെങ്ങളും തടങ്കൽ പാളയത്തിൽ വെടിയേറ്റ് മരിച്ചു. അമ്മയെ പട്ടാളക്കാർ ദിവസങ്ങളോളം ബലാത്സംഗം ചെയ്തു. മൃത്രപായയായ പ്പോൾ തെരുവിൽ വലിച്ചെറിഞ്ഞു. അമ്മയുടെ ശരീരം തെരുവിൽ പക്ഷികളും നായ്ക്കളും ഭക്ഷിച്ചു. ബാന്റി ബന്ധുക്കൾ ചിലരുടെ കൂട്ടത്തിൽ ഒളിവിൽ പാർത്തു. ഒന്നാം ലോകമഹായുദ്ധം അവസാനി ച്ചപ്പോൾ നാടു ചുറ്റി തിരിഞ്ഞു ഹംഗറിയിൽ എത്തിപ്പെട്ടു.

അന്നത്തെ ദിവസം ഞങ്ങൾ ദുഃഖവും ആനന്ദവും പങ്കുവെച്ചു. പരസ്പരം ആഴത്തിൽ മനസ്സിലാക്കി യാത്രപറയും മുമ്പ് എന്റെ കൈയിൽ ആ സ്ഫടിക സ്തൂപം തന്നുകൊണ്ട് ബാന്റി പറഞ്ഞു.

"സിമോൺ ഇത് സൂക്ഷിച്ചുവയ്ക്കണം. എന്നെങ്കിലും എനിക്ക് മടങ്ങി വരാനായാൽ നിങ്ങളിൽനിന്നും ഞാനിതു തിരികെ വാങ്ങി ക്കൊള്ളാം. ഇതൊരു അമൂല്യ വസ്തുവാണ്. കാലങ്ങളായി കൊണ്ട് നടക്കുന്നത്. എനിക്ക് മടങ്ങി വരാൻ കഴിഞ്ഞാൽ തിരികെ കിട്ടുമെന്ന് വിശ്വസിച്ചേൽപ്പിക്കാൻ സിമോൺ അല്ലാതെ മറ്റാരും എന്റെ മനസ്സിലേക്ക് വരുന്നില്ല.

ബാന്റി പിന്നീടൊരിക്കലും മടങ്ങി വന്നില്ല. എന്നെ ഏൽപ്പിച്ച നാഴികമണി തിരിച്ചെടുക്കാൻ കഴിയാതെ യുദ്ധത്തിൽ എവിടെയോ അയാൾ ഇല്ലാതായി. ഒരിക്കലും തിരിച്ചെടുക്കാൻ സാധിക്കില്ലെന്നു അറിഞ്ഞുകൊണ്ടാണോ അയാളതെന്നെ ഏൽപ്പിച്ചതെന്ന് പലപ്പോഴും ആലോചിച്ചുപോയിട്ടുണ്ട്. ചില ആളുകൾ അങ്ങനെയാണ്. അവർ അവരുടെ ജീവിതം മുൻകൂട്ടി കണ്ടുകൊണ്ട് ചെയ്യാനുള്ളതെല്ലാം ചെയ്തു തീർക്കും. കടങ്ങളെല്ലാം തീർത്ത് തികച്ചും ശാന്തരായി സകലരെയും അതിശയിപ്പിച്ചുകൊണ്ട് ഇരുളിലേക്ക് ആഴ്ന്നുപോകും. ബാന്റി എനിക്കങ്ങനെയൊരു ഓർമ്മയാണ്.

താനൊരു ജൂതനാണ് എന്നു പറയുമ്പോൾ ബാന്റി സ്വയം അപമാനിതനാകുന്നതുപോലെ എനിക്ക് തോന്നിയിട്ടുണ്ട്. ജർമ്മൻ സേന ജൂതരെ കൊന്നൊടുക്കാൻ ശക്തമായ കാരണങ്ങൾ ഉണ്ടെന്ന് വിശ്വസിച്ചയാളായിരുന്നു ബാന്റി. എങ്കിലും നിരപരാധികളായ ജൂതരെ ഒന്നടങ്കം കൊന്നൊടുക്കിയതിലുള്ള പ്രതിഷേധവും അയാളുടെയുള്ളിൽ ഉണ്ടായിരുന്നു.

പ്രതിഷേധവും, കുറ്റബോധവും തമ്മിലുള്ള ഏറ്റുമുട്ടലായിരുന്നു അയാളുടെ സ്വഭാവരൂപീകരണത്തിൽ പ്രധാന പങ്ക് വഹിച്ചത്. പ്രതിഷേധത്തിന്റെ അഭിമാനവും കുറ്റബോധത്തിന്റെ അപമാനവും അയാളെ പരിഭ്രാന്തനാക്കി തീർത്തു. ജൂതരെ കുറിച്ച് കൂടുതൽ പഠിക്കണമെന്ന് എനിക്ക് താൽപര്യം ഉണ്ടായതും ബാന്റിയിലൂടെയായിരുന്നു.

ഹിബ്രൂസ് അഥവാ എബ്രായർ എന്ന് വിളിക്കപ്പെടുന്ന ജൂതർ ദേശാടകരായ ഇടയവംശക്കാരായിരുന്നു. ബി സി 18-ാം നൂറ്റാണ്ടിൽ പാലസ്തീനിൽ വാസമുറപ്പിച്ച ഇവരുടെ ഗോത്ര പിതാവ് എബ്രഹാം എന്നയാളായതുകൊണ്ടാണ് അവർ എബ്രായർ എന്നു വിളിക്കപ്പെട്ടത്. എബ്രഹാമിന്റെ പിന്മുറക്കാരനായ ജേക്കബ് പാലസ്തീനിൽ കുടിയേറുകയും അവിടെ അവർക്ക് ഇസ്രായേൽ എന്ന് നാമം ലഭിക്കുകയും ചെയ്തു.

അങ്ങനെയാണ് പിന്നീടവർ ഇസ്രായേലികൾ എന്നു വിളിക്കപ്പെട്ടത്. അവരുടെ രാഷ്ട്രത്തിന്റെ പേരും ഇസ്രായേൽ എന്നായിത്തീർന്നു. ബി സി 1700 നോട് കൂടി പാലസ്തീനിൽ ഉണ്ടായ ക്ഷാമത്തെത്തുടർന്ന് എബ്രായരിൽ കുറച്ചുപേർ ഈജിപ്തിലേക്ക് കുടിയേറി. എന്നാൽ പിൽക്കാലത്ത് അവർക്കവിടെ അടിമകളായി ജീവിക്കേണ്ടിയും വന്നു. എബ്രായരുടെ നേതാവായ മോശയ്ക്ക് ഈജിപ്തിലെ കൊട്ടാരത്തിൽ പിടിപാടുണ്ടായതിനാൽ അദ്ദേഹത്തിന് കുറെയധികം ജൂതന്മാരെ മോചിപ്പിക്കാൻ സാധിച്ചു. അങ്ങനെ അവർ വീണ്ടും പാലസ്തീനിലേക്ക് മടങ്ങി. ബി സി 1025 ൽ വിവിധ ഗോത്രങ്ങളായി ജീവിച്ചിരുന്ന ജൂതന്മാർ ഒരു രാജാവിന്റെ കീഴിൽ രാജ്യമായി തീർന്നു. ശാവൂൾ ആയിരുന്നു

അവരുടെ ആദ്യത്തെ രാജാവ്. മോശ പിന്നീട് ജൂതന്മാരുടെ വിവിധ ഗോത്രങ്ങളെ സംയോജിപ്പിച്ചു ഇസ്രായേൽ എന്ന ദേശീയത കെട്ടിപ്പടുത്തു. ഇക്കാലത്ത് അവർ ബഹുദൈവ വിശ്വാസികൾ ആയിരുന്നു. കാലക്രമേണ അവരിൽ 'ഏകദൈവ വിശ്വാസം' രൂഢമൂലമാക്കുന്നതിന് മോശയ്ക്ക് കഴിഞ്ഞു. യഹോവ എന്ന ദൈവത്തെ സർവ്വശക്തനായി കണ്ട് മറ്റുള്ള ദേവന്മാരെ പുറന്തള്ളിക്കൊണ്ടാണ് ഏകദൈവവിശ്വാസം അദ്ദേഹം പ്രചരിപ്പിച്ചത്. അതിനുവേണ്ടി മോശ പത്തു കൽപ്പനകൾ നൽകി. ഇത് യഹോവ മോശയ്ക്ക് വെളിപ്പെടുത്തിക്കൊടുത്തത് ആണത്രേ. ജൂതമതത്തെ താത്ത്വിക അടിത്തറയിലുള്ള മതമാക്കി മാറ്റിയത് ഇസ്രായേലിൽ ജീവിച്ചിരുന്ന ദാർശനികന്മാരായ പ്രവാചകന്മാർ കൂടിയാണ്.

ജൂതരുടെ യുദ്ധത്തിന്റെയും പ്രതികാരത്തിന്റെയും ദൈവമായിരുന്നു യഹോവ. പിന്നീട് സ്നേഹവാനും കാരുണ്യവാനുമായ ദൈവമായി യഹോവാ രൂപാന്തരപ്പെട്ടതിന്റെ പിന്നിൽ ദാർശനികന്മാരായ പ്രവാചകന്മാർ ആയിരുന്നു. അവർ രൂപപ്പെടുത്തിയ മനുഷ്യോൽപ്പത്തിയുടെയും പ്രപഞ്ചോൽപ്പത്തിയുടെയും കഥകളാണ് ക്രിസ്ത്യാനികളും മുസ്ലിങ്ങളും പിന്തുടരുന്നത്. ലോകത്തിലെ തന്നെ ആദ്യത്തെ ഏകദൈവ വിശ്വാസമാണ് യഹൂദമതം. എന്നിട്ടും എന്തുകൊണ്ടാണ് അവർ വെറുക്കപ്പെട്ടവരും ആട്ടിയോടിക്കപ്പെട്ടവരും ആയതെന്ന് എനിക്കു മനസ്സിലായില്ല. അതേക്കുറിച്ചു ബാന്റിയോട് ചോദിക്കാനോ തർക്കിക്കാനോ അന്നേരം മനസ്സനുവദിച്ചുമില്ല. ഒരാൾ പിറന്ന കുലത്തെയും വിശ്വസിച്ച മതത്തെയും നിന്ദ്യമായി കാണാൻ തുടങ്ങിയാൽ അയാൾക്ക് ഓടിയൊളിക്കാൻ ഒരു കാട് പോലും അവശേഷിക്കാതെ വരും എന്നു ബാന്റിയെപ്പറ്റി ഓർക്കുമ്പോഴൊക്കെ തോന്നിയിട്ടുണ്ട്.

ഏത് കലയ്ക്കും ഉള്ളതുപോലെ ഒരു താളം എഴുത്തിനുമുണ്ട്. ഒരേകാന്തതയെ ഉജ്ജ്വലമാക്കാൻ മാത്രം ചിന്തകളാൽ മനസ്സിനെ നിർമ്മലമാക്കിയിട്ടാണ് എഴുത്തുമായി ഞാനെന്നും വേഴ്ച നടത്തുന്നത്. തീർച്ചയായും ആ പ്രവൃത്തി രതി പോലെ അലൗകികവും, നിഗൂഢവുമാണ്. പ്രാർത്ഥനയേക്കാൾ മൗലികവുമാണ്.

ഞാൻ എനിക്കറിയാവുന്നവരെ എഴുത്താണികൊണ്ട് അടയാളപ്പെടുത്തുമ്പോൾ ചിലർക്ക് മുറിവേറ്റേക്കാം. ചിലർക്ക് പുളകം ലഭിച്ചേക്കാം. മറ്റ് ചിലർക്ക് ജീവിതത്തെ നോക്കി മന്ദഹസിക്കാൻ ഒരവസരമായേക്കാം. ഞാനെന്നെ ഉപകരണമാക്കിത്തീർത്തു. വിചാരങ്ങളെ അക്ഷരങ്ങളിലേക്ക് ആവാഹിക്കുമ്പോൾ സ്വയം എഴുത്താണിയാവാൻ മാത്രം ആർജ്ജവം നേടിയെടുക്കാൻ പ്രയത്നിച്ചു.

ധാർമ്മികത എന്ന വാക്ക് കേട്ടു പഴകി ശീലിച്ചുപോയ അശ്ലീലമാണെന്ന് എഴുതാൻ മാത്രം ധൈര്യവതിയായിത്തീർന്നു എന്നിലെ എഴു

ത്തുപെണ്ണ്. മൃതി കവർന്നെടുത്തശേഷം കിട്ടുന്ന വിശേഷ പാരിതോഷികങ്ങളിൽ എനിക്കു വിശ്വാസമില്ലായിരുന്നു. മതത്തെ, രാഷ്ട്രീയത്തെ, ചിട്ടവട്ടങ്ങളെ, കുടുംബബന്ധങ്ങളെയൊക്കെ അക്ഷരങ്ങളിലൂടെ അലക്കി വെളുപ്പിച്ചെടുത്ത് തീക്കനലിൽ ശുദ്ധി വരുത്തി ഞാൻ വിശുദ്ധയാക്കപ്പെട്ടു. വിശുദ്ധി ഒരു വാക്കല്ല. തീർച്ചയായും അതൊരു അനുഭവമാണ്. അതിനൊരു നിർമ്മലതയുണ്ട്. ശുഭ്രവസ്ത്രം ധരിക്കുമ്പോലെ ശരീരത്തെ അലൗകികമാക്കുന്ന എന്തോ ഒന്നുണ്ട് അതിന്റെ അലങ്കാരത്തിൽ. ബാന്റി; പ്രിയ സുഹൃത്തേ തീർച്ചയായും നിങ്ങൾ അലൗകികമായ എന്തോ ഒന്നിനാൽ അലങ്കരിക്കപ്പെട്ടവനായിരുന്നു. എന്റേതിൽനിന്നും വ്യത്യസ്തമായി നിങ്ങളുടേത് കുറേക്കൂടി വിശുദ്ധീകരിക്കപ്പെട്ടു.

നിലപാട്

നോവലെഴുത്ത് ഞാൻ വിചാരിച്ചത് പോലെ ഒഴുക്കോടെ നീങ്ങിയില്ല. പല കാര്യത്തിലും പ്രത്യേകിച്ച് ചരിത്ര സംഭവങ്ങളിലുള്ള എന്റെ അറിവില്ലായ്മ എഴുത്തിന് തടസ്സമായി നിന്നിരുന്നു. ലൈബ്രറിയിൽ പോയി പുസ്തകങ്ങൾ തിരഞ്ഞുപിടിച്ച് വായിച്ചിട്ടും എനിക്കാവശ്യമുള്ളത് പലതും ലഭിച്ചതുമില്ല. ചിലപ്പോൾ അന്വേഷണത്തിലും എഴുത്തിലുമുള്ള മടിയും ഉഴപ്പുമാകാം കാരണം. എഴുത്തിന് വേണ്ടിയുള്ള സാമഗ്രികൾ തേടി നടക്കാൻ സമയവും തടസ്സമായി നിന്നിരുന്നു. ലൈബ്രറിയിൽ ചെല്ലുമ്പോൾ എന്തിന് വേണ്ടിയാണോ അവിടെ ചെന്നതെന്ന് മറന്ന് കൗതുകകരമായ പുസ്തകങ്ങളോ മുമ്പ് തേടി നടന്ന ലേഖനങ്ങളോ വായിച്ചിരുന്നു സമയം പോകും. പിന്നീടാണ് ചിന്തയിലേക്ക് എന്തു തേടിയാണ് ഞാനവിടേക്ക് ചെന്നതെന്ന ഓർമ്മ ഉണ്ടാകുന്നത്. അപ്പോഴെല്ലാം സാർത്രേയെ സ്മരിക്കും. സാർത്രേ ഉണ്ടായിരുന്നെങ്കിൽ എനിക്കാവശ്യമുള്ളതെല്ലാം കണ്ടെത്തി തരുമായിരുന്നു.

കഴിഞ്ഞ കുറേ ദിവസങ്ങളായി ഉറങ്ങാനേ പറ്റുന്നില്ല. ജോലിക്കു പോകാതെ നിവൃത്തിയില്ലാത്തതിനാൽ രാവിലെ തന്നെ എഴുന്നേറ്റു. അന്നേരം എഴുതാനുള്ള താൽപ്പര്യം തോന്നിയതിനാൽ മറ്റൊന്നും ആലോചിക്കാതെ നോവലിന്റെ അടുത്ത അദ്ധ്യായത്തിലേക്ക് കടന്നു. രാത്രി ഉറങ്ങാതിരുന്നതിന്റെ ക്ഷീണം നല്ലതുപോലെ ഉണ്ട്. എന്തിനാണ് ഇത്രയേറെ സമയം കഠിനമായി ജോലി ചെയ്യുന്നതെന്ന് സൊറാക്കീൻ ചോദിച്ചത് ഓർമ്മ വന്നു.

“സിമോൺ ഒരു നോവലെഴുതി തുടങ്ങും. അത് പൂർത്തിയാകും മുമ്പ് അടുത്ത പുസ്തകം എഴുതാൻ ആരംഭിക്കും. പിന്നെ അതിനുള്ള അസഹിഷ്ണുതയാണ്. നിന്റെ വായനയും എഴുത്തും പൂർണ്ണമായും

നല്ലത് തന്നെ. പക്ഷേ, നിന്റെ നോവലെഴുത്ത് എനിക്ക് പരിഹാസ്യമായാണ് തോന്നുന്നത്. എഴുതാൻ മാത്രമായുള്ള നിന്റെ വായനയോടും എനിക്കൊട്ടും മമത തോന്നുന്നില്ല സിമോൺ."

സൊറാക്കീൻ അത് പറഞ്ഞിട്ട് പൊട്ടിച്ചിരിച്ചു.

എനിക്കത് തീരെ ഇഷ്ടപ്പെട്ടില്ല.

എങ്കിലും സൊറാക്കീൻ പറഞ്ഞതിനെക്കുറിച്ച് പിന്നീട് ഗൗരവത്തിൽ ചിന്തിച്ചു. യഥാർത്ഥത്തിൽ അതിൽ കുറച്ചു സത്യമുണ്ട്. മാസങ്ങളായി നോവലെഴുത്തിനെ ചുറ്റിപ്പറ്റിയാണ് എന്റെ വായനയെല്ലാം. ഗൗരവതരമായ പല വിഷയങ്ങളെയും ഞാൻ സമീപിക്കുന്നേയില്ല. രാജ്യത്ത് യുദ്ധം നടക്കുന്നു. എഴുത്തുകൊണ്ടോ, സാമൂഹികമായ ഇടപെടൽ കൊണ്ടോ അതിനെതിരെ പ്രതികരിക്കാൻ തുനിയാത്തവണ്ണം നോവലെഴുത്ത് എന്നിൽ ബാധപോലെ ആവേശിച്ചിരിക്കുന്നു എന്ന് വേണം പറയാൻ. സാർത്രേയും ഞാനും ഒരുമിച്ചുണ്ടായപ്പോഴാണ് അദ്ദേഹം *ലെജൻ ഡെസിലാ വെറൈറ്റി* എഴുതിയത്. സാർത്രേയുടെ എഴുത്ത് എത്ര ഉജ്ജ്വലമായിരുന്നു! എങ്കിലും ഒട്ടും നർമ്മബോധം കൈവിടാതെ തികച്ചും അനായാസമായി തമാശകൾ പറയാനും പുറമെ നടക്കുന്ന ഏതൊരു വിഷയത്തെയും സൂക്ഷ്മമായി നിരീക്ഷിക്കാനും അദ്ദേഹത്തിന് കഴിഞ്ഞിരുന്നു. പക്ഷേ, എന്റെയുള്ളിൽ എന്തുകൊണ്ടോ പലപ്പോഴും എഴുത്തിനെ ചുറ്റി പറ്റി സംഘർഷങ്ങൾ നടന്നുകൊണ്ടിരുന്നു. അത്തരം അവസ്ഥയിൽ മറ്റ് വിഷയങ്ങൾ എനിക്ക് ശ്രദ്ധിക്കാൻ കഴിയാറില്ല. ഇതുവരെ വായിച്ച നോവലുകളുടെ ആഖ്യാന രീതിയിൽനിന്നും വേറിട്ട് നിൽക്കുന്നതാവണം ഈ നോവൽ എന്നതായിരുന്നു എന്നെ ഏറ്റവും അലട്ടിയ വിഷയം.

ഓരോ തവണ എഴുത്തിന് ശേഷം വായിച്ചു നോക്കുമ്പോഴും വരികളും വാക്കുകളുടെ ഘടനയും തൃപ്തി തരുന്നില്ല. നിലവിലിരിക്കുന്ന കഥ പറച്ചിലിന്റെ രീതി പിന്തുടരുകയെന്ന ലളിതമായ പാതയല്ല എന്നെ മോഹിപ്പിക്കുന്നത്. വ്യത്യസ്തവും, പുതുമയേറിയതുമായ എന്തെങ്കിലും പ്രവർത്തിക്കാൻ എനിക്ക് കഴിഞ്ഞില്ലെങ്കിൽ ഈ നോവൽ സാധാരണയിൽ കവിഞ്ഞ് ഒരു തരത്തിലും എന്നെ അടയാളപ്പെടുത്തില്ല.

പക്ഷേ, എങ്ങനെ?

എങ്ങനെ എന്നുള്ളത് ആശങ്കയേറിയ ചോദ്യചിഹ്നം കണക്കെ പരിഭ്രമത്തിലാഴ്ത്തുന്നു.

നോവലെഴുത്തിന്റെ പാത ലളിതമല്ലെന്നും മുള്ളുകൾ നിറഞ്ഞതാണെന്നും ബോദ്ധ്യമാവുന്നു. ആഖ്യാനത്തിന്റെ വ്യത്യസ്തതകൊണ്ട് മാത്രമല്ല വിഷയത്തിന്റെ വൈവിദ്ധ്യംകൊണ്ട് കൂടിയേ ഓരോ കൃതിയും മനുഷ്യമനസ്സിനെ കീഴ്പ്പെടുത്തുകയുള്ളൂവെന്ന് തിരിച്ചറിഞ്ഞിടത്ത് എന്റെ എഴുത്ത് രീതിയെ തിരുത്തേണ്ടത് ആവശ്യകതയായി തീർന്നിരിക്കുന്നു.

******

സാർത്രേയുടെ മറുപടിക്കത്ത് ഒരാഴ്ചയ്ക്കുശേഷമാണ് വന്നത്. കത്ത് ലഭിക്കുമോയെന്നുള്ള കാര്യത്തിൽ ഉറപ്പില്ലാതിരുന്നതിനാൽ മറുപടി വന്നതിന്റെ ആഹ്ലാദം ചെറുതല്ലായിരുന്നു. ശീതകാലം തുടങ്ങിയതിനാൽ തണുപ്പിന്റേതായ അസുഖങ്ങളും അസ്വസ്ഥതകളും ഉണ്ട് എന്നെഴുതിയിരുന്നു. കത്തിൽ ആകപ്പാടെ ഒരുതരം മൗഢ്യം കാണാൻ കഴിഞ്ഞു. എപ്പോഴും ഉണർവ്വും ഊർജ്ജവും പ്രവഹിച്ചിരുന്ന വരികളിൽ നിരാശയാണ് മുന്നിട്ടുനിന്നത്. സാർത്രേയുടെ കത്ത് വരുമ്പോൾ സാഹസികതയോടുള്ള അദ്ദേഹത്തിന്റെ അഭിനിവേശം എന്നിലും നിറയ്ക്കാൻ കഴിയുമായിരുന്നു. എന്നാൽ ഈ കത്തിൽ നിരാശയും ഉദാസീനതയും മൂലം വളരെ കുറച്ചു വാക്കുകൾ ഉഴപ്പി എഴുതിയിരിക്കുന്നു. ആത്മാവില്ലാത്ത അക്ഷരങ്ങളിലേക്ക് നോക്കുമ്പോൾ ഭയം വർദ്ധിക്കുന്നു.

സാർത്രേക്കുള്ള കത്ത് എഴുതിയശേഷം സ്കൂളിലേക്ക് പോയി. ആഴ്ചയിൽ എട്ടര മണിക്കൂറാണ് ക്ലാസ് എടുക്കേണ്ടത്. അത് കഴിഞ്ഞാൽ ഫെനലോങ്ങിലും പഠിപ്പിക്കണം. അവിടെ ഏതാണ്ട് പതിനാല് മണിക്കൂർ ക്ലാസ് എടുക്കേണ്ടതുണ്ട്. ഫെനലോണിലെ ക്ലാസുകൾ പഠിപ്പിച്ചു തീർക്കാൻ ഈ സമയം മതിയാകുമോയെന്ന് സംശയമാണ്.

ക്ലാസ് കഴിഞ്ഞ് ഭക്ഷണം കഴിച്ചശേഷം സൊറാക്കീനെ കാണാനിറങ്ങി.

പോർട്ട് - ഡി - ഡയന്റ് ക്ലാസിൽ അവളെന്നെ പ്രതീക്ഷിച്ചു നിന്നിരുന്നു. അവിടെ നിന്നിറങ്ങി ഒന്ന് രണ്ട് ബുക്ക് ഷോപ്പിൽ പുസ്തകം തിരഞ്ഞു സമയം കളഞ്ഞു. പിന്നീട് പ്ലാസി നദിയുടെ ഓരത്ത് ഞാനും സൊറാക്കീനും ഏറെനേരമിരുന്ന് സംസാരിച്ചു. അപ്പോൾ സമയം സന്ധ്യയായിരുന്നു. സൂര്യന്റെ സ്വർണ്ണപ്രഭയിൽ ചുവപ്പിന്റെ രേഖകൾ വീണു തുടങ്ങിയിരുന്നു. ഇടതൂർന്ന വൃക്ഷശാഖകളിലെ ഇലച്ചാർത്തിൽ സായന്തനം വെട്ടിത്തിളങ്ങുന്നു. നദിയിലെ ഓളങ്ങളിൽ ശിഖരങ്ങൾക്കിടയിലൂടെ നൂണ്ടിറങ്ങിയ വെളിച്ചത്തിന്റെ സുവർണ്ണ രാശി. ഞാൻ സൊറാക്കീനോട് വളരെയധികം ചേർന്നിരുന്നു. അവളുടെ കൈകളെടുത്ത് തലോടി. ഞങ്ങൾ തമ്മിൽ ഇതിന് മുമ്പ് ഇത്തരത്തിൽ ഒരടുപ്പത്തോടെ പെരുമാറിയിട്ടില്ല. അന്നേരം അവളുടെ മുഖത്ത് ഒരു കുഞ്ഞിന്റെ നിഷ്കളങ്കത തെളിഞ്ഞുനിന്നിരുന്നു. പലപ്പോഴും സൊറാക്കീൻ വളരെയധികം ദേഷ്യത്തോടെ എന്നോടു പെരുമാറിയിട്ടുണ്ട്. പക്ഷേ, ഇപ്പോൾ ഒരു പൂച്ചക്കുഞ്ഞിന്റെ അരുമയോടെ എന്നോടു ചേർന്നിരിക്കുന്നു. അവളുടെ ചിരി എന്റെയുള്ളിൽ കുളിർ വീഴ്ത്തി. അന്നേരം പണ്ട് എന്റെ അരുമയായിരുന്ന ടെഡി ബെയറിനെയാണ് ഓർമ്മ വന്നത്.

കുറച്ചുനേരം ഇരുന്നശേഷം ഞങ്ങൾ അവളുടെ വീട്ടിലേക്ക് പോയി. ഏറെനേരം അവളുടെ മാതാപിതാക്കളോട് സംസാരിച്ചു. പിന്നീട് ഞങ്ങൾ രണ്ടുപേരും അവളുടെ മുറിയിൽ പോയിരുന്നു. അത്രയും സ്നേഹത്തോടെ സൊറാക്കീൻ ഇതിനുമുമ്പ് പെരുമാറിയിട്ടേ ഇല്ലാതിരുന്നതിനാൽ എനിക്കു പോപ്പറ്റിനെ ഓർമ്മ വന്നു. വീട് ഓർമ്മ വന്നു.

അമ്മയെയും അച്ഛനെയും ഓർത്തു. ആ രാത്രി വൈകുവോളം ഞങ്ങൾ ഒരുമിച്ച് ചെലവഴിച്ചു. മടങ്ങുമ്പോൾ എന്റെ ഉള്ളിൽ സാസയുടെ ഓർമ്മകൾ തിങ്ങി വിങ്ങി. വീട്ടിൽ വന്നിട്ടും സൊറാക്കീൻ പ്രകടിപ്പിച്ച സ്നേഹത്തെക്കുറിച്ചോർത്തുള്ള അത്ഭുതം വിട്ടുമാറിയില്ല.

അമ്മയ്ക്കും പോപ്പറ്റിനും ഒരു കത്തെഴുതണമെന്നാണ് അപ്പോൾ തോന്നിയത്. അമ്മയ്ക്ക് മുൻശുണ്ഠി കൂടിയിരിക്കുന്നു. പ്രായമേറിയതിന്റെയാവാം. പോപ്പറ്റാകട്ടെ അവളുടെ കാര്യങ്ങളിൽ ഞാൻ തലയിടരുത് എന്നമട്ടിലാണ് പെരുമാറ്റം. കുട്ടിയിൽനിന്നും മുതിർന്നയാളിലേക്കുള്ള വളർച്ച യഥാർത്ഥത്തിൽ വളർച്ചയാണോ! മനുഷ്യന്റെ പൊതുവായ ഇടങ്ങൾ വിശാലമാകുകയും സ്നേഹബന്ധങ്ങൾ മുരടിച്ചുപോകുകയും ചെയ്യുന്നതിനെ വളർച്ച എന്ന് വിളിക്കുന്ന വിഡ്ഢിത്തത്തെ ഓർത്ത് പരിഹാസം തോന്നും. അറിവിന്റെ സീമകൾ താണ്ടുമ്പോൾ ഹൃദയരേഖകൾ മാഞ്ഞുപോകുമോ. പോപ്പറ്റ് മാത്രമല്ല ഞാനും എത്രയധികം മാറിപ്പോയി. അമ്മയെയും അച്ഛനെയും കണ്ടിട്ട് എത്രനാളായി. എന്തൊരു മാറ്റമാണ് ജീവിതത്തിൽ സംഭവിച്ചത്. കടങ്ങളും ദാരിദ്ര്യവുമാണോ മാതാപിതാക്കളെ സ്നേഹപ്രകടനങ്ങളിൽ പിശുക്കുള്ളവരാക്കി മാറ്റിത്തീർത്തത്. അതോ മുതിർന്നപ്പോൾ ഞാൻ എന്നെത്തന്നെ രൂപാന്തരപ്പെടുത്താൻ കാണിച്ച അസഹിഷ്ണുതയാണോ ഞങ്ങൾക്കിടയിൽ മതിലുയർത്തിയത്. അച്ഛന്റെ മാറ്റമാണ് എന്നെ ഏറെയും മുറിപ്പെടുത്തിക്കൊണ്ടിരുന്നത്. പരസ്പരം മനസ്സിലാക്കുന്നതിൽ ഞങ്ങളിരുവരും പരാജയപ്പെട്ടിരിക്കാം. അവനവനിൽനിന്നും ഒളിച്ചോടാൻ അച്ഛൻ നടത്തിയ ശ്രമങ്ങളും, എന്നിലേക്കൊതുങ്ങാൻ ഞാൻ കണ്ടുപിടിച്ച മാർഗ്ഗങ്ങളുമാവാം അകൽച്ചയ്ക്ക് ആക്കംകൂട്ടിയത്. അച്ഛന്റെ ചില നിലപാടുകളോട് എനിക്കെന്നും ബഹുമാനം തോന്നിയിരുന്നു. ദൈവത്തേക്കാൾ കൂടുതൽ അദ്ദേഹം സത്യത്തിന് മൂല്യം കൽപ്പിച്ചിരുന്നു. മനുഷ്യന്റെ കർത്തവ്യങ്ങളും നന്മയുമൊന്നും മതത്തെയോ പ്രാർത്ഥനയെയോ അടിസ്ഥാനപ്പെടുത്തിയല്ല നിലനിൽക്കുന്നത് എന്നുള്ള അവബോധം അദ്ദേഹത്തിൽനിന്നാണ് ഞങ്ങളാദ്യം പഠിച്ചതും. എന്നാൽ ചില കാര്യങ്ങളിൽ അദ്ദേഹത്തിന്റെ നിലപാടുകളോട് കഠിനമായ എതിർപ്പ് തുറന്ന് പ്രകടിപ്പിക്കേണ്ടി വന്നിട്ടുണ്ട്.

പണമുള്ളവർ കൈയാളുന്ന അധികാര ഗർവ്വും അവർക്ക് മാത്രം ലഭിക്കുന്ന ചില പൈതൃകാവകാശങ്ങളും ഒരിക്കലും നീതീകരണമല്ലെന്നു പറഞ്ഞതിനെ പ്രതി ഞങ്ങൾ തമ്മിൽ വിട്ടുവീഴ്ചയില്ലാത്ത വാഗ്വാദം നടന്നത് ഓർമ്മവരുന്നു.

വോട്ടവകാശത്തെ സംബന്ധിച്ചായിരുന്നു അത്. പാവപ്പെട്ട ജനങ്ങൾക്ക് വോട്ടവകാശം നിഷേധിക്കുന്നതിനെ സംബന്ധിച്ചായിരുന്നു തർക്കം. അതെന്നെ വല്ലാതെ കുപിതയാക്കി. അച്ഛനോട് ആ വിഷയം സംസാരിച്ചപ്പോൾ അദ്ദേഹം പൊട്ടിച്ചിരിക്കുകയാണ് ചെയ്തത്. രാഷ്ട്രം ഒട്ടനവധി സ്വകാര്യസമ്പത്തിന്റെ ആകത്തുകയാണെന്നും അതുകൊണ്ടു

സ്വകാര്യ ഉടമകൾ വേണം രാജ്യഭരണത്തിനായി വോട്ടു ചെയ്യേണ്ട തെന്നും അദ്ദേഹം ചിരിച്ചുകൊണ്ട് പറഞ്ഞു.

ആ വാക്കുകൾ എന്നെ വല്ലാതെ ഉലച്ചു. എങ്കിൽ ഈ നാട്ടിലെ പാവപ്പെട്ടവരിൽനിന്നും വാങ്ങുന്ന നികുതിയോ? അത് എന്തവകാശ ത്തിന്റെ പേരിലാണ് ഭരണകൂടം പിടിച്ചുവാങ്ങുന്നത്. പണം സമ്പാദിക്കാ നായി അച്ഛൻ നടത്തിയ ശ്രമങ്ങൾ എല്ലാം പരാജയപ്പെട്ടിരിക്കുന്നു. അതുകൊണ്ടു അദ്ദേഹത്തിന് നിലവിൽ ഉണ്ടായിരുന്ന വോട്ടവകാശം എടുത്ത് മാറ്റിയാൽ സഹിക്കാനാവുമോ. ഒരാളുടെ മഹത്വം പണത്തിന്റെ അളവുകോലാൽ അളക്കരുത് എന്ന് ഞങ്ങളെ പഠിപ്പിച്ച അച്ഛൻ തന്നെയാണ് വോട്ടവകാശത്തിന്റെ കാര്യം വന്നപ്പോൾ അഭിപ്രായം മാറ്റിപ്പറഞ്ഞിരിക്കുന്നത്.

അദ്ദേഹത്തിന്റെ ഉറച്ച നിലപാടില്ലായ്മ സഹിക്കാവുന്ന കാര്യ മായിരുന്നില്ല. മനുഷ്യൻ ഏത് സാഹചര്യത്തിലും ധാർമ്മികമൂല്യങ്ങളിൽ വിട്ടുവീഴ്ച ചെയ്യുന്നവരാകരുത് എന്ന് ആഗ്രഹിച്ച ഒരാളെന്ന നിലയിൽ സൗകര്യങ്ങൾ അടിസ്ഥാനമാക്കി അഭിപ്രായങ്ങൾ മാറുന്നവരെ എനിക്കു ബഹുമാനിക്കാനാവില്ല.

അച്ഛന്റെ മുഖത്ത് നോക്കി ഞാനുറക്കെ പ്രഖ്യാപിച്ചു.

"സിമോൺ;" അച്ഛൻ പൊട്ടിച്ചിരിച്ചുകൊണ്ട് എന്റെ തോളിൽ തട്ടി പറഞ്ഞു.

"നീ ചെറുപ്പമാണ്. തിളയ്ക്കുന്ന രക്തം. വിവേചനാശീലം കുറയും. നിന്റെ പ്രായത്തിൽ ഞാനും ഇങ്ങനെയായിരുന്നു. ഒരു കാര്യം മനസ്സി ലാക്കണം. വോട്ട് എന്നാൽ ഭരണകൂടത്തിന്റെ മേലുള്ള പ്രത്യക്ഷമായ തിരഞ്ഞെടുപ്പാണ്. നന്മ തിന്മകൾ തിരിച്ചറിയാൻ അറിവുള്ളവർ മാത്രം രേഖപ്പെടുത്തേണ്ട കർത്തവ്യമല്ലേ അത്."

എനിക്കതിനോട് യോജിക്കാൻ സാധിച്ചില്ല.

"തിരിച്ചറിവിന്റെ ആധാരം സമ്പത്ത് മാത്രമാണോ. ഒരാൾ കുലമ ഹിമകൊണ്ടു മാത്രം അറിവുള്ളവനായിത്തീരുമെന്നാണോ അച്ഛൻ അർത്ഥമാക്കിയത്. യഥാർത്ഥത്തിൽ താഴെക്കിടയിൽ ഉള്ളവരല്ലേ വോട്ട് ചെയ്യാൻ പരിപൂർണ്ണമായും അർഹതയുള്ളവർ. ഏത് ഭരണകൂടം മാറി മാറി വന്നാലും അതിന്റെ പ്രത്യാഘാതങ്ങൾ ഏറ്റവും ബാധിക്കുന്നത് അവരെയല്ലേ? സമ്പത്ത് ഉള്ളവർക്ക് ഭരണമാറ്റം യാതൊരുവിധ ബാദ്ധ്യ തയോ ബുദ്ധിമുട്ടുകളോ സൃഷ്ടിക്കുന്നില്ല. മാംസത്തിനും പാൽക്കട്ടിക്കും, മുട്ടയ്ക്കും വിലകൂടിയാൽ അവരെ അതൊന്നും ബാധിക്കില്ല. പക്ഷേ, റൊട്ടിക്ക് വിലകൂടിയാൽ അരപ്പട്ടിണിയാവുന്ന പാവങ്ങൾക്ക് തിരഞ്ഞെ ടുപ്പിൽ വ്യക്തമായ അഭിപ്രായം രേഖപ്പെടുത്താൻ അവകാശമില്ലേ?

അച്ഛന് ഓർമ്മയുണ്ടോ. ഒരിക്കൽ ഗോബിനോയുടെ *മനുഷ്യ വർഗ്ഗത്തിന്റെ അസമത്വങ്ങൾ* എന്ന പുസ്തകം വായിക്കാൻ തന്നത്? പാവപ്പെട്ടവർ ചിന്തിക്കുന്നതും കണക്കുകൂട്ടുന്നതും മറ്റൊരു തലത്തിൽ നിന്നാണെന്ന് ആ പുസ്തകത്തിൽ എഴുതിക്കണ്ടു. പാവപ്പെട്ടവരുടെ

വീടുകൾ ഒരേ തരത്തിൽ ഉള്ളതായിരിക്കുമെന്ന് അവരൊരിക്കലും തങ്ങൾ വസിക്കുന്നിടത്തെപ്പറ്റി ഒട്ടുംതന്നെ ബോധവാന്മാരായിരിക്കില്ല. അഴുക്കു നിറഞ്ഞ മുറികളോ, കുമിഞ്ഞുകൂടിയ അഴുക്ക് വസ്ത്രങ്ങളോ പഴകിയ വീട്ടുസാമാനങ്ങളോ ഒന്നുംതന്നെ മാറ്റാനോ വൃത്തിയാക്കാനോ അവർ ശ്രമിക്കില്ല. എന്തുകൊണ്ടാണ് അത്തരം കാര്യങ്ങളിൽ ശ്രദ്ധയില്ലാത്തവരായി അവർ ജീവിക്കുന്നത്? ആത്മാവിൽ കൂടി മുഷിഞ്ഞു ജീവിക്കുന്നവർ. ജീവിതത്തിൽ എപ്പോഴെങ്കിലും ജീവന്റെ സൗന്ദര്യത്തെപ്പറ്റി അവർ ചിന്തിച്ചിട്ടുണ്ടാകുമോ. അവർക്ക് ദാരിദ്ര്യവും രോഗവും ഉണ്ട്.

അവർ അദ്ധ്വാനസമയം കുറയ്ക്കാനും, കൂലി കൂട്ടാനും വേണ്ടി സമരം ചെയ്യും. അവർക്ക് വേണ്ടി സംസാരിക്കാൻ ട്രേഡ് യൂണിയനുകൾ ഉണ്ട്. കമ്യൂണിസം, സോഷ്യലിസം തുടങ്ങിയ ആശയങ്ങൾ അവരെയാണ് ഏറ്റവും സ്വാധീനിച്ചിട്ടുള്ളത്. അതേസമയം ബൂർഷ്വാ സംസ്കാരത്തിന്റെ വ്യഭിചാരാസക്തിയും ധനസമ്പാദനാസക്തിയും അവരിൽ ഉണ്ടായിരുന്നുമില്ല. എന്നിട്ടും എന്തുകൊണ്ട് അവർ മാറ്റി നിർത്തപ്പെടുന്നു? എന്തുകൊണ്ടാണ് അവർക്ക് ജീവിതത്തിന്റെ എല്ലാ സൗന്ദര്യങ്ങളും നിഷേധിക്കുന്നത്?"

"സിമോൺ നീ ആചാരങ്ങളെയും നിയമങ്ങളെയും നിശിതമായി വിമർശിക്കുക മാത്രമാണു ചെയ്യുന്നത്. ഞാനും നിന്റെ അമ്മയും നമ്മുടെ ബന്ധുക്കളും ഇതുവരെ പിന്തുടർന്നു വരുന്ന ആചാരങ്ങളെ നീയൊരാൾ മാത്രം എതിർക്കുമ്പോൾ നിനക്കെന്തോ കുഴപ്പമുണ്ടെന്നാണ് മനസ്സിലാക്കേണ്ടത്. നീയത് മനസ്സിലാക്കുന്നില്ല എന്നതാണു അതിന്റെ വേദന."

"എനിക്കു ഭ്രാന്താണ് എന്നാണോ അച്ഛൻ അർത്ഥമാക്കിയത്?"

എന്റെ ശബ്ദം അല്പം ഉയർന്നു. "ഇതുവരെ നിങ്ങൾ ചുമന്നുകൊണ്ട് നടന്ന ചപ്പും ചവറും ഞാൻ കൂടി ചുമക്കണമെന്നാണോ അതുകൊണ്ടർത്ഥമാക്കുന്നത്. ജീവനുള്ള ഒരു വ്യക്തിയുടെ നിലപാടുകളെ മാത്രമേ ഞാൻ സത്യമായി പരിഗണിക്കുന്നുള്ളൂ. ആചാരങ്ങൾ എവിടെയൊക്കെയോ ആരാലൊക്കെയോ എഴുതി വയ്ക്കപ്പെട്ട ചില പാഴ്വചനങ്ങൾ മാത്രമാണെന്നാണ് ഞാൻ കരുതുന്നത്. ഒരു മനുഷ്യശരീരത്തിൽ നിരന്തര മാറ്റമുണ്ടാകുന്നത് പോലെത്തന്നെ അവന്റെ അഭിപ്രായങ്ങളും ചിന്തയും മാറുമെന്ന് ഞാൻ വിശ്വസിക്കുന്നു. അങ്ങനെയുള്ള ആയിരം വ്യക്തികൾ അണിചേർന്നാൽ ഒരു സമൂഹമാകുമെന്നും ആ സമൂഹം മൂല്യബോധമുള്ളവരായി മാറ്റങ്ങൾക്കനുസൃതമായി ജീവിക്കുമെന്നും ഞാൻ വിശ്വസിക്കുന്നു."

അച്ഛൻ എന്റെ വാക്കുകളെ അങ്ങേയറ്റം അസഹ്യതയോടുകൂടി കേൾക്കുന്നത് സങ്കടത്തോടെ ഞാൻ നോക്കിനിന്നു. നിരന്തരം പരാജയമേറ്റു വാങ്ങുന്ന ഒരാളുടെ വ്യഥ എന്റെ ഹൃദയത്തെ ഞെരുക്കി. എന്റെ ശബ്ദം ഏത് കാലത്തും ഏകാന്തതയിൽ ഇരുന്നു കൂവുന്ന ഒരു കുയിലിന്റേതുപോലെ മറുവിളി കേൾക്കാതെ ഉഴറി. അദ്ദേഹം എന്റെ

നേർക്ക് കൈ ഉയർത്തി മുഖത്തടിച്ചില്ല. പകരം അമ്മയെ നോക്കി ആക്രോശിച്ചു.

കണ്ടില്ലേ നിന്റെ മകൾ? എന്നായിരുന്നു ആ ആക്രോശത്തിന്റെ ധ്വനി. ഞാൻ തീർത്തും വഴിതെറ്റി പോയി എന്ന ഭാവത്തിലുള്ള അമ്മയുടെ കരയുന്ന മുഖം എന്നെ കൂടുതൽ പ്രകോപിതയാക്കി. എങ്കിലും അവരെ കൂടുതൽ വിഷമിപ്പിക്കാൻ ഞാനാഗ്രഹിച്ചില്ല. വഴിയറിയാതെ ഏതോ തുരുത്തിൽ ഏകയാക്കപ്പെട്ടു എന്നെനിക്ക് തീർത്തും ബോദ്ധ്യമായി. എനിക്കിവരെയൊന്നും പറഞ്ഞു മനസ്സിലാക്കാൻ സാധിക്കില്ല.

ഇത്തരം നിസ്സഹായാവസ്ഥ എന്റെ പ്രായത്തിലുള്ള പലരുടേയും വേദനയായിരുന്നുവെന്ന് അന്ന് ഞാൻ മനസ്സിലാക്കിയതുമില്ല. ഇതെന്റെ വീട്ടിൽ എനിക്കുമാത്രം നേരിടേണ്ടി വരുന്നത് എന്തുകൊണ്ടാണെന്ന് ചിന്തിച്ചു വേദനിച്ചു. അത്തരം സംഘർഷങ്ങൾ കൂട്ടുകാരുമായി പങ്ക് വയ്ക്കാൻ ദുരഭിമാനം അനുവദിച്ചതുമില്ല. മാനസികമായി ഞാൻ തകർന്നുകൊണ്ടിരുന്നു. എന്നാൽ ചിന്താപരമായി കരുത്താർജ്ജിക്കുകയും ചെയ്തു. രണ്ടും കൂടി ബാലൻസ് ചെയ്തു കൊണ്ടുപോകുക എന്ന അതികഠിനമായ വൈകാരികസംഘർഷം അനുഭവിക്കുകയും ചെയ്തു.

അച്ഛൻ അകത്തേക്ക് എഴുന്നേറ്റ് പോയി. ഞാൻ അത്താഴം കഴിച്ചില്ല. കഴിക്കുന്നില്ലേ എന്നു ആരും എന്നോടു ചോദിച്ചതുമില്ല. കണ്ണുകളിൽ നീറ്റൽ പടർന്നിറങ്ങി. ഹൃദയം കത്തിക്കാളി. മെത്തയിൽ ചെന്നുകിടന്ന് തലയിണയിൽ കെട്ടിപ്പിടിച്ച് ആർത്തലച്ച് കരയുകയും ചെയ്തു. ഒരു സത്യം ഞാൻ മനസ്സിലാക്കുകയായിരുന്നു. ഞാൻ സത്യസന്ധമായി എങ്ങനെയാണോ അത് ഒളിപ്പിച്ച് വച്ച് പുറമെ മറ്റൊരുവളെ പ്രദർശിപ്പിച്ചാലേ ഈ വീട്ടിലും ബന്ധുക്കൾക്കിടയിലും അംഗീകരിക്കപ്പെടൂ എന്ന്.

കുറേ നാളുകളായി വീട്ടിൽനിന്നും അകന്ന് നിൽക്കുന്നതിനാൽ അത്തരം നാടകീയ രംഗങ്ങൾ ഒഴിവാക്കാൻ സാധിക്കുന്നുണ്ട്. സ്നേഹബന്ധങ്ങൾ നിലനിർത്താനുള്ള ബുദ്ധിപരമായ ഉപാധി ബന്ധങ്ങളിൽ അകൽച്ച പാലിക്കുകയാണെന്ന് അനുഭവങ്ങൾ പഠിപ്പിച്ചുതന്നിരിക്കുന്നു.

****

ഫെബ്രുവരി ആറാം തീയതിയോടെ സാർത് രേക്കു ലീവ് കിട്ടുമെന്നറിയിച്ചുകൊണ്ടുള്ള കത്ത് വന്നു.

കത്ത് വന്നതും ഞാനോടി പോയി സൊറാക്കീനോടും വാത്സയോടും സന്തോഷം പങ്കുവച്ചു. പക്ഷേ, തിരിച്ച് സ്കൂളിൽ എത്തിയപ്പോൾ അവിടെ യുദ്ധത്തെക്കുറിച്ചുള്ള അപ്പോഴത്തെ വാർത്ത പങ്ക് വയ്ക്കുകയായിരുന്നു. സൈനികരെ ലീവിന് വിടുന്നതിലുള്ള നിയന്ത്രണങ്ങൾ കൂടുതൽ ശക്തമാക്കുന്നതിനെക്കുറിച്ചു സംസാരിക്കുന്നതു കേട്ടതോടെ മനസ്സ് വീണ്ടും മ്ലാനമായി. എന്റെ പ്രതീക്ഷ കേവലം ദിവാസ്വപ്നം മാത്രമായിത്തീരുമോ. ഹൃദയം പരിഭ്രമത്താൽ നിറഞ്ഞു. മനസ്സിനെ

നിയന്ത്രിക്കാൻ സാധിക്കാതെ വന്നതിനാൽ അകാരണമായി എല്ലാവരോടും ദേഷ്യത്തിൽ പെരുമാറാനും പൊട്ടിത്തെറിക്കാനും തുടങ്ങി.

കാത്തിരിപ്പ്! നീണ്ട നീണ്ട കാത്തിരിപ്പ്. അതിനുശേഷം ലഭിച്ച ഈ സന്തോഷവും പ്രതീക്ഷിക്കാൻ വകയില്ലാതാകുമോ. ഒരിക്കലും ഒരു കാര്യത്തിലും പൂർണ്ണമായി സന്തോഷിക്കാൻ ഭാഗ്യമില്ലാത്തവളാണോ ഞാൻ. ചിന്തകളെ കടിഞ്ഞാണിടാൻ എത്ര ശ്രമിച്ചിട്ടും സാധിച്ചില്ല. അല്ലെങ്കിൽ എങ്ങനെയാണത് സാധിക്കുക. ആഗ്രഹം ഇല്ലായിരുന്ന അവസ്ഥയായിരുന്നു ഭേദം. കുറച്ചൊന്നു കരഞ്ഞാൽ ആശ്വാസം കിട്ടുമായിരുന്നു. ഈ സാഹചര്യത്തിൽ അതിനുപോലും സാധിക്കില്ലല്ലോ. ഏകാന്തത ആവശ്യമായി വരുമ്പോൾ അത് ലഭിക്കാതെ വരുന്നതിനോളം ദുരന്തം വേറെയില്ല എന്നുതോന്നി.

ഉച്ചയായപ്പോൾ സൊറാക്കീനും വാത്സയും വന്നു കയറി. മ്ലാനമായ എന്റെ മുഖഭാവം കണ്ടപ്പോഴേ സൊറാക്കീൻ ഒച്ചവയ്ക്കാൻ തുടങ്ങി. "എന്തു ഭ്രാന്താണ് സിമോൺ നിനക്ക്. കുട്ടികളേക്കാൾ കഷ്ടമാണ് നിന്റെ സ്വഭാവം."

"എനിക്ക് പൂർണ്ണമായും ആഗ്രഹിക്കാൻ ഭയം തോന്നുന്നു സോറാ. അത്രയേറെ നിർഭാഗ്യത്തിലാണ് ഞാനിപ്പോൾ ജീവിക്കുന്നത്. കൂടുതൽ ആഗ്രഹിച്ചാൽ ഒന്നും നടക്കില്ല എന്നോർക്കുമ്പോൾ ഭയം തോന്നുന്നു."

സൊറാക്കീൻ വീണ്ടും ശാസിക്കാൻ തുടങ്ങി.

"സിമോൺ നീ ഞങ്ങളെ ഫിലോസഫി പഠിപ്പിക്കും. വലിയ വലിയ സിദ്ധാന്തങ്ങൾ പറയും. ഞങ്ങളെയെല്ലാം വിമർശിക്കും. എന്നിട്ട് ഇതുപോലെ ആഹ്ലാദിക്കാൻ കിട്ടുന്ന അവസരങ്ങൾ ചിന്തകൊണ്ടു നിറച്ചു നശിപ്പിച്ചുകളയും.

"ശരിയാണ്. എന്റെ എല്ലാ ശുഭപ്രതീക്ഷയും ഈ ഒരൊറ്റ കാര്യത്തിനെ ആശ്രയിച്ചാണുള്ളത്. നിനക്കത് മനസ്സിലാകുമോ എന്നെനിക്കറിയില്ല സൊറാ. എന്റെ മനസ്സിന്റെ ഇപ്പോഴത്തെ നിലയോർത്ത് എനിക്കുതന്നെ ഭയം തോന്നുന്നു. സാർത്രേക്കു അടുത്തെങ്ങാനും വരാൻ കഴിയുമെന്ന് നീ വിശ്വസിക്കുന്നുണ്ടോ?

സൊറാക്കീൻ എന്റെ നേർക്ക് ഉറപ്പില്ലാത്ത ഒരു നോട്ടം നോക്കി.

"നിന്നെ എങ്ങനെ സമാധാനിപ്പിക്കണമെന്ന് എനിക്കറിയില്ല സിമോൺ. നമുക്ക് ബാറിൽ പോയിരുന്നു കുറച്ചു വൈൻ കഴിച്ചാലോ. അതോ നിനക്ക് കുറച്ചുകൂടി ലഹരി വേണമെന്ന് തോന്നുന്നുവെങ്കിൽ അങ്ങനെ. എന്നിട്ട് സുഖമായി ഒന്നുറങ്ങൂ. നിന്റെ മനസ്സ് തെളിയട്ടെ. വേണമെങ്കിൽ നമുക്ക് കോസിനെയോ, ബിയനാൽഫൈൽഡിനെയോ കൂട്ട് വിളിക്കാം.

"എനിക്കൊന്നിനും മനസ്സ് വരുന്നില്ല സൊറാ. ചിന്തകൾ എന്റെ നിയന്ത്രണത്തിലാകുന്നില്ല. മനുഷ്യർ എത്രമാത്രം നിസ്സഹായരാവാം ചില ഘട്ടങ്ങളിൽ എന്ന് ഇത്തരം സന്ദർഭങ്ങളിലാണ് മനസ്സിലാവുന്നത്. ഞാൻ പഠിച്ച ഫിലോസഫിയും വായിച്ച പുസ്തകങ്ങളും അവയിലെ

സിദ്ധാന്തങ്ങളും ഞങ്ങൾ എഴുതിക്കൂട്ടിയ ദർശനങ്ങളും ഒന്നുമൊന്നും മനസ്സിനെ ബലപ്പെടുത്താൻ ഉതകുന്നതല്ല. മനുഷ്യർ സ്നേഹബന്ധ ങ്ങളുടെ കാര്യത്തിൽ എത്ര ദുർബ്ബലരാണ്. ഞാൻ അങ്ങേയറ്റം ദുർബ്ബലയും. നിനക്കറിയുമോ സൊറാ സാർത്രേ വരുമെന്ന് കരുതി ഞാൻ മുൻകൂട്ടി ലീവിന് അപേക്ഷ കൊടുത്തിരുന്നു. എങ്കിലും എന്റെ മനസ്സിൽ ഉറപ്പില്ലായ്മ ഉണ്ടായിരുന്നു. സാർത്രേക്ക് "ലീവ്" കിട്ടുമെന്നുള്ള കാര്യം എന്നെ തന്നെ ബോദ്ധ്യപ്പെടുത്താൻ വേണ്ടി രണ്ടുദിവസമായി ഞാൻ അദ്ദേഹത്തിന് കത്തുകൾ കൂടി എഴുതുന്നില്ല. എനിക്കു കാണാനാവും അവന്റെ ചെറിയ ശരീരം, ബലിഷ്ഠമായ കൈകൾ, പുഞ്ചിരിക്കുന്ന ചുണ്ടുകൾ, നർമ്മം തുളുമ്പുന്ന സംഭാഷണം, ഒരു വശത്തേക്ക് പകുത്ത് വച്ച മുടിയിഴകൾ, ആഴമേറിയ കണ്ണുകൾ. ആ കണ്ണുകളിൽ എനിക്കെന്നെ തന്നെ പ്രതിഫലിച്ചു കാണണം."

"സിമോൺ നീ വെറും മൂഢ വിശ്വാസിയാകുകയാണോ??

"അറിയില്ല സൊറാ. എന്റെ യുക്തിവാദ ചിന്തകളെല്ലാം തകർന്ന ടിഞ്ഞു പോകുന്ന നിമിഷങ്ങളുണ്ട്. ഇനിയെനിക്ക് പങ്കുവയ്ക്കാനുള്ള തെല്ലാം നേരിട്ടാകണം. മുഖത്തോട് മുഖം ചേർത്ത് വെച്ച് കണ്ണുകളിൽ ഉറ്റുനോക്കിക്കൊണ്ട്. സാർത്രേയുടെ ജയിൽ ജീവിതത്തെക്കുറിച്ചോർ ത്തുള്ള വേവലാതി ഇടയ്ക്കിടെ ഹൃദയത്തിൽ കനമുള്ളതെന്തോ കയറ്റി വയ്ക്കുംപോലെ അനുഭവപ്പെടും. അദ്ദേഹം ഏത് പരിതസ്ഥിതിയിലും ജീവിക്കുമെന്നെനിക്കറിയാം. ഏറ്റവും പരിമിതമായ ആവശ്യങ്ങളേ സാർത്രേക്കുള്ളുവെന്നും. ഏത് കഷ്ടപ്പാടിലും അകവും പുറവും ആനന്ദ മായിരിക്കുന്നയാളാണ് സാർത്രേ. ഇതെല്ലാം എനിക്കറിയാം. പക്ഷേ, കാണാതിരിക്കുന്ന ഓരോ നിമിഷത്തിലും എന്റെയുള്ളിൽ ചിന്തകളാണ്. മനസ്സിൽ ശൂന്യതയും. പാരീസിലെ തെരുവുകൾ എന്നിൽ ഏകാന്തത നിറയ്ക്കുന്നു. ആൾക്കൂട്ടത്തിൽ നിൽക്കുമ്പോഴും ഞാൻ ഏകയാവുന്നു. നീയും, ബിയനാൽഫെൽഡും, വാത്സയുമെല്ലാം കൂടെയുള്ളപ്പോഴും ഹൃദയം ആർക്കോ വേണ്ടി അലയുന്നു.

ജനുവരി ഇരുപത്തിയൊന്നാം തീയതിയാണ് സാർത്രേക്കു ഒടുവിൽ എഴുതിയത്. അദ്ദേഹത്തിന് എത്താനാവുമോ എന്നെനിക്ക് തീർച്ചയില്ല. എങ്കിൽപ്പോലും പറയാനുള്ളതെല്ലാം ഒരുക്കി വെച്ച് കാത്തിരിക്കുമ്പോൾ അതെന്നിൽ ശുഭാപ്തി വിശ്വാസം നിറയ്ക്കുന്നു.

എന്റെ ഇത്തരം പ്രവൃത്തി കണ്ട് സൊറാക്കീൻ പൊട്ടിച്ചിരിച്ചു.

"നീ ഇത്രമാത്രം വിവരക്കേട് പറയുമെന്ന് സ്വപ്നത്തിൽപോലും ഞാനോർത്തില്ല സിമോൺ. നീ എല്ലാവരെയും ഉപദേശിക്കും. കുട്ടികൾ ക്ക് നല്ല രീതിയിൽ ക്ലാസ് എടുക്കും. ഞങ്ങളെ ആരെയെങ്കിലും ചിത്ത വിളിക്കാനുണ്ടെങ്കിൽ അതും നടപ്പിലാക്കും. പക്ഷേ, ചില കാര്യങ്ങളിൽ നീ വെറും കുഞ്ഞാണ്. നിന്റെ ശൈശവം അത്തരം പ്രവൃത്തികളിൽ തെളിഞ്ഞുനിൽക്കും."

ശരിയാണോ, ഞാൻ ആത്മവിശകലനം നടത്തി നോക്കി. ഞാൻ

വെറും കുട്ടിയാണോ. അതോ കുട്ടികളെക്കാൾ ബാലിശമായും അധീരയുമാണോ എന്റെ ചിന്തകൾ? മനുഷ്യന് അസാദ്ധ്യമായി ഒന്നുമില്ലെന്നു ഉറച്ചുവിശ്വസിക്കുമ്പോഴും പ്രതിസന്ധികളെ നേരിടാൻ തയ്യാറെടുക്കുമ്പോഴും ധൈര്യം എന്നിൽ നിറഞ്ഞു നിന്നിരുന്നു. ഒന്നിൽ നിന്നും ഭയന്ന് പിന്മാറുന്നവളായിരുന്നില്ല ഞാൻ, പക്ഷേ, ജീവിതത്തിലെ ഈയൊരു ഘട്ടത്തെ എങ്ങനെ നേരിടേണ്ടി വരുമെന്നറിയാതെ പകച്ചും പതറിയും നിന്നു പോകുന്നു.

സാർത്രേ എഴുതിക്കൊണ്ടിരിക്കുന്ന നോവലിനെക്കുറിച്ച് ഞാനപ്പോൾ ഓർത്തു. ഓരോ കത്തിലും അതേക്കുറിച്ചു വാചാലമായി എഴുതിയിരുന്നു. അദ്ദേഹം വിപ്ലവകാരിയായിരുന്നില്ല. എന്നാൽ നിലവിലുള്ള നീതി ന്യായവ്യവസ്ഥിതികളിൽ, സാമൂഹിക അരാജകത്വത്തിന്റെ കാര്യത്തിൽ, അസഹിഷ്ണുവായിരുന്നു. ലോകത്തിന്റെ ഒരനീതിക്കും നേരെ കണ്ണടച്ചിരുന്നുകൂടാ എന്നായിരുന്നു അദ്ദേഹത്തിന്റെ പക്ഷം.

സൊറാക്കീന്റെ നേർക്ക് നോക്കാൻ എനിക്കു ലജ്ജ അനുഭവപ്പെട്ടു.

"സിമോൺ നീ ധരിക്കും പോലെ സാർത്രേ വന്നില്ല എന്നിരിക്കട്ടെ. അപ്പോഴും അത് സാർത്രേയുടെ മാത്രം പ്രശ്നമല്ല. അദ്ദേഹത്തെ പോലെ എത്രപേർ. കുറഞ്ഞപക്ഷം സാർത്ര് അതാസ്വദിക്കുന്നുണ്ട് എന്നെങ്കിലും ഒരാശ്വാസമുണ്ടല്ലോ. അദ്ദേഹത്തിന് എഴുതാനും വായിക്കാനുമുള്ള മനസ്സുണ്ട്. ഇപ്പോഴും സ്വപ്നം കാണാനും ചിന്തിക്കാനും കഴിയുന്നുണ്ട്. ഇന്നത്തെ ഇരുട്ടിനെ നാളത്തെ ഉഷസ്സാക്കാൻ മാത്രം ഉജ്ജ്വലമാണ് സാർത്രേയുടെ വ്യക്തിത്വം. എന്തിനെയോർത്താണോ നീ ആശങ്കപ്പെടുന്നത് അതാകട്ടെ ഈ അനുഭവങ്ങളെ ആർജ്ജവമാക്കി മാറ്റാൻ ഉതകേണ്ടതാണ് എന്ന സത്യം ഉൾക്കൊള്ളാത്തതെന്താണ്?"

"എനിക്കറിയാം സൊറാ. ജയിലിൽ ദിനവും എത്രയോ പേർ മരിക്കുന്നു. യുദ്ധത്തിൽ അനവധി പേർ കൊല്ലപ്പെടുന്നു. ഓരോ വീട്ടിലും ദാരിദ്ര്യം കൊണ്ട് മരണമടയുന്നവർ എത്ര പേർ തെരുവിലും ജോലി സ്ഥലങ്ങളിലും മനുഷ്യർ ആക്രമിക്കപ്പെടുന്നു. ഭക്ഷണത്തിനും, മരുന്നിനുപോലും വഴിയില്ലാതെ മരിക്കുന്നവർ, ആത്മഹത്യ ചെയ്യുന്നവർ, ശിഥിലമാക്കപ്പെടുന്ന കുടുംബബന്ധങ്ങൾ. അങ്ങനെ നോക്കുമ്പോൾ എന്റെ വേദന അർത്ഥശൂന്യമാണ്. എനിക്കതോർത്തു ലജ്ജയുണ്ട്.

"അതിനേക്കാൾ ഭയാനകമായ ഒരവസ്ഥ നമ്മൾ നേരിടാൻ തയ്യാറെടുക്കേണ്ടി വരും സിമോൺ. ഈ യുദ്ധത്തിന്റെ പരിസമാപ്തി എങ്ങനെയാകുമെന്ന് ചിന്തിച്ചു നോക്കിയാൽ. ജർമ്മൻ സൈന്യത്തെ നേരിടാൻ ഫ്രാൻസിന് കഴിയാതെ വന്നാൽ ഇന്നുള്ളതിനേക്കാൾ ഭീകരമാകും ജീവിതം. നീ കേവലം വ്യക്തിയെക്കുറിച്ച് ചിന്തിക്കാതെ നാടിനെക്കുറിച്ച് ചിന്തിക്കൂ. കുഞ്ഞുങ്ങളെക്കുറിച്ചും, അമ്മമാരെക്കുറിച്ചും ചിന്തിക്കൂ. വൃദ്ധരെക്കുറിച്ച് ചിന്തിക്കൂ. മറ്റ് രാജ്യങ്ങളിൽ ജർമ്മൻ സേന നടത്തിയ കൊടിയ ക്രൂരതകൾ നമ്മൾ കേൾക്കുന്നുണ്ടല്ലോ. കുഞ്ഞുങ്ങളെയും വൃദ്ധസ്ത്രീകളെ വരെയും ക്രൂരമായ ബലാൽസംഗത്തിന് ഇരയാക്കുന്നു.

പുരുഷന്മാരെ അതിനിഷ്ഠുരമായി തല്ലിക്കൊല്ലുന്നു. റോഡിൽ പുഴുക്കളെപ്പോലെ മനുഷ്യജീവിതം ചവിട്ടിയരയ്ക്കപ്പെടുന്നു. അത്ര വലിയ വിപത്ത് നമ്മെ തേടിവരാൻ അധികസമയമൊന്നും വേണ്ട. നമുക്ക് ശ്വസിക്കാൻ കഴിയുന്നുണ്ടല്ലോ എന്നോർത്താണ് എനിക്കാശ്വാസം?"

സൊറാക്കീന്റെ വാക്കുകൾ കേട്ടപ്പോൾ എനിക്കെന്നോട് തന്നെ പുച്ഛം തോന്നി. സാർത്രേ ജീവനോടെയുണ്ട്. അതുപോലും ഉറപ്പില്ലാത്ത ഭാര്യമാരെക്കുറിച്ചും അച്ഛനമ്മമാരെക്കുറിച്ചും, മക്കളെക്കുറിച്ചും ചിന്തിക്കുന്നതിന് പകരം ഞാൻ പ്രണയത്തെക്കുറിച്ച് ചിന്തിച്ചു. ശരീരത്തിന്റെ ആഗ്രഹങ്ങളെക്കുറിച്ച് ചിന്തിച്ചു.

ഒരു ചുംബനത്തെക്കാൾ വലുതാണ് ഒരു നേരത്തെ വിശപ്പെന്ന് ഞാൻ തിരിച്ചറിഞ്ഞില്ല.

ഞാൻ എങ്ങനെയൊക്കെ ഭയപ്പെട്ടുവോ അങ്ങനെ തന്നെ ആയി തീർന്നു കാര്യങ്ങൾ. കൂടുതൽ പ്രതീക്ഷിച്ചിട്ടില്ലാത്തതിനാൽ നിരാശാബോധം അത്ര കഠിനമായിരുന്നില്ല. വിചാരിച്ച സമയത്ത് സാർത്രേക്കു ലീവ് കിട്ടിയില്ല. കാത്തിരിപ്പിന്റെ തയ്യാറെടുപ്പിന്റെ, അക്ഷമയുടെ ദിനങ്ങൾക്ക് തിരശ്ശീല വീണു. ഇത്രയും ദിവസത്തെ വിശേഷങ്ങൾ ഡയറിയിൽ കുറിച്ചു വച്ചിട്ടുണ്ട്. എന്റെ എല്ലാ ചെയ്തികളും യുക്തിക്ക് നിരക്കാത്തതു മാത്രമായി തീർന്നതിൽ നാണക്കേട് തോന്നുന്നു.

പിറ്റേന്ന് തന്നെ ഒരു നീണ്ട കത്തെഴുതി പോസ്റ്റ് ചെയ്തു. പേടിസ്വപ്നങ്ങൾ നിറഞ്ഞ രാത്രിയും, ജോലി തിരക്കിന്റെ പകലുകളും മാത്രമായി മുഷിഞ്ഞു തീർന്നൊടുങ്ങുന്ന ദിനങ്ങളെക്കുറിച്ച് എഴുതാതെ പ്രത്യാശയെക്കുറിച്ചും, പ്രണയത്തെക്കുറിച്ചും എഴുതി. സ്വപ്നങ്ങളെക്കുറിച്ചും, സംഗീതത്തെക്കുറിച്ചും, എഴുത്തിനെക്കുറിച്ചും എഴുതാൻ ശ്രമിച്ചു.

വീണ്ടും പഴയതുപോലെ സാർത്രേയുടെ നീണ്ട നീണ്ട കത്തുകൾ കിട്ടിത്തുടങ്ങി. ഓരോ ദിവസത്തെയും കൊച്ചുകൊച്ചു കാര്യങ്ങൾ പോലും അദ്ദേഹം പങ്ക് വഹിച്ചിരുന്നു. ഈ വേനൽക്കാലം ഇനി അവധി കിട്ടാൻ സാദ്ധ്യതയില്ലെന്ന് തീർച്ചയായി. മാർച്ചിൽ ലീവ് കിട്ടിയിരുന്നെങ്കിൽ എത്ര നന്നായിരുന്നു. ഈസ്റ്ററിന് അവധി കിട്ടിയിരുന്നെങ്കിൽ ഞങ്ങൾക്കൊരുമിച്ചു ഒരു കൊച്ചു വീട് വാടകയ്ക്ക് എടുത്ത് താമസിക്കാമായിരുന്നു. കുറേനാൾ മുമ്പാണ് രേഡ്ഗാൻസിൽ അവധിക്കാലം ആഘോഷിച്ചത്. അന്ന് ഞങ്ങളൊരുമിച്ച് വായിച്ച പുസ്തകങ്ങൾ, ഞങ്ങൾ പങ്ക് വെച്ച സ്വപ്നങ്ങൾ, ചർച്ച ചെയ്ത ആശയങ്ങൾ എല്ലാം എത്ര ഉജ്ജ്വലമായിരുന്നു. അന്നാണ് സാർത്രേ *ലെജൻ ഡെസിലാ വെറൈറ്റി* എഴുതിയത്. പിന്നീട് അതിന്റെ ഉള്ളടക്കത്തെക്കുറിച്ചു ചർച്ച ചെയ്തു. സാർത്രേയുടെ ദർശനങ്ങൾ നവീനവും, കുറ്റമറ്റതും ആയിരുന്നു. ആ അവധിക്കാലം കാട്ടിൽ പോയി താമസിക്കണമെന്നുള്ള ആശയം മുന്നോട്ട് വെച്ചത് സാർത്ര് തന്നെയായിരുന്നു. കാനനത്തിന്റെ സൗന്ദര്യവും സൗരഭ്യവും ആവോളം നുകർന്നും ആസ്വദിച്ചും കൊണ്ടാടിയ അങ്ങനെയൊരു അവധിക്കാലം ഇനിയുണ്ടാകുമോ എന്നോർക്കുമ്പോൾ

കണ്ണുകൾ നിറഞ്ഞൊഴുകും, ഹൃദയം ഉരുകും. ആയിടയ്ക്കാണ് ടൂർസിലേക്ക് തീർത്ഥയാത്ര നടത്തിയതും. കേവലം ആറ് വർഷം മുമ്പ്. പക്ഷേ, ഇപ്പോഴതേക്കുറിച്ചോർക്കുമ്പോൾ മറ്റേതോ ജന്മത്താണ് എന്നുതോന്നും.

ഞങ്ങൾക്കിടയിൽ എന്നെങ്കിലും വേർപിരിയൽ ഉണ്ടാകുമോ എന്നു ചിന്തിക്കാറുണ്ട്. സാർത്രിന്റെ ജീവിതത്തിലെ എത്രാമത്തെ സ്ത്രീയാണ് ഞാനെന്ന് എനിക്കറിയാം. പരസ്പരം ഒളിച്ചുവയ്ക്കലുകൾ ഇല്ലാതെയാണ് ഞങ്ങൾ പ്രണയിച്ചത്. ഹൃദയത്തിന്റെയും ശരീരത്തിന്റെയും പുറംചട്ട അഴിച്ചുവെച്ചാണ് ഞങ്ങൾ സംസാരിച്ചത്. മനസ്സിന്റെ ഭാഷയായിരുന്നു ഞങ്ങളുടെ മൊഴികളുടെ സത്യം. എങ്കിൽപോലും ഭയം എന്നെ പിടികൂടാറുണ്ട്. ഇതിന് മുമ്പുണ്ടായിരുന്ന ബന്ധങ്ങൾ ഉപേക്ഷിച്ചത് പോലെ എന്നെയും ഉപേക്ഷിക്കുമോ എന്നോർത്ത്. അങ്ങനെ സംഭവിച്ചാൽ ഏത് നിലയ്ക്കാവും ആ ആഘാതം എന്നെ തകർത്ത് കളയുന്നത് എന്നും.

ജോലിയുടെ ഭാരമോ വീട്ടുകാരിൽനിന്നും ബന്ധുക്കളിൽനിന്നും നേരിടുന്ന ചോദ്യശരങ്ങളോ കുറ്റപ്പെടുത്തലുകളോ ഇപ്പോഴെന്നെ അലട്ടുന്നില്ല. ഉള്ളിലെ വിഷാദത്തെ കെടുത്താൻ ശ്രമിച്ച് പ്രത്യാശ കൈവരിക്കാൻ ഞാനെപ്പോഴും ശ്രമിച്ചുകൊണ്ടിരിക്കുന്നു. എനിക്കറിയാം അതെത്ര ദുഷ്കരമാണെന്ന്. പത്രം കണ്ടപ്പോൾ കുറച്ചുദിവസമായി എന്നിൽനിന്നും അകന്നുനിന്ന മൗഢ്യം പതിന്മടങ്ങു ശക്തിയോടെ ബാധിക്കാൻ തുടങ്ങി. യുദ്ധത്തടവുകാരെ അടുത്തെങ്ങും മോചിപ്പിക്കില്ല എന്ന് പത്രത്തിൽ കണ്ടു. വിഷാദരോഗം വീണ്ടും എന്നെ പിടികൂടി. വയറിൽ കുറച്ചുകാലമായി ഉണ്ടായിരുന്ന അസ്വസ്ഥത വിഷാദത്തിന്റെയും ആധിയുടെയും അനന്തരഫലമാണെന്ന് ഡോക്ടർ ഗൗരവം സ്ഫുരിക്കുന്ന മുഖഭാവത്തോടെ പറഞ്ഞു. ശക്തമായ തലവേദനയും അസാധാരണമായ ക്ഷീണവും ജോലിഭാരംകൊണ്ട് മാത്രമല്ലെന്നു ഞാനും മനസ്സിലാക്കുന്നുണ്ട്. എങ്കിലും പ്രതീക്ഷാത്മകമായി ചിന്തിക്കാൻ ശ്രമിക്കുമ്പോഴും ഭയം പിടികൂടുന്നു. സാർത്രേ എങ്ങനെയാവും ജയിലിൽ കഴിച്ചുകൂട്ടുക എന്നോർത്തു രാവും പകലും ഉഴറി വേദനിച്ചു. കഠിനമായ തണുപ്പ് നേരിടാൻ ജയിൽ പുള്ളികൾക്ക് പുതപ്പോ കമ്പിളിയോ ലഭിക്കുന്നില്ല എന്നാണ് കേട്ടത്. കൊടും തണുപ്പിൽ വെറും നിലത്തു കിടന്നാണ് യുദ്ധത്തടവുകാർ ഉറങ്ങുന്നതെന്നാണ് അറിഞ്ഞത്.

തടവിലാക്കപ്പെട്ടവർക്ക് വരാവുന്ന പകർച്ചവ്യാധികളെക്കുറിച്ചും, പലവിധത്തിലുള്ള അപകടങ്ങളെക്കുറിച്ചും പലതരം വാർത്തകൾ കേൾക്കുന്നു. ഓരോന്ന് കേൾക്കുമ്പോഴും ആശങ്കകൊണ്ട് ഹൃദയം വീർത്ത് പൊട്ടുമെന്ന് തോന്നുന്നു. എത്ര നാളാണ് ഈ ഭയാശങ്കകളും പേറി ജീവിക്കേണ്ടത്. യുദ്ധത്തിന്റെ പരിണതഫലമായുണ്ടായ ദാരിദ്ര്യവും കടബാദ്ധ്യതകളും നീണ്ടുനിൽക്കുന്ന അനിശ്ചിതാവസ്ഥയും മാത്രമാണ് ജനങ്ങളിൽ ഉള്ളത്. ഇതിനെല്ലാം ഉള്ളിൽ നിൽക്കുമ്പോഴും ഞാനെന്നെ

പറ്റി മാത്രമാണ് ചിന്തിക്കുന്നത്. ആ ഓർമ്മ വരുമ്പോഴൊക്കെ ലജ്ജയാൽ ശിരസ്സ് താഴും. യുദ്ധത്തിൽ ഇരയാക്കപ്പെട്ടവരുടെയും അവരുടെ ബന്ധുക്കളുടെയും നിസ്സഹായത നിറഞ്ഞ വേദന ഞാൻ മറന്ന് പോകുന്നു. പഠിച്ചതും എഴുതുന്നതുമായ തത്ത്വചിന്തകൾ ആ വേദനകൾക്കെല്ലാം മുന്നിൽ അർത്ഥരഹിതമായ വാക്കുകളായി കടലാസ്സിൽ പരിഹസിക്കപ്പെട്ടു കിടക്കുന്നു.

ആകുലത താങ്ങാൻ പറ്റാതാകുമ്പോൾ സൈക്കിളെടുത്ത് ഉദാസീനയായി റോഡിലൂടെ ഓടിച്ചുപോകും. ഇടയ്ക്കെല്ലാം കൊട്ടാരത്തിൽ ചെന്നു യുദ്ധത്തടവുകാരുടെ പട്ടിക പരിശോധിക്കും. സാർത്രേയുടെ പേര് അവിടെ കാണുമ്പോൾ ഒരേ സമയം ചിരിയും കരച്ചിലും വരും. അദ്ദേഹം ജീവനോടെയിരിക്കുന്നു എന്ന അറിവാണ് എനിക്കു ലഭിക്കാവുന്ന ഏറ്റവും ആനന്ദദായകമായ വാർത്ത.

ജീവിച്ചിരിക്കുന്നു, ജീവിച്ചിരിക്കുന്നു.

ആ അറിവാണ് എല്ലാവർക്കും വേണ്ടത്. പ്രിയപ്പെട്ടവരുടെ പേര് പട്ടികയിൽ കാണുമ്പോഴുള്ള സന്തോഷം അടക്കാനാവാതെ പലരും ഉറക്കെ ചിരിക്കുകയും പൊട്ടിക്കരയുകയും ചെയ്യും. മരവിച്ച മുഖഭാവവുമായി വന്നവർ ആനന്ദത്തോടെ ഒന്നുറക്കെ കൈയടിക്കും. കൂടെ ഉള്ളവരോടു ഉച്ചത്തിൽ സംസാരിക്കുകയും കുശലാന്വേഷണം നടത്തുകയും പതിവാണ്.

"അവരൊക്കെ പെട്ടെന്നിങ്ങു വരുമെന്നേ. യുദ്ധമൊക്കെ എത്ര നാളേക്ക്. ജർമ്മനിക്ക് സഖ്യകക്ഷികളോട് അത്രയ്ക്കൊന്നും പിടിച്ചു നിൽക്കാൻ സാധിക്കില്ല."

മനുഷ്യൻ സ്വതന്ത്രനായാണ് ജനിക്കുന്നത് എന്നാൽ എവിടേയും അവൻ ചങ്ങലയിൽ ആണ്? എന്നെഴുതിയ റൂസ്സോയെ ഞാനോർത്തു. ഞാനും വിശ്വസിക്കാൻ ശ്രമിച്ചു. അവർ തിരിച്ചുവരും. എല്ലാ ചങ്ങലകളും പൊട്ടിച്ചെറിഞ്ഞുകൊണ്ട്. തങ്ങളുടെ ആത്മവിശ്വാസം നിറഞ്ഞ പുഞ്ചിരിയുമായി. മറിച്ച് ചിന്തിക്കാൻ എനിക്കു ധൈര്യമില്ലായിരുന്നു.

റോഡിൽ സദാസമയവും ജർമ്മൻ പട്ടാളക്കാർ റോന്ത് ചുറ്റിക്കൊണ്ടിരിക്കും. അസ്വാഭാവികമായി എന്തെങ്കിലും കണ്ടാൽ സൈറൺ മുഴങ്ങും. എങ്കിലും ജനങ്ങൾ ഭയം പുറത്തു പ്രദർശിപ്പിക്കാതെ സാധാരണ പോലെ ജീവിക്കുന്നതായി ഭാവിക്കാൻ പരിശ്രമിച്ചു.

എല്ലാ അസാധാരണത്വവും ഏതാനും ദിവസത്തേക്കുള്ള അത്ഭുത കാഴ്ചയായി മാറുമെന്നും പിന്നീട് അതും തികച്ചും സാധാരണത്വത്തിലേക്ക് മാറുമെന്നും ഞങ്ങൾ പഠിച്ചു. ഒരിക്കൽ ഞങ്ങളുടേതായിരുന്ന വീഥികൾ ഞങ്ങളുടേത് തന്നെയാണോ എന്ന ആശങ്കയിൽ സഞ്ചരിക്കേണ്ടതായി വന്നിരിക്കുന്നു. ഇപ്പോൾ വിഹായസ്സിലെ നക്ഷത്രങ്ങളെ ഉറ്റുനോക്കാൻ ഞങ്ങൾക്ക് ധൈര്യമില്ല. സ്വന്തമെന്ന് തോന്നാത്ത ഒന്നിലും സൗന്ദര്യം കണ്ടെത്താൻ കഴിയാത്ത മനുഷ്യസഹജമായ സ്വഭാവം എന്റെയുള്ളിലും നിറഞ്ഞുനിന്നു. ഭയത്താലും

അപമാനത്താലും തല പുകഞ്ഞുകൊണ്ടിരുന്നു. പ്രിയപ്പെട്ടവരുടെ അസാന്നിദ്ധ്യവും, എന്നവസാനിക്കുമെന്ന് തീർച്ച പറയാൻ സാധിക്കാത്ത അനിശ്ചിതാവസ്ഥയും ഇടകലർന്ന വേദനയാൽ ഹൃദയവും ശരീരവും എരിഞ്ഞു.

ഞാൻ വെറും സ്ത്രീ മാത്രമായിത്തീർന്നു. തന്റെ പുരുഷന്റെ പരിരംഭണത്താൽ തരളിതയാകുന്ന വെറും ഒരു സ്ത്രീ. ഇപ്പോഴുള്ള ഒരേയൊരു ആഗ്രഹം സാർത്രേയുടെ കത്തുകൾ മുടങ്ങാതെ കിട്ടണമെന്നുള്ളത് മാത്രമാണ്. കഴിഞ്ഞ രണ്ടാഴ്ചയായി കത്തുകൾ ലഭിക്കുന്നേയില്ല.

സാർത്രേയുടെ *ദി ഏജ് ഓഫ് റീസൻ* എന്ന നോവലിനെക്കുറിച്ച് ആലോചിച്ചുകൊണ്ട് ഞാൻ നടന്നു നടന്നു ലക്സൺ ബർഗ് ഗാർഡനിൽ എത്തി. ആ നോവലിലെ നായകനെ എവിടെ നിന്നാവും സാർത്രേക്കു കിട്ടിയത്. ഒരുപക്ഷേ മാത്യുവിന്റെ അനിശ്ചിതമായ ഭാവി തന്റെ തന്നെ ഭാവിയായിട്ടാണോ സാർത്ര് കണ്ടത്. അദ്ദേഹത്തിന്റേതെന്ന് പറയുമ്പോൾ ഞങ്ങളുടേതാണ് എന്നാണല്ലോ അർത്ഥം. ജീവിതത്തിന്റെ നിരർത്ഥകത എന്നെപോലെ തന്നെ അദ്ദേഹത്തെയും ഭയപ്പെടുത്തുന്നുണ്ടോ. ഭാവിയെക്കുറിച്ച് എന്നിൽ നിറയാറുള്ള ആശങ്ക പലപ്പോഴും സാർത്രേഥുള്ള കത്തുകളിൽ എഴുതി അയച്ചിട്ടുണ്ട്. എന്റെ അത്തരം ചിന്താഗതികൾ അദ്ദേഹത്തിന്റെ ധൈര്യം ചോർത്തി കളഞ്ഞിരിക്കുമോ. ഒരു ഞണ്ട് തന്റെ മൂർച്ചയേറിയ കാലുകളാൽ കഴുത്തിൽ പിടിമുറുക്കിയിരിക്കുന്നതായി പലപ്പോഴും എനിക്കനുഭവപ്പെട്ടു. കഴുത്തിൽ നിന്നും നേരെ അതിന്റെ കാലുകൾ ഇടനെഞ്ചിലേക്കിറങ്ങുന്നതും ഹൃദയഭിത്തികളിൽ പാദസ്പർശത്താൽ വിള്ളലുകൾ വീഴുന്നതും പ്രാണൻ പറിഞ്ഞുപോകും വിധം എന്നിൽ വേദന നിറഞ്ഞതും ഉടലാകെ രക്തപുഷ്പങ്ങൾ നിറഞ്ഞ് ഞാൻ വീഴുന്നതും. ഈയൊരനുഭവം പലപ്പോഴും എനിക്കുണ്ടായി. ലക്സൺ ബർഗ് ഗാർഡനിൽ ഇരുന്നിട്ടും എന്റെ മനസ്സിന് സമാധാനം കിട്ടിയില്ല. എന്തെങ്കിലും വായിച്ചു ആശ്വാസം കിട്ടുമെന്ന് തോന്നി നേരെ നാഷണൽ ലൈബ്രറിയിൽ ചെന്നിരുന്നു. ഹെഗലിനെ ഞാൻ വായിക്കാൻ തുടങ്ങിയത് ഈയിടെയാണ്. രചനയിലെ ഗൂഢാർത്ഥങ്ങളും സിദ്ധാന്തങ്ങളും എന്നെ അമ്പരപ്പിച്ചു. *ഫീനോമിനോളജി* എന്ന പുസ്തകമാണ് വായിക്കാനെടുത്തത്. എത്ര ശ്രമിച്ചിട്ടും ആ പുസ്തകത്തിന്റെ അന്തരാത്മാവിലേക്കിറങ്ങി ചെല്ലാൻ എനിക്കു സാധിച്ചില്ല. ഓരോ വാചകവും അനേകം അർത്ഥതലങ്ങൾ വെളിപ്പെടുത്തുന്നു. എന്നാൽ ഞാൻ മനസ്സിലാക്കുന്ന അതേ വ്യാഖ്യാനമാണോ അതിനുള്ളത് എന്ന് സംശയാലുവും ജിജ്ഞാസുവുമാകുന്നു.

സാർത്രേക്കെഴുതിയ കത്തിൽ ഞാനിങ്ങനെയെഴുതി. “ഹെഗലിനെ വായിക്കുമ്പോൾ ആശയങ്ങളുടെ ആത്മസംഗീതം എന്നെ അമ്പരപ്പിക്കുന്നു. എത്ര ഉൾക്കാഴ്ചയുള്ള സമീപനമാണ് ആ കൃതിയിലുള്ളത്. ജീവിതത്തിന്റെ അർഥവും വ്യാപ്തിയും എത്ര അനായാസമായി ആവിഷ്കരിച്ചിരിക്കുന്നു. എന്നാൽ അതിന്റെ ആത്മാവിലേക്കിറങ്ങിച്ചെ

ല്ലണമെങ്കിൽ നമ്മൾ എത്ര പടവുകൾ കയറേണ്ടി വരും. ആനന്ദത്തിലേക്കുള്ള പടവുകൾ കഠിനം തന്നെ."

ഞാൻ എഴുതുന്ന കത്തുകൾ സാർത്രേക്കു കിട്ടുന്നുണ്ടോ എന്ന കാര്യത്തിൽ യാതൊരുവിധ ഉറപ്പുമില്ലാതായിരിക്കുന്നു. എങ്കിലും പ്രത്യാശയോടെ വീണ്ടും വീണ്ടും എഴുതിക്കൊണ്ടിരിക്കുന്നു. മനസ്സിൽ അശുഭ ചിന്തകൾ മാത്രം ഉടലെടുക്കുന്നു. തിരിച്ചു മറുപടികൾ കിട്ടുന്നില്ല. ജീവനോടെ ഉണ്ടോ എന്ന കാര്യത്തിൽ ഒരുറപ്പുമില്ല. കത്തുകൾ എഴുതാനിരിക്കുമ്പോൾ കൈകൾ വിറകൊള്ളുന്നു. എഴുതുന്നതു എന്നെ തന്നെ ബോദ്ധ്യപ്പെടുത്താനാണ്. എവിടെയോ ഇരുന്നു അദ്ദേഹം അതെല്ലാം വായിക്കുന്നുണ്ട് എന്ന് ആശ്വസിക്കാൻ വേണ്ടി മാത്രം. സാർത്രേക്കു അവിടെ പേനയും പേപ്പറും കിട്ടാവുന്ന സാഹചര്യമല്ലെന്നും അഥവാ ഉണ്ടെങ്കിൽ തന്നെ കത്തുകൾ അയയ്ക്കാൻ അനുവാദമില്ലെന്നും വിശ്വസിച്ച് ആശ്വാസം കൊള്ളാനായിരുന്നു ഞാൻ ശ്രമിച്ചത്.

രാത്രി മഴ പെയ്തപ്പോൾ ജനലിനരികിലിരുന്ന് കൈകൾ പുറത്തേക്കിട്ട് ഉള്ളം കൈയിൽ നിറയുന്ന വെള്ളം നോക്കി വെറുതെയിരുന്നു. മനസ്സാകെ സങ്കടംകൊണ്ട് നിറഞ്ഞുകവിഞ്ഞിരുന്നു. തടവറയിൽ ഇരുന്നു ഇതുപോലെ മഴ ആസ്വദിക്കാൻ സാർത്രേക്കു കഴിയുമോ. ഞങ്ങളൊരുമിച്ചു നനഞ്ഞുപോയ മഴ സന്ധ്യകളെക്കുറിച്ചു അന്നേരം ഓർമ്മ വന്നു. ഇനിയെന്നെങ്കിലും അതുപോലൊരു മഴക്കാലം ആസ്വദിക്കാൻ ഞങ്ങൾക്കാവുമോ. സാർത്രേക്കു ഞാനയക്കുന്ന കത്തുകൾ മാത്രമാണു പുറം ലോകവുമായുള്ള ഏക ബന്ധം. ഇപ്പോൾ അതുപോലും ഇല്ലാതായിരിക്കുന്നു. ഇത്തരം സന്ദർഭങ്ങളിൽ എത്രമാത്രം വിരസതയും നിരാശയും അനുഭവപ്പെടാം.

നാളെ റെഡ്ക്രോസിൽ പോയി അന്വേഷിക്കാൻ സൊറാക്കീനെ കൂടി വിളിച്ചിട്ടുണ്ട്. കത്തുകൾക്ക് പുറമെ മറ്റെന്തെങ്കിലും അയച്ചു കൊടുക്കാമോയെന്ന് അന്വേഷിക്കണം, പലഹാരങ്ങളോ, പുസ്തകങ്ങളോ. സാർത്രേ നിരന്തരം സിഗരറ്റ് വലിക്കുന്ന ആളായിരുന്നു. എങ്ങനെയാണ് തങ്ങളുടെ പതിവ് ചിട്ടകളും ഇഷ്ടങ്ങളുമെല്ലാം ത്യജിച്ച് ഒതുങ്ങി ജീവിക്കാൻ തടവ് പുള്ളികൾക്ക് സാധിക്കുന്നത്.

അവരെ സംബന്ധിച്ച് ഇപ്പോൾ ഒരൊറ്റ വികാരമേയുണ്ടാവൂ. സ്വതന്ത്രരാവുക.

സഖ്യകക്ഷികൾ ജർമ്മനിയുടെമേൽ വിജയം വരിക്കുമോ. ഹിറ്റ്ലറെ പോലെ ബുദ്ധിമാനും ക്രൂരനുമായ ഒരാളുടെ മുന്നിൽ സഖ്യ കക്ഷികൾ ഒരുമിച്ച് നിന്നിട്ടും ഇപ്പോഴും വിജയം കൈവരിക്കാൻ സാധിക്കാത്തതിന്റെ രഹസ്യം തീർച്ചയായും ഹിറ്റ്ലറുടെ യുദ്ധതന്ത്രത്തിന്റെ മികവ് തന്നെയാണ്.

ജൂതർ കൂട്ടത്തോടെ വധിക്കപ്പെടുന്നതിന്റെ വാർത്തകൾ കേൾക്കുന്നു. കമ്യൂണിസ്റ്റുകാരെയും ജൂതരേയും തടങ്കൽ പാളയത്തിലേക്ക് നിർദാക്ഷിണ്യം വലിച്ചിഴച്ച് കൊണ്ടുപോകുന്നു. പലരും പട്ടിണികൊണ്ടും

രോഗംകൊണ്ടും ദിവസങ്ങൾക്കകം മരണപ്പെടും. ഈ യുദ്ധം വെറും ആയുധങ്ങളുടെ യുദ്ധമല്ല. അപമാനത്തിന്റേയും ആട്ടിയോടിക്കലിന്റെയും നെറികേടിന്റെയും യുദ്ധമെന്നാവും ഭാവിയിൽ അറിയപ്പെടുക.

അല്ലെങ്കിൽ ഏത് യുദ്ധത്തിലാണ് പരിപൂർണ്ണമായ സത്യസന്ധതയും നീതിയും നടപ്പിലാക്കിയിട്ടുള്ളത്. എല്ലാ വിജയങ്ങൾക്കും പിന്നിൽ കള്ളത്തരത്തിന്റെ നിഗൂഢ തന്ത്രം ഒളിപ്പിച്ചു വച്ചിട്ടുണ്ടാവും. അരമനയുടെ ഉള്ളിൽ തന്നെ ആവിർഭവിച്ച് ഉള്ളിൽ തന്നെ ഒടുങ്ങുന്ന മഹാതന്ത്രങ്ങൾ. ശത്രുവിനെ നിഷ്പ്രഭനാക്കാൻ ആസൂത്രണം ചെയ്യുന്ന യുദ്ധതന്ത്രങ്ങൾ.

എന്റെയുള്ളിൽ പ്രണയവും, യുദ്ധവും അതിന്റെ ഭവിഷ്യത്തും നിറഞ്ഞിരിക്കുന്നു. രണ്ടും ഒരർത്ഥത്തിൽ അനിശ്ചിതാവസ്ഥ തന്നെയാണ്.

യുദ്ധം

രാവിലെ കോസ് കാണാൻ വന്നു. അവൾ വല്ലാതെ ക്ഷീണിച്ചിരിക്കുന്നുവല്ലോയെന്ന് വേദനയോടെ ഓർത്തു. പേടിയും ആശങ്കയുമാണ് അവളുടെ ഇപ്പോഴത്തെ അവസ്ഥയ്ക്ക് കാരണമെന്നറിയാം. അവളുടെ വാശിയും ദേഷ്യവും എന്നെ അലോസരപ്പെടുത്താറുണ്ടെങ്കിലും അതെല്ലാം മാനസികമായ അവളുടെ തകർച്ച കൊണ്ടാണെന്ന് ബോദ്ധ്യമാകുന്നുണ്ട്. കോസിനോടൊപ്പം ഏതാനും മണിക്കൂറുകൾ നഗരത്തിൽ ചുറ്റിക്കറങ്ങി. സാലിഗാവിയുവിൽ കച്ചേരിയുണ്ടെന്ന് അറിഞ്ഞ് അവിടേക്കു പോയി. വലിയ ജനക്കൂട്ടമുണ്ടായിരുന്നു. മുന്നിൽ ഫ്രഞ്ചുകാരും ഒരു ഭാഗത്ത് ജർമ്മൻകാരും.

മനസ്സ് നേരെയാക്കാൻ എന്തെങ്കിലുമാകട്ടെ എന്നോർത്തുകൊണ്ട് അതാസ്വദിക്കാൻ ശ്രമിച്ചു.

ഫിഫ്ത് സിംഫണി ആയിരുന്നു പ്രധാന പരിപാടി. ഭയം മറക്കാൻ കോസ് നിരന്തരം സംസാരിച്ചുകൊണ്ടിരുന്നു. കുറേയേറെ കേട്ടു കഴിഞ്ഞപ്പോൾ എനിക്കു വല്ലാതെ മടുപ്പനുഭവപ്പെട്ടു. കച്ചേരിക്ക് ശേഷം സമയം വീണ്ടും ബാക്കിയായി.

“നമുക്കൊരു സിനിമ കണ്ടാലോ സിമോൺ. വീട്ടിലേക്ക് പോകാനേ തോന്നുന്നില്ല.”

കേട്ടപ്പോൾ ആശയം നല്ലതാണെന്ന് എനിക്കും തോന്നി. *ദി ടൈഗർ വുമൺ* എന്ന സിനിമ കാണാൻ കയറി. സിനിമാഹാളിൽ യാതൊരു വിധ തിരക്കും ഇല്ലായിരുന്നു. നഗരത്തിൽ ജർമ്മൻ പട്ടാളക്കാർ റോന്ത് ചുറ്റുന്നു. ഞങ്ങളുടെയെല്ലാമുള്ളിൽ ആശങ്കയും ഭീതിയും ഉണ്ടായിരുന്നു. യാതൊരുവിധത്തിലുള്ള ആഹ്ലാദങ്ങൾക്കും ജീവിതത്തിൽ പ്രാധാന്യമില്ലാതായി. സാധനങ്ങൾക്കെല്ലാം തീപോലെ വില. മനോബലവും

സമ്പത്തും നഷ്ടമായ മനുഷ്യർ വീടിനുള്ളിൽ ചടഞ്ഞുകൂടാൻ നിർബ്ബന്ധിതരാകുന്നു. ഹൃദയത്തിന്റെ ആനന്ദത്തേക്കാൾ ഭാവിയെക്കുറിച്ചുള്ള ആകുലത സന്തോഷത്തിൽ നിന്നും അവരെ അകറ്റി നിർത്താൻ നിർബ്ബന്ധിതരാക്കുന്നു. എന്നവസാനിക്കുമെന്ന് ഉറപ്പില്ലാത്ത യുദ്ധം. സ്വന്തം മണ്ണിൽ അഗതികളായി ജീവിക്കേണ്ടിവരുമോയെന്ന ഭയം. ഹിറ്റ്ലർ എന്ന കുഞ്ഞ് മനുഷ്യൻ തന്റെ കുശാഗ്രബുദ്ധികൊണ്ടും തന്ത്രങ്ങൾകൊണ്ടും എത്ര നിസ്സാരമായാണ് ഞങ്ങളുടെ രാജ്യത്തിന്റെ അഹന്തയുടെ മേൽ കരിനിഴൽ വീഴ്ത്തിയത്.

ഞങ്ങൾ മടങ്ങുമ്പോൾ ജർമ്മൻ പട്ടാളക്കാർ റോഡിൽനിന്നും ഫോട്ടോയെടുക്കുന്നത് കണ്ടു. എത്ര നാടകീയമായ പ്രതിഭാസം. അന്യന്റേതായ എന്തിനെയും അധീനതയിലാക്കുമ്പോൾ ലഭിക്കുന്ന ധാർഷ്ട്യത്തോടും അനിർവ്വചനീയമായ സംതൃപ്തിയോടുംകൂടി അവർ ചെയ്യുന്ന ആ പ്രവൃത്തി ചിലപ്പോഴെങ്കിലും ഞങ്ങളുടെ ആത്മാഭിമാനത്തിന്റെ മേൽ ചളി വാരിയെറിയുന്നതുപോലെയാണ് അനുഭവപ്പെടുന്നത്.

കോസ് പറഞ്ഞു.

"ഇന്ന് രാവിലെ വീട്ടിൽ നിന്നിറങ്ങിയിട്ട് നീ മടങ്ങിച്ചെല്ലുമ്പോൾ നിന്റെ അച്ഛൻ ഉപയോഗിച്ചിരുന്ന ചാരുകസേരയിൽ യാതൊരുവിധ ഉളുപ്പുമില്ലാതെ മറ്റൊരാളിരിക്കുന്നത് കണ്ടാൽ നിനക്കെന്താണ് തോന്നുക സിമോൺ. ഒന്ന് വിരലുയർത്തിപ്പോലും നിനക്കത് ചോദ്യം ചെയ്യാൻ സാധിക്കാതെ വന്നാലോ?"

ഞാൻ ദീർഘമായൊന്ന് നിശ്വസിച്ചു. എന്റേതായ പ്രിയപ്പെട്ടതെല്ലാം ജർമ്മൻ പട്ടാളക്കാരുടെ മുഷ്ടിക്കുള്ളിലായി കഴിഞ്ഞല്ലോ. അച്ഛന്റെ ജോലി നഷ്ടപ്പെട്ടു. വീട്ടിൽ ദാരിദ്ര്യം. അതിനെല്ലാമപ്പുറം സാർത്രേ യുദ്ധത്തടവിലായിരിക്കുന്നു.

ആരോടെന്നില്ലാതെ എന്തിനോടെന്നില്ലാതെ പ്രതിഷേധം അനുഭവപ്പെട്ടു. സ്വന്തം രാജ്യത്തെ രക്ഷിക്കാൻ പ്രാപ്തിയില്ലാത്ത ഭരണാധികാരികളോടോ, സഖ്യ കക്ഷികളോടോ, സ്വയം വലിയവരെന്നു ഘോഷിക്കുന്ന അമേരിക്കയോടോ, ആരോടെന്നില്ലാതെ രോഷം ഉള്ളിൽ. കോസിന്റെ ചോദ്യങ്ങൾക്ക് എനിക്കോ എന്റെ നാട്ടിലെ മറ്റൊരു പെൺകുട്ടിക്കോ മറുപടി പറയാൻ കഴിയില്ല.

എന്റെയും നിന്റെയും നിരന്തരമായ ചോദ്യങ്ങളും, അവസാനിക്കാത്ത ഉൽക്കണ്ഠകളും ഫ്രാൻസിലെ ഓരോ പെൺകുട്ടിയും അവനവനോടും, ചുറ്റുമുള്ളവരോടും ചോദിക്കുന്നുണ്ട്. ഉത്തരം കണ്ടെത്താൻ കഴിയാത്ത അനേകം ആകുലതകളുടെ ആകത്തുകയാണ് നമ്മുടെയൊക്കെ ജീവിതം. ആമ തന്റെ പുറംതോടിനുള്ളിലേക്ക് ഉൾവലിഞ്ഞിരിക്കുന്നത് പോലെ നമ്മളൊക്കെ ചിറകുകൾ നഷ്ടപ്പെട്ട പക്ഷികളുടേത് മാതിരി ഉണങ്ങിയ ഏതെല്ലാമോ മരച്ചില്ലകളിൽ പ്രതീക്ഷയോടെ ആകാശത്തേക്ക് ഭയാശങ്കയോടെ നോക്കിയിരിക്കയാണ്.

കോസിന്റെ മുഖത്ത് കാലുഷ്യം നിറഞ്ഞിരുന്നു. അവളുടെ പേടിയും പരിഭ്രമവും ഞാൻ കണ്ടില്ലെന്ന് നടിച്ചു. എനിക്ക് ഭയമല്ല വേദനയാണ്. ഹൃദയത്തിന്റെ ഒരുഭാഗം വേദനകൊണ്ട് പിടയുന്നു. മറുഭാഗം ഉത്തരവാദിത്തബോധമുള്ള ഒരു സ്ത്രീ ഉണർന്നിരിക്കുന്നു. എല്ലാ പ്രതിബന്ധങ്ങൾക്കും ഇടയിലും ഞാൻ ജോലി ചെയ്യുന്നു. വായിക്കുന്നു, എഴുതുന്നു, പ്രബന്ധങ്ങൾ തയ്യാറാക്കുന്നു. ഒന്നിനും മുടക്ക് വരാതിരിക്കാൻ കഷ്ടപ്പെട്ട് എന്നെ തന്നെ പരുവപ്പെടുത്തുന്നു. വേദനയെ മറക്കാൻ വൃഥാ പരിശ്രമിച്ചുകൊണ്ടിരിക്കുന്നു.

കോസ് എന്റെ കൈകളിൽ പിടിച്ചു വലിച്ചുകൊണ്ട് ധൃതിയിൽ റോഡ് മുറിച്ചുകടക്കാൻ ശ്രമിച്ചു.

“നിനക്കെന്താണിത്ര ധൃതി? അല്പം മുമ്പ് വീട്ടിൽ പോകണമെന്നേ തോന്നുന്നില്ലെന്നു പറഞ്ഞതല്ലേ.

“എനിക്കറിയില്ല സിമോൺ. ഭയം കൊണ്ട് എനിക്കെന്റെ മനസ്സിനെ നിയന്ത്രിക്കാനേ കഴിയുന്നില്ല. വീട്ടിലിരിക്കുമ്പോൾ പുറത്തിറങ്ങണമെന്ന് തോന്നും. കുറച്ചു കഴിയുമ്പോൾ എങ്ങനെയും വീട്ടിൽ പോകുവാനാണ് തോന്നുന്നത്. എന്റെ കൈകൾപോലും ഭയംകൊണ്ട് വിറയ്ക്കുന്നു.” അപ്പോഴേക്കും കോസ് കരച്ചിലിന്റെ വക്കിലെത്തിക്കഴിഞ്ഞു.

കോസിനെ സമാധാനിപ്പിക്കാനുതകുന്ന വാക്കുകൾ എനിക്കന്യമായിരുന്നു. ഇത്തരമൊരവസ്ഥ അവളുടെ മാത്രം ഒറ്റപ്പെട്ട സംഭവമല്ലെന്നു എനിക്കറിയാം. പാരീസിലെ ജനങ്ങൾ ഏറെയും ഇതേ ഭയത്തോടും, കഠിനമായ വിഷാദാവസ്ഥയോടും കൂടിയാണ് ദിനങ്ങൾ തള്ളിനീക്കുന്നത്.

“ശരി നിനക്കു മടുത്തെങ്കിൽ നമുക്ക് പോകാം. അന്നേരം പ്രകൃതിക്ക് നേർത്ത തണുപ്പ് വീണുതുടങ്ങിയിരുന്നു. ശരത്കാലമാണ്, മരങ്ങൾ മുഴുവൻ പൂത്തുലഞ്ഞു നിൽക്കുന്നു. വസന്തം കടന്നുവന്നിരിക്കുന്നു. എങ്ങും മനോഹരമായ പൂക്കൾ. എന്നിട്ടും ഒരു കാഴ്ചയും എന്നിൽ ആനന്ദം നിറയ്ക്കുന്നില്ല. ഉന്മാദിനിയാക്കുന്നില്ല.” സാർത്രേ നാസിഡിയിൽ നിന്നും ആദ്യമെഴുതിയ കത്തിലെ വരികൾ എനിക്കോർമ്മ വന്നു.

“സിമോൺ ഇവിടെ തടങ്കൽ പാളയത്തിൽ ചെറിയൊരു പൊടിപിടിച്ച മരപ്പെട്ടിയുടെ മുകളിലിരുന്ന് നിനക്കുവേണ്ടി ഈ വരികൾ കുറിക്കുമ്പോൾ മാത്രം എന്നിൽ ഞാൻ എന്നെ കാണുന്നു. അല്ലാത്തപ്പോൾ സ്വയം ഞാൻ എത്ര നിസ്സാരനാണെന്ന് തിരിച്ചറിയുന്നു. തടവിലാക്കപ്പെട്ട ഏതൊരുവനെയുംപോലെ പൊളിഞ്ഞടർന്ന തണുത്ത തറയിൽ കിടന്നുറങ്ങുന്ന, മുഷിഞ്ഞ പാത്രത്തിലും, അഴുക്കുപിടിച്ച ഗ്ലാസിലും ഒരിത്തിരി ആഹാരവും ജലവും കിട്ടുമെന്ന് പ്രതീക്ഷിച്ചു കഴിയുന്ന ഒരാൾ.

ഈ ഞാൻ വലിയ സിദ്ധാന്തങ്ങൾ മനസ്സിൽ കൊണ്ട് നടന്ന പ്രബന്ധങ്ങൾ എഴുതിയ അവനവനെ തന്നെ ശ്രേഷ്ഠനായി കണ്ട് ലോകത്തെ ഉദ്ധരിക്കാമെന്ന് വിചാരിച്ച് ഇറങ്ങിത്തിരിച്ച വിഡ്ഢിയായ ഒരു മനുഷ്യനെ എന്റെയുള്ളിൽ തിരഞ്ഞു ബുദ്ധിമുട്ടുന്നു. ഇല്ല എങ്ങും കാണാൻ കഴിയുന്നില്ല. ഇപ്പോഴുള്ളത് തീർത്തും മറ്റൊരു മനുഷ്യനാണ്.

എന്റെ ചുറ്റും മരപ്പണിക്കാരനും. റോഡ് പണിക്കാരനും, എഞ്ചിനീയറും, വാർക്കപ്പണിക്കാരനും, വൈദ്യം പഠിച്ചവനും ഉണ്ട്. അവർക്ക് ലഭിക്കുന്നത് തന്നെ എനിക്കും. എനിക്കുള്ളതിൽ കൂടുതലായി ഒന്നും അവർക്കും ലഭിക്കുന്നില്ല.

കോസിന്റെ കൈകളിൽ മുറുകെ പിടിച്ചുകൊണ്ട് തിരക്കിട്ട് നടന്നു. ചില കടകളിൽ കൂടി കയറാനുണ്ട്. പക്ഷേ, കോസിന്റെ ഇപ്പോഴത്തെ മാനസിക നിലയിൽ അതിനൊന്നും സാധിക്കില്ലെന്നു അറിയാം. രാവിലെ അച്ഛനുമായി വഴക്കിട്ടതിന്റെ പീഡ അവളെ അലട്ടുന്നുണ്ട്. പോരാത്തതിന് അദ്ദേഹം കോസിനെക്കുറിച്ചുള്ള കുറെയധികം പരാതികൾ എനിക്കു മുന്നിൽ ചൊരിഞ്ഞിടുകയും ചെയ്തു. സെർബോണിലെ ചുറ്റുപാട് അവളെ അസ്വസ്ഥയാക്കുന്നുമുണ്ട്. രാത്രി മുഴുവൻ വ്യോമാക്രമണത്തിന്റെ മുന്നറിയിപ്പായുള്ള സൈറൺ മുഴങ്ങിക്കൊണ്ടിരിക്കും. ഭയം കൊണ്ടും ആകാംക്ഷ കൊണ്ടും ഉറങ്ങാനേ സാധിക്കില്ല. ഏത് വിധത്തിലും മരണം മുന്നിൽ നിൽക്കുന്നു. പഠിത്തത്തിൽ ശ്രദ്ധ ചെലുത്താനേ പറ്റുന്നില്ലെന്നാണ് 'കോസ്' പറയുന്നത്. ഈ യുദ്ധം ജനങ്ങളെ ദരിദ്രരും, അഭയാർത്ഥികളും മാത്രമല്ല ആക്കിത്തീർക്കുന്നത്. മനോരോഗികൾകൂടിയാക്കും.

"ഈ മനോനിലനിൽനിന്നും നമുക്കെന്നെങ്കിലും മുക്തയാകാൻ സാധിക്കുമോ?"

കോസിന്റെ ആശങ്കയ്ക്ക് ഉത്തരം പറയാൻ എനിക്കു വാക്കുകൾ ഇല്ലായിരുന്നു. ഞാനും വീട്ടിൽ പോയിട്ട് ദിവസങ്ങൾ കഴിഞ്ഞിരിക്കുന്നു. പോപ്പറ്റിന്റെ കത്തുകൾ വരാറുണ്ട്. പോർച്ചുഗലിൽനിന്നും അവൾക്ക് അവധി കിട്ടിയാൽ കുറച്ചുനാൾ ഒരുമിച്ച് താമസിക്കാൻ ചിലപ്പോഴൊക്കെ ആഗ്രഹം തോന്നിയിട്ടുണ്ട്.

വീണ്ടും ഗൃഹാതുരത്വം പിടികൂടുന്നു. കൗമാരം എത്തുംവരെ ഞങ്ങൾ എത്ര ആഹ്ലാദചിത്തരായിരുന്നു. സ്വയം തീരുമാനങ്ങൾ എടുക്കാൻ തുടങ്ങിയപ്പോഴാണോ അതോ ഞങ്ങളുടെമേൽ അച്ഛനമ്മമാരുടെ ഇഷ്ടാനിഷ്ടങ്ങൾ അടിച്ചേൽപ്പിക്കാൻ തുടങ്ങിയപ്പോഴാണോ ഞങ്ങൾ ഞങ്ങളല്ലാതായി മാറിയത്. അച്ഛനമ്മമാരെ മനസ്സിലാക്കുന്ന കാര്യത്തിൽ ഞാൻ പരാജയപ്പെട്ടെന്ന് ഇപ്പോൾ തോന്നുന്നു. എങ്കിലും പണ്ടത്തെപ്പോലെ ഒരുമിച്ച് താമസിക്കുന്നതിനെക്കുറിച്ച് ആലോചിക്കാനേ കഴിയുന്നില്ല. പരിപൂർണ്ണമായ സ്വാതന്ത്ര്യം അനുഭവിച്ചശേഷം ഇനി അതെല്ലാം വിട്ടു ചോദ്യം ചെയ്യലുകൾ നിറഞ്ഞൊരു അന്തരീക്ഷത്തിലേക്ക് മടങ്ങിപ്പോകുന്ന കാര്യം ചിന്തിക്കാനാവുന്നില്ല.

കോസിന്റെ കാര്യം ആലോചിക്കുമ്പോഴൊക്കെ സാസയെ ഓർമ്മ വന്നു. അവസാനമായി കാണുമ്പോ അവൾ ശവമഞ്ചത്തിൽ കിടക്കുകയായിരുന്നു. ചുറ്റും പൂക്കളും ഉരുകിത്തീരാറായ മെഴുകുതിരികളും. അവളുടെ വിളർത്തു മെലിഞ്ഞ രൂപത്തിലേക്ക് അവിശ്വസനീയതയോടെ നോക്കി നിന്നു. കെട്ടിവെച്ച മുടിയിഴകളിൽ, തലയിലെ ലില്ലിപ്പൂക്കളിൽ, ഇളം തവിട്ടുനിറമായി മാറിയ ചുണ്ടിൽ, അടഞ്ഞ കൺപോളകളിൽ,

അണിഞ്ഞിരുന്ന വെളുത്ത വസ്ത്രത്തിൽ, കണ്ണിമ ചിമ്മാതെ നോക്കി നിന്നു. ഡോക്ടർമാർക്ക് എന്താണ് അസുഖമെന്ന് കൃത്യമായി കണ്ടുപിടിക്കാൻ സാധിച്ചില്ല. എനിക്കറിയാമായിരുന്നു കഠിനമായ മാനസിക സമ്മർദ്ദത്തിന് അവൾ കീഴടങ്ങുകയായിരുന്നുവെന്ന്. പിന്നീട് എത്രയോ തവണ ഞങ്ങൾ ഒരുമിച്ചിരിക്കാറുള്ള ലക് സൻബർഗ് ഗാർഡനിൽ പോയിരുന്ന് ഞാൻ ആർത്തലച്ചു കരഞ്ഞിട്ടുണ്ട്. കോസിന്റെ കൈകൾ തണുത്തു വിറങ്ങലിച്ചിരുന്നു. എങ്ങനെയെങ്കിലും അവളെ വീട്ടിലെത്തിച്ചിട്ട് തനിച്ചിരിക്കാനാണ് എനിക്കപ്പോൾ തോന്നിയത്. സംഘർഷങ്ങൾ താങ്ങാൻ പറ്റാതായിരിക്കുന്നു. സാർത്രേയുടെ കത്തുകൾ കിട്ടാതായിട്ട് നാളുകൾ കഴിഞ്ഞിരിക്കുന്നു. ജീവിച്ചിരിപ്പുണ്ടോ എന്നുറപ്പില്ലാത്ത ഒരാൾക്കായി ദിനംതോറും കത്തുകൾ എഴുതി അയക്കുമ്പോൾ പരിഹാസാത്മകമായ ഒരു പ്രവൃത്തി ചെയ്യുന്നതിന്റെ മനഃക്ലേശമല്ല എന്നെ അലട്ടിയത്. മറിച്ച് ഒരു വരിയെങ്കിലും കുറിച്ചൊരു മറുപടി സാർത്രേ എനിക്കയക്കുമെന്നുള്ള പ്രത്യാശ മാത്രമായിരുന്നു.

നാസ്തികം

തടങ്കൽപാളയത്തിൽനിന്നുള്ള വാർത്തകൾ ഒട്ടും ആശാവഹമായിരുന്നില്ല. മരിച്ചവരുടെയും പരിക്കേറ്റവരുടെയും ശരിയായ വിവരങ്ങളല്ല ലഭിക്കുന്നത്. ആരൊക്കെ ജീവിച്ചിരിക്കുന്നു. ജീവിച്ചിരിക്കുന്നവർക്ക് എന്തെങ്കിലും തരത്തിലുള്ള ആരോഗ്യപ്രശ്നങ്ങൾ ഉണ്ടോ. അവർക്ക് തണുപ്പ് നേരിടാൻ വേണ്ട സൗകര്യങ്ങൾ ലഭിക്കുന്നുണ്ടോ. രോഗാവസ്ഥയിലും യുദ്ധത്തടവുകാർക്ക് കഠിനമായ ജോലി ചെയ്യേണ്ടിവരുമായിരുന്നു. യാതൊരു വിധത്തിലുള്ള പരിഗണനയും ആർക്കും ലഭിച്ചിരുന്നില്ല.

ഓരോ ദിവസവും മരിച്ചവരുടെ പട്ടികയിലൂടെ കണ്ണുകൾ മൂടൽമഞ്ഞിലൂടെയെന്നവണ്ണം തിരഞ്ഞുനടന്നു. ഹൃദയം സദാ പെരുമ്പറമുഴക്കിക്കൊണ്ടിരുന്നു. തടവിലാക്കപ്പെട്ടവരുടെ പട്ടികയിലും അദ്ദേഹത്തിന്റെ പേര് കണ്ടില്ല. സാർത്രേക്കു എന്തെങ്കിലും അസുഖം പിടിപെട്ടിരിക്കുമോ. എന്താണ് ചെയ്യേണ്ടതെന്ന് എനിക്കൊരു രൂപവും കിട്ടിയില്ല. എവിടെച്ചെന്ന് ആരോടാണ് അന്വേഷിക്കുക.

എനിക്കറിയില്ല, എനിക്കൊന്നുമറിയില്ല.

തപാലുകൾ കാത്തു കാത്തിരുന്ന് ദിനങ്ങൾ കൊഴിഞ്ഞുവീഴുന്നു. ദിനവും സ്കൂളിൽ പോയി ക്ലാസുകൾ മുടങ്ങാതെ എടുത്തു. മടങ്ങിവന്ന് കിടക്കയിൽ തന്നെ ചുരുണ്ടുകൂടി കിടന്നു. ലോകം ചുരുങ്ങി ചുരുങ്ങി എന്നിലേക്ക് മാത്രമായിത്തീർന്നു. സുഹൃത്തുക്കൾ ആരെങ്കിലും വന്നാൽ സംസാരിക്കാൻക്കൂടി തോന്നാതായി.

രാത്രിയിൽ ദുഃസ്വപ്നങ്ങൾ വേട്ടയാടി.

വീട്ടിലേക്ക് എന്നെ കാണുന്നില്ലല്ലോ എന്ന് പരിഭവിച്ചുകൊണ്ട് അമ്മ വന്നു. മുപ്പത്തിയേഴ് വയസ്സുള്ള മകളോടു ഇനി വിവാഹത്തെക്കുറിച്ചു

സംസാരിക്കേണ്ടതില്ല എന്ന് അമ്മയ്ക്ക് ബോദ്ധ്യമായിക്കഴിഞ്ഞതിന്റെ യാവും കുടുംബജീവിതത്തെക്കുറിച്ച് അമ്മ സംസാരിക്കാറേയില്ല.

മുപ്പത്തിയേഴ് വയസ്സ്! കാലങ്ങൾ, കാലങ്ങൾ.

ഈ പ്രായത്തിലുള്ള ഒരു സ്ത്രീ അനുഭവിക്കേണ്ടതായ വൈകാരികമായ പല കാര്യങ്ങളും ഞാൻ അനുഭവിച്ചിട്ടുണ്ട്. അമ്മയാവുക എന്നതൊഴിച്ച്. സ്ത്രീയുടെ പൂർണ്ണത മാതൃത്വത്തിലാണ് എന്ന വാദത്തെ തള്ളിക്കളയുന്നില്ല. എങ്കിലും വിവാഹവും കെട്ടുപാടുകളും നിറഞ്ഞൊരു ജീവിതത്തെക്കുറിച്ച് ചിന്തിക്കാനേ കഴിയില്ല.

"സാർത്രേ വന്നാൽ നിങ്ങൾ വിവാഹിതരാകുമോ?"

ഇടയ്ക്കിടെ അമ്മ ചോദിച്ചിരുന്ന ചോദ്യമാണ്.

"ഇല്ല." എന്ന ഒറ്റവാക്കിൽ പറഞ്ഞ മറുപടിക്കപ്പുറം ചോദ്യങ്ങൾക്ക് പ്രസക്തിയില്ലെന്നു അമ്മയ്ക്ക് മനസ്സിലായി.

അവർ കൂടുതൽ സംസാരിക്കാൻ മിനക്കെടാതെ അടുക്കളയിൽ ചെന്ന് പാചകം ചെയ്യാൻ തുടങ്ങി.

എന്റെയും സാർത്രേയുടെയും വേറിട്ട ബന്ധത്തെ വിചിത്രമായ കണ്ണോടെ കാണുന്നവരുടെ കൂട്ടത്തിൽ തന്നെയാണ് അമ്മയും പെട്ടിട്ടുള്ളത്. പരസ്പരം സ്നേഹിക്കുകയും, വികാരങ്ങൾ പങ്ക് വയ്ക്കുകയും, അതേ സമയം സ്വാതന്ത്ര്യം അനുവദിച്ചുകൊടുക്കുകയും ചെയ്യുന്ന ബന്ധത്തിനാണ് ഞങ്ങൾ വിലകൽപ്പിച്ചിരുന്നത്.

ഒരിക്കൽ ലൈംഗികതയെക്കുറിച്ച് ഞാനെഴുതിയ ഒരു പ്രസ്താവന കേട്ടറിഞ്ഞു ശാസിക്കാൻ വന്ന അമ്മയെയാണ് ഇത്തരം മുഹൂർത്തങ്ങളിൽ ഓർമ്മ വരുന്നത്.

ലൈംഗികതയിൽ സ്വവർഗ്ഗമെന്നോ എതിർലിംഗമെന്നോ ഉള്ള കാര്യത്തിൽ വലിയ വ്യത്യാസമൊന്നുമില്ല. അത് സ്ത്രീ ആയാലും പുരുഷനായാലും ഭയം തോന്നാതെ നിയന്ത്രണമില്ലാതെ, കടപ്പാടില്ലാതെ സംഭവിക്കേണ്ടതാണെന്നാണ് ഞാൻ കരുതുന്നത്.

ഈ പ്രസ്താവന അമ്മയെ രോഷാകുലയാക്കിയതു കൂടാതെ, സങ്കുചിത മനസ്കരായ ബന്ധുക്കളിൽ ചിലരും ചില സുഹൃത്തുക്കളും, സഹപ്രവർത്തകരും ഏറ്റവും മോശം ഭാഷയിൽ അപഖ്യാതി പറഞ്ഞു നടക്കുകയും ചെയ്തു.

അത്തരം കാര്യങ്ങൾ ഗൗനിക്കാൻ ലാഘവമുള്ള മാനസിക നിലയിലായിരുന്നില്ല ഞാൻ. പുറംലോകത്ത് ചർച്ചകൾ നടക്കുന്നതിന്റെ പേരിൽ നിലപാടുകളിൽ മാറ്റം വരുത്താൻ ഞാനൊരുക്കവുമല്ലായിരുന്നു.

സാർത്രേ അതേക്കുറിച്ച് എഴുതിയ വാക്കുകളുടെ പിന്തുണ മാത്രം മതിയായിരുന്നു ധൈര്യത്തിന്.

'സിമോൺ ആത്യന്തികമായി നമ്മളെല്ലാം വെറും ജീവികളാണ്. വികാരങ്ങൾ പങ്ക് വയ്ക്കുകയും പ്രകടിപ്പിക്കുകയും ചെയ്യേണ്ട ജന്തു വിഭാഗത്തിൽ പെട്ടവർ. ഞാനും നീയുമടക്കം പച്ചയായ മനുഷ്യർക്ക് ഇതെല്ലാം ബാധകമാണ്. ഹൃദയത്തിനുള്ളതുപോലെ ആവശ്യങ്ങൾ

ശരീരത്തിനുണ്ടെന്ന് തിരിച്ചറിയുന്നിടത്ത് കാപട്യത്തിന് പ്രസക്തിയില്ല. അത് വിശപ്പും, ദാഹവും, ചൂടും, തണുപ്പും പരിഹരിക്കേണ്ടതു പോലെയുള്ള ഒന്നാണെന്ന് ആദ്യം തിരിച്ചറിയേണ്ടതുണ്ട്. തൃപ്തികരമായി ലഭിക്കുന്നിടത്ത് നിന്നു വാങ്ങാൻ മനുഷ്യൻ സ്വതന്ത്രനാവേണ്ടിയിരിക്കുന്നു.

മനുഷ്യൻ ഒരു വസ്തുവായിരുന്നെങ്കിൽ അത് മറ്റൊരു മനുഷ്യന്റെ ഉപയോഗത്തിനുള്ളതത്രേ. ഈ രണ്ടു ആശയസംഹിതകൾ വൈഷമ്യങ്ങളാകുന്നു. മനുഷ്യൻ സ്വതന്ത്രനാണെന്നും, മനുഷ്യനെന്ന ഉൺമയാകുന്നു മനുഷ്യനെ സൃഷ്ടിക്കുന്ന ഒരു വസ്തുവാക്കുന്നതും എന്ന കാര്യവും ഞാൻ സമ്മതിക്കുന്നു. ഇത് നമ്മുടെ താല്ക്കാലിക സാഹചര്യത്തെ നിർവ്വചിക്കാനും അടിച്ചമർത്തലിനെ ഗ്രഹിക്കുന്നതിനും അനുവദിക്കുന്നു. മനുഷ്യനെ ചങ്ങലകളിലേക്ക് വലിച്ചെറിയുന്നതിനായി ആദ്യം ഞാനെന്റെ സഹജീവികൾക്ക് സ്വർഗ്ഗീയമായ സ്വാതന്ത്ര്യം അനുവദിച്ചുകൊടുത്തെന്നു വിശ്വസിച്ചിരുന്നു പലരും. എന്റെ ചുറ്റുപാടും ചങ്ങലയ്ക്കിട്ട തങ്ങളുടെ സ്ഥായിയായ അടിമത്തത്തിൽനിന്നും മോചനം നേടാനുദ്യമിക്കുന്ന സ്വാതന്ത്ര്യത്തെ മാത്രമേ കാണുന്നുള്ളൂ. സ്വാതന്ത്ര്യത്തിനായി പടപൊരുതുന്നതിനുള്ളൊരു സൗജന്യ തിരഞ്ഞെടുപ്പ് മാത്രമാണിന്നു നമ്മുടെ സ്വാതന്ത്ര്യം.

—സാർത്ര്

വിമോചനം

യുദ്ധം എന്നവസാനിക്കും എന്ന കാര്യത്തെക്കുറിച്ച് വ്യക്തമായ ഒരുറപ്പും ഒരു ഭാഗത്തുനിന്നും കിട്ടുന്നുണ്ടായിരുന്നില്ല. സഖ്യശക്തികൾ ജർമ്മനിയെ നിരന്തരമായ ബോംബാക്രമണത്തിന് വിധേയമാക്കി. നഗരങ്ങളും ഫാക്ടറികളും സൈനികസ്ഥാപനങ്ങളും ഗതാഗത മാർഗ്ഗങ്ങളും ആയിരക്കണക്കിന് വിമാനങ്ങളും ആക്രമണത്തിൽ നശിച്ചു. അണക്കെട്ടുകളും തുറമുഖങ്ങളും ആയുധശാലകളും കൃഷിയിടങ്ങളുമെല്ലാം ആക്രമിക്കപ്പെട്ടു. ബെർലിൻ നഗരം താറുമാറായി. രോഷാകുലനായ ഹിറ്റലർ ഇംഗ്ലണ്ടിനെതിരെയും അതികഠിനമായ നാശങ്ങൾ വരുത്തിത്തീർത്തു. ഇറ്റലിയിൽ ഹിറ്റ്ലറുടെ സുഹൃത്തായ മുസോളിനിക്കെതിരെ സഖ്യശക്തികൾ ആക്രമണം തുടങ്ങിയെന്ന് അറിയാൻ കഴിഞ്ഞു.

സഖ്യശക്തികളുടെ അടുത്തലക്ഷ്യം ഫ്രാൻസിന്റെ മോചനമായിരിക്കുമെന്നാണ് ഏറ്റവും പുതിയ വാർത്തയിൽ നിന്നറിഞ്ഞത്. ഏതാനും നാളുകളായി ജയിലിലേക്ക് കത്തെഴുതാൻ അനുവാദമില്ലായിരുന്നു. വീണ്ടും അതിനുള്ള അനുമതി കിട്ടി. ഔദ്യോഗികമായി ഫോറം വാങ്ങി

വേണം കത്തെഴുതാനെന്ന് നിർബ്ബന്ധമുണ്ട്. കത്തെഴുതാൻ അനുമതി കിട്ടിയെങ്കിലും സന്തോഷിക്കാൻ സാധിച്ചില്ല. എഴുത്തുകൾ അദ്ദേഹത്തിന് കിട്ടുമോയെന്നുള്ള കാര്യത്തിൽ ഒരുറപ്പുമില്ല. തടങ്കൽപാളയത്തിലെ പരിതസ്ഥിതി എന്താണെന്ന് അറിയില്ല.

ഞങ്ങൾ അവസാനം സംസാരിക്കുമ്പോൾ സാർത്രേ *being and nothingness* എന്ന പുസ്തകമെഴുതിക്കൊണ്ടിരിക്കുകയായിരുന്നു. സാർത്രേ ആ രചന തുടരുന്നുണ്ടോ എന്നുപോലും പിന്നീടറിയാൻ സാധിച്ചില്ല.

ഔദ്യോഗിക ഫോറം വാങ്ങി വളരെ ചെറിയ ഒരു കുറിപ്പ് എഴുതി അയച്ചു. എന്തെല്ലാം പരിശോധനകൾക്ക് ശേഷമാവും ഈ കത്ത് സാർത്രേക്കു ലഭിക്കുക. ലഭിക്കുമെന്ന കാര്യത്തിൽപ്പോലും ഉറപ്പ് പറയാനാവില്ല. കാത്തിരിപ്പ്; വീണ്ടും വീണ്ടും നീളുന്ന കാത്തിരിപ്പ്.

ദിനവും അതിരാവിലെ എഴുന്നേറ്റ് വെളിച്ചം വീണു തുടങ്ങിയിട്ടില്ലാത്ത നിരത്തിലൂടെ ഞാൻ ഏകയായി നടക്കും. ഒറ്റയ്ക്കുള്ള ആ നടത്തത്തിനിടയിലാണ് എഴുതിക്കൊണ്ടിരിക്കുന്ന നോവലിനെക്കുറിച്ച് ആലോചിക്കുന്നത്.

കഥാപാത്രങ്ങളെ എവിടെയൊക്കെ വയ്ക്കണം, എങ്ങനെയൊക്കെ അവതരിപ്പിക്കണം, നോവലിനാവശ്യമായ ചരിത്രാഖ്യാനങ്ങൾ, മിത്തുകൾ ഇതെല്ലാം കണ്ടെത്തേണ്ട ആവശ്യകതയെക്കുറിച്ച്. എഴുത്തിൽ മാത്രമായി മനസ്സർപ്പിക്കാൻ ശ്രമിക്കുമ്പോഴും ചിന്തകൾ അടുക്കും ചിട്ടയുമില്ലാതെ മനസ്സിനെ കുഴക്കിക്കൊണ്ടിരിക്കും. വഴിയിൽ പരിചയത്തിൽപെട്ട ആരെയെങ്കിലും കണ്ടാൽ കുശലാന്വേഷണങ്ങൾ എല്ലാംതന്നെ യുദ്ധത്തെക്കുറിച്ചുള്ള പരാമർശങ്ങളിൽ എത്തും. കൂട്ടുകാരൻ ജീവനോടെയുണ്ടോ എന്ന മട്ടിലുള്ള പരിഹാസവചനങ്ങൾ വേദനയിലാഴ്ത്തും.

ഞാൻ നിശ്ശബ്ദയായി കുനിഞ്ഞുനിൽക്കും. അത്തരം പരാമർശങ്ങൾ നടത്തുന്നവർ തീർച്ചയായും ഈ പ്രവൃത്തി മനഃപൂർവം ചെയ്യുന്നതാണ്. വേണമെങ്കിൽ കഠിനമായ വാക്കുകൾകൊണ്ട് എനിക്കത്തരം ചോദ്യങ്ങളെ നേരിടാം. പക്ഷേ, ഞാൻ നിശ്ശബ്ദയാവുകയാണ് പതിവ്. ഇടയ്ക്ക് വീട്ടിൽ പോയി താമസിക്കും. ഭക്ഷണം കഴിക്കാനിരിക്കുമ്പോൾ മാത്രമാണ് അവിടെയും എല്ലാവരെയും നേരിടുന്നത്. ആരും ചോദ്യങ്ങൾ കൊണ്ട് ബുദ്ധിമുട്ടിക്കാറില്ല. എങ്കിലും എല്ലാവരുടെയും നിറംകെട്ടുപോയ ആഗ്രഹങ്ങളുടെ ദൈന്യത എന്നെ മൗനിയാക്കിക്കളയും.

എനിക്കും ദുഃഖമുണ്ട്, ദുഃഖം മാത്രം.

പരിഹാരമില്ലാത്ത ദുഃഖം.

ബന്ധുക്കൾക്കാർക്കും സാർത്രേയുടെ തുറന്ന സ്വഭാവവും, സ്ത്രീകളുമായുള്ള അടുപ്പവും അദ്ദേഹത്തിന്റെ കണ്ണുകളുടെ പ്രത്യേകതയും തുടർച്ചയായുള്ള പുകവലിയും ഇഷ്ടമല്ലായിരുന്നു. ഒരു കൂട്ടുകാരൻ എന്ന നിലയിൽ കൂടി സാർത്രേയെ ഞാൻ തെരഞ്ഞെടുത്തതിൽ ബന്ധുക്കൾ എന്നും കഠിനമായി എതിർപ്പ് പ്രകടിപ്പിച്ചിട്ടുണ്ട്. ജീവിതപങ്കാളിയെന്ന

നിലയിൽ അദ്ദേഹത്തെ കാണാൻ തുടങ്ങിയതും; വിവാഹിതരാവാതെ ഒരുമിച്ച് ജീവിക്കാമെന്നുള്ള തീരുമാനവുമൊന്നും ആർക്കും ഉൾക്കൊള്ളാൻ കഴിഞ്ഞിട്ടില്ല. സാർത്രേ യുദ്ധത്തടവുകാരനായപ്പോൾ സന്തോഷിച്ചവർ ഏറെയാണ്. ആ സമയംനോക്കി എന്നെ ഉപദേശിച്ചു നന്നാക്കാൻ ഇറങ്ങിപ്പുറപ്പെട്ടവരുണ്ട്. യുദ്ധത്തടവുകാരെ ഇനിയും എത്ര നാൾ തടവിൽ വയ്ക്കും എന്നറിയില്ല. എന്തെങ്കിലും കാര്യത്തിൽ വ്യക്തമായ ഉറപ്പ് കിട്ടിയിരുന്നെങ്കിൽ ജീവിക്കുന്നതിൽ അർത്ഥം കാണാമായിരുന്നു.

ചെയ്യുന്നതും ചിന്തിക്കുന്നതുമായ എല്ലാ കാര്യങ്ങളും യാന്ത്രികമായിപ്പോകുന്നു. നോവലെഴുത്തിൽ ശ്രദ്ധ കേന്ദ്രീകരിക്കാൻ ശ്രമിച്ചിട്ടും സാധിക്കുന്നില്ല. *ഓരോ രാത്രിയും* വാക്കിനും ആശയങ്ങൾക്കുമായി ഹൃദയവും തലച്ചോറും ഉരുകുകയല്ലാതെ മാറ്റമൊന്നുമില്ലാത്ത *ദിനരാത്രങ്ങൾ* കൊഴിഞ്ഞുവീഴുന്നു.

മുടങ്ങാതെ എഴുതുന്ന ഡയറിയിൽ കുറിച്ചുവച്ചു.

'എനിക്ക് സ്നേഹം കണ്ടെത്താൻ കഴിഞ്ഞില്ലയെങ്കിൽ ഞാൻ കവിത കണ്ടെത്തിയേക്കാം. കാരണം ഞാൻ നിരീക്ഷിച്ചുകൊണ്ടേയിരിക്കും. അനുഭവങ്ങൾ ഹൃദയത്തിൽ രേഖപ്പെടുത്തി വയ്ക്കും. ഒരു നിറം, ഒരു പുഞ്ചിരി അതെല്ലാം അഗാധമായി ഉണരും. എന്റെ ഭാവി എന്റെ ഉള്ളിലല്ല. അത് പലയിടങ്ങളിലായി ചിതറി കിടക്കുകയാണ്. പൂർണ്ണമായും അത് ജീവിതത്തിന്റെ മുദ്ര പതിഞ്ഞ പുരുഷന്റെ മുഖത്താണ്,'

ഈ യുദ്ധം യന്ത്രങ്ങളുടെ യുദ്ധമെന്നാവും അറിയപ്പെടുക. വിമാനങ്ങളുടെയും ടാങ്കുകളുടെയും യുദ്ധം. പീരങ്കികളുടെയും മുങ്ങിക്കപ്പലുകളുടെയും യുദ്ധം. സാങ്കേതിക വൈദഗ്ദ്ധ്യം ഉള്ള വൻ ശക്തിയുള്ളവർക്ക് മാത്രം ഉണ്ടാക്കാൻ സാധിക്കുന്ന യന്ത്രങ്ങൾ. സഖ്യശക്തിയുടെ ഏറ്റവും വലിയ ആയുധങ്ങൾ ഇത്തരം യന്ത്രങ്ങളുടെ ഉല്പാദനമായിരുന്നു. എന്നിട്ടും ജർമ്മനിയുടെമേൽ വിജയം വരിക്കാൻ സാധിക്കാതെ വരുന്നത് എല്ലാ രീതിയിലും ആശങ്കയ്ക്ക് കാരണമായിത്തീരുന്നു.

യുദ്ധം എന്നവസാനിക്കുമെന്ന അനിശ്ചിതാവസ്ഥ നിലനിൽക്കുന്നതിനാൽ യാതൊരുവിധ സംരംഭങ്ങളും ആരംഭിക്കാൻ സാധിക്കുന്നില്ല എന്ന് ഒരു സുഹൃത്ത് ആവലാതിപ്പെട്ടു. ഉള്ളതെല്ലാം കെട്ടിപ്പെറുക്കി പലായനം ചെയ്തവരാകട്ടെ തങ്ങളുടെ അസ്തിത്വം ഉറപ്പാക്കാൻ എവിടെയെല്ലാമോ അലഞ്ഞു തിരിയുന്നു. രണ്ടു ലോക മഹായുദ്ധങ്ങളെ നേരിട്ട മനുഷ്യർക്ക് ഇപ്പോഴുള്ള യുദ്ധം അവസാനിക്കുമോയെന്നതിനപ്പുറം ഇനിയും ആവർത്തിക്കുമോയെന്നുള്ള ഭയം ചൂഴ്ന്നുനിൽക്കുന്നു. ഇനിയൊരിക്കലും തങ്ങളുടെ ജീവിതം പഴയതുപോലെയാകില്ലെന്നും കാലാകാലങ്ങളോളം നീളുന്ന ദുരിതത്തിലേക്കെടുത്തെറിയപ്പെടുമെന്നും തീർപ്പ് കൽപ്പിച്ച് ആസന്നമായമരണവും പ്രതീക്ഷിച്ച് കഴിയുന്നവർ.

ഓരോ യുദ്ധവും വേദനകൾ മാത്രം തരുന്നു. അധികാരി ഒഴിച്ച്

മറ്റാരിലും ദർശിക്കാൻ കഴിയാത്ത പുഞ്ചിരിക്ക് വേണ്ടിയുള്ള പടയോട്ടമാണ് ഓരോ യുദ്ധവും. മരിച്ചുവീഴുമ്പോൾ രാജ്യത്തെയോർത്താവില്ല ഓരോ സൈനികനും മണ്ണിൽ വീണിരിക്കുക. അവരുടെയുള്ളിൽ, ആത്മാവിൽ രാജ്യസ്നേഹത്തിനപ്പുറം കെട്ടുപിണഞ്ഞുകിടക്കുന്ന ബന്ധങ്ങളുടെ വൈകാരികത അടഞ്ഞ കണ്ണുകളെപ്പോലും ഈറനണിയിച്ചിട്ടുണ്ടാകും.

1944 ജൂൺ

സഖ്യശക്തികൾ ജർമ്മനിക്കെതിരെ ശക്തമായ രീതിയിൽ തിരിച്ചടിച്ചു എന്നുള്ള വാർത്തകൾ കേട്ടുതുടങ്ങി. വിമാനങ്ങളുടെ അകമ്പടിയോടെ ഫ്രാൻസിന്റെ തീരപ്രദേശങ്ങളിൽ സഖ്യശക്തികളുടെ നാവികസേന ഇറങ്ങി. അതേ സമയത്ത് തന്നെ അമേരിക്ക മാഴ്സൽ പിടിച്ചെടുക്കുകയും ചെയ്തു. ഫ്രാൻസിന്റെ കിഴക്ക് ഭാഗത്ത് സഖ്യശക്തികളുടെ സൈന്യം ജർമ്മൻ പടയെ ആക്രമിച്ചുതുടങ്ങി. ഒരുപാട് നാളുകൾ സഖ്യശക്തിയോട് എതിരിട്ടുനിൽക്കാൻ ജർമ്മൻ സൈന്യത്തിന് കഴിഞ്ഞില്ല. ആഗസ്ത് ഇരുപത്തിയഞ്ചാം തീയതി ജർമ്മൻസേന സഖ്യശക്തികളുടെ മുന്നിൽ നിരുപാധികം അടിയറവ് പറഞ്ഞു. ആ സമയത്ത് തന്നെയാണ് ജനറൽ ഐസനോവറുടെ നേതൃത്വത്തിൽ ജർമ്മനിക്കെതിരെ വമ്പിച്ച ആക്രമണവും തുടങ്ങിയത്. റഷ്യക്കാരും ജർമ്മനിയെ ആക്രമിച്ചുകൊണ്ട് ബർലിനിലേക്ക് മുന്നേറുകയും ചെയ്തു. 1945 ഏപ്രിൽ ആയപ്പോഴേക്കും അവർ വിയന്ന പിടിച്ചെടുത്തു. ഐസനോവറുടെ സൈന്യം ബർലിനിൽ എത്തുന്നതിന് മുന്നേ റഷ്യക്കാർ ആ നഗരവും പിടിച്ചെടുത്തു കഴിഞ്ഞിരുന്നു.

യുദ്ധത്തിന്റെ ആദ്യഘട്ടത്തിൽ വിജയം നേടിയ ജർമ്മനി അടിയറവ് പറയാനുള്ള കാരണം യുദ്ധ യന്ത്രങ്ങളുടെ കാര്യത്തിൽ സഖ്യശക്തികൾ അവരേക്കാൾ മികച്ചുനിന്നിരുന്നുവെന്നതാണ്. അമേരിക്ക തങ്ങളുടെ രാജ്യത്തെ യുദ്ധതന്ത്രങ്ങളുടെ പണിപ്പുരയാക്കിക്കഴിഞ്ഞിരുന്നു. രണ്ടാം ലോകമഹായുദ്ധം മിക്ക രാഷ്ട്രങ്ങളും ഉൾക്കൊണ്ട യുദ്ധമായിത്തീർന്നു. യുദ്ധത്തിന്റെ കഷ്ടനഷ്ടങ്ങൾ സൈന്യത്തെക്കാൾ കൂടുതൽ ബാധിച്ചത് ജനങ്ങളെയായിരുന്നു. മരിച്ചതും കാണാതായതും ഏറെയും സ്ത്രീകളെയും കുട്ടികളെയുമായിരുന്നു. ലക്ഷക്കണക്കിന് ആളുകൾക്ക്

കിടപ്പാടം നഷ്ടമായി. ആയിരക്കണക്കിന് പട്ടണങ്ങളും ഗ്രാമങ്ങളും പൂർണ്ണമായും നശിപ്പിക്കപ്പെട്ടു. തടങ്കൽ പാളയത്തിൽ കഴിയുന്നവർ ഏറെയും രോഗംമൂലവും, ദുരിതംമൂലവും മരണപ്പെട്ടിരുന്നു. അവ ശേഷിച്ചവരാകട്ടെ മാനസികമായും ശാരീരികമായും ശേഷിയില്ലാത്തവരായി.

ജർമ്മനിയുടെ പരാജയത്തേക്കാൾ ഹിറ്റ്ലറുടെ ആത്മഹത്യ വാർത്തയാണ് എന്നെ അമ്പരപ്പിച്ചത്. നടുക്കത്തോടും, അത്ഭുതത്തോടുമാണ് ഹിറ്റ്ലറുടെ മരണവാർത്ത ജനങ്ങൾ ഉൾക്കൊണ്ടത്. അഡോൾഫിനെ പോലെ അഭിമാനിയും ധീരനുമായ ഒരു നേതാവിന് കീഴടങ്ങുന്നതിനേക്കാൾ അഭികാമ്യം സ്വയം മരിക്കുന്നതാണെന്ന് തോന്നിയിരിക്കാം.

ഹിറ്റ്ലറുടെ ഭീരുത്വമാണ് ആത്മഹത്യ എന്ന തരത്തിലാണ് പത്രങ്ങൾ ആ മരണം ആഘോഷിച്ചത്, പക്ഷേ, എനിക്കു തോന്നിയത്, സഖ്യശക്തികൾക്ക് കീഴടങ്ങിയാൽ നേരിടേണ്ടി വരുന്ന ക്രൂരമായ വിധിമുറയും അടിമത്തവും മുൻകൂട്ടി കാണാൻ മാത്രം ബുദ്ധിമാനാണ് ഹിറ്റ്ലർ എന്നായിരുന്നു. ഹിറ്റ്ലറെ ജീവനോടെ കിട്ടിയിരുന്നെങ്കിൽ സഖ്യശക്തികൾ അയാളുടെ ശരീരത്തെ ഏറ്റവും ക്രൂരമായ രീതിയിൽ അപമാനിക്കുകയും കീറിമുറിക്കുകയും ചെയ്തേനെ. ഒരു മനുഷ്യനു കൊടുക്കാവുന്ന ഏറ്റവും പരിഹാസ്യവും, ദയനീയവുമായ അന്ത്യമായിരിക്കും അയാൾക്ക് വേണ്ടി നടപ്പാക്കുക.

അഡോൾഫ് ഹിറ്റ്ലർ എനിക്കു ജന്മശത്രുവായിരുന്നു. ആ ആത്മഹത്യ വരെ. ആത്മഹത്യയോടെ അയാൾ ധീരനാവുകയും ചെയ്തു.

യുദ്ധത്തിന്റെ ഫലമായി ഉണ്ടായ പരിവർത്തനങ്ങളാണ് പിന്നീട് കമ്യൂണിസത്തിന്റെ വളർച്ചയ്ക്ക് സഹായകമായിത്തീർന്നത്. ഫ്രാൻസിലും ഇറ്റലിയിലും പ്രതിരോധപ്രസ്ഥാനങ്ങൾ ഉണ്ടായി. സോഷ്യലിസ്റ്റുകൾ പുതിയ ആശയങ്ങളും, നവീകരണങ്ങളുമായി ജനങ്ങളിൽ ഒരു നവലോകം സൃഷ്ടിച്ചെടുത്തു.

തടങ്കൽപാളയത്തിൽനിന്നും മോചിപ്പിക്കപ്പെട്ടവർ ഏറെയും കമ്യൂണിസ്റ്റ് പ്രസ്ഥാനത്തിൽ ആകൃഷ്ടരാവുകയും, അതുവരെയുള്ള ജീവിതവീക്ഷണങ്ങളെ ഉപേക്ഷിക്കുകയും ചെയ്തു. യുദ്ധത്തിനു ശേഷം ജനങ്ങളിൽ വന്ന മാറ്റം അത്ഭുതാവഹമായിരുന്നു. പ്രതികരിക്കാൻ പ്രാപ്തരായ ഒരു ജനത ഉയർന്നുവന്നതോടെ മുകൾത്തട്ടിൽ ഉള്ളവർ സാധാരണ ജനങ്ങളെ കരുതലോടെ വീക്ഷിക്കുവാൻ തുടങ്ങി.

പുനസമാഗമം

മുൻകൂട്ടി ചിട്ടപ്പെടുത്തിയ പദ്ധതികൾ ഒന്നുമില്ലാതെയാണ് ഞങ്ങൾ ജീവിക്കാൻ തുടങ്ങിയത്. സാർത്രേ തടങ്കലിലാകുംമുമ്പ് ജീവിതം എങ്ങനെയാകണം എന്നതിനെക്കുറിച്ചുള്ള നിലപാടുകൾ വ്യക്തമാക്കിയ വരായിരുന്നു ഞങ്ങളിരുവരും. യുദ്ധം എന്റെ ജീവിതത്തേയും കാഴ്ചപ്പാടുകളേയും മാറ്റിമറിച്ചു. ഭാവിയെക്കുറിച്ചുള്ള ആശങ്കകൾക്കോ സ്വപ്നങ്ങൾക്കോ പ്രസക്തിയില്ലാതായിത്തീർന്നു. ഇന്ന് ഇന്നു മാത്രമാണ് സത്യം. ഭൂതവും ഭാവിയുമൊന്നുമില്ല വർത്തമാനത്തിൽ മാത്രം ജീവിക്കുക. ഞങ്ങൾ യാത്രകളെ സ്നേഹിച്ചു. യാത്രകളിൽ നിന്നും കിട്ടുന്ന അറിവുകളെ അമൂല്യങ്ങളായ നിധിശേഖരങ്ങളായി കൂടെ കൊണ്ടുവന്നു. പരസ്പരം പങ്കിട്ടു. പങ്കിടുന്തോറും ഇരട്ടിക്കുന്ന അറിവിനുവേണ്ടി ദാഹിച്ചലഞ്ഞു നടന്നു. സാർത്രേയുടെ *being and nothingness* എന്ന നാടകത്തിലെ ആദ്ധ്യാത്മികഭാവമാണ് പലപ്പോഴും എന്റെ ചിന്തകളെ നയിച്ചത്.

മാസങ്ങൾക്ക് ശേഷം സാർത്രേ അമേരിക്കയിലേക്ക് പോയപ്പോൾ ഞാൻ എഴുത്തിലേക്കും അദ്ധ്യാപനത്തിലേക്കും പൂർണ്ണമായും മുഴുകി. *ദി എത്തിക്സ് ഓഫ് അബിക്യൂട്ടി* എഴുതാൻ തുടങ്ങിയതോടെ നോവൽ രചന മാറ്റിവയ്ക്കുകയും ചെയ്തു.

സ്വപ്നം കണ്ടതുപോലൊരു നോവൽ രചന എന്നെ സംബന്ധിച്ചു പൂർണ്ണപരാജയമായിരുന്നു. കഥാപാത്രങ്ങളെ ഉള്ളിൽ കൊണ്ട് നടക്കുകയും വികാരങ്ങളെ സ്വാംശീകരിക്കുകയും ചെയ്യുന്ന എഴുത്തിന്റെ സംഘർഷം എന്നെ തളർത്തി. നോവലെഴുത്ത് എനിക്കു തീവ്രമായ വേദന തന്നെയായിരുന്നു. യുദ്ധവും വേർപാടും സൃഷ്ടിച്ച മനക്ലേശവും ആശങ്കയും എന്നിൽ സൃഷ്ടിച്ച നിർമ്മമത അത്രമാത്രം തീവ്രവും നിരാശാഭരിതവുമായിരുന്നു. സാർത്രേയുടെ മടങ്ങിവരവ് ജീവിതത്തെ

മാറ്റിയെങ്കിലും ഭാവനയുടെ അതീന്ദ്രിയ ലോകം എന്നിൽനിന്നും നഷ്ടപ്പെടുകയും ചെയ്തു.

ഇതുവരെ എഴുതിയ തത്ത്വചിന്തകളോ മറ്റ് രചനകൾ പോലെയോ അല്ല ഈ നോവലെഴുത്ത് ആവേശം കൊള്ളിച്ചിരുന്നത്. പക്ഷേ, കഥാപാത്രങ്ങളെ അണിനിരത്തി മനുഷ്യവികാരങ്ങളെ പ്രതിഫലിപ്പിക്കുന്ന എഴുത്തിന്റെ മാന്ത്രികത വഴങ്ങാതെ നിൽക്കുന്നു. ഭാവനാസമ്പന്നയായ ഒരെഴുത്തുകാരിയല്ല ഞാനെന്ന വേദനയോടെ നോവലിന്റെ എഴുതിയ അദ്ധ്യായങ്ങൾ അലമാരയിലെടുത്ത് പൂട്ടിവെച്ചു. മനുഷ്യമനസ്സിന്റെ നിഗൂഢഭാവങ്ങളെ ആവിഷ്കരിക്കാനും കഥാപാത്രങ്ങളെ നയിച്ചുകൊണ്ടുപോകാനും പ്രാപ്തിയില്ലാത്തവിധം ശൂന്യമായിത്തീർന്നു എന്റെ ഭാവനയെന്ന് തിരിച്ചറിഞ്ഞിടത്ത് എന്നിലെ നോവലിസ്റ്റിന്റെ തൂലിക മാറ്റിവച്ചു.

നോവലെഴുത്ത് എന്നെ സംബന്ധിച്ച് എന്തായിരുന്നുവെന്ന് ഞാനെന്നോട് തന്നെ ചോദിച്ച് സംശയനിവാരണം നടത്താൻ ശ്രമിച്ചു കൊണ്ടിരുന്നു.

മരണത്തിനെക്കാളും അതിനു ശേഷമുള്ള പുനർജന്മമെന്ന വിശ്വാസത്തെക്കാളും അപകടമായതെന്തൊ അതായിരുന്നു എനിക്കു ഈ നോവൽ രചന.

ജീവിച്ചിരിക്കുമ്പോൾ ഭ്രാന്തരെന്നും മരണശേഷം തത്ത്വചിന്തകരെന്നും വിളിക്കപ്പെടുന്ന ഒരു വർഗ്ഗത്തിലേക്ക് മാറ്റിനിർത്തപ്പെടുകയും കാലത്തിന്റെ കണക്കെടുപ്പിൽ ഇതിഹാസങ്ങളായി പ്രതിഷ്ഠിക്കപ്പെടുകയും ചെയ്യുന്നവരെയാണോ എഴുത്തുകാരെന്ന് വിളിക്കുന്നത്.

അലമാരയിൽ പൂട്ടിവച്ച നോവലിലേക്ക് നോക്കുവാൻ പിന്നീടെനിക്ക് മനോധൈര്യമുണ്ടായില്ല. പഴയതായ എല്ലാം കുഴിച്ചുമൂടുവാനുള്ളതാണ്. പഴകിയ സ്വപ്നങ്ങൾ, പഴകിയ ചിന്തകൾ. മരണത്തിലൂടെ കടന്നുപോകുവാൻ മാത്രം ധൈര്യമുള്ളവർ തെരഞ്ഞെടുത്ത ആ പാത പലപ്പോഴും എന്നെ അധീരയാക്കുന്നു.

ഭാഗം രണ്ട്

ബാദ്ധ്യത

Two separate beings, in different circumstances, face to face in freedom and seeking justification of their existence through one another, will always live an adventure full of risk and promise

Simone de Beauvoir

കഴിഞ്ഞ രണ്ടു രാത്രിയും സാർത്രേ വളരെ വൈകിയാണ് വീട്ടിലെത്തിയത്. യാത്രയിലല്ലാതിരിക്കുന്ന സമയങ്ങളിൽ കഴിയുന്നത്ര ഒരുമിച്ചിരിക്കണമെന്ന് ഞാനാഗ്രഹിച്ചു. ഈയിടെയായി അദ്ദേഹത്തെ കണ്ടുകിട്ടാറില്ല. സാർത്രിന്റെ സുഹൃദ് വലയങ്ങളിലേക്ക് ക്ഷണിക്കപ്പെടാൻ യോഗ്യതയില്ലാത്തവളായി മാറ്റിനിർത്തുകയാണ് എന്നെയെന്ന് തിരിച്ചറിയുന്നുണ്ട്. രാത്രിയും പകലും സ്ത്രീകളുടെ വലിയൊരു വൃത്തം അദ്ദേഹത്തിന് ചുറ്റുമുണ്ടാകും. മിക്കവാറും ഏതെങ്കിലുമൊരു സ്ത്രീ സുഹൃത്തിനൊപ്പമാകും തങ്ങുക. അത്തരം സമാഗമങ്ങളെക്കുറിച്ചു പിന്നീട് വിശദീകരിച്ചു പറയുക സാർത്രിന്റെ വിനോദങ്ങളിൽ ഒന്നായിരുന്നു.

ആദ്യമൊക്കെ തമാശയായി കാണാൻ ശ്രമിച്ച അത്തരം പൊങ്ങച്ച കഥകൾ വെറും തമാശകൾക്കപ്പുറത്ത് സാർത്രേയുടെയുള്ളിൽ എന്നോടുള്ള മടുപ്പിന്റെ പ്രതികരണങ്ങൾ ആണെന്ന് മനസ്സിലായത് ഈ പെൺചങ്ങാത്തങ്ങൾ ആളുകൾക്കിടയിൽ സംസാരവിഷയമായപ്പോഴാണ്.

ഒളിഞ്ഞും തെളിഞ്ഞും സുഹൃത്തുക്കൾ പറയുന്ന പരിഹാസവചനങ്ങൾ കേൾക്കുമ്പോൾ ഉള്ളിൽ നിറയുന്ന വേദനയും ആകുലതയും ചുണ്ടുകളിൽ പ്രകടമാവാതിരിക്കാൻ കഷ്ടപ്പെട്ട് പുഞ്ചിരി വരുത്താൻ ശ്രമിച്ചു ഞാൻ പരാജയപ്പെടും.

ഏതാനും മാസങ്ങളായി സാർത്ര് പെരുമാറ്റംകൊണ്ടും, വിചാരം കൊണ്ടും ഏറെ മാറിക്കഴിഞ്ഞു. എന്തുകൊണ്ടാണ് ഇത്തരമൊരു മാറ്റമെന്ന് എത്ര ആലോചിച്ചിട്ടും പിടികിട്ടുന്നില്ല. ഇത്തരമൊരു അവസ്ഥ യോട് പൊരുത്തപ്പെടുക ദുഷ്കരമായിത്തീർന്നിരിക്കുന്നു.

ഞങ്ങൾ സ്നേഹവും സൗഹൃദവും പങ്കുവെച്ചു. എഴുത്തിനെക്കു റിച്ചും വായനയെക്കുറിച്ചും ചർച്ച ചെയ്തു. ഒരുമിച്ച് യാത്രകൾ നടത്തി. ഒരുമിച്ച് വീട് പങ്ക് വയ്ക്കാൻ തുടങ്ങിയപ്പോൾ ജീവിതം കുറേക്കൂടി മനോഹരമാകുമെന്ന് പ്രതീക്ഷിച്ചു.

മനസ്സും ശരീരവും ചെറുപ്പമായിരുന്ന സമയത്ത് വേവലാതി പ്പെടാനോ നിരാശപ്പെടാനോ ഒന്നുമില്ലായിരുന്നു. കാലം കാഴ്ചപ്പാ ടുകൾക്ക് മാറ്റം വരുത്തിയതോ, പ്രായം ശരീരത്തെ ആക്രമിച്ചു തുടങ്ങിയതിന്റേയോ എന്നറിയില്ല ഞങ്ങൾക്കിടയിലെ ബന്ധത്തിൽ വിള്ളലുകൾ ഉണ്ടാകാൻ തുടങ്ങി. എന്റെ സ്നേഹത്തിൽ സാർത്രേ അഭിമാനം കൊള്ളുന്നില്ലെന്നു തിരിച്ചറിഞ്ഞു തുടങ്ങിയ വേളയിൽ വ്യക്തി എന്ന നിലയിൽ എന്റെ വേദനയും ആരംഭിച്ചു. ആത്മാവ് പുകഞ്ഞുനീറി.

എന്റെ സ്വാതന്ത്ര്യത്തിൽ സിമോൺ കൈകടത്തരുത് എന്ന് സാർത്ര് ശാസിക്കുമ്പോഴൊക്കെ അപമാനത്താൽ ഞാൻ ഉരുകിയൊലിച്ചു. എന്താണ് സ്വാതന്ത്ര്യം!

ഒരാൾ തന്റെ സ്വാർത്ഥപരമായ നേട്ടങ്ങൾക്ക് വേണ്ടി പങ്കാളിക്കനു വദിച്ചു കൊടുക്കുന്ന ഉദാരതയാണോ?

എന്നിട്ടും സാർത്രേയെ വെറുക്കാനെനിക്കു കഴിഞ്ഞില്ല. ഒരേ സമയം ഹൃദയത്തിൽ അപമാനവും അഭിമാനവും ചുമന്നുകൊണ്ട് സ്നേഹി ക്കുന്നതെങ്ങനെയെന്ന് ഞാൻ പഠിച്ചു. ഉള്ളുലഞ്ഞുപിടയുമ്പോൾ രോഷാകുലയാകുന്ന സമയങ്ങളിൽ സാർത്ര് എന്നെ അവഗണിച്ചു നടന്നുപോയി. ജീവിതംകൊണ്ട് എന്തുനേടി എന്ന ചോദ്യത്തിനുമുന്നിൽ പകച്ചും പരവശപ്പെട്ടും പരിചയക്കാരെ അഭിമുഖീകരിക്കാൻ ധൈര്യ മില്ലാത്തവളായി ഞാൻ മാറി. സ്വയം മരിക്കാൻ ധൈര്യമില്ലാത്തവളായി എന്റെയുള്ളിൽ പെണ്ണൊരുത്തി ചതഞ്ഞരഞ്ഞുകിടന്നു.

വായനയിലും എഴുത്തിലും മനസ്സർപ്പിക്കാൻ ശ്രമിച്ചു പരാജയപ്പെട്ടു. ഒരു കാലത്ത് ഞാനെഴുതുന്നതെന്തും വായിക്കാൻ മനസ്സ് കാണിച്ചി രുന്നയാൾ ഇപ്പോൾ എന്റെ എഴുത്തിലേക്കോ ചിന്തകളിലേക്കോ ആശ യപ്രകടനങ്ങളിലേക്കോ തിരിഞ്ഞുനോക്കാൻ പോലും തുനിയുന്നില്ല. പാതിരാത്രിയിൽ സാർത്രേ എത്തുമ്പോഴും ഞാനുറങ്ങിയിരുന്നില്ല. കിടക്കയിലിരുന്നു കോട്ടഴിച്ചു മാറ്റുന്നതിനിടെ കൂടെയുണ്ടായ സ്ത്രീയെ ക്കുറിച്ച് സാർത്ര് വാചാലനായി.

“അവൾ ഏതോ പ്രഭു കുടുംബത്തിലെ വനിതയാണ്. എന്തൊരു വശ്യതയാണ് അവളുടെ ചിരിക്ക്. ഇതുപോലെ രുചിയുള്ള ചുണ്ടുകൾ

അടുത്തെങ്ങും ഞാൻ ആസ്വദിച്ചിട്ടില്ല. അവൾക്ക് ഏതാണ്ട് നിന്റെ പ്രായമുണ്ട്. ഒരു കുട്ടിയുടെ അമ്മ. പക്ഷേ, മാറിടത്തിന്റെ ദൃഢത ഒരു പെൺകുട്ടിയുടേത് പോലെ. ഒരു അഭ്യാസിയുടെ മെയ് വഴക്കം. ഇതുപോലുള്ള ഒരുത്തിയെ ഒരിക്കൽ അറിഞ്ഞാൽ മറക്കാൻ സാധിക്കില്ല. സിമോൺ കേൾക്കുന്നുണ്ടോ?"

കണ്ണുകൾ നിറയുന്നത് മറച്ചുകൊണ്ട് ഞാൻ തലയിണയിൽ മുഖമമർത്തി കിടന്നു. എനിക്ക് വശ്യമായ ചിരിയോ, തുടുത്ത ചുണ്ടുകളോ ഉണ്ടായിരുന്നില്ല. മദ്ധ്യവയസ്സ് പിന്നിട്ട സ്ത്രീയുടെ ശരീരത്തിനു സംഭവിക്കാവുന്ന ഇടിവുകളൊക്കെ ശരീരത്തിനു സംഭവിച്ചുകഴിഞ്ഞു. തൊലികളിൽ ചുളിവും, കാലുകൾക്ക് ബലഹീനതയും വന്നുചേർന്നു. സൗന്ദര്യം സംരക്ഷിക്കാനോ ആരോഗ്യം പരിപാലിക്കാനോ വേണ്ടിയല്ല ഞാൻ സമയം ചെലവഴിച്ചിരുന്നത്. ദിവസത്തിൽ മണിക്കൂറുകളോളം പഠിപ്പിച്ചും, യാത്രചെയ്തും, രാത്രികളിൽ ഉറക്കമിളച്ചു എഴുതിയും എന്നിലെ സ്ത്രീയെ മറന്നുപോയിരുന്നു.

സാർത്രേയുടെ പുറം മോടിയിലേക്ക് ഞാനൊരിക്കലും കണ്ണോടിച്ചില്ല. കാരണം സാർത്രേ എനിക്കു ഊർജ്ജവും, വഴികാട്ടിയുമായിരുന്നു. അതാകട്ടെ എന്റെ ആത്മാവിന്റെ ആവശ്യവും.

"നീ ഉറങ്ങിയോ?"

സാർത്ര് എന്നെ തൊട്ട് വിളിച്ചു.

"ഇല്ല." ശബ്ദം പതറാതിരിക്കാൻ ശ്രമിച്ചുകൊണ്ട് ഞാൻ തിരിഞ്ഞു കിടന്നു.

"മുഖം വീർപ്പിച്ചു കിടക്കുന്നതെന്തിന്."

"നിങ്ങൾ പറയുന്നതിനൊന്നും എനിക്ക് മറുപടിയില്ല സാർത്ര്. ഒരു പുരുഷൻ എന്നുള്ള സ്വാതന്ത്ര്യത്തിൽ എന്തും ചെയ്യാൻ നിങ്ങൾക്കധികാരമുണ്ട്. പക്ഷേ, അത്തരം അനുഭവങ്ങളെക്കുറിച്ചു വർണ്ണിക്കുമ്പോൾ എന്നിലത് വേദനയുണ്ടാക്കുന്നുണ്ട് എന്നെങ്കിലും മനസ്സിലാക്കണം."

"വേദന എന്ന വാക്ക് അനാവശ്യമായ പരാമർശമാണ് സിമോൺ. ഞാൻ എങ്ങനെയുള്ളവനോ ആകട്ടെ നിന്റെയൊപ്പം സൗഹൃദം പങ്കുവെച്ച് ജീവിക്കുന്നില്ലേ. അത്രമാത്രം ചിന്തിച്ചാൽ പോരേ?"

"അതുമതിയോ!" എന്നിൽ രോഷം നിറഞ്ഞു. "ഇതേ സാഹചര്യം നിങ്ങൾക്കാണെങ്കിലോ. നിങ്ങളോട് മറ്റൊരു പുരുഷനെക്കുറിച്ചു ഞാനാണ് ഇതുപോലെ സംസാരിച്ചിരുന്നതെങ്കിലോ?"

"ഞാൻ പുരുഷനും നീ സ്ത്രീയുമാണ് സിമോൺ. സ്ത്രീകൾക്ക് സമൂഹം അനുവദിച്ചിരിക്കുന്ന ചില ചിട്ടവട്ടങ്ങൾ ഉണ്ട്. നിനക്കും അത് ബാധകമാണ്. അല്ലാതെയും ജീവിക്കാം. നീ സ്വതന്ത്രയാണല്ലോ."

"ഓഹോ!" ഞാൻ പരിഹാസപൂർവ്വം കിടക്കയിൽ എഴുന്നേറ്റിരുന്നുകൊണ്ട് ചോദിച്ചു. "ചിട്ടവട്ടങ്ങൾ അനുസരിക്കേണ്ടവളാണ് സ്ത്രീയെന്ന് എന്നു മുതലാണ് നിങ്ങൾ പഠിച്ചത്? എങ്കിൽ അത് എനിക്ക് മാത്രമാണോ ബാധകമാകുന്നത്. ഈ രാത്രി വരെ നിങ്ങളോടൊപ്പം ഉറങ്ങിയ നൂറുക

ണക്കിന് സ്ത്രീകൾക്ക് ബാധകമാകാത്ത നിയമം അല്ലേ?"

"നീ ഒരാളോടൊപ്പം ശരീരം പങ്കുവയ്ക്കുന്നതിൽ എനിക്ക് തടസ്സമൊന്നുമില്ല സിമോൺ. നിന്റെ ശരീരം നിന്റെ സ്വത്താണ് അതെങ്ങനെ കൈകാര്യം ചെയ്യണമെന്ന് തീരുമാനിക്കാനുള്ള അവകാശവും നിനക്കുണ്ട്."

"നിങ്ങളെനിക്ക് സ്വാതന്ത്ര്യം അനുവദിക്കുന്നത് സ്വയം സ്വതന്ത്രനാവാനാണ് സാർത്ര്. പക്ഷേ, എനിക്കനുവദിച്ചു തരുന്ന സ്വാതന്ത്ര്യം വെറും വാക്കുകളിൽ മാത്രം ഒതുങ്ങുന്നതാണ്. വാക്കുകൾകൊണ്ട് പറയുകയും പെരുമാറ്റങ്ങളിൽ ചട്ടം ഏർപ്പെടുത്തുകയും ചെയ്യുന്നത് എന്തുതരം അനുവദിക്കലാണ്. ഞാൻ സ്വതന്ത്രയാവാൻ ആഗ്രഹിക്കുന്നില്ല. സ്നേഹത്തിന്റെ അടിമയാകുന്നതാണ് എന്റെ ആനന്ദം."

"എന്നെ അടിമയാക്കാമെന്നാണോ നീ ഉദ്ദേശിക്കുന്നത്?"

സാർത്ര് ക്രോധത്തോടെ അലറി.

"അല്ല. നിങ്ങൾ അടിമയാകുന്നത് സിമോൺ എന്ന ഏതോ ഒരു സ്ത്രീയുടെ മുന്നിലാവാൻ ഞാനും ആഗ്രഹിക്കുന്നില്ല. പക്ഷേ, പ്രാണനെപോലെ സ്നേഹിക്കുകയും, വിശ്വസിക്കുകയും ചെയ്ത കൂട്ടുകാരിയെന്ന നിലയിൽ എന്റെ സ്നേഹത്തിന്റെ അടിമയാവണമെന്ന് ഞാനാഗ്രഹിക്കുന്നു. അതല്ല എന്റെ സ്നേഹം ബാദ്ധ്യതപോലെ ഭാരമാവുന്നുവെങ്കിൽ നമുക്ക് പിരിയാം സാർത്ര്?"

പിരിയാം എന്ന വാക്ക് സാർത്രേയെ ഞെട്ടിച്ചെന്ന് തോന്നി. എങ്കിലും അത് പുറമെ നടിക്കാതെ മുഖം കോട്ടിക്കൊണ്ട് എഴുന്നേറ്റ് മുറിക്ക് പുറത്തേക്ക് പോയി.

എനിക്കെഴുന്നേൽക്കാൻ തോന്നിയില്ല. എഴുത്തുമുറിയിൽനിന്നും ചെറിയ ശബ്ദത്തിൽ പാട്ട് കേൾക്കുന്നുണ്ട്. പുകയിലയുടെ ഗന്ധവും.

സാർത്ര് പുകവലി തുടങ്ങിക്കാണും. മാനസിക സമ്മർദ്ദം ഏറുന്ന വേളയിൽ തുടർച്ചയായി പുകവലിച്ചുകൊണ്ടേയിരിക്കും. എനിക്ക് നിസ്സഹായത തോന്നി. ഈ ബന്ധം ഏറക്കുറെ വഷളായിത്തുടങ്ങി. ദിവസവും ഓരോ പ്രശ്നങ്ങൾ.

നിന്റെ എഴുത്തും പ്രശസ്തിയും സാർത്രേയെ അസഹ്യതപ്പെടുത്തുന്നുണ്ട് എന്നെനിക്ക് തോന്നുന്നുവെന്ന് ഒരിക്കൽ ആൽഗ്രെൻ പറഞ്ഞത് ഓർമ്മ വന്നു.

അന്നത് കേട്ടപ്പോൾ ചിരിയാണ് വന്നത്. ഒരിക്കലും അങ്ങനെ സംഭവിക്കില്ലെന്ന് തർക്കിച്ചു. സാർത്രേക്കുള്ളതുപോലെ എന്റെ എഴുത്തിൽ മറ്റാർക്കും താൽപ്പര്യമോ സന്തോഷമോ ഇല്ലായെന്ന് വാദിച്ചു ജയിച്ചു.

ഇപ്പോഴായി പല സന്ദർഭങ്ങളിലും എന്നെ ഇടിച്ചു താഴ്ത്തും വിധത്തിലുള്ള സാർത്രിന്റെ പരാമർശങ്ങൾ, മറ്റെഴുത്തുകാരികളുമായുള്ള താരതമ്യങ്ങൾ എന്താണ് സൂചിപ്പിക്കുന്നത്. എഴുത്തുകാരിയെന്ന നിലയിലും അദ്ദേഹത്തിനു എന്നോടു തൃപ്തിക്കുറവ് വന്നെന്നോ. എന്റെ

രചനകൾക്ക് അദ്ദേഹത്തെ സ്വാധീനിക്കാനാവുന്നില്ലേ. എവിടെയാണ് ഞങ്ങൾക്കിടയിൽ അകൽച്ച സംഭവിച്ചത്. വർഷങ്ങൾക്ക് മുമ്പ് വരെ പരസ്പരം നടത്തിയിരുന്ന ബുദ്ധിപരമായ ചർച്ചകളോ ആശയവിനിമയങ്ങളോ ഞങ്ങൾക്കിടയിലിപ്പോഴില്ല. ഏതെങ്കിലും വിഷയത്തിൽ അഭിപ്രായം പറഞ്ഞാൽ നീയതിൽ തലപുകയ്ക്കണ്ട എന്ന മട്ടിൽ ശാസിക്കും. അല്ലെങ്കിൽ നിനക്കു ബോധമുണ്ടോ സിമോൺ എന്ന പരിഹാസവും. ബോധമുണ്ടോ എന്ന വാക്ക് മൂർച്ചയേറിയ ആയുധം കൊണ്ടെന്നപോലെ മുറിവേൽപ്പിക്കുന്നു. അദ്ദേഹം മറ്റ് സ്ത്രീകളുമായി ബന്ധമുണ്ടാക്കുന്നതിൽ യാതൊരുവിധ വിയോജിപ്പും എനിക്കുണ്ടായിരുന്നില്ല. അത് കേവലം ശരീരത്തിന്റെ ആവശ്യം മാത്രമായി കാണാൻ എനിക്കു സാധിച്ചിരുന്നു. അത്തരം ബന്ധങ്ങളിൽ നിൽക്കുമ്പോഴും സാർത്രേയുടെ ജീവിതത്തിലെ ഏറ്റവും വേണ്ടപ്പെട്ടയാൾ ഞാനായിരുന്നു എന്നു വിശ്വസിച്ചിരുന്നു. എന്റെ ചെറിയ പെൺകുട്ടിയെന്ന് എത്രയേറെ പ്രണയത്തോടും ഓമനിച്ചുമാണ് അദ്ദേഹം വിളിച്ചിരുന്നത്. കഴിഞ്ഞ കുറെനാളുകളായി സിമോൺ എന്ന് ആധികാരികമായി വിളിക്കുകയും കലഹിക്കുകയും ചെയ്യുന്ന ഈ വ്യക്തി ആരാണ്. ഇദ്ദേഹത്തെയാണോ ഞാൻ ആരാധിക്കുകയും പ്രണയിക്കുകയും ചെയ്തത്. ഏറ്റവും സാധാരണക്കാരനായ പുരുഷനെപ്പോലെ പെരുമാറുകയും, കലഹിക്കുകയും മേൽക്കോയ്മ പ്രകടിപ്പിക്കുകയും ചെയ്യുന്ന ഈ മനുഷ്യനെയല്ല ഞാൻ വിശ്വസിക്കുകയും ആവേശത്തോടെ പ്രണയിക്കുകയും ചെയ്തത്.

വീണ്ടും വീണ്ടും തിരഞ്ഞെടുപ്പുകളിൽ പരാജിതയായ ഒരുവളുടെ അപമാനം ഉള്ളിലെരിയുന്നു. സാർത്ര് എന്നെ താരതമ്യത്തിനു വിധേയയാക്കുമ്പോഴൊക്കെ എന്നിൽ ഒരു കൗമാരക്കാരി കരയുവാൻ തുടങ്ങും. ഒരിക്കൽ മാതാപിതാക്കളാൽ താരതമ്യം ചെയ്യപ്പെട്ടവൾ. പിന്നീട് കാമുകനാൽ പരിത്യജിക്കപ്പെട്ടവൾ. എല്ലാത്തിൽ നിന്നുള്ള രക്ഷപ്പെടലും അഭിമാനബോധവും ആയിരുന്നു സാർത്രേയുടെ സ്നേഹം. അവിടെ എന്നുമെന്നും ഞാൻ പൂർണ്ണയായിരിക്കുമെന്ന് വിശ്വസിച്ചു.

ആ രാത്രിയിലെ പിണക്കം ഏതാനും ദിവസം നീണ്ടുനിന്നു. പരസ്പരം സംസാരിക്കുന്നു, ഭക്ഷണം കഴിക്കുന്നു, രണ്ടു വഴിക്ക് ഇറങ്ങിപോവുകയും, ഒരേ വഴിയിലേക്ക് വന്നുകയറുകയും ചെയ്യുന്നു. ഒരുമിച്ചുള്ള യാത്രകളേക്കാൾ തനിച്ചുള്ള യാത്രകളാണ് നല്ലതെന്ന് എനിക്കും തോന്നി തുടങ്ങി. ഔദ്യോഗിക കാര്യങ്ങളിൽ ഒരുമിച്ച് പോകേണ്ടിവരുമ്പോഴും ഞങ്ങൾ സംസാരിക്കാൻ മറന്നു.

ചിലപ്പോഴൊക്കെ ഹൃദയത്തിന്റെ വേദന അടക്കാൻ പാടുപെട്ടുകൊണ്ട് സ്വയം ചോദിച്ചു. എന്തിനായിരുന്നു എനിക്കൊരു കൂട്ടുകാരൻ. ഒരു പുരുഷന്റെ സാമീപ്യമോ, ശാരീരികമായ വേഴ്ചയോ എന്തുതരം സംതൃപ്തിയാണ് നൽകിയത്. പ്രണയം കേവലം ആദർശം മാത്രമായി തീർന്നിരിക്കുന്നു. ആദർശം ഉപേക്ഷിക്കാൻ അഭിമാനം അനുവദിക്കാത്തത് കൊണ്ടുമാത്രം ഇപ്പോഴും ചുമന്നുകൊണ്ട് നടക്കുകയും ചെയ്യുന്നു.

സ്ത്രീകളുടെ അവകാശങ്ങളെക്കുറിച്ചു ഞാനെഴുതിയ ലേഖനത്തെക്കുറിച്ച് സാർത്ര് പറഞ്ഞ നിന്ദാഭരിതമായ വാക്കുകൾ ചെവിയിൽ മുഴങ്ങുന്നു.

ശരീരം പങ്ക് വയ്ക്കാൻ സ്വാതന്ത്ര്യം ആഘോഷിക്കുന്നത് മാത്രമാണ് സ്ത്രീ സ്വാതന്ത്ര്യമെന്നാണ് അദ്ദേഹത്തിന്റെ വാദം.

രാഷ്ട്രീയമോ, സാമൂഹികമോ ആയ രംഗങ്ങൾ കൈകാര്യം ചെയ്യാനും, അഭിപ്രായം പറയാനും പ്രാപ്തിയുള്ളവർ അല്ല സ്ത്രീകൾ എന്നും അവർ പാചകം ചെയ്യാനും പ്രസവിക്കാനും മാത്രമുള്ള ജീവികളാണെന്നുമുള്ള വാദഗതി നിരത്തും. തുടർച്ചയായുള്ള ഇത്തരം പരാമർശങ്ങൾ കുറച്ചൊന്നുമല്ല എന്നിൽ നിരാശയും, അപമാനവും നിറച്ചത്. എന്തിന് വേണ്ടിയാണ് ഈ ബന്ധത്തിൽ ആശ്രയം കണ്ടെത്താൻ വീണ്ടും വീണ്ടും ശ്രമിച്ചു അപമാനിക്കപ്പെടുന്നതെന്ന് എത്ര ആലോചിച്ചിട്ടും ഉത്തരം കിട്ടിയില്ല.

ചോദ്യങ്ങൾക്കുള്ളിൽ ഉത്തരങ്ങളും, ഉത്തരങ്ങൾക്കുള്ളിൽ ചോദ്യങ്ങളും തിരഞ്ഞു ദുഃഖിക്കുമ്പോഴും ഉപേക്ഷിക്കാൻ പറ്റാത്തവിധം ഈ മനുഷ്യൻ എന്റെ ജീവിതത്തിന്റെ ഭാഗമായിത്തീർന്നിരിക്കുന്നു.

ഉപ്പ് പോലെയാണ് ഈ വ്യക്തിയോടുള്ള സ്നേഹം. ഇല്ലാതായാൽ ഊർജ്ജം നഷ്ടപ്പെടുന്ന ഒന്ന്.

ജീവിതത്തിലെ ഇതുവരെയുള്ള അനുഭവങ്ങളെ വിലയിരുത്തുമ്പോൾ രസകരമായ ചിന്ത കടന്നുവരുന്നു.

"മനുഷ്യൻ കൂടുതൽ കാലം ജീവിക്കുന്തോറും പഴയ വിജയങ്ങളൊക്കെ പരാജയങ്ങളായും പഴയ പരാജയങ്ങളൊക്കെ വിജയങ്ങളായും മാറുന്നത് കാണാൻ സാധിക്കും. അങ്ങനെയെങ്കിൽ ഒരുവേള കാലത്തിന്റെ കണക്കെടുപ്പിൽ ഇന്നിന്റെ പരാജയബോധവും വേദനയും വിജയത്തിലേക്കുള്ള ചവിട്ടുപടിയായി തീർന്നേക്കാം."

അങ്ങനെ വിശ്വസിക്കാനും ആഗ്രഹിക്കുവാനുമാണ് ഞാനിപ്പോൾ ശ്രമിക്കുന്നതും.

സാർത്രിനു എന്നോടുള്ള മതിപ്പില്ലായ്മയാണോ സ്നേഹാധിക്യം കൊണ്ടുള്ള സ്വാർത്ഥതയാണോ ഇത്തരം പരാമർശങ്ങളിലൂടെ ഉദ്ദേശിക്കുന്നതെന്ന് മനസ്സിലാകുന്നില്ല. ചിന്തകളും വേദനകളും അലട്ടുമ്പോഴും ഉത്തരവാദിത്വങ്ങളിൽനിന്നും ഒഴിഞ്ഞുമാറാൻ കഴിയാതെ എനിക്കെന്റെ വഴികളിലൂടെ യാത്രചെയ്യേണ്ടിയും വന്നു.

ഞാൻ നിന്നെ എന്റെ ചിറകിനടിയിൽ സൂക്ഷിക്കാൻ പോകുന്നു. ഒരിക്കൽ സാർത്രേ പറഞ്ഞ വാക്കുകൾ ഓർമ്മ വരുന്നു. എന്തായിരുന്നു അദ്ദേഹം ആ വാക്കുകൾകൊണ്ട് അർത്ഥമാക്കിയത്?

എന്നുമെന്നും ഞാനദ്ദേഹത്തിന്റെ ചിറകിൻകീഴിൽ ആയിരിക്കണമെന്നോ. ഒരു പക്ഷി ചിറകുകൾക്ക് ബലം ലഭിക്കുമ്പോൾ താഴേക്കല്ല ആകാശവിശാലതയിലേക്കാണ് പറക്കുവാൻ ആഗ്രഹിക്കുന്നത്.

എങ്കിൽപ്പോലും ഓരോ പറക്കലിന് ശേഷവും തന്റെ കൂട്ടിലെ ഇത്തിരിയിടത്തിലേക്ക് മടങ്ങുകയും ചെയ്യും.

സാർത്ര് ഭയക്കുന്നുണ്ടോ!

ഞങ്ങളിൽ ആരെയാണ് ഭയം പിടികൂടിയിരിക്കുന്നത്. അടുത്ത ദിവസങ്ങളിൽ ഏതെങ്കിലും ഒരു ദിവസം ഞങ്ങളിരുവരും വീണ്ടും രണ്ടുവഴികളിലൂടെ യാത്ര തുടങ്ങും. ചിലപ്പോൾ എനിക്കിവിടെ തന്നെ നിൽക്കേണ്ടി വന്നേക്കാം. സാർത്രേ പോകുമെന്നുറപ്പാണ്. അതിനുള്ള തയ്യാറെടുപ്പുകൾ തുടങ്ങിക്കഴിഞ്ഞിരിക്കുന്നു. ഈ യാത്രയിൽനിന്നും ഞാനൊഴിവാക്കപ്പെട്ടിരിക്കുന്നു. പത്രാധിപർ എന്ന നിലയിൽ എഴുത്തുകാരുമായി ചർച്ചകളും കൂടിക്കാഴ്ചകളും നടത്തേണ്ടത് അനിവാര്യതയാവും എന്നതിനാൽ ഇത്തരം ഒഴിവാക്കലുകൾ മനോവേദന ഉളവാക്കുന്നില്ല. സംഘർഷങ്ങൾ ഒഴിവാക്കാനുള്ള ഏറ്റവും വലിയ ആയുധം മൗനമാണെന്ന് തിരിച്ചറിഞ്ഞു കഴിഞ്ഞു.

സ്വാതന്ത്ര്യം + പ്രണയം = പൂജ്യം

ചില കണക്കുകൂട്ടലുകൾ അങ്ങനെയാണ്. കണക്കിന്റെ ചിട്ടവട്ടങ്ങളെ ഭേദിക്കും. ജീവിതത്തിന്റെ കണക്കുകളും അങ്ങനെതന്നെ. ശിഷ്ടം പലപ്പോഴും പൂജ്യം തന്നെയായിരിക്കും. വേണമെങ്കിൽ ആ പൂജ്യത്തിൽ നിന്നുതന്നെ തുടങ്ങാം. പൂജ്യത്തിന് മുന്നിലോ പിന്നിലോ എഴുതിച്ചേർക്കാവുന്ന അക്കസംഖ്യയാണ് ജീവിതം.

വളരെ നാളുകൾക്ക് ശേഷം സാർത്ര് എനിക്കെഴുതി.

"സിമോൺ,

എനിക്കും നിനക്കുമിടയിലെ സംഘർഷങ്ങൾക്ക് അയവു വന്നിരിക്കുന്നു. നീ കരുതുംപോലെ സുതാര്യമായതെന്ന് നമ്മൾ കരുതുന്ന എല്ലാബന്ധങ്ങളും അങ്ങനെയല്ല. സ്വകാര്യതയെന്നത് വ്യക്തിയുടെ സ്വാതന്ത്ര്യമാണ്. അതൊരിക്കലും ഒരാൾക്കെതിരെ കുറ്റപത്രം നിർത്താനുള്ള കാരണമല്ല."

വളരെ നാളുകൾക്ക് ശേഷം സാർത്രേ എനിക്കെഴുതിയിരിക്കുന്നു എന്നത് സന്തോഷം ഉളവാക്കിയെങ്കിലും ആ കത്ത് വായിച്ചു ദിവസങ്ങളോളം മാനസികമായ ഒരു പീഡ അലട്ടിക്കൊണ്ടിരുന്നു. ഒരാഴ്ച പിന്നിട്ടപ്പോൾ സ്വയം കരുത്താർജ്ജിക്കാൻ എനിക്കു സാധിക്കുകയും ചെയ്തു. ഞാൻ ഇന്നലെ പ്രണയത്തിൽപ്പെട്ട ഒരുത്തിയല്ല. ഇനിയീ പ്രായത്തിൽ പ്രണയത്തെ ഓർത്ത് വേവലാതി പെടുന്നത് ലജ്ജാകരമാണെന്ന് തിരിച്ചറിയേണ്ടിയിരിക്കുന്നു. അല്ലെങ്കിൽ പ്രണയിക്കാൻ ഏതാണ് കൃത്യമായ പ്രായം. പതിനേഴിൽ അതെന്നിൽ ഉത്സവവും പ്രക്ഷോഭവുമായിരുന്നു. ഇരുപതിൽ അതെന്നിൽ ആനന്ദം നിറച്ചു. മദ്ധ്യവയസ്സ് പിന്നിട്ടതോടെ പ്രണയം എന്നെ ദുർബ്ബലയാക്കിക്കൊണ്ടിരുന്നു. ചെറിയ പെൺകുട്ടികളെ കാണുമ്പോൾ ഉള്ളിൽ അസൂയ നിറഞ്ഞു. അവരുടെ ചുറുചുറുക്കവും ഉത്സാഹവും എനിക്ക് നഷ്ടപ്പെട്ടു

കൊണ്ടിരിക്കുന്നു. എന്റെ ചെറുപ്പത്തിൽ കടുത്ത സദാചാരബോധത്താൽ ജീവിതം ആസ്വദിക്കാനേ സാധിച്ചില്ല. സദാചാരബോധം ഉപേക്ഷിച്ച പ്പോൾ യുദ്ധം വന്നു. പുതിയ തലമുറ എല്ലാം തട്ടിത്തെറിപ്പിക്കാൻ പ്രാപ്തിയുള്ളവരാണ്. അവർക്ക് ശാസനകളെയോ, നിയമങ്ങളെയോ ഭയമില്ല. ഒരുപക്ഷേ, എന്റെ അച്ഛനമ്മമാർ ഉൾപ്പെടുന്ന മുൻതലമുറ ഞങ്ങളുടെ നേർക്ക് ഇതുപോലെ തന്നെയാവും വീക്ഷിച്ചിരുന്നതും.

ഇന്ന് അവധിയായതിനാൽ കുറച്ചധികം കാര്യങ്ങൾ പ്ലാൻ ചെയ്തി രുന്നു. ഉച്ചവരെ സുഹൃത്തുക്കളുമായി നഗരത്തിൽ ചുറ്റിക്കറങ്ങി. വൈകു ന്നേരങ്ങളിൽ മിക്കവാറും എന്തെങ്കിലും മീറ്റിങ്ങുകളോ ചർച്ചകളോ കാണും. അത്തരം ചടങ്ങുകൾ ശരിയായ വിധത്തിൽ അല്ല ചിട്ടപ്പെടു ത്തിയിരിക്കുന്നതെങ്കിൽ മടുപ്പുളവാകും. പരിചിതരും അപരിചിതരുമായ എഴുത്തുകാർ വരും. പത്രക്കാർ കാണും. ഏറെ പേരും സ്വയം പുകഴ്ത്തൽ എന്ന ചടങ്ങാവും ഭംഗിയായി നിർവ്വഹിക്കുക. മണിക്കൂറുകൾ വേദി കൈയടക്കി വയ്ക്കും. സദസ്സിലുള്ളവർ സാമാന്യം സഹനശക്തി യുള്ളവരാണെങ്കിൽ കുറച്ചു മണിക്കൂറുകൾ സീറ്റുകളിൽ ഉണ്ടാവും. അവ ശേഷിക്കുന്നവർ പരസ്പരം കുടുംബകാര്യങ്ങളോ, പൊതുവിഷയങ്ങളോ ചർച്ച ചെയ്യും. ക്ഷണിക്കപ്പെട്ട അതിഥിയായതുകൊണ്ടു പാതിയൊഴിഞ്ഞ സീറ്റുകൾ നോക്കി ഉദാസീനതയോടെ ചടങ്ങുകൾ തീരുംവരെ ഇരുന്നു കൊടുക്കും. മാനസികമായ പീഡനം തന്നെയാണ് ഇതെല്ലാമെങ്കിലും ഒരു പൊതുജീവിയായിത്തീർന്നതിനാൽ അത്തരം സഹിക്കലുകൾ അനിവാര്യമായി തീർന്നിരിക്കുന്നു.

ഗിയോമെറ്റിയുടെ ചിത്രപ്രദർശനത്തെക്കുറിച്ച് സാർത്രേ എഴുതിയ ഒരു ലേഖനത്തെ പരാമർശിച്ചു മീറ്റിങ്ങിനിടയിൽ ചിലർ ചർച്ച നടത്തി. സ്ഥിരമായി വായിക്കുന്നവരായിരുന്നു അവരിൽ പലരും. സാർത്രേയുടെ രചനകളെ ആവേശപൂർവ്വം വായിക്കുന്നയാളുകൾ. ആ ലേഖനം ഞാനും വായിച്ചിരുന്നു. ഏതോ ഒരാൾ ജേർണൽ എടുത്തു അയാൾക്കേറ്റവും ഇഷ്ടപ്പെട്ട ഒരു ഭാഗം വായിച്ചു.

"നമ്മുടെ നിഴലുകളാൽ ഒരു ലോകത്തെ സൃഷ്ടിക്കാൻ സാദ്ധ്യമല്ല. പിന്നെയുള്ളത് ശൂന്യതയാണ്. ഏതിൽനിന്നും ഏതിലേക്കുമുള്ള സാർവ്വത്രികമായ ദൂരം!"

സാർത്രേയുടെ ആ വരികൾ യഥാർത്ഥത്തിൽ എന്നെയും ഉലച്ചിരുന്നു. അദ്ദേഹം ആ വരികൾകൊണ്ട് എന്തെല്ലാമാണ് അർത്ഥ മാക്കിയതെന്ന് എനിക്ക് വ്യക്തമായില്ല.

മീറ്റിങ് കഴിഞ്ഞു വീട്ടിലെത്തിയപ്പോൾ സാർത്രേയുടെ ഒരു കത്തുകൂടി വന്നുകിടപ്പുണ്ടായിരുന്നു. കവി നെരൂദയെക്കുറിച്ച് വിശേഷിപ്പിച്ച് എഴുതിയിരുന്ന കത്തായിരുന്നു അത്. ഞങ്ങളുടെ എക്കാലത്തെയും ആരാദ്ധ്യനായ നെരൂദയെ കണ്ടതിനെക്കുറിച്ചായിരുന്നു ഏറെയും കാര്യങ്ങൾ. യൂറോപ്പിലെ ഒളിവുജീവിതം അവസാനിപ്പിച്ച് രണ്ടുവർഷം മുമ്പ് അദ്ദേഹം ചിലിയിലേക്ക് തിരിച്ചെത്തിയെന്ന

അറിവുതന്നെ ആഹ്ലാദകരമായിരുന്നു. 'ലോസ് വേർസോസ് ഡെൻ കപ്പിത്താൻ' എന്ന കവിത വായിക്കാത്ത പ്രണയിതാക്കൾ ഫ്രാൻസിൽ ഇല്ലായിരുന്നു എന്നു തന്നെ പറയാം. അദ്ദേഹത്തിന് ലെനിൻ സമാധാന പുരസ്കാരം ലഭിച്ചുവെന്ന വാർത്ത സാർത്രേ തന്നെയാണ് ആദ്യം എന്നെ അറിയിച്ചതും. നെരൂദയുടെ രാഷ്ട്രീയ നിലപാടുകൾ സാർത്രേയുടേതിനോട് സാമ്യം ഉള്ളതായിരുന്നു. ഒരു തികഞ്ഞ കമ്യൂണിസ്റ്റ്. എന്തായാലും കുറച്ചുനാളായി അദ്ദേഹം ചിലിയിൽ സ്ഥിരമായി ഉണ്ട്. നെരൂദയുമായുള്ള കണ്ടുമുട്ടൽ വിശദീകരിച്ച് എഴുതിയിരുന്നു.

"നെരൂദയുമായുള്ള കൂടിക്കാഴ്ച ഹൃദ്യമായിരുന്നു. ഫ്രാൻസിലെ എഴുത്തുകാരൻ എന്ന നിലയിൽ ഞങ്ങളുടെ സംഭാഷണം പരിചിതമായ വിഷയങ്ങളെക്കുറിച്ചായിരുന്നു. രണ്ടാം ലോക മഹായുദ്ധകാലത്ത് അദ്ദേഹം ഫ്രാൻസിൽ ഉണ്ടായിരുന്ന അനുഭവങ്ങളെക്കുറിച്ച് വാചാലനായി. അദ്ദേഹത്തിന്റെ വാക്കുകൾ അതേപടി ഞാനിവിടെ പകർത്തുകയാണ്."

പാരീസിൽ ഞാൻ താമസിച്ചിരുന്ന ഹോട്ടലിൽ വെച്ച് പത്രവായനയിൽ നിന്നാണ് രണ്ടാം ലോക മഹായുദ്ധം തുടങ്ങിയത് ഞാനറിഞ്ഞത്. ആ സമയം ജനലിലൂടെ പുറത്തേക്ക് നോക്കിയ ഞാൻ കാണുന്നത് ആദ്യത്തെ യുദ്ധ സന്നാഹകർ യാത്ര പുറപ്പെടുന്നതാണ്. യഥാർത്ഥത്തിൽ യുദ്ധം എന്താണെന്നും അതിന്റെ ഭവിഷ്യത്തുകൾ എന്താണെന്നും അറിയാത്ത വെറും പാവങ്ങളായിരുന്നു അതിലേറെയും. ആ കാഴ്ച വേദനാജനകമായിരുന്നു. പ്രണയിക്കേണ്ട പ്രായത്തിൽ അവർ വെടിയുണ്ടകളുടെ നേർക്ക് ഹൃദയം കാണിച്ചുകൊടുത്തു. യഥാർത്ഥത്തിൽ ആ യാത്ര പരാജയത്തിലേക്കായിരുന്നു. യുദ്ധത്തിന്റെ അവസാനം ജർമ്മനി പരാജയപ്പെട്ടിരിക്കാം. എന്നാൽ ഫ്രാൻസ് ശരിയായ അർത്ഥത്തിൽ ജയം ആഘോഷിക്കാൻ പ്രാപ്തിയില്ലാത്തവിധം തകരുകയും ചെയ്തു.

ആക്രമണം ഭയന്ന് രാത്രികളിൽ ജനങ്ങൾ വിളക്കുകൾ തെളിയിക്കാൻ ഭയന്നു. ഭയം, ഭയം. എന്തിനെയും ചൂഴ്ന്നു നിൽക്കുന്ന ഭയമെന്ന ആവരണം. ആ അന്ധകാരം എഴുപതു ലക്ഷത്തോളം വരുന്ന ജനങ്ങളുടെ ഹൃദയത്തെയാണ് ബാധിച്ചത്. എല്ലാ യുദ്ധങ്ങളും ജയിക്കുന്നവന്റെ കൂടി വേദനയാണ്. മരിച്ചവരുടെ നേർക്ക് നീളുന്ന പൂച്ചെണ്ടുകൾക്ക് തുല്യമാണ് ജയിച്ച യുദ്ധത്തിന് ശേഷം കിട്ടുന്ന ജീവിതമെന്നാണ് ഞാൻ മനസ്സിലാക്കുന്നത്.'

കത്ത് വായിച്ച ശേഷം ഞാൻ ദീർഘമായി നിശ്വസിച്ചു. ഒരുപക്ഷേ, യുദ്ധത്തിന്റെ ദുരന്തസ്മരണകളിൽനിന്നും ഞാനേറെ ദൂരം പിന്നിട്ടിരിക്കാം. രണ്ടാം ലോക മഹായുദ്ധം എനിക്ക് ദുരന്തം മാത്രമായിരുന്നില്ല. എന്നിലെ കാമുകിയെ പൂർണ്ണമായും രൂപപ്പെടുത്തിയത് ആ തടവുകാലമായിരുന്നു. നെരൂദയുടെ ഇന്ത്യ സന്ദർശനത്തെക്കുറിച്ചും അവിടെയുണ്ടായ കൂട്ടുകാരിയെക്കുറിച്ചും വിശദമായി എഴുതിയിരുന്നു.

നെരൂദയുടെ ഫോട്ടോ വന്ന പത്രം ഉണ്ടായിരുന്നത് ഞാനൊന്നുകൂടി എടുത്തുനോക്കി.

ഉജ്ജ്വലമായ സൗന്ദര്യമായിരുന്നു നെരൂദയുടേത്. വിടർന്ന വലിയ കണ്ണുകൾ, ഉയർന്ന നീണ്ട നാസിക, നനുത്ത പുഞ്ചിരി തുളുമ്പുന്ന അധരങ്ങൾ, ഉയർന്ന നെറ്റിത്തടം. ആരെയും ആകർഷിക്കുന്ന വ്യക്തി പ്രഭാവം തന്നെയാവാം അദ്ദേഹത്തിനെ ചിലിയുടെ നയതന്ത്ര പ്രതിനിധിയാക്കി മാറ്റിയതും. ഒരു തികഞ്ഞ കമ്യൂണിസ്റ്റ് എന്ന നിലയിൽ എനിക്കദ്ദേഹത്തിന്റെ രാഷ്ട്രീയമായ നിലപാടുകളോട് യോജിപ്പു ണ്ടായിരുന്നു. രാത്രിയിൽ പ്രണയത്തെക്കുറിച്ച് അത്രമേൽ എഴുതിയ എഴുത്തുകാരനെക്കുറിച്ച് ചിന്തിച്ചാണ് ഞാനുറങ്ങിയത്. നെരൂദയുടെ *ഇരുപതു പ്രേമ കവിതകളും ഒരു നിരാശാഗീതവും* എന്ന പുസ്തക മാണ് ഞാനാദ്യം വായിച്ചത്. അത്രമേൽ ആവേശത്തോടെയാണ് നെരൂദ യുടെ കവിതകൾ ഒരു തലമുറ നെഞ്ചിലേറ്റി നടന്നത്. നെരൂദ അദ്ദേഹ ത്തിന്റെ ഏറ്റവും പ്രിയപ്പെട്ട കാമുകിയെ ഉപേക്ഷിച്ചു പോന്നതിനെക്കുറിച്ച് എവിടെയോ എഴുതിയത് വായിച്ചതോർമ്മയുണ്ട്.

“ഞാൻ സ്വാതന്ത്ര്യം ആഗ്രഹിച്ചു. എന്തിൽനിന്നും ഏതിൽനിന്നും വേറിട്ട് നിന്നുകൊണ്ട് മാത്രമേ എനിക്ക് കവിതയിലേക്ക് ഇറങ്ങിച്ചെല്ലാൻ സാധിക്കുമായിരുന്നുള്ളൂ. അവൾ എന്നെ സ്നേഹം ഭാവിച്ച് തടവിലാക്കാൻ ശ്രമിച്ചുകൊണ്ടിരുന്നു. എന്നാൽ എന്റെ ഹൃദയം തുറന്നിട്ട വാതായനങ്ങൾ ആണ്. ആർക്കും പ്രവേശിക്കാവുന്നതും യഥേഷ്ടം ശുദ്ധവായു ലഭിക്കാവുന്നതും.”

സാർത്രേ എന്നോടാവശ്യപ്പെടുന്നതും ഇത് തന്നെയല്ലേ. എനിക്കന്നേരം ടോൾസ്റ്റോയിയുടെ വരികൾ ഓർമ്മവന്നു. *അന്ന കാരെനീന* എനിക്ക് സമ്മാനിച്ചത് സാർത്രേ ആയിരുന്നു. ഇരുപതു വയസ്സിൽ എന്നിൽ ഉന്മാദം നിറച്ച നോവൽ.

“സ്വാതന്ത്ര്യം? ആ സ്വാതന്ത്ര്യം കൊണ്ടെന്ത് ഗുണമാണുള്ളത്. പ്രേമത്തിൽ മാത്രമാണ് ആനന്ദം കുടികൊള്ളുന്നത്. അവളുടെ ആഗ്രഹങ്ങൾ ആഗ്രഹിക്കുക, അവളുടെ ചിന്തകൾ ചിന്തിക്കുക. അതിൽ സ്വാതന്ത്ര്യമില്ലെങ്കിലും ആനന്ദമുണ്ട്.”

പക്ഷേ, ആ നോവലിലെ നായകനും നായികയും അസ്വതന്ത്രർ അല്ലായിരുന്നു. പിന്നെന്തിന് വേണ്ടിയാണ് അവർ പ്രണയം തേടി നടന്നത്. അങ്ങനെ നോക്കുമ്പോൾ യഥാർത്ഥത്തിൽ പ്രണയം മാത്രമേ സത്യമായുള്ളൂ. പ്രണയിക്കുന്നതിൽ മാത്രമാണ് ആനന്ദവും കാരുണ്യവും ഉള്ളത്.

സാർത്രേ എന്ന് മടങ്ങിവരുമെന്നതിനെക്കുറിച്ച് കത്തിൽ ഒന്നും പറഞ്ഞിരുന്നില്ല. എങ്കിലും കത്തെഴുതി അയക്കാൻ മാത്രം അദ്ദേഹ ത്തിന്റെ ഉള്ളിൽ ഞാനവശേഷിച്ചിട്ടുണ്ട് എന്ന ഓർമ്മപ്പെടുത്തൽ മാത്രം മതി എനിക്ക് സമാധാനിക്കാൻ.

****

നാം ഉയർത്തി വിടുന്ന വിദ്വേഷങ്ങളെക്കുറിച്ച് നമുക്ക് അഹംഭാവം കൊള്ളേണ്ടതില്ല. ഈ വിദ്വേഷത്തിൽ അഗാധമായ ഖേദം ഉണ്ട് എന്ന കാര്യം സത്യമാണെങ്കിൽപ്പോലും ഞാൻ സത്യമെന്ന് വിശ്വസിക്കുന്ന കാര്യം സംസാരിക്കാതെയിരിക്കുന്നതൊഴികെ എനിക്കെന്തു ചെയ്യാൻ സാധിക്കും.

–സാർത്രേ

കൗമാരം + യൗവനം = ശൂന്യത

എല്ലാ പ്രണയബന്ധങ്ങളും ഏതാണ്ട് ഒരേപോലെയാണ് തുടങ്ങുന്നത്. പുരുഷൻ മുൻകൈ എടുക്കുന്നു. സ്ത്രീ ആശങ്കാകുലയായി ആരംഭിക്കുമെങ്കിലും പാതിവഴി പിന്നിടുമ്പോൾ പുരുഷന്റെ സ്നേഹം തടാകംപോലെ നിശ്ശബ്ദവും സ്ത്രീയുടേത് ആർത്തലയ്ക്കുന്ന കടൽ പോലെ ക്ഷോഭം നിറഞ്ഞതുമായിരിക്കും.

ഏതാണ്ട് എല്ലാ പുരുഷന്മാരും ഒരേപോലെയാണ് സ്നേഹിക്കുന്നത്. അവർ ആദ്യം അവളുടെ കാൽക്കൽ ഇരിക്കും. പിന്നീട് അവളെ കാൽക്കീഴിലാക്കും. അത് പ്രണയത്തിലായാലും രതിയിലായാലും. സ്ത്രീയുടെ സ്നേഹത്തിൽ മാത്രമാണ് വ്യത്യസ്തതയുള്ളത്. കുതിരയുടെ കരുത്തോടെ പ്രണയിക്കുന്നവൾ. പുഴപോലെ സ്നേഹിക്കുന്നവൾ, കടൽക്ഷോഭം പോലെയും, കുളിർക്കാറ്റ് പോലെയും പ്രണയിക്കുന്നവൾ. എന്നാൽ എല്ലാ പ്രണയത്തിലും സ്ത്രീ പരാജിതയാകും.

സ്ത്രീയുടെ പരാജയത്തിലും വ്യത്യസ്തതയുണ്ട്. പുരുഷനെപ്പോലെ അവൾ പരാജയത്തെ ചുമന്ന് നടക്കില്ല. ഓരോ പെണ്ണിന്റെയുള്ളിലും വീറോടെ യുദ്ധം ചെയ്യുന്ന ഒരുത്തിയുണ്ട്. ആ ഒരുത്തിയെ; എന്റെയുള്ളിലെ ആ ഒരുത്തിയെ ആണെനിക്ക് ഭയം.

അമ്പതാമത്തെ വയസ്സിൽ യുദ്ധക്കൊതിച്ചിയായ ആ ഒരുത്തിയെ പിടിച്ചടക്കി നിർത്താൻ എനിക്ക് വേണ്ടതിലേറെ സംയമനം ചെയ്യേണ്ടി വരുന്നു. ചിലപ്പോഴൊക്കെ അപമാനിക്കപ്പെട്ട മനസ്സുമായിരിക്കുമ്പോൾ, ആകുലതയോടെ കടൽക്ഷോഭവുമായിരിക്കുമ്പോൾ ആ ഒരുത്തി ഇതിനെല്ലാമെതിരെ യുദ്ധക്കൊതിയുമായി ഇറങ്ങിവരും. എന്റെ തലച്ചോറിനെ ആക്രമിച്ചു കീഴടക്കും. ആകെയുലച്ച് എന്നെ ഞാനല്ലാതാക്കും. ഈയിടെ എന്റെ എല്ലാ ചിന്തകളും സ്വപ്നങ്ങളും ആശയക്കുഴപ്പത്തിലാകുന്നു. ഇത്രനാൾ ഞാനൊരു സഞ്ചാരിയായിരുന്നു. പ്രദേശങ്ങളിൽനിന്നും

പ്രദേശങ്ങളിലേക്ക് ഞാൻ യാത്ര ചെയ്തു. പല രാജ്യങ്ങൾ കണ്ടു, പല ഭാഷ സംസാരിക്കുന്നവർ, പലതരം സംസ്കാരം പേറുന്നവർ, എന്നിരിക്കിലും ഒരു കിളി തന്റെ കൂടണയാൻ ആഗ്രഹിക്കുന്നതുപോലൊരു വിഷാദരോഗം രാത്രികാലങ്ങളിൽ എന്നെ പിടികൂടാൻ തുടങ്ങി. ചെറുപ്പത്തിൽ അങ്ങനെയൊന്നുമില്ലായിരുന്നു. ട്രെയിനിലും ബോട്ടിലും വിമാനത്തിലും ബസിലും എന്നുവേണ്ട ഏത് വിധത്തിലുള്ള യാത്രയും എന്നെ ആഹ്ലാദിപ്പിച്ചിരുന്നു. ഏത് സാഹചര്യത്തിലും കണ്ണുകളെ നിദ്ര വന്നു കനിയുമായിരുന്നു.

ഇപ്പോൾ എന്റെ ശരീരവും ആത്മാവും വാർദ്ധക്യത്തോടടുക്കാൻ തുടങ്ങിയിരിക്കുന്നു. യാത്രകൾ മടുപ്പും വിരസതയും ഉളവാക്കുന്നു. എന്റെ മണ്ണിന്റെ ഗന്ധം, കിളികൂജനങ്ങളുടെ നാദം, നദിയുടെ കുളിർമ്മ, കാടിന്റെ വന്യസംഗീതം ഇതെല്ലാം ജന്മനാടിന്റെ പിൻവിളിപോലെ അനുഭവപ്പെടുന്നു. ചെറുപ്പത്തിൽ ഇതൊന്നും വലിയ കാര്യങ്ങളായിരുന്നില്ല. എല്ലാം സാധാരണം. ഓർമ്മവെച്ച നാൾ മുതൽ കാണുന്നതിലും കേൾക്കുന്നതിലും പുതുമയോ പ്രാധാന്യമോ തോന്നിയിരുന്നില്ല. മണ്ണിൽ കാൽവയ്പ്പുകൾ പതിയണമെന്നു മാത്രമായിരുന്നു ആഗ്രഹം. പക്ഷേ ഇപ്പോൾ ഒരു വൃക്ഷത്തിന്റെ തായ്ത്തടി തന്റെ അടിവേരുകൾ തെരയും പോലെ ഞാനെന്റെ ഗൃഹാതുരത്വം തെരഞ്ഞുപോകുന്നു. കേവലം സിദ്ധാന്തങ്ങൾ മാത്രമല്ല ജീവിതം എന്ന് ഞാൻ മനസ്സിലാക്കുന്നു. ഞാൻ സ്നേഹം ആഗ്രഹിക്കുന്നു.

ഞാൻ അത്യാഗ്രഹിയാണ്. ജീവിതത്തിൽനിന്നു എല്ലാം അനുഭവിക്കണമെന്ന് ആഗ്രഹിക്കുന്നവൾ. എനിക്ക് ഒരു സ്ത്രീയാവണം, ഒരു പുരുഷനെപ്പോലെ സ്വാതന്ത്ര്യം അനുഭവിക്കുകയും വേണം. പല സുഹൃത്തുക്കൾ ഉണ്ടാവണം, എന്നാൽ ഏകാന്തതയും വേണം. കുറെ ജോലി ചെയ്യണം, നല്ല പുസ്തകങ്ങൾ എഴുതണം, യാത്ര ചെയ്യണം, ജീവിതം ആസ്വദിക്കണം. സ്വാർത്ഥയായിരിക്കാനും എന്നാൽ നിസ്വാർത്ഥയാവാനും ആഗ്രഹിക്കുന്നു. ഇത് എല്ലാം നേടുക പ്രയാസമാണെന്ന് എനിക്കറിയാം. എന്നാൽ ഇതെല്ലാം കിട്ടിയില്ലെങ്കിൽ എനിക്കു കോപംകൊണ്ട് ഭ്രാന്താകുമായിരുന്നു. ജീവിതത്തെ പ്രതിയുള്ള അഭിലാഷങ്ങൾ പലപ്പോഴും കൂടിക്കൊണ്ടിരുന്നു. അതേസമയം ഞാൻ നിരാശയുമായിരുന്നു. പലപ്പോഴും എനിക്ക് തോന്നി എന്നെയാർക്കും പൂർണ്ണമായി നിയന്ത്രിക്കാൻ സാധിക്കില്ലെന്ന്. കാരണം ഒരാൾക്കും എന്നെ പൂർണ്ണമായും അറിയില്ല. എനിക്ക് ഞാൻ മാത്രമേയുള്ളൂ.

സാർത്രേയെക്കുറിച്ച് ചിന്തിക്കുമ്പോഴൊക്കെ വേദനകൊണ്ട് നീറും. ഒരു പുരുഷൻ സ്ത്രീയുമായി ബന്ധം പുലർത്തുന്നത് സ്ത്രീയെ ആസ്വദിക്കാനല്ല. സ്വയം ആസ്വദിക്കാനാണ്. അയാളെ പൂർണ്ണമായും അംഗീകരിക്കുകയും ഉൾക്കൊള്ളുകയും ചെയ്യുന്ന ഒരുവളിൽ മാത്രമേ അയാൾക്ക് തൃപ്തി കിട്ടുകയുള്ളൂ. പക്ഷേ, സാർത്രേയെക്കുറിച്ച് ചിന്തിക്കുമ്പോൾ ഏതെങ്കിലുമൊരു സാധാരണ പുരുഷനെ വിലയിരുത്തും

പോലെ ലളിതമായി ചിന്തിച്ച് വിവശയാകുവാൻ എനിക്ക് ലജ്ജയുണ്ട്. അങ്ങനെയൊരുവനിൽ ആകൃഷ്ടയാകുന്നവളല്ല ഞാനെന്നതാണ് അതിനു മുഖ്യ കാരണം.

അദ്ദേഹം തടവിലായിരുന്ന അഞ്ചുവർഷക്കാലം ഞങ്ങളുടെ ബന്ധം അനിശ്ചിതമെങ്കിലും സുദൃഢമായിരുന്നു. ആ കാലത്തിന്റെ ഭീകരതയെ കുറിച്ച് സാർത്രേ പറയാറുള്ളതു ഓർമ്മ വരും.

"അഞ്ചുവർഷം! തടവിലാക്കപ്പെട്ടവർ. ജീവിതത്തിന്റെ അർത്ഥവും, മനോഹാരിതയും വിശകലനം ചെയ്ത അഞ്ചുവർഷം. പക്ഷികളുടെ കളകൂജനം ആസ്വദിക്കാതെ പുല്ലുവളരുന്നതും കുയിലുകൾ പാടുന്നതും, മനുഷ്യൻ സംഭോഗത്തിൽ ഏർപ്പെടുന്നതുമൊക്കെ അത് തടഞ്ഞു. ചരിത്രമായിരുന്നു യുദ്ധം. അത് ഒന്നും സൃഷ്ടിച്ചില്ല. നശിപ്പിച്ചതേയുള്ളൂ. സമാധാനകാലത്ത് ഏകാധിപതിയായ ഒരു മനുഷ്യൻ മനുഷ്യകുലത്തെ നശിപ്പിക്കാൻ ഇറങ്ങി. ജർമ്മൻകാർ ആ അനീതിയുടെ പക്ഷം പിടിച്ചു. 1940 ലെ യുദ്ധം അതിനു മുമ്പുണ്ടായിരുന്ന എന്തോ ഒരു സാധാരണ സംഗതിപോലെ ജുഗുപ്സാപൂർവ്വം സഹിക്കേണ്ടിവന്നു."

മടങ്ങി വരവിൽ തടവിലാക്കപ്പെട്ടവർ ഏറെയും മാനസികരോഗികളായിത്തീർന്നിരുന്നു. എന്നാൽ സാർത്രേയിലെ മനുഷ്യസ്നേഹിയെയും, എഴുത്തുകാരനെയും, ദാർശനികനെയും തടങ്കൽ കാലം കൂടുതൽ പരുവപ്പെടുത്തുകയാണ് ചെയ്തത്. കൈയിലുള്ളതെല്ലാം നൽകിയിട്ടും ഒന്നും നഷ്ടമായിട്ടില്ല എന്ന തോന്നലുണ്ടായിരിക്കുക. അതാണ് സാർത്രേ ഒരിക്കൽ പറഞ്ഞ ഉദാരമനസ്കത.

എന്റെയുള്ളിലെ പ്രണയം പക്വമായതിനുശേഷം എന്നും ഈ ഒരാളെ ചുറ്റിപ്പറ്റി മാത്രമായിരുന്നു. സൂര്യന് ചുറ്റും ഉപഗ്രഹങ്ങളെന്ന പോലെ അദ്ദേഹത്തിന് ചുറ്റും എന്നും സ്ത്രീകളുടെ ആരാധകവൃന്ദം ഉണ്ടായിരുന്നു. ചിലപ്പോൾ തോന്നും യഥാർത്ഥത്തിൽ ഞാൻ തത്വചിന്തകയോ, നോവലിസ്റ്റോ, കഥാകാരിയോ, ഫെമിനിസ്റ്റോ അല്ലായിരുന്നു. എന്റെയുള്ളിൽ എന്നും ഒരുത്തിയേ ഉണ്ടായിരുന്നുള്ളൂ. ക്ഷോഭിക്കുന്ന ഒരു പ്രണയിനിമാത്രം.

ആലിംഗനം ചെയ്യപ്പെടാനും, പ്രണയത്താൽ നിറഞ്ഞു വിവശയാകാനും, ശരീരം ഉന്മാദത്താൽ നിറയാനും മോഹം കൊള്ളുന്നവൾ. പക്ഷേ, പണ്ടത്തെ പല കാര്യങ്ങളും കൃത്യമായി സമയക്രമം പാലിച്ച് ഓർത്തെടുക്കാൻ പറ്റുന്നില്ല. അന്ന് ഏറ്റവും ആനന്ദിച്ചിരുന്ന മുഹൂർത്തങ്ങൾ ഏതൊക്കെയാണ്? ഏറ്റവും വേദനിപ്പിച്ച സംഭവങ്ങൾ ഓർത്തെടുക്കാൻ ശ്രമിക്കുമ്പോൾ യാതൊരുവിധ വികാരതീവ്രതയും അനുഭവപ്പെടുന്നില്ല. വിചിത്രമായി തോന്നുന്നത് അന്ന് അത്ര കാര്യമാക്കാതെയിരുന്ന സംഭവങ്ങളാണ് ഓർമ്മയിലേക്ക് തെളിഞ്ഞുവരുന്നത് എന്ന വസ്തുതയാണ്. ഭൂതകാലത്തിന്റെ ഓർമ്മകൾ നനഞ്ഞ പക്ഷിത്തൂവൽ കണക്കെ എന്റെ മുതുകിൽ ഭാരമായി നിലനിൽക്കുന്നു. എന്നാൽ പ്രണയം അയഞ്ഞു പോയ കുപ്പായം

കണക്കെ ഇപ്പോഴെന്നിൽ പരിഭ്രാന്തി സൃഷ്ടിക്കുക മാത്രമാണ് ചെയ്യുന്നത്. ഏത് നിമിഷവും എന്നിൽനിന്നും വിച്ഛേദിക്കപ്പെട്ട വിവസ്ത്രയാകുന്നതിന്റെ ലജ്ജ അനുഭവിക്കേണ്ടി വരുമോ എന്നു മാത്രമാണു ഞാനുള്ളിൽ പേറുന്ന സംഘർഷം.

എഴുത്തുകാരിയെന്ന തലത്തിൽ നിന്നുകൊണ്ടു ഞാനെന്നെ വിശകലനം ചെയ്തുനോക്കാൻ ചിലപ്പോഴെങ്കിലും മുതിരും. എപ്പോഴാണ് എഴുത്തിൽ ഞാൻ ആനന്ദം അനുഭവിച്ചു തുടങ്ങിയത്. ആദ്യത്തെ കുഞ്ഞിക്കഥ അച്ചടിച്ചു വന്നപ്പോഴോ, അതൊന്നും ഓർത്തെടുക്കാൻ കഴിയുന്നില്ല. എഴുത്തിലൂടെ എന്തുതരം ആനന്ദമാണ് ഞാൻ പ്രതീക്ഷിച്ചിരുന്നത്. എന്തിന് വേണ്ടിയാണ് ഞാൻ എഴുതിത്തുടങ്ങിയത്. ആദ്യത്തെ പുസ്തകം അച്ചടിച്ചു കണ്ടപ്പോൾ തോന്നിയ അനുഭൂതി എന്തെന്ന് ചോദിച്ചാൽ ഇപ്പോഴത് ഓർമ്മിച്ചെടുക്കാൻ സാധിക്കുമോ! വീര്യം നഷ്ടപ്പെട്ട വീഞ്ഞു കണക്കെ ഓർമ്മകൾ മടുപ്പുളവാക്കുന്നു.

തീർച്ചയായും അന്നതെന്നിൽ ആനന്ദം നിറച്ചിരിക്കണം. ഒരു കായികതാരം തന്റെ വിജയത്തിൽ ആഹ്ലാദിക്കും പോലെയോ, ഒരു പർവ്വതാരോഹകൻ ആദ്യകാലടിയാൽ ഗിരിശൃംഗത്തെ കീഴടക്കിയ ശേഷം താഴേക്കു നോക്കിയതിന്റെ ഉന്മാദമോ ഞാനും അനുഭവിച്ചിരിക്കാം. എന്തുകൊണ്ടാണ് മദ്ധ്യവയസ്സ് പിന്നിടുമ്പോൾ സ്ത്രീകൾ വിരക്തിയിലേക്ക് വഴുതി വീഴുന്നത്. ആൾക്കൂട്ടത്തിനിടയിലും ഏകയാക്കപ്പെടുന്ന തോന്നൽ ഉളവാകുന്നു. അതേസമയം കൂടുതൽ സംസാരിക്കാൻ ആഗ്രഹിക്കുകയും ചെയ്യുന്നു.

ചെറുപ്പത്തിൽ മിതഭാഷിയായിരുന്ന സ്ത്രീകളിൽ ഏറെപ്പേരും പ്രായമേറുന്തോറും വാചാലയാകുന്നതിന്റെ രഹസ്യമെന്താവും. പ്രായം ജീവിതത്തെയും സ്വഭാവരീതിയെയും എങ്ങനെയൊക്കെ മാറ്റി മറിക്കുന്നു.

കുറച്ചുനാൾ മുൻപ് ലക്സൻ ബർഗ് ഗാർഡനിൽ വെച്ച് അമ്മയുടെ അകന്ന ബന്ധുവിനെ കാണാനിടയായി. യാതൊരു വിഷയങ്ങളും ഇല്ലാഞ്ഞിട്ടും മണിക്കൂറുകൾ അവരുമായി സംസാരിച്ചിരുന്നു. ഞങ്ങൾ തമ്മിൽ സംസാരിക്കാൻ താൽപ്പര്യമുള്ളതോ സമാന ഇഷ്ടങ്ങൾ ഉള്ളതോ ആയിട്ടുള്ള ഒന്നുമില്ലായിരുന്നു. എന്നിട്ടും വൃക്ഷത്തിന്റെ വേരുകൾ ജലാംശം അന്വേഷിച്ചുപോകുംപോലെ എന്റെ പഞ്ചേന്ദ്രിയങ്ങൾ അന്വേഷണത്വരയോടെ ചികഞ്ഞുകൊണ്ടിരുന്നു.

അത്തരം പുതിയ രീതികൾ എന്നിൽ വന്നുചേരുന്നത് ഞാൻ തന്നെ വിസ്മയത്തോടെ വിശകലനം ചെയ്യുകയും ചെയ്യും പിന്നീട്.

ബന്ധുക്കളെ കാണുമ്പോൾ ആദ്യം കുശലാന്വേഷണം, പരാതിപറച്ചിൽ, ഒടുവിലവസാനിക്കുക ആരുടെയെങ്കിലും കുറ്റം കണ്ടെത്തലിലും ആവും. ഏതെങ്കിലും കല്യാണത്തിലോ, വിരുന്ന് സൽക്കാരത്തിലോ സംഭവിച്ച പാകപ്പിഴയോ. അതുമല്ലെങ്കിൽ അന്നവിടെ പങ്ക് കൊണ്ട ആരുടെയെങ്കിലുമൊക്കെ പെരുമാറ്റങ്ങളെക്കുറിച്ച് ഇങ്ങനെയൊക്കെയാണ് എല്ലാത്തരം ബന്ധുസമാഗമങ്ങളും അവസാനിക്കുക. ഞങ്ങളുടെ കൂടി

ക്കാഴ്ചയിലും അതൊക്കെ തന്നെ സംഭവിച്ചു. എന്നിട്ടും പണ്ടില്ലാത്ത സഹിഷ്ണുതയോടെ ഞാനതെല്ലാം കേട്ടുനിന്നു.

അമ്പത് വയസ്സിൽ ഒന്നുകിൽ ഒരാൾ വേര് തേടിയിറങ്ങും, അതുമല്ലെങ്കിൽ കാടു തേടിയിറങ്ങും. എന്നെ കാടോ, വീടോ മോഹിപ്പിക്കാതെയായി. എന്നാൽ മനുഷ്യരുടെ സ്നേഹവും സഹവാസവും ആഗ്രഹിക്കാൻ തുടങ്ങിയിരിക്കുന്നു. കടുത്ത ശൂന്യതയാൽ; വിഷാദത്താൽ മടുപ്പനുഭവപ്പെടുന്നു.

ഈ ലോകത്ത് ആകെ ഒരു സ്നേഹമേയുള്ളൂ. ഒരു സ്ത്രീശരീരത്തെ ആലിംഗനം ചെയ്യുകയെന്നത്. അത് തന്നെയാണ് ആകാശം മുതൽ സമുദ്രം വരെ നീണ്ടു കിടക്കുന്ന ഈ വിചിത്രാഹ്ലാദത്തെ ചേർത്ത് പിടിക്കുന്നതിന് തുല്യമായത്. താമസിയാതെ ഞാൻ ഈ മരത്തെലത്തിൽ മുഴുകി അതിന്റെ സുഗന്ധത്തെ എന്റെ ദേഹത്താകെ തുളച്ചു കയറാനനുവദിക്കവേ എനിക്കൊരു സത്യം പൂർത്തീകരിക്കുന്ന അപ്രതീക്ഷിത ബോധോദയം ഉണ്ടാകുന്നു. അത് സൂര്യന്റേതത്രേ! അതെന്റെ മരണത്തിന്റേതാകാം. പക്ഷേ, ഈ സത്യം എല്ലാററ്വരുടേതുമാകയാൽ അതിന്റെ അങ്ങേ അറ്റത്തെ ഏകത്വത്തിൽ അത് സാർവ്വത്രികമാണ്.

-സാർത്ര്

നിലപാടുകൾ

മാസങ്ങൾക്കുശേഷം സാർത്ര് എന്നോട് സ്നേഹത്തോടും ബഹുമാനത്തോടും സംസാരിക്കുന്നതുകണ്ട് ഇന്നു ഞാൻ അമ്പരന്നു. നിരന്തരമായ ഞങ്ങളുടെ വഴക്കുകൾ മറന്ന് ഞാനും സംസാരത്തിൽ പങ്കു ചേരുകയും ചെയ്തു. കഴിഞ്ഞ കുറച്ചു നാളുകളായി സാർത്രേയെക്കുറിച്ചു പൊതുവായി എഴുത്തുകാർക്കിടയിലുള്ള പരാതിയെക്കുറിച്ചും തുറന്നുപറയാൻ പറ്റിയ അവസരമാണിതെന്ന് കരുതി ആ വിഷയം തന്നെ ഞാനെടുത്തിട്ടു.

“എഴുത്തുകാരോട് രചനകളുടെ കാര്യത്തിൽ സാർത്രേ കാണിക്കുന്ന വിട്ടുവീഴ്ചയില്ലാത്ത മനോഭാവം ധാരാളം ശ്രതുക്കളെ സൃഷ്ടിക്കുന്നുണ്ട്. നിങ്ങളത് അറിയുന്നുണ്ടോ എന്നെനിക്കറിയില്ല.”

“എഴുത്തിന്റെ കാര്യത്തിൽ യാതൊരുവിധ കോംപ്രമൈസിനും ഞാൻ തയ്യാറല്ല സിമോൺ. എഴുത്തിൽ ഞാൻ ക്രിട്ടിക്കാണ്. തുറന്ന യുദ്ധമാണ് അരാജകമായ എഴുത്തിനോട് ഞാൻ പ്രഖ്യാപിച്ചിട്ടുള്ളത്. അച്ചടിച്ചു വരാൻവേണ്ടി മാത്രം എഴുത്തിൽ കൃത്രിമത്വം കാണിക്കുന്ന രചയിതാക്കളോട് മുഖത്ത് നോക്കി പുറത്തു പോകൂ എന്ന് പറയുന്നതാണ് എന്റെ രീതിയും. അത്തരത്തിലുള്ള നിലപാടുകൾക്ക് മാറ്റം വരുത്താൻ

ഇനി സാധിക്കുകയുമില്ല."

"നിങ്ങൾ അത്തരം രചനകളെ പ്രോത്സാഹിപ്പിക്കണമെന്ന് ഞാൻ പറയുന്നില്ല സാർത്ര്. പക്ഷേ, ചില ഘട്ടങ്ങളിൽ പുതിയ എഴുത്തുകാരെ അത്തരം നിലപാടുകൾ തളർത്തി കളയാൻ ഇടയുണ്ട്. കുറച്ചുകൂടി ലളിതമായി കാര്യങ്ങൾ പറഞ്ഞു മനസ്സിലാക്കുന്നതല്ലേ ഭംഗി?"

"എഴുത്തുകാർ നിരൂപണങ്ങളെ നേരിടാൻ പ്രാപ്തിയുള്ളവരാകണം. എഴുത്തുകൊണ്ടാണ് അവർ വിമർശനങ്ങളെ നേരിടേണ്ടതും. ഈ രാജ്യത്തിന്റെ മേൽ തുറന്ന യുദ്ധങ്ങളും, മനോഹരങ്ങളായ കവിതകളും ഉണ്ടായി. യുദ്ധം അനിശ്ചിതമായിരുന്നു. അതിൽനിന്നും രക്ഷ നേടണമെന്ന് ജനങ്ങൾ ആഗ്രഹിച്ചു. കവിത അവർക്ക് ആനന്ദവും പ്രത്യാശയുമായിരുന്നു. യുദ്ധക്കെടുതിയിൽ കവിതയിലൂടെയാണ് അവർ പുനർജ്ജനിച്ചത്. *ലെസ് ടൈംസ് മോഡേൺ* മാസികയിൽ വരുന്ന രചനകളോട് യാതൊരു വിധത്തിലുമുള്ള വിവേചനവും ഞാൻ കാണിക്കുന്നില്ല. അർഹിക്കുന്ന രചനകൾ മാഗസിനിൽ ഉൾപ്പെടുത്തിയിട്ടുണ്ടെന്ന് നിനക്കറിയില്ലേ?"

"എനിക്കറിയാം."

സാർത്രേയിലെ എഴുത്തുകാരനിലും, പത്രാധിപരിലും പൂർണ്ണ വിശ്വാസം ഉള്ളതിനാൽ ഉറപ്പോടെയാണ് ഞാൻ മറുപടി പറഞ്ഞത്.

ഞങ്ങൾ തമ്മിൽ തുടർച്ചയായി വഴക്കുകൾ ഉണ്ടാകാൻ തുടങ്ങിയതോടെ എഴുത്തിലും, സ്വകാര്യതയിലും കൈകടത്താതിരിക്കാൻ ഞാൻ അങ്ങേയറ്റം ശ്രദ്ധിച്ചിരുന്നു. എന്റെ അഭിപ്രായങ്ങൾ ചോദിക്കുന്ന പതിവ് സാർത്രേയും അവസാനിപ്പിച്ചു.

ഏറെ നാളുകൾക്ക് ശേഷം ഞങ്ങൾക്കിടയിൽ പൊതുവിഷയങ്ങൾ കടന്നു വരികയും, സാർത്ര് ഊഷ്മളമായി സംസാരിക്കുകയും ചെയ്തപ്പോൾ മനസ്സിൽ കൊണ്ടുനടക്കുന്ന വിഷയങ്ങൾ സംസാരിക്കാൻ ഇതാണവസരമെന്ന് കരുതിയാണ് ഈ വിഷയം ഞാനെടുത്തിട്ടത്.

"ഇത്ര കടുത്ത തീരുമാനങ്ങൾ പലപ്പോഴും നിങ്ങളെക്കുറിച്ച് എഴുത്തുകാർക്കിടയിൽ തെറ്റിദ്ധാരണയ്ക്കിടയാക്കും സാർത്ര് പുറമെ ചിരിച്ചു കാണിക്കുന്ന പലരും കടുത്ത പ്രതിഷേധം ഉള്ളിലുള്ളവരാണ്. ചില സാഹചര്യങ്ങളിൽ നമ്മൾ വിട്ടുവീഴ്ചയ്ക്ക് തയ്യാറാകേണ്ടി വരും."

"രചനകളുടെ കാര്യത്തിൽ പത്രാധിപർ എന്ന നിലയിലോ, വായനക്കാരൻ എന്ന നിലയിലോ ഞാൻ വിട്ടുവീഴ്ച ചെയ്യാൻ ഉദ്ദേശിക്കുന്നില്ല സിമോൺ. എന്റെ തിരഞ്ഞെടുപ്പുകളെ വിശ്വസിക്കുന്ന വായനാസമൂഹത്തെ മാത്രമേ ഞാൻ മുൻപിൽ കാണുന്നുള്ളൂ. മാത്രമല്ല ഒരു വായനക്കാരൻ എന്ന നിലയിൽ ഞാനങ്ങേയറ്റം ക്രിട്ടിസൈസ് ആണ്."

'L Artist et sa conscience' എന്ന റിനെ ല്യൂബോവിന്റെ ലേഖനത്തിനു മുഖവുരയായി സാർത്ര് എഴുതിയ കമ്യൂണിസ്റ്റ് വിരുദ്ധ പരാമർശങ്ങളെക്കുറിച്ച് പലരും തെറ്റിദ്ധരിച്ചിട്ടുള്ളത് ഞാനോർമ്മിച്ചു. മുഖവുരയിൽ സാർത്ര് എഴുതിയത് അദ്ദേഹത്തിന്റെ നിലപാടുകളായിരുന്നു.

പാർട്ടിയുടെ ചില നയങ്ങളോടുള്ള പ്രതിഷേധം കൂടിയായിരുന്നു അതിനു പിന്നിൽ.

"ഉജ്ജ്വലനായ പിക്കാസോയെ ഛർദ്ദിക്കാനോ ഇറക്കാനോ വയ്യാതെ ഞെരിപിരി കൊള്ളുന്ന കമ്യൂണിസ്റ്റ് ബോകൺസ്ട്രിക്ടറുടെ വിഷമ സന്ധിയെ നോക്കി എനിക്ക് കളിയാക്കാതിരിക്കാനാവുന്നില്ല. കമ്യൂണിസ്റ്റ് പാർട്ടിയുടെ ദഹനക്കേടിൽ നമുടെ മുഴുവൻ യുഗത്തെയും വിഷലിപ്തമാക്കുന്ന ഒരു പകർച്ചവ്യാധിയുടെ ലക്ഷണങ്ങൾ ഞാൻ കാണുന്നു."

edition de I Arch paris ൽ വന്ന അതേ മുഖവുരയിൽ സാർത്ര് എഴുതിയ വരികൾ ഞാൻ ചൂണ്ടിക്കാണിച്ചു.

"എല്ലാ സൃഷ്ടിയും അതിന്റെ ഉൽപ്പത്തിയിൽ ഒരു ശക്തിരൂപവും അനുകരിക്കപ്പെട്ട ഭാവത്തിലുമാകും. ഡാനോവിന്റെ ഒരു പ്രസ്താവനയിൽ പറയുംപോലെ കലാസൃഷ്ടികളിലൂടെ ജീവിതത്തെ സത്യസന്ധമായ വിധത്തിൽ നമുക്ക് പ്രതിനിധീകരിക്കണമെങ്കിൽ നാം ജീവിതം കണ്ടേ തീരൂ. യാഥാർത്ഥ്യത്തെ അതിന്റെ വിപ്ലവാത്മകമായ വികാസത്തിലൂടെ പ്രതിനിധീകരിക്കലാണ് അതിനു വേണ്ടതും."

സാർത്രേയുടെ തീരുമാനങ്ങൾ കടുംപിടുത്തക്കാരനായ പത്രാ ധിപരുടേതെന്ന് ആരോപിക്കപ്പെടുമ്പോഴും തിരഞ്ഞെടുപ്പിലെ കൃത്യത അംഗീകരിച്ചേ മതിയാകൂ എന്നെനിക്കറിയാം. എങ്കിലും രചനകൾ ഏത് തരത്തിലായിരിക്കണം എന്നുള്ളതിനെക്കുറിച്ച് ഞങ്ങൾക്കിടയിൽ വരാറുള്ള ചൂടേറിയ ചർച്ച അപ്പോഴുമുണ്ടായി.

"എല്ലാ തെറ്റുകൾക്കും ഒരു മറുവശമുള്ളതുപോലെ എല്ലാ ശരികൾക്കും ഒരു മറുവശമുണ്ട്. രചനകൾ പൂർണ്ണമായ ആനന്ദമോ പൂർണ്ണമായ സംതൃപ്തിയോ നൽകണമെന്നില്ല. എഴുത്തുകാരന്റെയുള്ളിലെ വെളിപാടുകളോ, അയാളെ സ്വാധീനിച്ച വിഷയങ്ങളോ മാത്രമാവാം പലതും. എന്നാൽ ഹൃദ്യമായ വായനാനുഭവം തരുന്ന രചനകളോ, ദാർശനിക സൗന്ദര്യം തുളുമ്പുന്ന രചനകളോ എന്താണ് കൂടുതൽ വായിക്കപ്പെടുന്നത്. ഫിലോസഫിയേക്കാൾ പൈങ്കിളിസാഹിത്യമെന്ന് പറഞ്ഞു തഴയപ്പെടുന്ന രചനകൾ വായിക്കുന്ന ഒരു സമൂഹത്തെ മോശമായി കാണാനാവുമോ!

യഥാർത്ഥത്തിൽ എന്താണ് പൈങ്കിളി? അതിൽ കഥയും ജീവിതവും ഇല്ലേ? ടോൾസ്റ്റോയിയും, ഷേക്സ്പിയറുമെല്ലാം പ്രണയത്തെ മനോഹരമായി ചിത്രീകരിച്ചിട്ടുള്ളവരാണ്. ലാളിത്യമായിരുന്നു അവരുടെ മുഖമുദ്ര. നെരൂദയുടെ കവിതകളെ ആരാണ് ഇഷ്ടപ്പെടാത്തത്. എന്നാൽ അതൊക്കെ പൈങ്കിളിയാണോ?"

"ഈ വിഷയത്തിൽ നമ്മൾ ഒരുപാട് ചർച്ചകൾ നടത്തിയിട്ടുള്ളതാണ് സിമോൺ.

എഴുത്തിൽ എന്തു കുറിച്ചുവയ്ക്കുന്നു എന്നതല്ല. എങ്ങനെ അവതരിപ്പിക്കുന്നു, എന്തു ലക്ഷ്യം വയ്ക്കുന്നു, പ്രമേയം തിരഞ്ഞെടുക്കുന്ന

തിന്റെ വ്യത്യസ്തത. ഇത്രയും കാര്യങ്ങളാണ് വായനക്കാരൻ എന്ന നിലയിൽ ഞാൻ ശ്രദ്ധിക്കുന്നത്. യഥാർത്ഥത്തിൽ ഞാനൊരു നല്ല എഴുത്തുകാരനേക്കാൾ നല്ല വായനക്കാരൻ ആണെന്ന് പറയാനാണ് എനിക്കിഷ്ടം. എന്റെ ദാർശനിക നിലപാടുകളെ കഠിനമായ രീതിയിൽ വിമർശിക്കുന്നയാളുകളെ തന്നെയാണ് നല്ല വായനക്കാരായി ഞാൻ വില കൽപ്പിക്കുന്നതും. കലാകാരൻ എപ്പോഴും വിമർശനങ്ങളെ ഉൾക്കൊള്ളേണ്ടയാളും അതിജീവിക്കേണ്ടയാളുമായിരിക്കണം. വൃക്ഷത്തിന്റെ വേരുകൾപോലെ മണ്ണിൽ പടർന്നിറങ്ങണം കലാകാരന്റെ മനസ്സ്."

സാർത്രേയുടെ വാദഗതികൾക്കും തർക്കങ്ങൾക്കും മുന്നിൽ ഞാൻ മനപ്പൂർവ്വം നിശ്ശബ്ദയായി. സാഹിത്യവും കലയും സാമൂഹികസേവനത്തിന് എന്നു ഒരിക്കൽ പ്രഖ്യാപിച്ചയാളാണ് ഇദ്ദേഹം. സ്വയം പരിഹസിക്കുന്നതിന് തുല്യമായിരിക്കുന്നു ഞങ്ങൾക്കിടയിലെ സംഭാഷണങ്ങൾ. പക്ഷേ, എന്റെ മൗനം സാർത്രേയെ യജമാനപദവിയിലേക്ക് ഉയർത്തിക്കൊണ്ട് പോകുകയാണെന്ന് അയാൾ വിശ്വസിക്കുന്നുണ്ട്. പത്രാധിപർ എന്ന നിലയിൽ ഏത് തരം തിരഞ്ഞെടുപ്പിനും പൂർണ്ണ സ്വാതന്ത്ര്യമുള്ളപ്പോൾ ചില തൽപ്പരകക്ഷികളോട് കാണിക്കുന്ന പക്ഷപാതം കണ്ടില്ലെന്നു നടിക്കാൻ എനിക്കു സാധിക്കുന്നില്ലായിരുന്നു. പ്രണയവും അപമാനവും ഒരേ വ്യക്തിയിൽനിന്നും സ്വീകരിക്കേണ്ടി വരുന്നു എന്നതാണ് ഏത് സ്ത്രീ പുരുഷ ബന്ധത്തിന്റെയും അടിസ്ഥാന ദുരന്തത്തിന് കാരണമാകുന്നത്. ലാളിക്കുമ്പോഴും, രതിയിലേർപ്പെടുമ്പോഴും അവൻ നേടിയെടുക്കുന്ന മേൽക്കോയ്മ തന്നെ മറ്റെല്ലാ പങ്ക് വയ്ക്കലിലും ഉണ്ടാകുന്നു.

ബുദ്ധിപരമായ ചർച്ചകളിൽ ഏർപ്പെടുമ്പോൾ സാർത്രേ ഒരേ സമയം ഈശ്വരനും, ചെകുത്താനുമാകും. ഈ വീട്ടിലിരുന്നാൽ ഒരുകാലത്തും മനസമാധാനത്തോടെ എഴുതാൻ കഴിയില്ലെന്നു തോന്നിത്തുടങ്ങിയിരുന്നു.

കൂടുതൽ തർക്കങ്ങളിലേക്ക് ഞങ്ങളെത്തിച്ചേരും മുമ്പ് ഭാഗ്യവശാൽ ചില സാമൂഹിക വനിതാ വിമോചന പ്രവർത്തകർ എന്നെ കാണാനെത്തി. വനിതാ വിമോചന പ്രസ്ഥാനവുമായി ബന്ധപ്പെട്ട് പാരീസിൽ നടത്താനിരിക്കുന്ന ചടങ്ങിലേക്ക് ക്ഷണിക്കാൻ വേണ്ടിയാണ് അവരെത്തിയത്. ചടങ്ങിൽ പങ്കെടുക്കേണ്ട ചില പ്രമുഖ വ്യക്തികളുടെ ലിസ്റ്റ് അവർ തന്നെ തയ്യാറാക്കി കൊണ്ടുവന്നിട്ടുണ്ട്. ഞാൻ പ്രതീക്ഷിച്ചതുപോലെ അതിൽ സാർത്രേയുടെ പേരുണ്ടായിരുന്നു.

"സാർത്രേക്കു അന്നത്തെ ദിവസം ഒഴിവുണ്ടോ എന്നെനിക്കറിയില്ല. ഞാൻ അദ്ദേഹത്തോട് സംസാരിക്കാം."

"അദ്ദേഹത്തിന്റെ പുതിയ ലേഖനം വളരെ നന്നായിരിക്കുന്നു. കാമുവിന് എഴുതിയ ഒരു കത്ത് *ലെസ് ടെപ്സ് മോഡേണിൽ* വന്നിരുന്ന

ല്ലോ. എന്താണ് യഥാർത്ഥത്തിൽ സാർത്രേയും കാമുവുമായുള്ള തർക്കത്തിന് കാരണം. അവർക്കിടയിൽ ഗൗരവതരമായ വഴക്കുകൾ എന്തെങ്കിലുമുണ്ടോ?"

ഏതാനും നിമിഷം ആ ചോദ്യത്തിന് മുന്നിൽ എനിക്കു നിശ്ശബ്ദയായി ഇരിക്കേണ്ടി വന്നു. അല്പം മുമ്പ് ഞങ്ങൾ തമ്മിൽ നടന്ന ചൂടേറിയ വാദപ്രതിവാദത്തിൽ സാർത്രേ കാമുവിനെഴുതിയ കത്തിനെക്കുറിച്ചുള്ള പരാമർശം കടന്നു വരേണ്ടതായിരുന്നു. ആ വിഷയം ഞാൻ ബോധപൂർവ്വം ഒഴിവാക്കുകയായിരുന്നു. കാമുവിനെ അനുകൂലിച്ച് എന്തെങ്കിലും ഞാൻ പറഞ്ഞുപോയാൽ ഞങ്ങളെ തമ്മിൽ ചേർത്ത് അപവാദം പറയാൻ സാർത്ര് മടിച്ചെന്നു വരില്ല. ആൽബർട്ട് കാമു എന്ന വ്യക്തിയെ മറ്റേതൊരു പുരുഷനെക്കാളും ആരാധനയോടെയല്ലാതെ ഞാൻ നോക്കി കണ്ടിട്ടില്ല. വഴക്കുകൾ ആരംഭിച്ചാൽ എന്റെ ഓരോ സ്നേഹബന്ധങ്ങളും എടുത്തെടുത്ത് പറഞ്ഞ് അപമാനിക്കുന്ന ശീലം ഈയിടെ സാർത്രേയുടെ പതിവ് രീതിയാണ്. അതിൽ ഏറ്റവും കൂടുതൽ കേൾക്കുന്നത് നെൽസൺ ആൽഗ്രെൻ എന്ന പഴയ സ്നേഹിതന്റെ നാമമാണ്. *സെക്കൻഡ് സെക്സ്* എഴുതുന്ന വേളയിൽ നെൽസനുമായി എനിക്കുണ്ടായ സ്നേഹബന്ധവും, എഴുത്തിൽ അദ്ദേഹത്തിന്റെ സഹായങ്ങളും സാർത്രിൽനിന്നും ഒളിച്ചു വച്ചിട്ടില്ല. ആ സമയത്തൊക്കെ സാർത്രേക്കു മറ്റ് സ്ത്രീകളുമായുള്ള ബന്ധങ്ങൾ എനിക്കും അറിവുള്ളതായിരുന്നു. എങ്കിലും സുഹൃത്തുക്കളുടെയും പരിചയക്കാരുടെയും മുന്നിൽ ഞങ്ങൾക്കിടയിലെ വിഴുപ്പലക്കാൻ ഞാനിഷ്ടപ്പെട്ടില്ല. സാർത്രേയുടെ നിലപാടുകളെ അംഗീകരിക്കുന്ന രീതിയിൽ അഭിനയിക്കേണ്ടിവരുന്ന ഇത്തരം സന്ദർഭങ്ങളെ വെറുത്തു തുടങ്ങിയിരിക്കുന്നു. ഈ ചോദ്യത്തിനു മുന്നിലും കാപട്യക്കാരിയുടെ ലജ്ജ നിറഞ്ഞ മുഖത്തോടെ മറുപടി പറയേണ്ടിവരുന്നതിന്റെ മുഴുവൻ അപമാനത്തോടും ഞാൻ പറഞ്ഞു.

"കാമു എന്ന സുഹൃത്തുമായി സാർത്രേക്കു ഒരുവിധത്തിലുമുള്ള പിണക്കവുമില്ല സുഹൃത്തേ. അവർക്കിടയിൽ നിലപാടുകൾക്ക് തർക്കമുണ്ടാവാം. അതൊരിക്കലും വ്യക്തിപരമല്ല. രാഷ്ട്രീയമായോ, എഴുത്ത് സംബന്ധിച്ചോ ഉള്ള തർക്കങ്ങൾ സ്നേഹബന്ധങ്ങളിലേക്ക് വലിച്ചിഴച്ച് കൊണ്ടുപോകുന്നവരല്ല അവർ രണ്ടുപേരും. മാത്രമല്ല സാർത്രേ കാമുവിന് മറുപടിയായി എഴുതിയ കത്ത് ഒരു പത്രാധിപരുടെ മറുപടിയായിരുന്നല്ലോ.

"പാർട്ടിയുടെ കാര്യങ്ങളുമായി ബന്ധപ്പെട്ട ഇരുവർക്കുമിടയിൽ അഭിപ്രായ വ്യത്യാസങ്ങൾ നടക്കുന്നുണ്ട് എന്നൊക്കെയാണ് പൊതുവിടങ്ങളിൽ ചർച്ചയായിരിക്കുന്നത്."

"കൊള്ളാമല്ലോ! ആരാണ് അത്തരം സംസാരങ്ങളുടെ ഉപജ്ഞാതാക്കൾ? രണ്ടു വ്യക്തികൾ, രണ്ടു എഴുത്തുകാർ അവർ തമ്മിൽ സ്നേഹി

തരാണെങ്കിൽ കൂടി അഭിപ്രായ വ്യത്യാസം ഉണ്ടാകാൻ പാടില്ലെന്നുണ്ടോ. തർക്കങ്ങളും ആരോഗ്യകരമായ വാഗ്വാദങ്ങളും ഉണ്ടാകുന്നിടത്ത് തന്നെയാണ് യഥാർത്ഥ സ്നേഹബന്ധവും നിലനിൽക്കുന്നത്. പാർട്ടിയുമായോ, പാർട്ടിയുടെ പ്രവർത്തനങ്ങളുമായോ അവർക്കിരുവർക്കും അവരവരുടേതായ കാഴ്ചപ്പാടുകൾ കാണുമല്ലോ. സ്വന്തം അഭിപ്രായത്തിൽ ഉറച്ചുനിൽക്കുകയും മറ്റുള്ളവരുടെ വികാരങ്ങളെ മാനിക്കുകയും ചെയ്യുന്നവരാണ് അവരിരുവരും. സാർത്രേക്കു കാമുവിനോടുള്ളത് വെറുമൊരു സ്നേഹിതൻ എന്ന ബന്ധമല്ല. ഒരു അനുജനോടുള്ള വാത്സല്യം കൂടിയാണ്. പുറമേയുള്ളവർ നോക്കിക്കാണുന്ന രീതിയിലുള്ള വൈകാരികമായ സംഘർഷങ്ങൾ ഒന്നുംതന്നെ അവർക്കിടയിൽ ഇല്ലായെന്ന് ഉറപ്പിച്ചുപറയുന്നതിൽ എനിക്കഭിമാനമുണ്ട്."

"ഇങ്ങനെ കേട്ടതിൽ സന്തോഷം ബുവെ. വായനാസമൂഹത്തിന് അവരുടെ രചനകൾപ്പോലെ പ്രിയപ്പെട്ടതാണ് അവരുടെ ദാർശനിക സിദ്ധാന്തങ്ങളും. പുരോഗമന സാഹിത്യത്തിൽ ഫ്രാൻസിന് ഏത് കാലത്തും അഭിമാനിക്കാവുന്ന സൈദ്ധാന്തികർ. ഒരുപക്ഷേ, ഫ്രാൻസ് സാഹിത്യത്തിന്റെയും സിദ്ധാന്തങ്ങളുടെയും പേരിൽ എക്കാലത്തും അറിയപ്പെടുക ഈ രണ്ടു മഹദ് വ്യക്തികളുടെ പേരിലായിരിക്കാം."

ആ വാക്കുകൾ എന്നിൽ അഭിമാനം എന്ന വികാരത്തോടൊപ്പം മറ്റൊന്നുകൂടി സൃഷ്ടിച്ചു. എത്രയനവധി തത്ത്വചിന്തകൾ എഴുതിയാലും ഒരു സ്ത്രീയായതിനാൽ എന്റെ പേര് അവരിരുവർക്കും താഴെയേ വരികയുള്ളൂ എന്ന്. സെർബോൺ യൂണിവേഴ്സിറ്റിയുടെ ദേശീയ തല പരീക്ഷയിലും ഇതേ പക്ഷപാതപരമായ സമീപനം എനിക്കു നേരിടേണ്ടി വന്നു. ഫ്രഞ്ച് വിദ്യാഭ്യാസ സമ്പ്രദായത്തിൽ നിലനിന്നിരുന്ന ഉച്ചനീചത്വങ്ങളും, സ്ത്രീ പുരുഷ അസമത്വവും ചോദ്യം ചെയ്യാനാവാത്ത വിധത്തിൽ പ്രണയപരവശയായിരുന്നു അന്ന് താൻ. സാർത്രേയുടെ നേട്ടങ്ങളിൽ അന്നത്തെ ഇരുപതുകാരി മതിമറന്നു ആഹ്ലാദിച്ചു. എന്റെ രണ്ടാം സ്ഥാനത്തെക്കാൾ സാർത്രേയുടെ വിജയമാണ് ലഹരിപിടിപ്പിച്ചത്. ഇപ്പോൾ പരസ്പരം പോരടിക്കുമ്പോഴും, വാക്കുകളാലും പെരുമാറ്റങ്ങളാലും അപമാനിക്കപ്പെടുമ്പോഴും സാർത്രേയെക്കുറിച്ചു കേൾക്കുന്ന നല്ല വാക്കുകൾ ഉള്ളിലെ മൃദുല വികാരങ്ങളെ ഉണർത്തുന്നു. പ്രണയത്താൽ ശരീരത്തിൽ പൂക്കൾ വിരിയുന്നു. കാരണം ഞാൻ സാർത്രേയിൽ എന്നും കണ്ടിരുന്നത് വെറുമൊരു കാമുകനെയോ, സുഹൃത്തിനെയോ അല്ലായിരുന്നു. മറ്റെന്തോ... പേരെടുത്ത് വിവരിക്കാൻ ഈ മനുഷ്യൻ എനിക്കൊരേയൊരു വികാരമായിരുന്നില്ല. അത് തന്നെയാണ് എന്റെ പരാജയവും.

വനിതാ വിമോചനപ്രസ്ഥാനക്കാർ പോയതിന് ശേഷം ഞാൻ വീണ്ടും സാർത്രേയുടെ അരികിലെത്തി. വഴക്കുകൾക്ക് ശേഷം അത്യന്തം രോഷാകുലനായിരിക്കുന്ന സന്ദർഭങ്ങളിൽ ആരോട് സംസാരിച്ചാലും

വിവാദത്തിൽ അവസാനിപ്പിക്കുന്ന പതിവ് സാർത്രിന് ഉള്ളതിനാൽ അദ്ദേഹം എഴുത്തിലാണ് എന്നു പറഞ്ഞുകൊണ്ടു കൂടിക്കാഴ്ചകൾ ഒഴിവാക്കാൻ ഞാൻ ശ്രദ്ധിക്കാറുണ്ട്.

ആൽബെർട്ട് കാമുവിനെതിരെയുള്ള തുറന്നെഴുത്തും ജീൻസനെ പിന്തുണച്ചുള്ള മറുപടിക്കത്തും എഴുത്തുകാർക്കും വായനക്കാർക്കുമിടയിൽ ചർച്ചാവിഷയമായിരിക്കുന്നുവെന്ന് പറഞ്ഞുകൊണ്ടാണ് വനിതാ വിമോചന പ്രസ്ഥാനക്കാരുടെ ആവശ്യം ഞാനെടുത്തിട്ടത്. ഈ വിഷയം ഇപ്പോൾ അവതരിപ്പിച്ചില്ലെങ്കിൽ മാസങ്ങൾ യാത്ര കഴിഞ്ഞെത്തിയ സാർത്ര് നാളെ പൊതുവേദിയിൽ ഈ ചോദ്യം നേരിട്ടാൽ പൊട്ടിത്തെറിക്കുമെന്നുറപ്പാണ്.

സാർത്ര് എന്റെ നേരെയാണ് ഇരുന്നതെങ്കിലും അദ്ദേഹത്തിന്റെ നേർബിന്ദുവിൽ കേന്ദ്രീകൃതമാവാത്ത കണ്ണുകൾ ജനലിലൂടെ പുറത്തു കാണുന്ന മൈതാനത്തിലാണ് നോട്ടമെന്ന് തോന്നും. ഊഷ്മളമായി സംസാരിക്കുമ്പോൾ സാർത്രേയുടെ കൈകൾ എടുത്ത് മടിയിൽ വയ്ക്കുന്ന പതിവുണ്ട്. പരസ്പരം വിരലുകൾ കോർത്ത് പിടിച്ചുകൊണ്ട് പ്രണയം പങ്ക് വയ്ക്കുന്ന മുഹൂർത്തങ്ങളിൽ ഗൗരവമേറിയ വിഷയങ്ങൾ ചർച്ച ചെയ്യാൻ ഞാൻ മിനക്കെടാറില്ല. ഞങ്ങളിരുവരും അത്തരം സന്ദർഭങ്ങളിൽ ഏറ്റവും ആസ്വദിച്ചു പങ്ക് വെച്ച രതിയുടെയും, സ്വപ്നങ്ങളുടെയും സ്മരണയിൽ എന്റെ കണ്ണുകൾ നനഞ്ഞു.

ഇപ്പോൾ പഴയപോലെ വിരലുകൾ കോർത്തുപിടിക്കാൻ എനിക്കു മനോധൈര്യമില്ല.

"നിനക്കെന്താണ് ഇനിയും പറയാനുള്ളത്."

വീണ്ടും വഴക്കുകൾ ഉണ്ടാകാം എന്ന മുൻവിധിയോടെതന്നെ ആ വിഷയം അവതരിപ്പിക്കാൻ ഞാൻ ധൈര്യപ്പെട്ടു.

"കാമുവുമായുള്ള നിങ്ങളുടെ തർക്കം പൊതുവിടങ്ങളിൽ ചർച്ചയായിരിക്കുന്നു. യഥാർത്ഥത്തിൽ നിങ്ങൾക്കിടയിൽ ശീതസമരങ്ങളൊന്നും നിലനിൽക്കുന്നില്ല എന്നു ഞാൻ പറഞ്ഞു. എങ്കിലും ഇനിയും ചോദ്യങ്ങളെ നേരിടേണ്ടി വരും. കാമു നിങ്ങളെ വിമർശിച്ചെഴുതിയ കത്തും ജനങ്ങൾ വായിച്ചു കാണുമല്ലോ."

എന്റെ പ്രതീക്ഷയ്ക്ക് വിരുദ്ധമായി തികഞ്ഞ ശാന്തതയോടെയാണ് സാർത്ര് മറുപടി പറഞ്ഞത്.

"കലാകാരന്മാർക്കിടയിൽ പരസ്പരം തർക്കങ്ങളും, ആരോപണമുന്നയിക്കലുകളും ഉണ്ടാകും. അത്തരം വിമർശനങ്ങൾ ഞങ്ങളിരുവരും ഗുണപ്രദമായാണ് ഇതുവരെ കണ്ടിട്ടുള്ളത്. ആരോഗ്യകരമായ വിമർശനങ്ങൾ സ്വയം വിലയിരുത്താനുള്ള ഉപാധികൾ കൂടിയാണല്ലോ. വായനക്കാരുടെയും, സാമൂഹികപരിഷ്ക്കർത്താക്കളുടെയും എല്ലാത്തരം ചോദ്യങ്ങൾക്കും എപ്പോഴും ഉത്തരം പറയാൻ എഴുത്തുകാരന്

സാധിക്കണമെന്നില്ല. എഴുത്തുകാരൻ സാമൂഹികജീവി എന്നതിനപ്പുറം മാനുഷിക വികാരങ്ങൾ ഉള്ളയാളുമാണ്."

എന്റെ കൊച്ചേ ഞാൻ മൃദുവായി വിളിച്ചു. എന്റെയുള്ളിൽ നാനാതരം ആശങ്കകൾ നിഴലിട്ട് നിന്നിരുന്നു. വ്യക്തമായ ഉത്തരം കിട്ടാത്തവ. രാഷ്ട്രീയമായ ചേരിപ്പോരുകളെക്കുറിച്ചോ, കമ്യൂണിസ്റ്റ് പാർട്ടിയിൽ നില നിൽക്കുന്ന സംഘർഷങ്ങളെക്കുറിച്ചോ അല്ല എന്റെ ആകുലത. ഫ്രാൻസിലെ ഇന്നത്തെ രാഷ്ട്രീയ ചുറ്റുപാടുകൾ നാനാതരം പ്രശ്നങ്ങൾ ഉണ്ടാക്കുന്നുണ്ട്. മഹായുദ്ധം ഏൽപ്പിച്ച നഷ്ടങ്ങൾ ഇനിയും ജനങ്ങളെ വിട്ടൊഴിഞ്ഞിട്ടില്ല. രാജ്യം പുരോഗതി കൈവരിക്കുന്നു എന്നു പറയുന്നതിൽ ജനങ്ങൾ സംതൃപ്തരാണ് എന്നൊരു അർത്ഥമേയില്ല. എഴുത്തുകാർക്കും സാമൂഹിക പ്രവർത്തകർക്കും ഇടയിൽ മാത്രമല്ല നാടിന്റെ എല്ലാ തുറയിൽ പെട്ടവർക്കുമിടയിൽ അരാജകത്വം നിലനില്ക്കുന്നുണ്ട്.

യുദ്ധത്തിന്റെ വലിയ പരിവർത്തനങ്ങളിൽ ഒന്നായിരിക്കാം കമ്യൂണിസത്തിന്റെ വികസനം. യൂറോപ്യൻ രാജ്യങ്ങളിൽ തന്നെ ഫ്രാൻസിലും ജർമ്മനിയിലുമെല്ലാം ഹിറ്റ്ലർക്കെതിരെയുള്ള പ്രതിരോധപ്രസ്ഥാനങ്ങൾ പാർട്ടിയുടെ വളർച്ചയ്ക്ക് കാരണമായി തീർന്നിരിക്കാം. കാരണം മനുഷ്യരാശിയെ പേടിപ്പെടുത്തുമാറ് ക്രൂരവും. ഭയാനകവുമായിരുന്നല്ലോ യുദ്ധം

രണ്ടു ലോകമഹായുദ്ധങ്ങൾക്ക് ഇരയാകേണ്ടി വന്ന ജനങ്ങൾ മനസ്സാക്ഷി മരവിച്ചവരായി തീർന്നു. ഒരുപക്ഷേ, ഇനിയൊരു മൂന്നാം ലോക മഹായുദ്ധത്തെക്കുറിച്ചുള്ള ആശങ്കയാവാം അതിനുള്ള പ്രധാന കാരണവും. കമ്യൂണിസ്റ്റ് പാർട്ടിയിൽ പുതിയതായി ഉടലെടുത്ത ചേരിപ്പോർ എന്തിന്റെ പ്രതിഫലനമായാലും അതിനിടയിൽ അഭിപ്രായ വ്യത്യാസങ്ങളുടെ പേരിൽ സാർത്രേയും കാമുവുമായുള്ള ആത്മബന്ധത്തിനു ക്ഷതമേൽക്കുന്നത് ഏതർത്ഥത്തിലും എനിക്ക് വേദന തന്നെയാണ്. സാർത്രേ ഒരിയ്ക്കലും ആരോപണങ്ങൾക്ക് മുന്നിൽ തലകുനിക്കുന്നയാളല്ല.

അന്യൻ എന്ന പുസ്തകം എഴുതിയ കാമുവിനെ കണ്ടതും പരിചയപ്പെട്ടതുമായ ദിനങ്ങൾ ഞാനോർത്തു. *നിഴലാട്ടത്തിന്റെ* പത്രാധിപർ ആയിരുന്നു കാമു.

"സിമോൺ", സാർത്രേ ദൃഢമായ ശബ്ദത്തിൽ വിളിച്ചു. "ആരോപണങ്ങൾ നമ്മളെ ഊർജ്ജം കൊള്ളിക്കുകയാണ് വേണ്ടതെന്ന് നീ തന്നെയല്ലേ പറഞ്ഞത്. നിനക്കെന്താണ് കുറച്ചുനാളായി സംഭവിക്കുന്നത്. എഴുത്തിലും, പൊതുകാര്യങ്ങളിലും നീ കാണിക്കുന്ന ധൈര്യവും ആർജ്ജവവും നമ്മുടെ സ്വകാര്യനിമിഷങ്ങളിൽ നിനക്കില്ലാതാകുന്നു. അങ്ങനെയുള്ള ഒരുവളെയല്ല ഞാനെന്റെ കൂട്ടുകാരിയായി കൂടെ കൂട്ടിയിരുന്നത്."

ഞാൻ പകച്ച് സാർത്രേയുടെ കണ്ണുകളിലേക്ക് നോക്കി.

''വാർദ്ധക്യം അടുത്തെത്തി.'' ഞാൻ ആരോടെന്നില്ലാതെ പിറുപിറുത്തു.

"എന്താണ് നിന്നെ അലട്ടുന്നത്. ഇത്തരം ചിന്തകൾ നമ്മുടെ സ്വസ്ഥത കെടുത്തും."

"നാം പരസ്പരം ബാദ്ധ്യതയുടെ ചുമടു താങ്ങുന്നവരായി മാറിക്കഴിഞ്ഞിരിക്കുന്നു. അല്ലേ സാർത്ര്?"

എന്റെ ചോദ്യത്തിന് ഉത്തരം പറയാതെ സാർത്ര് പുറത്തേക്കിറങ്ങി പോയി.

ഞങ്ങൾ തമ്മിലുള്ള ഇടപഴകലുകളിൽ കൃത്രിമത്വം കടന്നുകൂടിയിരിക്കുന്നു. ഞങ്ങൾ ശരീരത്തെ ഇഞ്ചോടിഞ്ചും പരസ്പരം അറിഞ്ഞതുപോലെ ആന്തരികമായി അറിഞ്ഞില്ലെന്നു വരുമോ!

ഒരിക്കൽ സൊറാക്കീനും ഞാനുമായുള്ള ബന്ധപ്പെടലിന് ശേഷം എന്റെ മുന്നിൽ നഗ്നയായി കിടക്കെ അവൾ ചോദിച്ച ചോദ്യം ഓർമ്മയിലെത്തി.

സാർത്രേ ഇതുപോലെ എന്റെ മുന്നിൽ നഗ്നനായി കിടക്കുമോ എന്നായിരുന്നു അത്.

അതുവരെ അങ്ങനെ സംഭവിച്ചിട്ടില്ല എന്നായിരുന്നു എനിക്കു പറയാനുള്ള മറുപടിയും. സാർത്രേ തടങ്കൽപാളയത്തിൽ ആയിരുന്ന കാലത്തായിരുന്നു അത്. ഞങ്ങളുടെ മൂന്നാമത്തെ സമാഗമത്തിന് ശേഷം. അപ്പോഴേക്കും സൊറാക്കീൻ പൂർണ്ണമായും ലജ്ജ കൈവിട്ടിരുന്നു. സാർത്രേയും ഞാനുമായുള്ള ശാരീരികബന്ധത്തിൽ ആത്മസാക്ഷാൽക്കാരത്തിന്റെ ഔന്നത്യത്തിൽ എത്താറുണ്ട്. എങ്കിലും അതിനുശേഷം ഞങ്ങളുടെ നഗ്നതയിൽ ലജ്ജയും അനുഭവിച്ചു. വർഷങ്ങളോളം ഒരുമിക്കലുകൾക്ക് ശേഷം ശരീരം വേർപെടുമ്പോൾ ഒരു പുതപ്പോടർക്കിയോ മറച്ചല്ലാതെ കുളിമുറിയിലേക്ക് നടന്നുപോകാൻ ലജ്ജ ഞങ്ങളെ അനുവദിച്ചിരുന്നില്ല. എന്നാൽ സൊറക്കീന്റെ മുന്നിൽ ഞാൻ വിവസ്ത്രയായി കിടക്കുമായിരുന്നു. ഒരു സ്ത്രീക്ക് മുന്നിൽ ശരീരം പ്രദർശിപ്പിക്കുവാൻ എനിക്ക് നാണക്കേട് തോന്നിയില്ല. എന്നാൽ സാർത്രേക്കു മുന്നിൽ ആന്തരികമായി ഞാൻ നഗ്നയുമായിരുന്നു.

ഒരു സ്ത്രീ പുരുഷനിലാണോ, സ്ത്രീയിലാണോ പൂർണ്ണമായും തൃപ്തയാവുക. സ്ത്രീയെ ശാരീരികമായും മാനസികമായും അറിയാൻ മറ്റൊരു സ്ത്രീക്ക് മാത്രമാണോ കഴിയുക. എന്റെ അത്തരം സംശയങ്ങൾ ആ പ്രായത്തിൽ ആരുമായും പങ്ക് വയ്ക്കാൻ ധൈര്യമുണ്ടായിരുന്നില്ല. സൊറാക്കീനും ഞാനും ആ ബന്ധം നിഗൂഢമായ രഹസ്യമായി സൂക്ഷിച്ചു. സമൂഹത്തിന്റെ കടുത്ത സദാചാര നിയമങ്ങൾ കുടുംബവ്യവസ്ഥിതിക്കുള്ളിൽ നിൽക്കുന്നവരെ ബാധിക്കുന്നത് പോലെ ഞങ്ങളെ

ബാധിക്കാത്തതിനാൽ ആ ബന്ധം തുടർന്നു പോകുന്നതിൽ തടസ്സങ്ങൾ ഉണ്ടായതുമില്ല.

രണ്ടുപേർ ഒരുമിച്ച് പങ്ക് വയ്ക്കുന്ന സ്നേഹത്തിന് അർത്ഥമുണ്ടാകുന്നത് എപ്പോഴാണ്.

ഈ ചോദ്യത്തിന് വർഷങ്ങളായി ഞാനുത്തരം തേടുന്നു. രണ്ടു സ്ത്രീകൾക്ക് പരസ്പരം ആനന്ദം കണ്ടെത്താൻ കഴിയുമെങ്കിൽ പകരമൊരു പുരുഷനെ തേടേണ്ടതുണ്ടോ എന്ന ചിന്ത ഈയടുത്തായി എന്നെ അലട്ടിക്കൊണ്ടിരിക്കുന്നു. കുഞ്ഞുങ്ങളെ സൃഷ്ടിക്കാൻ വേണ്ടി മാത്രം നടത്തുന്ന പുരാതനമായ ഈ മൂഢത്വം കുടുംബവ്യവസ്ഥിതി വേണ്ടെന്ന് വയ്ക്കാൻ തയ്യാറായ ഞാൻ എന്തിനായിരുന്നു പിന്തുടർന്നത്.

നിലവിലുള്ള വ്യവസ്ഥിതികൾക്കെതിരെ യുദ്ധം ചെയ്തു നേടിയെന്ന് വിശ്വസിക്കുന്ന ഈ ജീവിതം എന്തു തരത്തിലുള്ള ആനന്ദമാണ് നേടിത്തന്നത്. സദാചാരത്തിന്റെ തുറിച്ച കണ്ണുകൾ ഞങ്ങൾക്ക് നേരെ നീണ്ടപ്പോഴൊക്കെ പൊട്ടിച്ചിരിയോടെ നേരിട്ടത് തെരഞ്ഞെടുത്ത ജീവിത നിലപാടുകൾ തെറ്റിപ്പോയില്ലെന്നു സമൂഹത്തെ ബോദ്ധ്യപ്പെടുത്താൻ വേണ്ടി നടത്തുന്ന പാഴ്ശ്രമം മാത്രമായിരുന്നു.

വിശ്വാസങ്ങൾ തകരാൻ തുടങ്ങുമ്പോൾ ജീവിതത്തിനു നിലനിൽപ്പില്ലാതാകുന്നു. ചിലപ്പോൾ തോന്നും എഴുത്തിലും, വായനയിലും, യാത്രയിലും മാത്രമായി ജീവിതത്തെ അർത്ഥപൂർണ്ണമാക്കാം എന്ന്. അവഹേളിക്കപ്പെടുന്ന ഈ ജീവിതം തുടർന്നുകൊണ്ടു പോകുന്നതിന്റെ അർത്ഥശൂന്യത നിരാശപ്പെടുത്തുന്നു. അമ്പരപ്പിക്കുന്ന രീതിയിലുള്ള സാർത്രേയുടെ മാറ്റം അംഗീകരിക്കാൻ പറ്റാതായിത്തീർന്നിരിക്കുന്നു. സ്വതന്ത്രമായി തീരുമാനമെടുക്കാൻ തുനിയുമ്പോഴൊക്കെ അതെല്ലാം എന്റെ അഹങ്കാരങ്ങളായും, വിഡ്ഢിത്തങ്ങളായും വിലയിരുത്തപ്പെടുന്നു.

പുറത്തെ കസേരയിൽ എന്നോടു വഴക്കുണ്ടാക്കി പോയിരിക്കുന്ന സാർത്രേയെ എനിക്കുകാണാം. എന്റെ വാക്കുകൾ അദ്ദേഹത്തിന് മടുപ്പുളവാക്കിയെന്നതിന്റെ തെളിവാണ് ഈ പ്രവൃത്തി. ഞാൻ പരാജയപ്പെടുകയാണ്. വീണ്ടും വീണ്ടും പരാജയപ്പെട്ടുകൊണ്ടിരിക്കുകയാണ്.

സൊറാക്കീനും ഞാനും ചുംബിക്കുമ്പോൾ ഞങ്ങൾക്കിടയിൽ കീഴ്പ്പെടുത്തലിന്റെ മത്സരമല്ല നടന്നിരുന്നത്. പങ്ക് വയ്ക്കലുകൾ ആയിരുന്നു. ബാഹ്യമായും, ആന്തരികമായും അറിഞ്ഞ രണ്ടുപേർ. ഒരു പുരുഷനോടൊപ്പം രതി പങ്ക് വയ്ക്കുമ്പോൾ ഒരു യുദ്ധത്തിൽ അനുകമ്പാപുരസ്സരം തോൽവി സമ്മതിക്കുന്ന നിരാശയോടെയാണ് ആ പ്രവൃത്തി അവസാനിച്ചിരുന്നത്.

എന്താണ് സ്ത്രീ പുരുഷ ബന്ധം?

ഒരുസ്ത്രീക്ക് തന്റെ പുരുഷനെ വെല്ലുവിളിക്കാൻ സാധിക്കുന്ന തരത്തിലുള്ള ആന്തരികലോകം സൃഷ്ടിക്കാൻ ധൈര്യം ഉണ്ടാകുന്നതുവരെ അവൾ അടിമയായിരിക്കും. അത്തരത്തിലുള്ള ഓരോ സ്ത്രീയും പുരു

ഷനെതിരെ നിലവിളിച്ചുകൊണ്ട് നടക്കും. തികച്ചും ഏകാധിപതിയും തൻപോരിമയുമുള്ള ഒരുവനെങ്കിലും ഇതാണ് പുരുഷൻ എന്നു ഒരു സ്ത്രീ ആവേശപുരസ്സരം പറയുമ്പോൾ അവന്റെ ലൈംഗികശേഷിയും സാമൂഹിക്രപസക്തിയും കൂടിയാണ് ആദരിക്കപ്പെടുന്നത്. പുരുഷനാകട്ടെ ഇത് രണ്ടും നേടാൻ ഏതറ്റം വരെയും ശ്രമിക്കും. സ്ത്രീയെ സംബന്ധിച്ചു അയാൾ ഏതൊക്കെ നിലയിൽ ഉയർന്നാലും ഒരു ഉത്തമ കാമുകനാവാതെ അവളെ തൃപ്തയാക്കില്ല. അയാൾ കലാകാരനാണെങ്കിൽ പ്രണയത്തിന്റെ കലയിലാവണം കൂടുതൽ പ്രാവീണ്യം നേടേണ്ടത് എന്നവൾ ശഠിക്കും. കച്ചവടമോ, ഗവൺമെന്റ് ഉദ്യോഗമോ, തൊഴിലാളിയോ, രാഷ്ട്രീയ നേതാവോ ആരുമാകട്ടെ. പ്രണയത്തിൽ അവളെ ഉന്മത്തയാക്കിയാലേ, വിവശയാക്കിയാലേ അവൾക്ക് മുന്നിൽ ധീരോദാത്തനാവാൻ അവന് കഴിയു. അവനാകട്ടെ നിരന്തരം അതിനു ശ്രമിച്ചുകൊണ്ടിരിക്കും.

പരിവർത്തനം

ആ ഗ്രാമത്തിൽ അഞ്ചുദിവസത്തെ സന്ദർശനത്തിനാണ് ഞാനെത്തിയത്. എത്രയോ നഗരങ്ങളിൽ യാത്ര ചെയ്തു മടുത്ത ശേഷമാണ് വളരെ നാളുകൾക്ക് ശേഷം വീണ്ടുമൊരു യാത്രയ്ക്ക് മനസ്സ് വന്നത്. പുലർകാലരശ്മികൾ മണ്ണിൽ പതിയാൻ ഏതാനും നിമിഷങ്ങൾ ഉള്ളപ്പോഴായിരുന്നു ബസിറങ്ങി ബുക്ക് ചെയ്തിരുന്ന ഹോട്ടലിലേക്ക് നടന്നു ചെന്നത്. സകലയിടത്തും മഞ്ഞുപുതച്ച് കിടന്നിരുന്നു. ഒരു വലിയ ഗ്രാമം. വീടുകൾ അടുത്തടുത്തായിരുന്നില്ല. കണ്ണും മനസ്സും കുളിരുന്ന പ്രകൃതി ദൃശ്യം. സൂര്യൻ തെളിഞ്ഞു വരുന്നതിന്റെ സുവർണ്ണരേഖകൾ പുല്ലിലും പൂവിലും വൃക്ഷത്തലപ്പിലും ഒരേപോലെ രോമാഞ്ചമണിയിച്ചു നിൽക്കുന്നു. മഞ്ഞുണ്ടെങ്കിലും പ്രകാശരശ്മികൾക്ക് തെളിച്ചം കുറവില്ല. രാത്രിയിൽ പെയ്തിറങ്ങിയ മഞ്ഞിൻ കണങ്ങൾ ഏതാനും നിമിഷങ്ങൾ കൊണ്ട് അർക്കൻ അലിയിച്ചുകളയും. തണുപ്പുണ്ടെങ്കിലും അന്തരീക്ഷം സുഖകരമായിരുന്നു. ഹോട്ടലിൽ ചെന്ന് മുറിയുടെ താക്കോൽ വാങ്ങി. പ്രതീക്ഷിച്ചതിനേക്കാൾ സൗകര്യമുള്ള മുറിയായിരുന്നു. നാട്ടിൻപുറത്തെ ഹോട്ടലിനെക്കുറിച്ച് എനിക്കുണ്ടായിരുന്ന മിഥ്യാധാരണകളും, സന്ദേഹങ്ങളും തെറ്റിയതിൽ ആശ്വാസം അനുഭവപ്പെട്ടു. എന്നാൽ എനിക്ക് ചിലപ്പോഴൊക്കെ പ്രതീക്ഷിക്കാത്ത സമയത്ത് മുൻശുണ്ഠി വന്നുകൂടും. പോപ്പറ്റ് ഉണ്ടെങ്കിൽ അവളോട് കയർത്ത് ദേഷ്യം ഒന്നാറും. ചൂട് വെള്ളത്തിൽ കുളിച്ചു നിവർന്നപ്പോഴേക്കും കോഫിയുമായി ഹോട്ടൽ ബോയ് വന്നു. കോഫിയും മുട്ടയും രണ്ടു പീസ് ബ്രെഡും കഴിച്ചു.

പിറ്റേദിവസം മുറിയിലിരുന്നു മടുത്തപ്പോൾ ഒരു ഗൈഡിനേയും കൂട്ടി ആ പ്രദേശം ഒന്ന് ചുറ്റി കാണാനിറങ്ങി. ഇത്തരം നാട്ടിൻപുറങ്ങളിൽ ശരിയായ രീതിയിൽ മാർഗ്ഗനിർദ്ദേശ രേഖകൾ ഉണ്ടാകില്ല. എന്റെ പരിചയമില്ലായ്മ വഴിതെറ്റാനുള്ള സാദ്ധ്യത കൂട്ടാൻ ഇടയുണ്ടെന്ന് തോന്നിയത്

കൊണ്ട് തന്നെ ഗൈഡ് ഉണ്ടാകുന്നതാണ് നല്ലതെന്ന് തോന്നി. ഗൈഡ് ആണ് സ്റ്റീവായെ എനിക്ക് പരിചയപ്പെടുത്തിയത്. അമേരിക്കൻ പെൺകിടാങ്ങളിൽ സ്വതവേ കാണാറുള്ള സ്വാതന്ത്ര്യബോധം അവളിലും പ്രകടമായിരുന്നു. സ്റ്റീവാ കേക്കുകളും, ആവിയിൽ വേവിക്കുന്ന ചിലതരം പലഹാരങ്ങളും ഉണ്ടാക്കുന്നതിൽ വിദഗ്ദ്ധ യായിരുന്നു. യാത്രകളിൽ ഞാനേറ്റവും ആസ്വദിച്ചിരുന്നത് ഭക്ഷണങ്ങൾ രുചിക്കുന്നതായിരുന്നു. അവളും ഭർത്താവ് ആൻട്രിയും താമസിക്കുന്ന ആ വീടിന്റെ ഒരു ഭാഗം കുറച്ചു കസേരകളും, ഏതാനും മേശകളും നിരത്തിയിട്ട, പരിമിതമായ സൗകര്യങ്ങൾ മാത്രമുള്ള ചെറിയൊരു റെ സ്റ്റോറന്റ് ആയിരുന്നു. കേക്കുകളും, പാസ്ട്രികളും പലതരം വൈനുകളും പ്രത്യേകമായി തയ്യാറാക്കി കൊടുക്കുന്നതുകൊണ്ട് ചില സ്ഥിരം കസ്റ്റമേഴ്സും എന്നെപ്പോലെ വല്ലപ്പോഴും എത്തുന്ന അതിഥികളും മാത്രമായിരുന്നു സന്ദർശകർ. ഒരു ആക്സിഡന്റിൽ തളർന്നുപോയ ആൻട്രിയുടെ ചികിത്സയ്ക്കാവശ്യമായ പണം ഇതിൽ നിന്നാണ് അവൾ സമ്പാദിച്ചുകൊണ്ടിരിക്കുന്നത്.

ഗൈഡ് എന്നെ അവൾക്ക് പരിചയപ്പെടുത്തി. സ്റ്റീവായുടെ ചിരിക്കു മ്പോൾ തെളിയുന്ന നുണക്കുഴികളും, കണ്ണുകളിലെ മിന്നുന്ന നക്ഷത്ര തിളക്കവും ജീവിതത്തോട് പ്രത്യാശയും പ്രതീക്ഷയും നിറയ്ക്കുന്നതാ യിരുന്നു. അവളെ പരിചയപ്പെടുന്ന ഓരോരുത്തരുടെയും ഹൃദയത്തിൽ പ്രകാശം നിറയ്ക്കാൻ ആ പുഞ്ചിരിക്ക് സാധിക്കുമായിരുന്നു.

ഞാൻ പുഞ്ചിരിയോടെ അവൾക്ക് ഷേക് ഹാൻഡ് നൽകി.

“നിങ്ങളെ പരിചയപ്പെട്ടതിൽ വളരെയധികം സന്തോഷം സ്റ്റീവാ.”

വീഞ്ഞിന്റെ ഒരുകോപ്പ എനിക്ക് നേരെ നീട്ടിക്കൊണ്ടാണ് അവൾ മറുപടി പറഞ്ഞത്.

“ബഹുമാന്യയായ അതിഥിക്ക് സ്വാഗതം. ഈ വീഞ്ഞു കുടിക്കൂ. പ്രഭാതം നിങ്ങളെ പൂർവ്വാധികം ഉന്മേഷവതിയും സുന്ദരിയുമാക്കട്ടെ?

സ്റ്റീവാ ഉണ്ടാക്കുന്ന കേക്കുകൾക്ക് ഒരു പ്രത്യേക രുചിയായിരുന്നു.

ഒരു വർഷത്തോളം വൈനിൽ മുക്കിവെച്ച കൂട്ടുകൾ ഉപയോഗിച്ചാണ് ഈ കേക്ക് ഉണ്ടാക്കുന്നതെന്ന് ഗൈഡ് പറഞ്ഞു. ധാരാളം ഡ്രൈ ഫ്രൂട്ട്സ് ചേർത്തുണ്ടാക്കിയ കേക്ക് വായിലിടുമ്പോഴേ അലിഞ്ഞു പോകുന്നത് പോലെയാണ്.

എന്തുതരം ഫ്ളേവറാണ് നിങ്ങളിതിൽ ചേർക്കുന്നതെന്ന എന്റെ ചോദ്യത്തിന് പുഞ്ചിരിയായിരുന്നു മറുപടി.

ബുദ്ധിമതിയായ കച്ചവടക്കാരി. ഞാനുള്ളിൽ അഭിനന്ദിച്ചു. മിടുക്കി.

സ്റ്റീവായോട് യാത്ര പറഞ്ഞിറങ്ങി ഗ്രാമത്തിലൂടെ കുറെ ദൂരം നടക്കവേ ഗൈഡിനോട് സ്റ്റീവായെക്കുറിച്ചു കൂടുതൽ വിവരങ്ങൾ ചോദിക്കാൻ എനിക്ക് മടി തോന്നിയില്ല. സാധാരണ നിലയിൽ ഞാനൊരി ക്കലും മറ്റൊരാളെക്കുറിച്ച് അപരിചിതനായ ഒരു വ്യക്തിയോട് ചോദി ക്കില്ല. ഒരൊറ്റ കാഴ്ചയിൽ എന്നെ സ്വാധീനിക്കാൻ മാത്രം എന്തുതരം

മാജിക്കാണ് അവളിലുള്ളതെന്ന് ചിന്തിച്ചപ്പോൾ എനിക്കത്ഭുതം തോന്നി.

സന്ദർശിച്ച രാജ്യങ്ങളിലും നഗരങ്ങളിലും ഗ്രാമങ്ങളിലുമൊന്നും മുഖങ്ങൾ എന്നെ ആകർഷിക്കുകയോ സ്വാധീനിക്കുകയോ ചെയ്തിട്ടില്ല. മനുഷ്യന്റെ ജീവിതത്തെക്കുറിച്ചും ജീവിതരീതികളെക്കുറിച്ചുമാണ് എന്റെ കണ്ണും മനസ്സും നിരീക്ഷിച്ചുകൊണ്ടിരുന്നത്. വ്യത്യസ്തമായ ജീവിതം ജീവിക്കുന്നവരെ, വ്യത്യസ്തമായ ആശയങ്ങൾ ഉള്ളവരെ അങ്ങനെ എന്തെങ്കിലും വിധത്തിൽ സവിശേഷതയുള്ളവരെ മാത്രമേ ഞാൻ തേടി നടന്നുള്ളൂ.

സ്റ്റീവായുടെ കണ്ണുകൾ വേദനയിലും ആനന്ദം പ്രതിഫലിപ്പിച്ചു. സമീപിക്കുന്നവരെ ഹൃദയത്തിലേക്കടുപ്പിച്ചു. ചലിക്കുന്ന ശ്വസിക്കുന്ന മനുഷ്യർക്കിടയിൽ അവൾ ജീവിക്കുന്നവളായി വേറിട്ടു നിന്നു. ആ തോന്നലാണ് ഗൈഡിനോട് സ്റ്റീവായെക്കുറിച്ച് കൂടുതൽ ചോദിച്ചറിയാൻ എന്നെ പ്രേരിപ്പിച്ചത്.

ആൻട്രിയുടെ ആക്സിഡന്റിന് ശേഷമാണ് അവൾ ആ വീട്ടിൽ താമസത്തിനെത്തിയത്. അതുവരെ അവളൊരു ലൈബ്രേറിയനായി ജോലി ചെയ്തു വരികയായിരുന്നു. ആൻഡ്രിയുടെ അമ്മ അയാൾ കുഞ്ഞായിരിക്കുമ്പോഴേ മരിച്ചതാണ്. രണ്ടാനമ്മയാകട്ടെ അയാളെ ഗൗനിക്കാറുമില്ല. അവർ ഒരു ബാർ നർത്തകിയായിരുന്നു. ആൻഡ്രിയുടെ അച്ഛന് വയസ്സ് കാലത്ത് തോന്നിയ മോഹമാണ് ആ സ്ത്രീ. ആൻഡ്രിയുടെ അപകടത്തിന് മുന്നേ അവർ ഇരുവരും ഈ വീട് വീട്ടു താമസം മാറിയിരുന്നു.

അപകടം നടന്ന ശേഷം ആൻഡ്രിക്ക് കൂട്ടായി ഒരു പരിചാരകൻ മാത്രമേ ഉണ്ടായിരുന്നുള്ളൂ. ഒരു രാത്രി വീട്ടിലെ എടുക്കാൻ പറ്റാവുന്ന വിലപിടിപ്പുള്ളതെല്ലാം എടുത്തുകൊണ്ട് അയാൾ സ്ഥലം വിട്ടു. രണ്ടു രാത്രിയും, രണ്ടു പകലും വീട്ടിൽ ഏകാന്തതയിലും, വിശപ്പിലും അയാൾ തനിച്ചു കിടന്നു. പ്രാഥമിക കർമ്മങ്ങൾ നടത്താനോ, ഒന്നെഴുന്നേൽക്കാൻ പോലുമോ ആവാതെ. സ്റ്റീവായും ആൻട്രിയും തമ്മിൽ ഏതാണ്ട് മൂന്നര വർഷത്തെ പ്രണയം ഉണ്ടായിരുന്നു. ആൻഡ്രിയുടെ അപകടത്തിന് ശേഷം അവർ തമ്മിലുള്ള കണ്ടുമുട്ടൽ അവളുടെ വീട്ടുകാർ വിലക്കിയിരുന്ന സമയം. വീട്ടുകാരുടെ കണ്ണുവെട്ടിച്ച് ആൻട്രിയെ കാണാൻ ഓടിയെത്തിയ അവൾ കണ്ടത് കിടക്കയിൽ തണുത്തു മരവിപ്പിനോടടുത്ത ശരീരമായിരുന്നു. ആ വീട്ടിൽ ഇരുട്ടു നിറഞ്ഞിരുന്നു. ആ ഇരുട്ടിലേക്കാണ് ഹൃദയത്തിന്റെ പ്രകാശവുമായി സ്റ്റീവാ അലക്സാന്ധ്രോവ്നാ കയറിച്ചെന്നത്. മൂത്രത്തിന്റെ നാറ്റം വമിക്കുന്ന മുറിയിൽ, നനഞ്ഞു കുതിർന്ന കട്ടിലിൽ ശവം കണക്കെ അയാൾ കിടന്നിരുന്നു. അയാളുടെ മുഖം കരുവാളിച്ചും കൺതടങ്ങളിൽ ഒരു ജീവിതകാലത്തെ നൈരാശ്യം പ്രതിഫലിച്ചും ചുണ്ടുകൾ വരണ്ടു നീലിച്ചിരുന്നു. രണ്ടു രാത്രിയോളം തണുപ്പും നനവും താങ്ങാൻ പറ്റാതെ ശരീരം കോച്ചി വലിച്ചിരുന്നു. സ്റ്റീവായ്ക്ക് എന്താണ് ചെയ്യേണ്ടതെന്ന് മനസ്സിലായില്ല. അവളൊരു കുഞ്ഞായിരുന്നു. ഏകമകൾ. കുട്ടിത്തം തുളുമ്പി നിന്നവൾ.

അതുവരെ ഉള്ളിലും പുറമേക്കും ആനന്ദം മാത്രം അറിഞ്ഞവൾ. ജീവിതകാലത്തിനിടയ്ക്ക് ഒരിക്കൽപ്പോലും ദുഃഖമോ വേദനയോ അഭിമുഖീകരിച്ചിട്ടില്ലാത്തവൾ. മൂത്രത്തിന്റെ നാറ്റം അവളെ അസഹ്യപ്പെടുത്തിയില്ല. ആൻഡ്രിയുടെ ശരീരം ഒന്ന് പൊന്തിക്കാൻ പോലും ശേഷിയുണ്ടായിരുന്നില്ല അവളുടെ കൈകൾക്ക്.

എന്തു ചെയ്യണമെന്നറിയാതെ ആദ്യം അമ്പരന്നു നിന്നെങ്കിലും പിന്നീടവൾ പുറത്തേക്കോടി. വഴിവക്കിൽ ഏതാനും തൊഴിലാളികൾ ഹുക്കവലിച്ചു കൊണ്ടിരിപ്പുണ്ടായിരുന്നു. അവരെ സഹായത്തിന് വിളിച്ചു കൊണ്ട് വന്ന് ആൻട്രിയെ എഴുന്നേൽപ്പിച്ച് വീൽചെയറിൽ ഇരുത്തി. വെള്ളം ചൂടാക്കി അയാളുടെ ശരീരം വൃത്തിയാക്കി. ആ സമയങ്ങളിലെല്ലാം അയാളുടെ മുഖം മരവിച്ചുതന്നെ ഇരുന്നിരുന്നു. ശവക്കോട്ടയുടെ പടിവാതിൽക്കൽനിന്നും തിരിച്ചുവന്ന ഒരാളുടെ മുഖച്ഛായയാണ് ആൻഡ്രിയുടെ മുഖത്തിനെന്ന് സ്റ്റീവായ്ക്ക് തോന്നി. അയാൾ ദിവസങ്ങളോളം ചിരിച്ചില്ല. അയാളുടെ ദുഃഖങ്ങളിലേക്കാണ് സ്റ്റീവാ തന്റെ സ്വപ്നങ്ങൾ ചേർത്ത് വെച്ചത്.

ഗൈഡ് പറഞ്ഞ കഥ കേട്ടതിനുശേഷം എനിക്കവളെ ഒന്നുകൂടി കാണണമെന്ന് തോന്നി.

പിന്നീടൊരിക്കലും വീട്ടിലേക്ക് മടങ്ങിപ്പോവാൻ തുനിയാതെ സ്റ്റീവാ ഈ വീട്ടിൽ ചെറിയ റെസ്റ്റോറന്റ് തുടങ്ങി.

പിറ്റേന്നും അതിരാവിലെ ഞാൻ തനിച്ച് അങ്ങോട്ടേക്ക് കയറി ചെന്നു. ആ ഗ്രാമം മറ്റുള്ള സ്ഥലങ്ങളിൽനിന്നും വ്യത്യസ്തമായി എന്നെ വല്ലാതെ ആകർഷിച്ചു. മനസ്സമാധാനവും ആനന്ദവും നൽകുന്ന സ്ഥലം. ലോകത്തിന്റെ വിവിധ ഭാഗങ്ങൾ ഇതിനകം ഞാൻ സന്ദർശിച്ചു കഴിഞ്ഞു. പക്ഷേ, ഈ ഗ്രാമവും ഇവിടത്തെ മനം മയക്കുന്ന ശാന്തതയും എന്നിലുളവാക്കുന്ന മനസ്സമാധാനം മറ്റൊരിടത്തു നിന്നും ലഭിച്ചിട്ടില്ല എന്നതായിരുന്നു വാസ്തവം. ലോകത്തിൽ പല തരത്തിലുള്ള ത്യാഗികളെ ഞാൻ കണ്ടിട്ടുണ്ട്. പക്ഷേ, എല്ലാ ത്യാഗത്തിന് പിന്നിലും ഒന്നുകിൽ മടുപ്പിന്റെ ഒരസഹ്യത നിഴലിട്ട് നിൽക്കും. അല്ലെങ്കിൽ സ്വാർത്ഥതയുടെ ചെറിയൊരു ലാഞ്ഛന തെളിഞ്ഞു കാണും. പക്ഷേ, സ്റ്റീവായുടെ ത്യാഗം അവളുടെ സ്നേഹത്തിന്റെ അടയാളമായിരുന്നു. അവളുടെ തെളിഞ്ഞ പുഞ്ചിരിയും ഉല്ലാസഭരിതമായ പെരുമാറ്റവും ത്യാഗത്തേക്കാൾ ജീവിതത്തിന്റെ ആനന്ദം പ്രതിഫലിപ്പിച്ചു. ചില മനുഷ്യരെ കാണുമ്പോൾ മാത്രം ജീവിതം അർത്ഥവത്താണെന്ന് തോന്നും. ദുഃഖവും വിരഹവുമെല്ലാം മനസ്സിന്റെ വെറും ഭ്രമങ്ങളാണെന്ന് തോന്നലുണ്ടാകും. സ്റ്റീവാ അലക്സാഡ്രോവ്നാ എന്ന പെൺകുട്ടി തന്റെ ജീവിതം പ്രണയത്തിനായി സമർപ്പിക്കുന്നത് കണ്ടപ്പോൾ ഞാൻ വീണ്ടും നാസായെ ഓർത്തു. അവൾ പ്രണയത്തിനായി മരിച്ചവളാണ്. പെൺകുട്ടികൾ എന്തിനാണ് ഇങ്ങനെ നിർമ്മല ഹൃദയരായി ജനിക്കുന്നത്. വേദനയിലൂടെ ജനിച്ച് വേദനയിലൂടെ ജീവിച്ച്, വേദന അനുഭവിച്ച് മരിക്കേണ്ടി വരുന്ന ജന്മങ്ങൾ.

പുരുഷന്മാർ വിരളമായേ സ്ത്രീയെ ഹൃദയംകൊണ്ട് സ്നേഹിക്കുക. ഒരു പുരുഷൻ ജീവിതത്തിലേക്ക് വരുമ്പോൾ അയാൾ നമ്മുടെ ഏതെല്ലാമോയിടങ്ങളിൽ സ്പർശിച്ചുവെന്ന് നമുക്ക് തോന്നാം. സ്പർശനമല്ലായിരുന്നു അത് വെറും ജാലവിദ്യയാണെന്ന് തിരിച്ചറിയുമ്പോഴേക്കും ജീവിതത്തിന്റെ പാതിയും, ഹൃദയത്തിന്റെ മുഴുവൻ ഭാഗവും തരിശ് നിലമായി തീർന്നിരിക്കും. ആ ദിവസങ്ങളിൽ കൂടുതൽ സമയവും ഞാൻ സ്റ്റീവായോടൊപ്പം ചെലവഴിച്ചു. ഉച്ചയ്ക്കുള്ള ചെറിയ മയക്കത്തിനായി ഹോട്ടൽ മുറിയിൽ ചെന്നിരുന്നു സാർത്രേക്കുള്ള ഒരു കത്തെഴുതി വെച്ചു.

കത്തിന്റെ അവസാനം സ്റ്റീവാ പാടിയ കവിതയുടെ വരികൾ എഴുതി വെച്ചു.

"ഇനിയൊരിക്കൽ നീയെന്റെ കല്ലറയിൽ വരിക
എന്നിട്ട് പ്രണയത്തെ കുറിച്ചൊരു പാട്ടു പാടുക.
കല്ലറയ്ക്കുള്ളിലും പുഴുവരിച്ച എന്റെ മാംസത്തിലും
ഒടുവിലായ് അവശേഷിക്കുന്ന എല്ലിൻ കൂടിനുള്ളിലും
അന്ത്യവേളയിൽ നീ ചുംബിച്ച മുടിയിഴകളിലും
വീണ്ടും പ്രണയത്തിന്റെ ഉന്മാദം വിരിയട്ടെ
കല്ലറമേൽ വിരിയുന്ന പൂക്കളെ ശവം നാറിയെന്ന് വിളിക്കരുത്. അത് പ്രണയത്തിന്റെ പൂക്കളായിരുന്നു."

സ്റ്റീവായുടെ പ്രണയം ജീവിതത്തെ വേറിട്ടൊരു കാഴ്ചയിൽ നോക്കി കാണാൻ എനിക്ക് പ്രേരണ നൽകി. അതുവരെയുള്ള എന്റെ ധാരണകളെ മാറ്റിമറിക്കുന്നതായിരുന്നു അവരുടെ സ്നേഹം. ഒരു സ്ത്രീയും പുരുഷനും ഒരുമിച്ച് ഏറെനാൾ ജീവിച്ചാൽ മടുപ്പ് വന്നു കൂടുമെന്നും സ്വാതന്ത്ര്യം നഷ്ടമാകുമെന്നുമാണ് ഞാൻ ധരിച്ചിരുന്നത്. സാർത്രേയും ഞാനും സ്വാതന്ത്ര്യം നഷ്ടമാകുന്ന ബന്ധത്തിൽ വിശ്വസിച്ചിരുന്നില്ല. ശാരീരികമോ, മാനസികമോ, സാമൂഹികമോ ആയ ഒരു കാര്യത്തിലും പരസ്പരം ഇടപെടുകയില്ലെന്നു തീരുമാനമെടുത്തവരാണ് ഞങ്ങൾ. ആ സ്വാതന്ത്ര്യ പ്രഖ്യാപനമായിരുന്നു ബന്ധത്തിന്റെ നിലനിൽപ്പിനാധാരവും. എന്നാൽ സ്റ്റീവാ അവളുടെ ജീവിതം ആ ചെറിയ വീട്ടിലെ പരിമിതികൾക്കുള്ളിൽ ആഘോഷമാക്കുകയും ആനന്ദിക്കുകയും ചെയ്യുന്നു.

എന്തുകൊണ്ടായിരുന്നു ഒരേപോലെ ചിന്തിക്കുകയും ഒരേ ആശയങ്ങൾ വെച്ച് പുലർത്തുകയും ചെയ്യുന്ന ഞങ്ങൾക്ക് ഒരു വീട്ടിൽ അധികദിവസം ഒരുമിച്ച് ജീവിക്കാൻ സാധിക്കാനാവാത്തത്. നിരന്തരമായ യാത്രയ്ക്കിടയിൽ വല്ലപ്പോഴും ഒത്തുകൂടുന്ന ജീവിതചര്യയിൽ മാറ്റം വരുത്തണമെന്ന ചിന്ത എന്നിൽ വളർന്നുവന്നു. സാർത്രിന് ഒരുകാലത്തും വീടിന്റെ നാലുചുമരുകൾക്കുള്ളിൽ അധികദിവസം താമസിക്കാൻ സാധിക്കില്ലെന്നു എനിക്കറിയാം. സന്തുഷ്ടിയെന്നു പറയുന്നത് സാർത്രേയെ സംബന്ധിച്ച് ഒരവസ്ഥയോ ഒരു പ്രവൃത്തിയോ അല്ല. സന്തുഷ്ടനായി

തീരുക മനുഷ്യന്റെ ഒരു ജോലിയാണെങ്കിൽ സന്തുഷ്ടനാകാനുള്ള ഒരു ജോലി കാണിച്ചു തരൂ എന്നു കാമുവിന് എഴുതിയ ആളാണ് സാർത്ര്. അതുകൊണ്ടു തന്നെ ഞാൻ തൃപ്തിയെന്നു പറയുന്ന ആശയവുമായി ഒരിക്കലും യോജിച്ചുപോകാൻ അദ്ദേഹത്തിന് സാധിക്കുകയുമില്ല.

മനുഷ്യ ജീവിതത്തിൽ തിരഞ്ഞെടുപ്പുകളുടെ ആനന്ദത്തെക്കുറിച്ച് ഒരു സെമിനാറിൽ പ്രസംഗിക്കവേ സാർത്ര് പറഞ്ഞ വാക്കുകൾ ഓർമ്മ വരുന്നു. "മനുഷ്യൻ തിരഞ്ഞെടുപ്പിൽ അസംതൃപ്തനാണ് എങ്കിൽ ആഗോളവ്യാപകമായ അസന്തുഷ്ടിക്ക് നേരെയുള്ളൊരു പ്രതിഷേധമെന്നപോലെയാണ് സന്തുഷ്ടി കൈവരിക്കാൻ ശ്രമിക്കേണ്ടതെന്ന് അതിനെ ഒറ്റവാക്കിൽ നിർവ്വചിച്ചാൽ അത് തികച്ചും ദൈവികതത്വത്തിന്റെ മുകതയാണ് എന്നാണ്."

എനിക്കൊരിക്കലും സ്റ്റീവായെ പോലെയാകാൻ കഴിയില്ലെന്ന് തീർച്ചയാണ്. എന്നിട്ടും ഇപ്പോഴുള്ള ജീവിതത്തിൽ പൂർണ്ണ തൃപ്തയാവാനും സാധിക്കുന്നില്ല. ആരെങ്കിലും സ്നേഹത്താൽ എന്നെ ശാസിച്ച് തളച്ചിട്ടിരുന്നെങ്കിൽ എന്നാശിക്കുന്ന അതേ നിമിഷം ഈ കെട്ടുപാടുകൾ വിട്ട് ഓടിപ്പോകാൻ കൊതിക്കുകയും ചെയ്യുന്നു.

ഒരുച്ചനേരം സ്റ്റീവായുടെ റെസ്റ്റോറന്റിൽ സൂപ്പും മുട്ടയും കഴിച്ചുകൊണ്ടിരിക്കെ മെല്ലിച്ച ഒരു മനുഷ്യൻ അങ്ങോട്ടേക്ക് കയറിവന്നു. അയാളുടെ തുകൽ ഷൂവിലുറയിൽ പഴക്കം കൊണ്ടുണ്ടായ സുഷിരങ്ങൾ വീണിരിക്കുന്നതാണ് ആദ്യം എന്റെ ശ്രദ്ധയിൽ പെട്ടത്. ധരിച്ചിരുന്ന കോട്ടും തൊപ്പിയും ഏതാണ്ട് പൂർണ്ണമായും നരച്ചു തുടങ്ങിയിരുന്നു. തൊപ്പി ഊരി മേശപ്പുറത്ത് വച്ചശേഷം നീളം കൂടിയ മുടിയിഴകൾ കുടഞ്ഞു ചുമൽ ഒന്ന് കുലുക്കിയശേഷം ചുറ്റുമുള്ളവരെ യാതൊരു വിധത്തിലും ഗൗനിക്കാതെ ഒരു കസേര വലിച്ചിട്ടിരുന്നു. അയാൾക്ക് ഒരു കിറുക്കന്റെ ഛായ ഉണ്ടെന്ന് എനിക്കുതോന്നി. വേണ്ടെന്ന് വെച്ചിട്ടും എന്തുകൊണ്ടോ എന്റെ നോട്ടം അയാൾക്കുമേൽ പാറിവീണു. അയാളാകട്ടെ എന്നെ കണ്ടമട്ട് കാണിച്ചതുമില്ല.

അയാളുടെ ആഗമനം അറിഞ്ഞത് പോലെയോ പ്രതീക്ഷിച്ചത് പോലെയോ സ്റ്റീവാ തിരക്കിട്ട് ഓടിവന്നു.

"ഹലോ സ്റ്റീവാ അലക്സാഡ്രോവ്നാ കേവലം ഒരു മാസത്തിനുള്ളിൽ നിങ്ങൾക്ക് യാതൊരു വിധത്തിലുമുള്ള പുരോഗതിയും കൈവരിക്കാൻ കഴിഞ്ഞിട്ടില്ല എന്ന എന്റെ വിശ്വാസം തെറ്റിയിട്ടില്ലല്ലോ.?"

എത്ര ഉദാസീനമായും, നിർദോഷവുമായാണ് അയാളൊരു കുശലാന്വേഷണം നടത്തിയത്. കാണുമ്പോഴേ കൗതുകം തോന്നുന്ന എന്തോ ഒന്നുണ്ടായിരുന്നു അയാളുടെ പെരുമാറ്റത്തിൽ.

ആ ചോദ്യത്തിന്റെ ഫലിതം ആസ്വദിച്ച മട്ടിൽ സ്റ്റീവാ മറുപടിയും പറഞ്ഞു.

"ഇല്ല ബഹുമാന്യനായ മൈക്കേൽ. അത്തരം അപകടങ്ങളിലേക്കൊന്നും തൽക്കാലം ഞങ്ങൾ പ്രവേശിച്ചിട്ടില്ല."

അവരുടെ സംഭാഷണം തികച്ചും നർമ്മം നിറഞ്ഞതും നിഷ്കളങ്കവുമായിരുന്നു. 'രണ്ടു മനുഷ്യർ' ഞാനുള്ളിൽ പറഞ്ഞു. മനുഷ്യരെ തിരിച്ചറിയാൻ ചില അടയാളങ്ങൾ ഉണ്ടാവും. ഞാൻ വളരെ സാവധാനമാണ് സൂപ്പ് കഴിച്ചത്. അവരുടെ രണ്ടുപേരുടെയും സംഭാഷണങ്ങൾ കേട്ടുകൊണ്ടിരുന്നപ്പോൾ പെട്ടെന്ന് അവിടെനിന്നും ഇറങ്ങിപ്പോകാൻ മനസ്സു വന്നില്ല.

അവർ തമ്മിൽ ചില രാഷ്ട്രീയ വിഷയങ്ങൾ സംസാരിക്കുന്നത് എന്നിൽ അത്ഭുതം ജനിപ്പിച്ചു. യാത്രകളിൽ ഒട്ടേറെ സ്ത്രീകളെ കണ്ടുമുട്ടുകയും, സംസാരിക്കുകയും ഇടപഴകുകയും ചെയ്തിട്ടുണ്ടെങ്കിലും സാമൂഹികവും രാഷ്ട്രീയവുമായ നിലപാടുകൾ ഉള്ളവരെ വളരെ അപൂർവ്വമായേ കണ്ടിട്ടുള്ളൂ. സ്ത്രീകൾക്ക് പൊതുവേ വസ്ത്രങ്ങളെക്കുറിച്ചും പാചകത്തെക്കുറിച്ചും വീട്ടുപകരണങ്ങളെക്കുറിച്ചും സംസാരിക്കാനായിരുന്നു ഏറെയും താൽപ്പര്യം. അതല്ലാത്ത സ്തീകൾ ഒന്നുകിൽ സ്വന്തം ജീവിതത്തിൽ വിപ്ലവങ്ങൾ സൃഷ്ടിച്ച സാമൂഹ്യപ്രവർത്തകരോ എഴുത്തുകാരികളോ ആയിരുന്നു. ചില അദ്ധ്യാപികമാരും ആ കൂട്ടത്തിൽ ഉണ്ടാകും.

സ്റ്റീവാ അലക്സ്ഡ്രോവ്നാ ഒരു കൊച്ചു പെൺകുട്ടിയായിരുന്നു. എന്നാൽ ആ മനുഷ്യനുമായുള്ള അവളുടെ സംഭാഷണം നിരന്തരമായി നിരീക്ഷണം നടത്തുന്ന ഒരാളുടെ മാതിരി അർത്ഥസമ്പുഷ്ടമായിരുന്നു.

സൂപ്പ് കഴിച്ച ശേഷം, മുട്ടയിൽ കുരുമുളക് പൊടിയും ഉപ്പും തൂവിക്കഴിക്കാനായി തുനിഞ്ഞപ്പോഴേക്കും സ്റ്റീവാ മൈക്കേൽ എന്ന ആളേയും കൂട്ടി എന്റെ അരികിലെത്തി.

"ഇത് സിമോൺ ഡി ബുവെ. താങ്കൾ കേട്ടുകാണുമായിരിക്കും ഇവർ പ്രശസ്തയായ എഴുത്തുകാരിയും ഫിലോസഫറുമാണ്."

മൈക്കേൽ എന്റെ നേർക്ക് കൈനീട്ടിക്കൊണ്ട് പറഞ്ഞു. "തീർച്ചയായും. താങ്കളുടെ *സെക്കന്റ് സെക്സ്* എന്ന പുസ്തകം ഞാൻ കണ്ടിട്ടുണ്ട്. ക്ഷമ ചോദിക്കട്ടെ. ആ മഹദ് കൃതി വായിക്കാൻ എനിക്കു സാധിച്ചിട്ടില്ല എന്നതാണു സത്യം."

"താങ്കളുടെ തുറന്നുപറച്ചിൽ എന്നെ ആനന്ദിപ്പിക്കുന്നു മൈക്കേൽ."

"ഇദ്ദേഹം മൈക്കേൽ ഫെർണാർഡോ. എങ്ങനെ പറഞ്ഞാണ് പരിചയപ്പെടുത്തേണ്ടത് എന്നെനിക്കു നിശ്ചയമില്ല. ചിത്രകാരൻ, കവി, നോവലിസ്റ്റ്. അങ്ങനെ ബഹുമുഖ പ്രതിഭ." സ്റ്റീവാ ചിരിച്ചുകൊണ്ട് മൈക്കേലിനെക്കുറിച്ചു വിശദീകരണം നൽകി.

ഞാൻ തലകുനിച്ചുകൊണ്ട് ആദരവ് പ്രകടിപ്പിച്ചു. "താങ്കളെ കാണാൻ കഴിഞ്ഞതിൽ സന്തോഷം മിസ്റ്റർ മൈക്കേൽ."

ഞങ്ങൾ സംസാരിക്കാൻ തുടങ്ങിയപ്പോൾ സ്റ്റീവാ അകത്തേക്ക് പോയി ഒരു ബൗളിൽ കുറച്ചു സൂപ്പും ഉരുളക്കിഴങ്ങു മൊരിച്ചതും കൊണ്ടുവന്നുവെച്ചിട്ട് വീണ്ടും അകത്തേക്ക് പോകുകയും വീൽചെയറിൽ ആൻഡ്രിയെ ഇരുത്തിക്കൊണ്ട് വരികയും ചെയ്തു.

മിസ്റ്റർ മൈക്കേലിന്റെ ആഗമനം ആൻഡ്രിയിലും സന്തോഷമുണ്ടാക്കി. ചിത്രരചനയെക്കുറിച്ച് സംസാരിക്കാൻ ഒരാളെ കിട്ടുന്നത് ആൻഡ്രിയെ സംബന്ധിച്ച് ഏറ്റവും വലിയ ആശ്വാസമായിരുന്നു. മൈക്കേൽ നന്നായി തമാശ പറയുന്ന ഒരാളായിരുന്നു. അവിവാഹിതൻ. പെയിന്റിങ്ങിൽ മോഡേണിസം കടന്നുവരുന്നതിനെ കുറിച്ചായിരുന്നു പിന്നീട് ഞങ്ങളുടെ സംസാരം. എഴുത്തിലും കലാപരമായ മറ്റെല്ലാ മേഖലകളിലും വിപ്ലവകരമായ മാറ്റങ്ങൾ നടക്കുന്നു. സോഷ്യലിസ്റ്റുകൾ എന്ന് അവകാശപ്പെടുന്ന ചിലർ പുതിയ തരം നാടകങ്ങൾ സൃഷ്ടിക്കുന്നു. പണ്ടുണ്ടായിരുന്ന എല്ലാത്തരം കപടതകളെയും കാറ്റിൽ പറത്തുന്നതാണ് നവോത്ഥാനത്തിന്റെ സൃഷ്ടികളെല്ലാം. മൈക്കേൽ പറഞ്ഞു.

“എനിക്ക് കപടത ഇഷ്ടമല്ല. ഞാനുള്ളിൽ ഒന്ന് വിചാരിക്കുകയും മാന്യത കാത്തുസൂക്ഷിക്കാൻ മറ്റൊന്ന് നടിക്കുകയും ചെയ്യുന്നവരുടെ കൂട്ടത്തിലല്ല. എനിക്കൊരു സ്ത്രീയെ കാണുമ്പോൾ ചിലപ്പോഴെങ്കിലും അവളെ നഗ്നയായി കാണാൻ ആഗ്രഹം തോന്നിയിട്ടുണ്ട്. ചില സിനിമകൾ കണ്ടതിന് ശേഷം അതിലെ നടിയെ സങ്കല്പിച്ച് ആത്മരതി അനുഭവിച്ചിട്ടുണ്ട്. ഇതെല്ലാം തന്നെ ഏതാണ്ട് എല്ലാ മനുഷ്യരുടെയും ഉള്ളിൽ നടക്കുന്ന വിചാരങ്ങളാണ്. പക്ഷേ, തുറന്ന് സമ്മതിക്കില്ല. ഏതൊരുവനാണ് അല്ലെങ്കിൽ ഏതൊരുവളാണ് തങ്ങളുടെ പങ്കാളിയെ മാത്രം കിടക്കയിൽ സ്വപ്നം കാണുന്നത്. ബുവെ നിങ്ങളുടെ പുസ്തകത്തിൽ മനുഷ്യന്റെ ആന്തരികമായ വിചാരങ്ങളുടെ പൊളിച്ചെഴുത്താണ് നടത്തിയത്. *സെക്കൻഡ് സെക്സ്* എന്ന പുസ്തകം നിലവിലുള്ള സാമൂഹികമായ കാപട്യങ്ങൾക്ക് നേരെയുള്ള ആക്രമണമായിരുന്നു. ഒരുവിധപ്പെട്ടവർ ആ ആഘാതത്തിൽ പെട്ട് നിലംപരിശായിട്ടുണ്ട്."

മൈക്കേലിന്റെ തുറന്ന സംസാരരീതിയോട് എനിക്ക് ബഹുമാനം തോന്നി. ആൻഡ്രി പൊട്ടിച്ചിരിക്കുന്നത് ഞാനപ്പോഴാണ് ശ്രദ്ധിച്ചത്. സ്റ്റീവായോടൊപ്പം ചെലവഴിക്കുമ്പോൾ അയാൾക്ക് ശാന്തമായ മുഖഭാവമാണ് പ്രകടമാവുന്നത്. എന്നാൽ മൈക്കേലിന്റെ വരവ് അയാളുടെ ഉല്ലാസത്തെ വീണ്ടെടുത്തിരിക്കുന്നു. ഒരു പങ്കാളിയോടൊപ്പം ചെലവഴിക്കുമ്പോൾ ലഭിക്കാത്ത ആഹ്ലാദം ഒരു സുഹൃത്തിന് മാത്രമേ നൽകാനാവൂ എന്നെനിക്ക് തോന്നി. എന്നാൽ ഒരു പുരുഷൻ മറ്റൊരു പുരുഷനിൽ ഹൃദയം ചേർത്തു വയ്ക്കില്ല. ചിലപ്പോഴയാൾ തന്റെ സുഹൃത്തുമായി ശരീരം പങ്കുവച്ചേക്കാം. ആശയങ്ങൾ പങ്ക് വച്ചേക്കാം. എന്നാൽ പ്രണയം പങ്ക് വയ്ക്കില്ല. പ്രണയത്തിന് ചില ഉന്മാദങ്ങളുണ്ട്. ആ ഉന്മാദമാണ് അയാൾക്ക് സ്റ്റീവായിൽനിന്നും ലഭിക്കുന്നത്.

പിറ്റേന്ന് മൈക്കേലിനെയും കൂട്ടി കറുത്ത വർഗ്ഗക്കാർ താമസിക്കുന്ന പ്രദേശത്തേക്ക് സന്ദർശനം നടത്തി. പൊതുവെ വെള്ളക്കാർ അവരെ അടുപ്പിക്കില്ല. ഏറ്റവും താഴ്ന്ന തരം ജോലി ചെയ്യുന്നതിനുള്ള ആവശ്യങ്ങൾക്ക് വേണ്ടിയല്ലാതെ ആഘോഷങ്ങളിലോ, ആൾക്കൂട്ടങ്ങളിലോ അവർക്ക് പ്രവേശനമില്ല. കുറച്ചുനാളായി കറുത്തവർ വെളുത്തവർക്ക്

നേരെ തുറന്ന യുദ്ധം തന്നെ നടത്തുന്നുണ്ട്. വെള്ളക്കാരെ കാണുമ്പോഴേ അവർ പുച്ഛിച്ചു തുപ്പും. ആയുഷ്കാലങ്ങളുടെ മുഴുവൻ വേദനയും ആ തുപ്പലിൽ ചിതറിത്തെറിച്ചുകിടക്കും. ശത്രുക്കൾ ശത്രുക്കൾ എന്നു വിളിച്ച് പറഞ്ഞുകൊണ്ടു മുഖംതിരിച്ചോടും. അത്തരം സന്ദർഭങ്ങളെ നേരിടുമ്പോൾ ആത്മനിന്ദകൊണ്ട് എന്നിലെ മനുഷ്യസ്നേഹി മരണപ്പെടും. കറുത്തവർക്കും, വെളുത്തവർക്കുമിടയിൽ കാലാകാലങ്ങളായി നിലനിൽക്കുന്ന അരാജകത്വം ഇനിയെപ്പോഴെങ്കിലും മാറുമോ. കറുത്തവർ താമസിക്കുന്ന സ്ഥലങ്ങൾ എപ്പോഴും വൃത്തിഹീനമായിരുന്നു. ചെളികെട്ടി നിൽക്കുന്ന ചില പ്രദേശങ്ങളാണ് അവർക്ക് താമസിക്കാൻ കിട്ടുക. ഒറ്റമുറി മാത്രമുള്ള വീടുകളിൽ അഞ്ചും ആറും പേർ തിങ്ങി ഞെരുങ്ങി താമസിക്കണം. അവർക്കാവശ്യമായ സാധനങ്ങൾ എല്ലാം തന്നെ കടകളിൽ തരം തിരിച്ചു മാറ്റിവയ്ക്കപ്പെട്ടിരുന്നു. ഏറ്റവും മോശം ഇറച്ചി, മോശം റൊട്ടി, പുഴുവരിച്ച പാൽക്കട്ടികൾ ഇതൊക്കെ മാത്രമാണ് അവർക്ക് കിട്ടിക്കൊണ്ടിരുന്നത്. ഏതെങ്കിലും തരത്തിൽ ഇതിനൊക്കെയെതിരെ കറുത്തവർ പ്രതികരിച്ചാൽ അവർ ജയിലിലിലടയ്ക്കപ്പെടും. അമേരിക്കയിലെ ഓരോ കാഴ്ചയും എന്നെ നിരാശയാക്കിക്കൊണ്ടിരുന്നു. അവർ യുദ്ധത്തിനും പിടിച്ചെടുക്കലിനും പ്രാധാന്യം നൽകുന്നു. എന്നാൽ മനുഷ്യന്റെ സത്തയായ കലയെയും അനുഭൂതികളെയും കണ്ടില്ലെന്നു നടിക്കുകയും ചെയ്യുന്നു. അമേരിക്കയിൽ ഒരു കുട്ടി വളരുമ്പോൾ പേനയും ബ്രഷും കൈയിലെടുത്ത് ശീലിക്കുന്നതിനേക്കാൾ തോക്ക് കൈയിലെടുക്കാൻ ശീലിക്കും. എന്നാൽ മറ്റേതൊരു രാജ്യക്കാരെക്കാൾ കൂടുതലായി അവർ നിരീക്ഷിക്കുകയും പരീക്ഷിക്കുകയും ചെയ്യുന്നു.

മൈക്കേലിനോടൊപ്പം ഗ്രാമത്തിന്റെ ഉൾപ്രദേശങ്ങളിലേക്ക് യാത്ര ചെയ്തു. രണ്ടു സൈക്കിളുകളിലായിട്ടാണ് ഞങ്ങൾ യാത്ര ചെയ്തത്. പാരീസിലെ തെരുവുകളിലൂടെ പണ്ട് സൈക്കിളോടിച്ചതാണ് ഓർമ്മയിൽ വന്നത്.

"ബുവെ മനുഷ്യർ എല്ലാ കാലത്തും ചിന്തകളാൽ സമ്പുഷ്ടരായിരുന്നു. എന്നാലതു പ്രാവർത്തികമാക്കാൻ ധൈര്യം കാണിച്ചവർ കുറവായിരുന്നു. രചനകളിൽ സിദ്ധാന്തങ്ങൾ എഴുതുന്നവരുടെ ജീവിതം അടുത്തുനിന്നു നോക്കി കാണാൻ എന്തോ എനിക്ക് ധൈര്യമില്ല. നിങ്ങളോടെനിക്ക് ബഹുമാനം തോന്നാനുള്ള ഏക കാരണം ജീവിതത്തെ നിലപാടുകളുമായി ചേർത്തുവെച്ചതിനാലാണ്."

"സിദ്ധാന്തങ്ങൾക്ക് ചില പരിമിതിയില്ലേ മൈക്കേൽ. വിട്ടുവീഴ്ചയ്ക്ക് വിധേയമാണ് എല്ലാത്തരം സൈദ്ധാന്തിക നിയമങ്ങളും."

"ആയിരിക്കാം. അങ്ങനെ വരുമ്പോൾ അക്ഷരങ്ങൾ കൊണ്ടുള്ള കാപട്യം ഒഴിവാക്കുന്നതിൽ രചയിതാക്കൾ ശ്രദ്ധ കാണിക്കണം."

ഞാൻ വെറുതെ പുഞ്ചിരിച്ചു. എന്റെ ജീവിതം ഇപ്പോൾ എന്റെ മനസ്സല്ല എന്നെനിക്ക് പറയണമെന്നുണ്ടായിരുന്നു. എന്നാൽ വെളിപ്പെടുത്തലുകൾ നടത്താൻ മാത്രം ഹൃദയനൈർമ്മല്യം എനിക്കപ്പോൾ

ഉണ്ടായിരുന്നില്ല.

ഉൾഗ്രാമം കുറേക്കൂടി മനോഹരമായിരുന്നു. നിറയെ പുൽമേടുകളും, കന്നുകാലികളും മനോഹരങ്ങളായ ചെടികളും. ഗ്രാമത്തിലെ ജനങ്ങൾ എല്ലായിടത്തെയും പോലെ അവിടെയും വ്യത്യാസമൊന്നുമില്ലായിരുന്നു. ധാരാളം ജോലിചെയ്യുന്നവർ. കൃഷിയും കന്നുകാലിവളർത്തലുമായിരുന്നു മുഖ്യമായും നടത്തിക്കൊണ്ടിരുന്നത്. ധാരാളം ഫാം ഹൗസുകൾ ഉണ്ടായിരുന്നു. നഗരങ്ങളിൽ പോയി ജോലിയും കച്ചവടവും ചെയ്യുന്ന കുറെപ്പേരെയും കാണാം. സ്വച്ഛവും ശാന്തവുമായ പ്രകൃതി, ശുദ്ധവായു; ഇത്തരത്തിലുള്ള സ്ഥലങ്ങൾ അപൂർവ്വമായേ ഭൂമിയിൽ കാണാനാവൂ.

മൈക്കേലിന്റെ വീട്ടിൽ അയാളുടെ മാതാപിതാക്കൾ മാത്രമേ ഉണ്ടായിരുന്നുള്ളൂ. അവരാകട്ടെ അയാളെ വിവാഹത്തിന് പ്രേരിപ്പിച്ചുകൊണ്ടിരിക്കുന്നു.

“നിങ്ങൾക്ക് വിവാഹബന്ധത്തിനോടു താൽപ്പര്യമില്ലാഞ്ഞിട്ടാണോ. അതോ പറ്റിയ ആളെ കണ്ടുകിട്ടാഞ്ഞിട്ടാണോ?” മൈക്കേലിന്റെ പ്രായം മനസ്സിൽ കണക്ക് കൂട്ടിക്കൊണ്ടു ഞാൻ ചോദിച്ചു.

“എനിക്ക് കെട്ടുപാടുകൾ ഇഷ്ടമല്ല ബുവെ. മാത്രമല്ല എന്നെപ്പോലെ ഒരാളെ അതിന്റെ ആഴത്തിലും പരപ്പിലും മനസ്സിലാക്കാൻ ഉൾക്കാഴ്ചയുള്ള ഒരുവൾ ഉണ്ടാകുമോയെന്നൊരു ശങ്കയുള്ളതുകൊണ്ട് കൂടിയാണ് കുടുംബജീവിതത്തെക്കുറിച്ചു ഞാനാലോചിക്കാത്തത്. ഒന്നുകിൽ അങ്ങനെയൊരാളെ കണ്ടെത്തണം. അല്ലെങ്കിൽ എന്റെയും മറ്റൊരാളുടെയും ജീവിതം ദുരിതപൂർണ്ണമാകാതിരിക്കാൻ കുറഞ്ഞപക്ഷം ഞാനെങ്കിലും കരുതലെടുക്കണം.”

“സ്റ്റീവായെ പോലെ ഒരാളെ അല്ലേ?”

“സ്റ്റീവായെ പോലെ ഒരാളല്ല. സ്റ്റീവായിൽ കാരുണ്യമാണ് മുന്നിട്ട് നിൽക്കുന്നത്. ആൻഡ്രി ഇങ്ങനെയൊരു സാഹചര്യത്തിൽ അല്ലായിരുന്നുവെങ്കിൽ അവനെപ്പോലൊരു നാടോടിയെ അവളെങ്ങനെ കൈകാര്യം ചെയ്യുമായിരുന്നുവെന്ന് എനിക്ക് നിശ്ചയമില്ല!”

മൈക്കേലിന്റെ വാക്കുകൾ കേട്ടപ്പോൾ ഞാനെന്നെക്കുറിച്ചു ചിന്തിച്ചു. എത്ര പണിപ്പെട്ടാണ് എനിക്ക് കെട്ടുപാടുകളിൽനിന്നും വിടുതൽ നേടാനായത്. ആചാരങ്ങളെയും പാരമ്പര്യങ്ങളെയും കീഴ്വഴക്കങ്ങളെയും വലിച്ചെറിഞ്ഞുകളഞ്ഞപ്പോൾ അതെനിക്ക് ഭൂതകാലത്തിന്റെ ചപ്പും ചവറും ഉപേക്ഷിക്കുന്നതിന് തുല്യമായിരുന്നു.

എന്റെ എല്ലാ എതിർപ്പുകളും പാഴ്വാക്കുകളായി പോയിരുന്ന, അഭിപ്രായങ്ങൾ കൂക്കുവിളിക്കു തുല്യമെന്നോണം ശ്രദ്ധിക്കപ്പെടാതെ പോകുമായിരുന്ന ഘട്ടത്തിലും നിലപാടുകളിൽ ഉറച്ചുനിൽക്കാൻ സാർത്രേയുടെ പിന്തുണയുണ്ടായിരുന്നു.

“യഥാർത്ഥത്തിൽ വ്യക്തി എന്ന നിലയിൽ മനുഷ്യൻ പൂർണ്ണമായും സ്വാതന്ത്ര്യത്തിനർഹനാണോ മൈക്കേൽ? ചിലപ്പോഴെങ്കിലും ഏതെങ്കിലും തരത്തിലുള്ള ഉൽക്കണ്ഠകൾ ആരെങ്കിലും നമ്മെക്കുറിച്ച് വച്ച്

പുലർത്തുന്നുണ്ടെങ്കിൽ നമുക്കത് ആനന്ദം തരാറില്ലേ. അതേ സമയം സ്വാതന്ത്ര്യം ആഗ്രഹിക്കുകയും ചെയ്യുന്നു. എത്ര വിചിത്രം മനുഷ്യന്റെ മനോനില അല്ലേ?"

"നിങ്ങളുടെ ചോദ്യം എന്നിൽ ആശ്ചര്യം സൃഷ്ടിക്കുന്നു. എന്തുകൊണ്ട് ഞാനിതേക്കുറിച്ച് ഗൗരവമായി ചിന്തിച്ചില്ല എന്നോർത്തിട്ട്.

ആനന്ദം എന്നത് എത്ര ഭംഗിയുള്ള വാക്കാണ്. പക്ഷേ, അത് മുഴുവനായും ആസ്വദിച്ചുവെന്ന് സമ്മതിക്കുന്ന ഒരു മനുഷ്യജീവിയെയും ഞാനിതുവരെ കണ്ടുമുട്ടിയിട്ടില്ല എന്നതാണ് അതിന്റെ നിരാശയും. മനസ്സിലുള്ളത് അപ്പാടെ തുറന്നു പറയുകയാണെങ്കിൽ എന്റെ മാതാപിതാക്കൾ എന്നെയോർത്ത് ആശങ്കപ്പെടുമ്പോൾ അതെനിക്ക് ഒരേസമയം ബാദ്ധ്യതയും എന്നാൽ സനാഥത്വവും പ്രദാനം ചെയ്യും. എന്നാൽ അതൊരു പൂർണ്ണമായ വിശ്വാസമോ ഉറപ്പോ അല്ല. പ്രാർത്ഥനകളിൽ നിന്നും മതഗ്രന്ഥങ്ങളിൽനിന്നും വിടുതൽ നേടി എങ്ങനെ ഞാൻ പുസ്തകങ്ങളിലേക്കും സാഹിത്യരചനയിലേക്കും എത്തിപ്പെട്ടോ അതേ വൈകാരിക പ്രക്ഷോഭത്തോടെ സ്നേഹബന്ധങ്ങളിൽനിന്നും വിടുതൽ നേടാൻ എനിക്ക് സാധിക്കുമോ?"

ഒരിട നിർത്തിയിട്ട് മൈക്കേൽ എന്റെ നേർക്ക് കരുതലോടെ ഒരു ചോദ്യമുന്നയിച്ചു.

"ജീൻ പോൾ സാർത്രേയുമായി എന്തുകൊണ്ട് നിയമപരമായി ഒരു ബന്ധത്തിന് ബുവെ തയ്യാറാകുന്നില്ല?

വിവാഹമെന്ന കൂദാശയിൽ വിശ്വാസമില്ലാഞ്ഞിട്ടോ അതോ ഒരു ഉടമ്പടിയിൽ ഏർപ്പെട്ട് കഴിഞ്ഞാൽ എല്ലാ ദാമ്പത്യ ബന്ധങ്ങളിലുമെന്ന പോലെയുള്ള മടുപ്പും വിട്ടുവിഴ്ചയില്ലാത്ത താൻപോരിമയും നിങ്ങളേയും ബാധിക്കുമെന്ന് ഭയക്കുന്നുണ്ടോ?"

ആ ചോദ്യം പെട്ടെന്നൊരു ഉൾക്കിടിലം എന്നിലുണ്ടാക്കി. വളരെ കാലമായി ഇത്തരം ചോദ്യങ്ങൾ എന്റെയോ സാർത്രേയുടെയോ നേർക്ക് ആരും ചോദിക്കാറില്ലായിരുന്നു.

"മൈക്കേൽ. രണ്ടു മനുഷ്യരുടെ വികാരപരമായ എല്ലാ ബന്ധത്തിനും നിയമത്തിന്റെ പിന്തുണ ഒരു ബാദ്ധ്യത എന്നതിലുപരി തണലും സാന്ത്വനവുമാകുമെന്ന് ഞങ്ങൾ വിശ്വസിച്ചിരുന്നില്ല. എന്താണ് വിവാഹബന്ധം! കുഞ്ഞുങ്ങളെ സൃഷ്ടിക്കാനുള്ള ഉപാധി മാത്രമല്ലേ അത്. എന്നാൽ അത് രതി പങ്കുവയ്ക്കാനുള്ള ലൈസൻസ് ആകുന്നില്ലല്ലോ. ഒരു സ്ത്രീക്കും പുരുഷനും ശാരീരികമായ ആവശ്യങ്ങൾ നിറവേറ്റാൻ പങ്ക് വയ്ക്കുന്ന രതി ചില സാഹചര്യത്തിൽ തെറ്റും വേറൊരു സാഹചര്യത്തിൽ ശരിയുമാകുന്നത് പോലെ വിചിത്രമാണ് വിവാഹത്തെക്കുറിച്ചും കുടുംബവ്യവസ്ഥിതികളെ അടിസ്ഥാനപ്പെടുത്തിയും നിലനിൽക്കുന്ന നിയമങ്ങൾ. ഞങ്ങളിരുവരും ഹൃദയത്തിന്റെ നിയമത്തിൽ വിശ്വസിക്കുന്നു. അവിടെ കടലാസിലെഴുതിയ നിയമത്തിന് എന്താണ് പ്രസക്തി.

മാത്രമല്ല എന്റെ വൈകാരിക തലങ്ങളെ ഞങ്ങൾ തമ്മിലുള്ള ബന്ധത്തെക്കുറിച്ചുള്ള ആകുലത അലട്ടിയുമില്ല."

"മനസ്സിന്റെ തുറന്ന വെളിപ്പെടുത്തലാണോ ഈ പറഞ്ഞത്?"

മൈക്കേൽ എന്റെ നേർക്കൊരു കൊളുത്തിട്ടു.

ആ ചോദ്യം എന്റെ ഇരുപത്തിയഞ്ചാമത്തെയോ മുപ്പത്തിയഞ്ചാമത്തെയോ വയസ്സിലായിരുന്നു കേട്ടിരുന്നതെങ്കിൽ സ്വതസ്സിദ്ധമായ തന്റേടത്തോടും നർമ്മബോധത്തോടും ഞാനത് നേരിടുമായിരുന്നു. എന്നാൽ ഇപ്പോൾ വാർദ്ധക്യത്തിന്റെ ചുമരിനടുത്ത് നിൽക്കുമ്പോൾ എന്റെ കാലിൽ തളർച്ചയും ഹൃദയത്തിന് ഇടർച്ചയുമുണ്ടാകുന്നു. മറുപടി പറഞ്ഞാൽ മനസ്സിന്റെ പൊള്ളത്തരം വെളിപ്പെട്ടുപോകുമോ എന്ന ആശങ്ക അലട്ടുന്നു. ഞാൻ തികച്ചും സാധാരണക്കാരിയായി മാറുകയാണോ. ഞാനെന്തിനാണ് ഈ മനുഷ്യനോട് വേണ്ടതിലേറെ അടുപ്പം കാണിക്കുന്നത്. ഞാൻ വെറും സഞ്ചാരി മാത്രമാണ്. ഈ ഗ്രാമവും ഇവിടുത്തെ ആളുകളും കാഴ്ചയ്ക്കുള്ള കൗതുകമെന്നതിനപ്പുറം ജീവിതത്തിലേക്ക് കടന്നു വരുന്നതിന്റെ കാരണമെന്താകും! ഒരുപക്ഷേ, വളരെ കാലത്തിനുശേഷം ഇത്തരമൊരു ചോദ്യം ചോദിക്കുന്ന ആൾ മൈക്കേൽ മാത്രമായത് കൊണ്ടാവുമോ? ഈ ചോദ്യത്തിന്റെ സമയം കൃത്യമായിരുന്നു.

ഇരുപതാമത്തെ വയസ്സിൽ ഞങ്ങൾക്ക് ജീവിതം വെല്ലുവിളിയായിരുന്നു. അന്ന് ഹെർബാർഡും നിസാനും സാർത്രേയും അടങ്ങുന്ന സംഘത്തിലേക്ക് കടന്നുചെല്ലുമ്പോൾ എന്റെയുള്ളിൽ മൈക്കേൽ പറയുന്ന ഇതേ ആദർശങ്ങൾ തിങ്ങി നിറഞ്ഞുനിന്നിരുന്നു. അവരിൽ ഒരാളായപ്പോൾ കപട സദാചാരത്തിന്റെ ഉടയാടകളെല്ലാം ഓരോന്നായി അഴിഞ്ഞു കൊണ്ടിരുന്നു. ഞാനും അത് തന്നെയാണ് ആഗ്രഹിച്ചിരുന്നത്. ജീവിത യാഥാർത്ഥ്യത്തിന്റെ നേർക്ക് തലയുയർത്തി പിടിച്ചു നിൽക്കുകയെന്നത്. എനിക്കു മൈക്കേലിന്റെ കണ്ണുകളെ നേരിടാൻ ശക്തിയുണ്ടായില്ല.

പറഞ്ഞു മനസ്സിലാക്കാനോ സ്വയം ബോദ്ധ്യപ്പെടുത്താനോ കഴിയാതെ ആശയങ്ങളും സന്ദേഹങ്ങളും കുഴഞ്ഞ് മറിഞ്ഞ് കിടക്കുന്നു. ഞാനെന്തായിത്തീരാനാണോ ആഗ്രഹിച്ചിരുന്നത് പൂർണ്ണമായും അങ്ങനെയായി തീർന്നിരിക്കുന്നു. എന്നാൽ ഇതായിരുന്നോ ശരിയായ തിരഞ്ഞെടുപ്പ് എന്ന ചോദ്യം അലട്ടുകയും ചെയ്യുന്നു.

"നിങ്ങളെ ആശയക്കുഴപ്പത്തിലാക്കിയതിൽ എനിക്കു ഖേദമുണ്ട് ബുവെ." പുഞ്ചിരിച്ചുകൊണ്ട് മൈക്കേൽ പറഞ്ഞു.

മൈക്കേലിന്റെ കണ്ണുകളിൽ വിരിഞ്ഞ പുഞ്ചിരിയിൽ നാനാതരം അർത്ഥങ്ങൾ പ്രതിഫലിച്ചിരുന്നു. എന്താണ് ജീവിതം എന്ന ചോദ്യത്തിന് അനവധി സിദ്ധാന്തങ്ങൾ ഞാനും സാർത്രേയും എഴുതിയിട്ടുണ്ട്.

എന്നാൽ ജീവിതത്തെക്കുറിച്ച് വ്യക്തമായ ഉൾക്കാഴ്ച ലഭിച്ചിട്ടില്ല എന്നത് ഇപ്പോഴും തുറന്ന സത്യം എങ്ങനെയൊക്കെ ഒരു ന്യായാധിപനെ പരിഭ്രാന്തിപ്പെടുത്തുമോ അങ്ങനെ തന്നെ എന്നെയും ആശങ്ക

യിലാഴ്ത്തുന്നു. സത്യത്തിന് നേരെ എനിക്ക് കണ്ണടയ്ക്കുവാൻ സാധിക്കുന്നില്ല..

യഥാർത്ഥവിധി നിർണ്ണയിക്കുവാൻ ജീവിതമോഹം തടസ്സമായി നിൽക്കുന്നു. കാരണം ന്യായാധിപനും പ്രതിയും ഒരേയൊരാളാണ്. ഒരു നിലക്കണ്ണാടിക്ക് മുന്നിൽ നിന്ന് സ്വന്തം തെറ്റിന് വിധി പറയേണ്ടി വരുന്ന സാഹചര്യത്തിൽ കണ്ണുകൾ കൂട്ടിയടയ്ക്കുക എന്നത് ഏറ്റവും ലളിതമായ സൂത്രവാക്യമായിരിക്കാം.

നാൽപ്പത്തിയഞ്ചാം വയസ്സിൽ ഭാവിയെക്കുറിച്ച് അസാധാരണമാം വിധം എന്നിൽ പരിഭ്രാന്തി നിറയുന്നു. രാത്രികളിൽ തനിച്ചുറക്കങ്ങളിൽ എന്തെങ്കിലും സംഭവിക്കുമോയെന്നുള്ള ഭയത്താൽ ഉറങ്ങാതെയിരുന്നു നേരം വെളുപ്പിക്കുന്നു. പാട്ട് കേൾക്കാനോ പുസ്തകം വായിക്കാനോ പറ്റാത്ത വിധം മനസ്സിന്റെ നിയന്ത്രണം നഷ്ടപ്പെടുന്നു. സാർത്രേയും ഞാനും ഒരുമിച്ചുള്ള ദിനങ്ങളിൽ ശാന്തമായുറങ്ങാൻ സാധിക്കുന്നത് വൈകാരിക സുരക്ഷിതത്വം കൊണ്ടാണെന്ന് തിരിച്ചറിയുന്നതാണ് എന്റെ വേദനയും. പക്ഷേ, സാർത്രേ ഒരിടത്തും സ്ഥിരമായി തങ്ങാൻ ആഗ്രഹിക്കുന്നയാളല്ല. സാധാരണ നിലയിലുള്ള കുടുംബജീവിതം ഞാനും ആഗ്രഹിക്കുന്നില്ല. എങ്കിലും കഠിനമായ ഏകാന്തത അലട്ടുമ്പോഴൊക്കെ ഒരുമിച്ചൊരു കെട്ടിടത്തിൽ സ്ഥിരമായി താമസിക്കണമെന്നുള്ള ചിന്തക്ക് തീവ്രതയേറുന്നു.

ഏതാണ്ട് പത്തുദിവസത്തെ താമസത്തിന് ശേഷം ആ ഗ്രാമത്തിൽ നിന്നും മടങ്ങുമ്പോൾ സ്റ്റീവായുടെയും ആൻഡ്രിയുടെയും ജീവിതം എന്നെ മോഹിപ്പിച്ചുകൊണ്ടിരുന്നു. അതേ സമയം മൈക്കേലിന്റെ ചോദ്യം മുള്ളുകൾപോലെ ഹൃദയത്തിൽ പോറലുകൾ സൃഷ്ടിച്ചു. ഒരിക്കൽ സാർത്രേ പറഞ്ഞ വാക്കുകൾ ഓർമ്മയിലെത്തി. സമാന്തരരേഖകൾ ഒരിക്കലും ഒരുമിക്കാൻ പാടില്ലെന്ന്. എന്നാൽ അവ എന്നും സമാന്തരമായി നിലനിൽക്കുകയും വേണം. ഞാനും സാർത്രേയും എപ്പോഴും സമാന്തരമായി നിലനിൽക്കുന്ന രേഖകൾ മാത്രമാവും. ചിലപ്പോൾ അതിലാവും പൂർണ്ണതയുണ്ടാകുന്നതും. അതല്ലെങ്കിൽ പൂർണ്ണത എന്നൊന്നുണ്ടോ ബന്ധങ്ങളിൽ.

സ്ഥിരമായ വിപ്ലവത്തെക്കുറിച്ച് ഘോരഘോരം പ്രസംഗിക്കുന്ന ഉള്ളിന്റെയുള്ളിൽ ട്രേഡ്സ്കിയൻ മനസ്ഥിതിക്കാരായ ആളുകൾ ഇന്നെവിടെ. അവരെ കൊലപ്പെടുത്തുകയോ, നാടുകടത്തുകയോ ചെയ്തുവെന്ന കാര്യത്തിൽ സംശയത്തിനവകാശമില്ല. അമൂർത്തമായ ഒരു ഉദ്യോഗസ്ഥ മേധാവിത്വത്തിൽ അധിഷ്ഠിതമായതും ഒരു ധാർമ്മിക നിയമഭരണവ്യവസ്ഥിതികൊണ്ട് വരുന്നതുമായൊരു ഔപചാരികവും വന്യവുമായ ഏകാധിപത്യം സ്വയം സ്ഥാപിതമായി. കമ്മ്യൂണിസ്റ്റ് പാർട്ടിക്കും കമ്മ്യൂണിസ്റ്റ് രാജ്യത്തിനും എതിരെ എല്ലാത്തിനുമെതിരെയുള്ള ഒരു ആക്രമണമാണത്. സ്വയം വിപ്ലവത്തിൽ ഏർപ്പെട്ടിരിക്കുന്നത്ര പാർട്ടിയോട് ആക്രമണത്തിൽ ഏർപ്പെട്ടിട്ടില്ലെന്ന് ഞാൻ ഭയക്കുന്നു.

-സാർത്ര്

ജീവന്റെ സത്ത

പാരീസിൽനിന്നും ജോയഗ്നിയിലേക്കുള്ളതായിരുന്നു എന്റെ ആദ്യത്തെ തീവണ്ടി യാത്ര. പതിനേഴാമത്തെ വയസ്സിൽ. സ്വാതന്ത്ര്യം എന്ന വാക്കിന്റെ യഥാർത്ഥ അർത്ഥം അപ്പോഴാണ് ഞാൻ മനസ്സിലാക്കിയതും. അമ്മ റെയിൽവേ സ്റ്റേഷനിൽനിന്നും തീവണ്ടിയിൽ കയറ്റിയിരുത്തി. എന്റെ ആദ്യയാത്രയായത് കൊണ്ടാകാം അമ്മയുടെ മുഖം പരിഭ്രമംകൊണ്ട് ചുവന്ന് തുടുത്തിരുന്നു. ഒരു ബ്രൗൺ കളർ ഉടുപ്പാണ് ഞാൻ അണിഞ്ഞിരുന്നത്. അതിനുചേരുന്ന തൊപ്പിയും ധരിച്ചിരുന്നു. ഉള്ളിൽ ഒട്ടും ആകുലയല്ലായിരുന്നു. എന്നാൽ ചെറിയൊരു ആകാംക്ഷ ഉണ്ടായിരുന്നു താനും. തീവണ്ടിയിലെ ചിട്ടവട്ടങ്ങളൊന്നും കൃത്യമായി അറിയില്ല. ഇതുവരെ ഒറ്റയ്ക്ക് യാത്ര ചെയ്യേണ്ടിയും വന്നിട്ടില്ല. യാത്രകൾ ആസ്വദിക്കുക എന്നതിനപ്പുറം നിരീക്ഷിക്കുക എന്നതിനെക്കുറിച്ച് ഇപ്പോഴാണ് ചിന്തിക്കുന്നത്. അമ്മയുടെ മുന്നിൽ എന്റെ ആകാംക്ഷ പ്രകടമാകാതിരിക്കാൻ ശ്രദ്ധിച്ച് നിന്നു. ജോയഗ്നിയിൽ എന്നെ സ്വീകരിക്കാൻ ആളുണ്ടാവും എന്നത് മാത്രമാണ് അമ്മയുടെ ആശ്വാസം.

ട്രെയിൻ എന്തെങ്കിലും കാരണത്താൽ വൈകിയാൽ കാത്തുനിൽക്കുന്നവർ മടങ്ങിപ്പോകുമോ. അങ്ങനെ വന്നാൽ സിമോൺ അവിടെ

ചെല്ലുമ്പോൾ ആളെ കാണാതെ പരിഭ്രമിക്കില്ലേ എന്നൊക്കെ അമ്മ അച്ഛന്റെ പിറകേ നടന്ന് പറഞ്ഞുകൊണ്ടിരുന്നു. അപ്പോഴൊന്നും ഞാനതേക്കുറിച്ച് ആലോചിച്ചില്ല. ഒറ്റയ്ക്കുള്ള യാത്രയുടെ സന്തോഷമായിരുന്നു മനസ്സിൽ മുഴുവൻ. എന്നാൽ തീവണ്ടി മുറിയിൽ ഞാൻ വിചാരിച്ചത്ര ആളുകളെ കാണാഞ്ഞപ്പോൾ എന്നെ പരിഭ്രമം പിടികൂടി. പുരുഷന്മാർ മാത്രമാണ് യാത്രക്കാരെങ്കിൽ എന്തു ചെയ്യുമെന്നോർത്തു ഉള്ളം കൈ വിയർത്തു. ഭാഗ്യത്തിന് പേടിച്ചതുപോലെ പ്രശ്നങ്ങളൊന്നും ഉണ്ടായില്ല.

പിന്നീട് സാർത്ര്രേയോടൊന്നിച്ച് നടത്തിയ ആദ്യ ട്രെയിൻ യാത്രയിൽ അന്നത്തെ അനുഭവം വിവരിച്ച് ഞങ്ങൾ പൊട്ടിച്ചിരിച്ചു. ആദ്യത്തേതെല്ലാം എന്നും ഓർത്തു വയ്ക്കാനുള്ളതാണെന്നും ഓർമ്മയിൽ എന്നും തുടിച്ചു നിൽക്കുന്നതാവുമെന്നും ഇത്തരം സ്മരണകൾ ബോദ്ധ്യപ്പെടുത്തും.

കഴിഞ്ഞ ഒരാഴ്ചയായി സാർത്ര്രേയുടേതായി കത്തുകളൊന്നും എന്നെ തേടിവരുന്നില്ല. സാർത്ര്രേ എന്നോടു കാണിച്ചിരുന്ന ഉത്തരവാദിത്വം മറന്ന മട്ടാണ്. യാത്ര തുടങ്ങുമ്പോൾ അറിയിച്ചിരുന്നതും എത്തിയതിനുശേഷമുള്ള കത്തെഴുത്തും നിലച്ചു. പണ്ട് യാത്രയിലുടനീളം കാഴ്ചകളും അനുഭവങ്ങളും വിവരിച്ച് എഴുതുമായിരുന്നു. ഇപ്പോൾ പങ്ക് വയ്ക്കാൻ വിഷയങ്ങൾ ഇല്ലാതായതോ അതോ ഞങ്ങൾക്കിടയിൽ എപ്പോഴുമുണ്ടാകുമെന്ന് വിശ്വസിച്ചിരുന്ന സുതാര്യമായ ബന്ധത്തിന് തകർച്ച നേരിട്ടു തുടങ്ങിയോ! ഞാൻ ഓരോ ദിവസത്തെയും വിശേഷങ്ങൾ എഴുതിക്കൂട്ടും. സാർത്ര്രേ താമസിക്കുന്ന സ്ഥലത്തെക്കുറിച്ച് വെളിപ്പെടുത്തിയാൽ അങ്ങോട്ടേക്കെല്ലാം എന്റെ സന്ദേശങ്ങൾ അയച്ചുകൊണ്ടിരിക്കും. പക്ഷേ, മറുപടികൾ ഏതാനും വാക്കുകളിൽ ചുരുങ്ങിപ്പോകുന്നത് ഉൾവ്യഥയോടെ ഞാൻ മനസ്സിലാക്കുന്നു.

ഇപ്പോഴായി ഞാനെഴുതുന്ന കത്തുകൾ എല്ലാംതന്നെ ഔപചാരികതയുടെ നിഴൽപ്പാടു വീണു അവ്യക്തമായി പോകുന്നു. ഉള്ളിലുള്ളത് പോലെയല്ല കത്തുകളിൽ പ്രതിഫലിക്കുന്നത്. മനസ്സിലെ ആശയങ്ങളും രോഷപ്രകടനങ്ങളും ഒളിച്ചു വച്ചുകൊണ്ടു സാർത്ര്രേയുടെ ഉള്ളിലെ എന്നോടുള്ള സ്നേഹം നിലനിർത്താൻ എനിക്കഭിനയിക്കേണ്ടി വരുന്നു.

പണ്ട് തുറന്ന ആശയപ്രകടനങ്ങളും വിമർശനങ്ങളും നടത്തുന്നവളായിരുന്നു ഞാൻ. എന്നാൽ ഇപ്പോഴായി ഞങ്ങളുടെ ബന്ധം നിലനിൽക്കാനാവശ്യമായ മുൻകരുതലുകൾ മാത്രമാണ് ഞാനെടുക്കുന്നത്. വാക്കുകൾ ഉപയോഗിക്കുമ്പോഴുള്ള സൂക്ഷ്മമായ പരിശോധന, മനസ്സിലെ സംഘർഷങ്ങൾ വെളിവായി പോകാതിരിക്കാൻ ശ്രമിക്കുന്ന വിഫലശ്രമങ്ങൾ ഇതൊന്നും എന്റെ സ്വഭാവവുമായി ഇണങ്ങിച്ചേരുന്നതല്ലായിരുന്നിട്ടും ഞാൻ സ്വതസിദ്ധമായി അഭിനയിക്കാൻ പരിശീലിച്ചുകൊണ്ടിരുന്നു. ദുഃഖമാണ് തരുന്നതെങ്കിലും ചില ആളുകൾ ആത്മാവു കവർന്നെടുക്കും. ഉടമസ്ഥൻ എപ്പോഴും അധീരനായി മാറുകയും ചെയ്യും.

ജീവിക്കാനുള്ള ഇച്ഛാശക്തി നഷ്ടമാകും. എങ്കിലും ലോഹം അഗ്നിയിലൂടെ കടന്ന് ശുദ്ധീകരിക്കപ്പെടുംപോലെയൊരു പ്രക്രിയ മനുഷ്യജീവിതത്തിലും ആവർത്തിക്കപ്പെട്ടുകൊണ്ടിരിക്കുന്നു.

ഞാൻ ദുഃഖത്തെ സ്വീകരിക്കാൻ സന്നദ്ധയാവുകയായിരുന്നു.

എന്തുകൊണ്ടാണ് ദുഃഖം എന്നെ അലട്ടുന്നത്? ആത്മനിന്ദയുടെ തീക്കനലിൽ കിടന്നുരുകി ഞാനെന്നോട് തന്നെ ചോദിച്ചുകൊണ്ടിരുന്നു. ദുഃഖത്തിന് ഹേതുവായ കാരണം തെരഞ്ഞു തെരഞ്ഞു ഞാനുഴറി. കണ്ണാടിയുടെ മുന്നിൽ നിന്ന് സ്വയം വിമർശിച്ചു.

ജീവിതംകൊണ്ട് എന്തു നേടി. എന്നാണ് സ്വപ്നം കണ്ടത് പോലൊരു രചന നടത്താൻ എനിക്കു സാധിക്കുക. അംഗീകാരത്തിന്റെ പൊൻകിരീടമല്ല എന്നെ മോഹിപ്പിക്കുന്നത്. സാർത്രേയുടെ മുന്നിൽ വീണ്ടും എനിക്ക് അഭിമാനത്തോടെ തലയുയർത്തി നിൽക്കണം.

പാരീസിലെ താമസം എപ്പോഴത്തെയുംപോലെ വളരെ തിരക്കേറിയതായിരുന്നു. രാവിലെ മുതൽ പലവിധ പരിപാടികളുമായി ആരെങ്കിലുമൊക്കെ വരും. പ്രസാധകരുടെയും പത്രപവർത്തകരുടെയും സന്ദർശനങ്ങൾ വേറെയും. പുതിയ പുസ്തകത്തെക്കുറിച്ചാണ് ഏറെയും ചർച്ചകൾ നടന്നത്. വിശ്രമിക്കുവാൻ ഒരു മണിക്കൂറിന്റെപോലും ഇടവേള കിട്ടിയില്ല. ഉച്ചഭക്ഷണം കഴിക്കാനിരുന്നപ്പോൾ ഞാൻ പോപ്പറ്റിനോട് തമാശരൂപേണ പറഞ്ഞു.

“ഒരാൾക്ക് അയാളെത്തന്നെ എവിടെയെങ്കിലും ഒന്നൊളിപ്പിക്കാൻ പറ്റുമോ?”

“ഒരു നീർക്കുമിള മതിയോ?”

“അതിന്റെ ആയുസ്സേ എന്റെ ഒളിവിടത്തിന് ഉള്ളൂ എന്ന് അല്ലേ?”

‘‘പൊതുവിടങ്ങളിൽ നിൽക്കുന്നവർ ഒരേസമയം പലതും ആസ്വദിക്കുകയും രോഷാകുലരാവുകയും ചെയ്യും. ഏതായാലും രണ്ടും കൂടി നടപ്പില്ല. ഒന്നുകിൽ നന്നായി ആസ്വദിക്കുക അല്ലെങ്കിൽ ആസ്വാദനം നിർത്തി മൂടിപ്പുതച്ചു കിടന്നുറങ്ങുക.”

പോപ്പറ്റ് എത്ര നന്നായി സംസാരിക്കുന്നു. അവൾക്ക് എന്തുകാര്യവും തുറന്ന് പറയാനുള്ള മനോധൈര്യവും തന്റേടവും ലഭിച്ചിരിക്കുന്നു. ഞാൻ തീരുമാനങ്ങൾ വേദനിച്ചുകൊണ്ടും വേദനിപ്പിച്ചുകൊണ്ടുമാണ് നടപ്പിലാക്കുന്നത്. പോപ്പറ്റാകട്ടെ പുഞ്ചിരിച്ചുകൊണ്ട് ആശയങ്ങൾ പ്രകടിപ്പിക്കുന്നു.

മീറ്റിങ്ങിൽ പങ്കെടുക്കാൻ വന്ന ആളുകൾ സാർത്രേയുടെ പുതിയ ലേഖനത്തെക്കുറിച്ചായിരുന്നു കൂടുതലും ചർച്ച ചെയ്തത്. കാമുവിനെഴുതിയ മറുപടിക്കത്ത് പാരീസിലെ എഴുത്തുകാർക്കിടയിൽ ഇത്രയും വിഷയമായത് എന്നെ അതിശയിപ്പിച്ചു. കാമുവിന്റെ *അന്യൻ* എന്ന നോവലിലെ നായകനായ മീരാസാൾട്ടിനെയാണ് ഞാനപ്പോൾ ഓർത്തത്.

ഫ്രാൻസിലെ രാഷ്ട്രീയ വ്യവസ്ഥിതികൾ ചർച്ചയ്ക്ക് വന്നപ്പോൾ എനിക്കു മടുപ്പനുഭവപ്പെട്ടു. സാഹിത്യമോ തത്ത്വശാസ്ത്രമോ ചർച്ച

ചെയ്യുമ്പോൾ ലഭിക്കുന്ന ആനന്ദം ഈയിടെ രാഷ്ട്രീയം ചർച്ച ചെയ്യുമ്പോൾ ലഭിക്കുന്നില്ല. വ്യക്തിപരമായ സ്വാർത്ഥതാൽപ്പര്യങ്ങൾ വെച്ച് രാഷ്ട്രീയത്തെ നോക്കിക്കാണുന്ന ചില സമ്പന്നരും പത്രപ്രവർത്തകരുമടങ്ങുന്ന ഒരു സദസ്സിൽ എന്റെ നിലപാടുകൾ വീണ്ടും വീണ്ടും വെളിപ്പെടുത്തേണ്ടി വരുന്നതിന്റെ യുക്തിയില്ലായ്മ തന്നെയാണ് അതിനുള്ള കാരണം. നാലാമത് റിപ്പബ്ലിക്കൻ ഗവൺമെന്റിന്റെ കീഴിലാണ് ഫ്രാൻസിന്റെ ഭരണം. 12 വർഷത്തിനിടയിൽ ഇരുപത്തിയൊന്ന് അഡ്മിനിസ്ട്രേഷൻ മാറി മാറി വന്നു. ഓരോ മാറ്റവും ജനങ്ങൾ പ്രതീക്ഷയോടും കരുതലോടും കാത്തിരിക്കും. എന്നാൽ മാറി മാറി വരുന്ന ഓരോരുത്തർക്കും എന്തെങ്കിലുമൊക്കെ തരത്തിൽ ന്യൂനതകൾ ഉണ്ടാവുകയും ചെയ്യും. യഥാർത്ഥത്തിലുള്ള പ്രശ്നങ്ങൾ കണ്ടെത്തുന്നതിൽ തുടർച്ചയായ പരാജയമായിരുന്നു സംഭവിച്ചുകൊണ്ടിരുന്നത്.

എഴുതിക്കൊണ്ടിരുന്ന പുസ്തകത്തെക്കുറിച്ച് മാധ്യമപ്രവർത്തകരും എഴുത്തുകാരും അന്വേഷിച്ചുവെങ്കിലും എഴുത്തിനെക്കുറിച്ചൊരു തുറന്ന ചർച്ച നടത്താൻ മാനസികമായി ഞാൻ തയ്യാറായിരുന്നുമില്ല. അപ്പോഴേക്കും പ്രോഗ്രാം കോ-ഓർഡിനേറ്റർ അലക്സിയ ഫെർണാർഡോ ഓരോരുത്തരെയും ക്ഷണിക്കുവാനെത്തി.

അദ്ദേഹത്തെ ദൂരെ നിന്നേ കണ്ടെങ്കിലും സംസാരിക്കാൻ കഴിഞ്ഞിരുന്നില്ല. തിളങ്ങുന്ന കഷണ്ടിയും ലോലമായ മുഖഭാവവുമുള്ള മദ്ധ്യവയസ്കനായിരുന്നു അലക്സിയ ഫെർണാർഡോ. ചിരിച്ചുകൊണ്ടല്ലാതെ ഇതുവരെ അദ്ദേഹത്തെ കാണുവാൻ സാധിച്ചിട്ടില്ല. എഴുത്തുകാരുടെയും അരാജകവാദികളുടേതുമായ ഇത്തരം സദസ്സുകൾ കൈകാര്യം ചെയ്യാൻ ഫെർണാർഡോവിനെപ്പോലെ സ്വതസിദ്ധമായി നർമ്മം കൈകാര്യം ചെയ്യാൻ കഴിവുള്ള ഒരാൾക്കേ സാധിക്കൂ. ഫെർണാർഡോ അടുത്ത് വരുന്നത് വരെ കൗതുകത്തോടെ ഞാനദ്ദേഹത്തിന്റെ പ്രവൃത്തികൾ നോക്കിയിരുന്നു.

"അഭിവാദ്യം ബുവെ."

ഞാൻ എഴുന്നേറ്റ് നിന്ന് അദ്ദേഹത്തിന് ഷേക് ഹാൻഡ് നൽകി.

"താങ്കളെ കണ്ടതിൽ സന്തോഷം അലക്സിയ. നമ്മൾ ഏഴുമാസമെങ്കിലുമായിക്കാണും തമ്മിൽ കണ്ടിട്ട് ശരിയല്ലേ?"

"അതെയതെ. ബുവെ എത്ര കൃത്യമായി ഓർത്ത് വെച്ചിരിക്കുന്നു. എന്നെപ്പോലെ ഒരാളെ ഓർത്തുവെച്ചതിൽ താങ്കളുടെ മഹാമനസ്കതയെ പുകഴ്ത്താതിരിക്കാൻ സാധിക്കുന്നില്ല."

"താങ്കളെ ആർക്കാണ് മറക്കാൻ സാധിക്കുന്നത് അലക്സിയ. നിങ്ങളെപ്പോലുള്ളവരുടെ കഠിനാദ്ധ്വാനവും ക്ഷമയുമല്ലേ ഇത്തരം പൊതുചടങ്ങുകൾ ഭംഗിയായി കൊണ്ടുപോകാൻ കാരണമാകുന്നത്."

എന്റെ വാക്കുകൾക്ക് മറുപടിയായി പുഞ്ചിരിക്കുക മാത്രമാണ് അദ്ദേഹം ചെയ്തത്. സ്വഭാവംകൊണ്ടും പെരുമാറ്റംകൊണ്ടും ഇത്രയേറെ വിനീതരായ ചുരുക്കം ആളുകളെ ഉണ്ടാവു എന്നെനിക്ക് ഫെർ

ണാർഡോവിനെ കാണുമ്പോഴൊക്കെ തോന്നാറുണ്ട്.

വേദിയിൽ ചർച്ച ചെയ്യാൻ പോകുന്ന വിഷയത്തോട് യാതൊരു ആഭിമുഖ്യവും എനിക്കില്ലായിരുന്നു. നോവലിൽ എഴുതിവെച്ച വരികളാണ് എന്റെ മനസ്സിലേക്ക് കടന്നുവന്നത്. അതിപ്രകാരമായിരുന്നു.

"യഥാർത്ഥ ദുരന്തങ്ങൾ എനിക്കു സംഭവിച്ചതല്ല എങ്കിൽക്കൂടി ആ ദുരന്തത്തിന്റെ ഭ്രാന്തൻ സ്മരണകൾ എന്നെ വേട്ടയാടുന്നു.

"*എത്തിക്സ് ഓഫ് ആംബിക്യൂറ്റി* എഴുതിക്കൊണ്ടിരിക്കുമ്പോൾ അനുഭവിച്ച സമ്മർദ്ദങ്ങൾ ഇപ്പോഴും മറ്റൊരു രീതിയിൽ കൂടെയുണ്ടെന്ന് തന്നെ പറയാം. അമേരിക്കൻ എഴുത്തുകാരൻ റിച്ചാർഡ് റൈറ്റ് ഞങ്ങളുടെ മാസികയായ *ദി മോഡേൺ ടൈംസ്*നു വേണ്ടി അയച്ചുതന്ന ലേഖനത്തിൽ കറുത്തവർഗ്ഗക്കാരായ അമേരിക്കൻ വംശജരുടെ രചനകൾ അയച്ചുതന്നിട്ടുണ്ട്. അത്തരം ലേഖനങ്ങൾ മാഗസിനിൽ ഉൾക്കൊള്ളിക്കുന്നതിന്റെ പേരിൽ ഫ്രാൻസിലെ ചില എഴുത്തുകാർക്ക് മുറുമുറുപ്പുണ്ട്. അങ്ങനെയുള്ളവരുടെ മുഖങ്ങൾ കണ്ടില്ലെന്നു നടിക്കാനാണ് ഈ സന്ദർഭത്തിൽ എനിക്കു കൂടുതൽ പാടുപെടേണ്ടി വന്നത്.

സാർത്രേയുടെ അഭാവത്തിൽ അനവധി ചോദ്യങ്ങൾക്ക് ഉത്തരം കൊടുക്കേണ്ടത് ഇപ്പോഴെന്റെ ഉത്തരവാദിത്തമായിരിക്കുന്നു. എനിക്കു വേണ്ടി അനുവദിച്ച സമയത്തിൽ ചുരുക്കം വാചകങ്ങളാൽ കാര്യങ്ങൾ പറഞ്ഞശേഷം സീറ്റിൽ വന്നിരുന്നു. എത്രയും വേഗം ചടങ്ങ് കഴിഞ്ഞു പോകണമെന്നുള്ള ആഗ്രഹമേ അപ്പോഴുണ്ടായിരുന്നുള്ളൂ.

ജീവിതത്തിലെ ഓരോ നിമിഷവും കൂടുതൽ സംഘർഷഭരിതമായി കൊണ്ടിരിക്കുന്നു. എങ്കിലും ഒരു കണ്ണാടിയുടെ മുന്നിൽ നിന്ന് ദിനവും ആവർത്തനവിരസമായ ഒരു നാടകം ഞാൻ പരിശീലിക്കും.

സാധാരണ വെളുപ്പിന് എഴുന്നേൽക്കും വഴിയാണ് ഇതരങ്ങേറുന്നത്. മുഖം ശുചിയാക്കി നിലക്കണ്ണാടിക്ക് മുന്നിൽ നിന്ന് ഞാൻ പറയും. ഞാൻ സുന്ദരിയാണ്, എത്രമേൽ ഞാനെന്നെ തന്നെ പ്രണയിക്കുന്നു. എനിക്കെന്നോടുള്ള ആരാധന എത്ര മഹനീയമാണ്. എന്നേക്കാൾ മഹതിയായ അപരയെ എവിടെയാണ് കാണാൻ കഴിയുക. കണ്ണാടിയിലെ പ്രതിബിംബത്തെ നോക്കി അനായാസം നടത്തുന്ന ഈ കേളിയോർത്ത് മറ്റവസരങ്ങളിൽ ഞാൻ ചിരിക്കുകയും ചില ഏകാന്ത നിമിഷങ്ങളിൽ കരഞ്ഞു പോകുകയും പതിവാണ്. എങ്കിലും ഇപ്പോഴും ഞാനതാവർത്തിക്കുന്നു. പ്രസംഗവേദിയിൽ നിൽക്കുമ്പോൾ ചിലപ്പോഴെങ്കിലും അതേ കോമാളിത്തരമാണ് ഞാൻ ചെയ്യുന്നതെന്ന് എനിക്കനുഭവപ്പെടാറുണ്ട്.

സാർത്രേ മടങ്ങിവരുമെന്ന് പ്രതീക്ഷിച്ചെങ്കിലും അതുണ്ടായില്ല. രാത്രി ഉറങ്ങാൻ കിടന്നപ്പോൾ എനിക്കുതോന്നി നാളെത്തന്നെ പാരിസ് വിട്ടു എങ്ങോട്ടെങ്കിലും പോകണമെന്ന്. ജീർണ്ണിച്ചു തുടങ്ങിയ മനസ്സും ശരീരവും പേറിയുള്ള ഒരു ഒളിച്ചോട്ടം.

എല്ലാ രാജ്യങ്ങളും സ്വപ്നങ്ങളുമായി കാത്തിരിക്കും. മുറിവുകൾ സമ്മാനിക്കുകയും ചെയ്യും. എങ്കിലും ഓർത്ത് വയ്ക്കാൻ ചിലതെല്ലാം

കൈക്കുമ്പിളിൽ ഇട്ടുതരികയും ചെയ്യും. പാതിയൊഴിഞ്ഞ കിടക്കയിൽ മുഖമമർത്തി കിടക്കെ ലോകത്തേറ്റവും ഒറ്റപ്പെട്ട സ്ത്രീയാണ് ഞാനെന്ന തോന്നലിൽ എന്റെ തൊണ്ട വിറച്ചു. കണ്ണുകൾ നിറഞ്ഞൊഴുകി. അപ്പോഴെനിക്ക് തോന്നി ഞാൻ വീണ്ടും അരക്ഷിതാവസ്ഥ നിറഞ്ഞ കൗമാരക്കാരിയായിരിക്കുന്നുവെന്ന്. സ്നേഹത്തിനും പ്രണയത്തിനുംവേണ്ടി ഇരന്നു നടന്നിരുന്നവൾ. സൊറാക്കീനെക്കുറിച്ചുള്ള ഓർമ്മ മനസ്സിലൂടെ കടന്നുപോയി. കെട്ടിപ്പുണർന്നു കിടക്കാനുള്ള ശരീരം മാത്രമാണോ മനുഷ്യന് ഇണ? സ്ത്രീകൾക്കിടയിലെ പ്രണയം ധ്യാനത്തിന് തുല്യം മഹനീയവും മനോഹരവുമാണ്. മറ്റൊരു സ്ത്രീയിൽ ആശ്രയം കണ്ടെത്തുമ്പോൾ ശരീരം അർപ്പിക്കുമ്പോൾ സ്വയം പുനസൃഷ്ടിക്കുവാൻ മാത്രമല്ല ഒരുങ്ങുന്നത്. അവളെ സ്വാധീനിക്കാനുള്ള വഴികൾ കൂടിയാണ് സ്നേഹപ്രകടനങ്ങൾകൊണ്ട് ഉദ്ദേശിക്കുന്നത്. തീർച്ചയായും പങ്ക് വയ്ക്കപ്പെടുമ്പോൾ ഞങ്ങൾ അന്യോന്യം വശംവദരായിരുന്നു.

ചില സന്ദർഭങ്ങളിൽ സാർത്രേയിൽനിന്നും ലഭിക്കുന്നതിൽ കൂടുതൽ സംതൃപ്തി എനിക്കു സൊറാക്കീനിൽനിന്നും ലഭിച്ചു. ഞങ്ങളുടെ രതി എപ്പോഴും സംഭവിച്ചിരുന്നത് പരസ്പരം ആശ്രയം കണ്ടെത്തുന്ന നിമിഷങ്ങളിൽ ആയിരുന്നു. ആരാധനയോടെയായിരുന്നു ഞങ്ങൾ ശരീരം പങ്ക് വച്ചതും. എന്നാൽ എനിക്കു സാർത്രേയുമായി അടുത്തകാലത്തുണ്ടായ വൈകാരിക സമീപനങ്ങൾ എല്ലാംതന്നെ ഗംഭീരമായ വഴക്കുകൾക്ക് ശേഷമോ, സാർത്രേ മറ്റേതെങ്കിലും സ്ത്രീയോടൊപ്പം കഴിഞ്ഞതിന് ശേഷമുള്ള രാത്രികളിലോ ആയിരുന്നു. അതിലെല്ലാം പലപ്പോഴും വേദനിച്ചുകൊണ്ടുള്ള എന്റെ വിധേയത്വവും സാർത്രേയുടെ ക്രൂരമായ കീഴടക്കലും ആയിരുന്നു സംഭവിച്ചിരുന്നത്.

പുരുഷനിർമ്മിതമായ ഈ ലോകത്തിൽ ഓരോ സ്ത്രീയും ഇരട്ട വേഷം കെട്ടിയാടേണ്ടി വരും. ഞാൻ അവനിൽ തൃപ്തനെന്ന് നടിക്കുമ്പോഴും മറ്റൊരാളിൽ തൃപ്തി തിരഞ്ഞു പോകുന്നു. പലപ്പോഴും എനിക്കത് ലഭിച്ചതാകട്ടെ മറ്റൊരു സ്ത്രീയിൽ നിന്നുമായിരുന്നു എന്നതാണു വിസ്മയം. അവൾ അവളിൽ ആശ്രയവും അനുഭൂതിയും കണ്ടെത്തുമ്പോൾ അവൻ അപ്രസക്തനാവുന്നു.

ഒരിക്കൽ വിപ്ലവം പറഞ്ഞിരുന്നവർ ആ വാക്കിന്റെ അടിവേരുതന്നെ മുറിച്ചു കളഞ്ഞുകൊണ്ട് പിന്നീട് ഭക്തിയുടെ മാർഗ്ഗത്തിലേക്ക് തിരിയുന്നത് കണ്ടു ഞാൻ വിസ്മയഭരിതയായി നിന്നുപോകുന്നു. വിപ്ലവത്തെക്കാൾ വലിയ ആയുധമായി ഭക്തി മാറിക്കഴിഞ്ഞു. സ്നേഹം നഷ്ടപ്പെട്ട സ്ത്രീ എങ്ങനെയൊക്കെ തന്റെ പരാജയബോധം മറക്കാൻ ശ്രമിക്കുമോ അങ്ങനെയൊക്കെ ഭക്തിയുടെ സ്തുതിപാഠങ്ങൾ കണ്ടില്ലെന്നു നടിക്കാൻ ഞാൻ ശ്രമിച്ചുകൊണ്ടിരിക്കുന്നു. വിപ്ലവം എനിക്കു വെറും ഒരായുധമല്ലായിരുന്നു. എന്നിലെ സ്വത്വം കണ്ടെത്താൻ ശ്രമിക്കുമ്പോഴൊക്കെ വിപ്ലവത്തിന്റെ ചുവന്ന പാത എനിക്കു മുന്നിൽ ആശയക്കുഴപ്പമില്ലാതെ നിവർന്ന് കിടക്കുന്നതു ഞാൻ കാണുന്നു.

-സിമോൺ

മിഥ്യ

"ഒരു തമാശ കേൾക്കാൻ നീ സന്നദ്ധയാണോ?"

കൈയിലിരുന്ന പുസ്തകം ശ്രദ്ധയോടെ ഷെൽഫിൽ വെച്ചിട്ട് സൊറാക്കീൻ എന്നോടു ചോദിച്ചു.

ആ മുറിയിൽ ഞങ്ങളിരുവരും ഏറെ നേരമായി പല വിഷയങ്ങളെ കുറിച്ചും സംസാരിച്ചിരിക്കുന്നു. ഉച്ചയോടടുത്താണ് ഞാനിവിടേക്ക് വന്നത്. നാളുകൾക്ക് ശേഷം കണ്ടതിനാൽ എന്നെ കണ്ടതും അവളോടി വന്ന് ആലിംഗനം ചെയ്തു. കവിളിൽ അമർത്തി ചുംബിച്ചു. ഏതാനും ദിനം മുമ്പാണ് സൊറാക്കീൻ പാരീസിൽ തിരിച്ചെത്തിയത്.

കുറച്ചു വൈൻ എടുക്കട്ടെ എന്ന് പറഞ്ഞുകൊണ്ട് എന്റെ അനുവാദത്തിന് കാത്തുനിൽക്കാതെ ഗ്ലാസുകൾ എടുത്തുവെച്ചു. സൊറാക്കീൻ വൈൻ ഗ്ലാസിലേക്ക് പകർത്തുന്നത് നോക്കിയിരിക്കെ ഞങ്ങളൊരുമിച്ച് ബാറിൽ പോയി ആദ്യമായി മദ്യപിച്ചത് ഓർമ്മ വന്നു. ആദ്യമായി പങ്ക് വെച്ച ചുംബനം, പരസ്പരം ആദ്യമായി അറിഞ്ഞ രാത്രി, സൊറാക്കീന്റെ ലജ്ജ പൂത്ത മുഖം.

രണ്ടു യുവതികൾ.

ഇന്ന് ഞങ്ങൾ പക്വതയെത്തിയ സ്ത്രീകളായിരിക്കുന്നു!

"സിമോൺ?" സൊറാക്കീൻ എന്നെ തൊട്ടുവിളിച്ചു.

ചിന്തയിൽ നിന്നുണർന്നുകൊണ്ടു ഞാൻ പറഞ്ഞു. "നിന്റെ തമാശ പറയൂ കേൾക്കട്ടെ."

സൊറാക്കീൻ എന്റെ കണ്ണുകളിലേക്കുറ്റുനോക്കി. എന്തോ തിരയും പോലെ നിന്നുകൊണ്ട് സാവധാനം ചോദിച്ചു.

"സ്നേഹത്തെക്കുറിച്ച് എന്താണ് നിന്റെ കാഴ്ചപ്പാട്. അതിനുള്ള ഉത്തരം തരൂ. ഇതൊരു ടാസ്ക് ആണ്. തമാശ അതിന്റെ ബാക്കിയാണെന്ന് കൂട്ടിക്കോളൂ."

"സ്നേഹം ഒരു ടാസ്ക് തന്നെയാണ് സൊറാക്കീൻ. ഒരു ജന്മം മുഴുവൻ മനുഷ്യനതിനുവേണ്ടി പരിശ്രമിച്ചുകൊണ്ടിരിക്കും.

"ശരി. എന്താണ് അതിനുള്ള പ്രതിഫലം. നീയത് ചിന്തിച്ചിട്ടുണ്ടോ സിമോൺ?"

"എല്ലാ ജന്മവും വേദനിച്ചു തുടങ്ങുന്നു. എല്ലാ സ്നേഹവും വേദനയിൽ അവസാനിക്കുന്നു. അതിനുള്ളിൽ പ്രതിഫലമെന്നത് കേവലം മിഥ്യയാണ്."

"എങ്കിൽ നീയെന്തിനാണ് ആ മിഥ്യയിലേക്ക് ഉറ്റുനോക്കുന്നത്?"

സൊറാക്കീന്റെ ചോദ്യം എന്നെ ഞെട്ടിച്ചു. എന്താണ് അവൾ അർത്ഥമാക്കുന്നതെന്നറിയാതെ ഞാൻ മിഴിച്ചു നോക്കിയിരുന്നു. ഇളം പച്ച ചായമടിച്ച, പുസ്തകത്തിന്റെ പുതുഗന്ധം നിറഞ്ഞ ഈ മുറിയിൽ ഓരോ സന്ദർശനത്തിന് വരുമ്പോഴും എന്നെ ചോദ്യങ്ങൾകൊണ്ട് വീർപ്പുമുട്ടിക്കുക അവളുടെ വിനോദമാണ്. പക്ഷേ, ഈ ചോദ്യം കൃത്യമായി ആസൂത്രണം ചെയ്തതാണെന്ന് വ്യക്തമാണ്. ഈ മുറിയിലിരുന്നാൽ ഇളം മഞ്ഞ കർട്ടൻ വിരികൾക്കപ്പുറം കാണുന്ന പുൽത്തകിടിയും മേപ്പിൾ മരങ്ങളും റോഡിനപ്പുറം കാണുന്ന വിശാലമായ മൈതാനവും നോക്കിയിരിക്കുക രസകരമാണ്. മൈതാനത്തിനപ്പുറം നിറയെ ബിച്ച് മരങ്ങളും ഓക്ക് മരങ്ങളുമുണ്ട്. പണ്ടൊക്കെ ഞങ്ങളിരുവരും അവിടെ നടക്കാനായി പോകുമായിരുന്നു. ഞാൻ വീണ്ടും പുസ്തകങ്ങളുടെ ഗന്ധം ആസ്വദിച്ചു. സ്നേഹത്തിന് എന്തായിരിക്കും ഗന്ധം എന്നൊരു യുക്തിരഹിതമായ ചോദ്യം മനസ്സിലേക്കോടിയെത്തി. സ്നേഹം ഒരനുഭവമാണെങ്കിൽ അതിനൊരു ഗന്ധമുണ്ടാകില്ലേ. സംഗീതത്തിന് താളംപോലെ രുചിയുടെ വൈവിദ്ധ്യംപോലെ പ്രകൃതിയുടെ വർണ്ണം പോലെയൊക്കെ. ഒരുപക്ഷേ, ആലിംഗനം ചെയ്യപ്പെടുന്ന ആത്മാക്കളുടെ ഗന്ധമായിരിക്കാമത്. സൊറാക്കീന്റെ ചോദ്യം തലച്ചോറിനുള്ളിൽ വട്ടം ചുറ്റുന്നു. മിഥ്യയിലേക്ക് ഉറ്റുനോക്കുകയാണോ ഞാൻ ചെയ്യുന്നത്.

"ഇപ്പോൾ ഈ ചോദ്യത്തിന്റെ പ്രസക്തിയെന്താണ് സൊറാ?"

"ഇപ്പോഴാണ് ഈ ചോദ്യത്തിന് പ്രസക്തി കൈവന്നിരിക്കുന്നത്. നിന്നെയും സാർത്രേയും സംബന്ധിച്ച്." സൊറാക്കീൻ പുഞ്ചിരിച്ചുകൊണ്ട് വൈൻഗ്ലാസ് എടുത്തു ചുണ്ടോട് ചേർത്തുകൊണ്ട് പറഞ്ഞു.

"എന്താണ് നീ ഉദ്ദേശിക്കുന്നത്?"

"നിന്നെയും സാർത്രേയും സംബന്ധിച്ച പഴയതായ എല്ലാ കാര്യങ്ങൾക്കും പ്രസക്തിയില്ലാതായിരിക്കുന്നു. ഈ സാഹചര്യത്തിൽ എന്റെ ചോദ്യത്തിന് അർത്ഥമില്ലാതാകുന്നില്ലല്ലോ."

മറുപടി പറയാൻ എനിക്കു വാക്കുകൾ ലഭിച്ചില്ല. ഞങ്ങൾക്കിടയിൽ നിലനിൽക്കുന്ന ആത്മസംഘർഷം സൊറാക്കീൻ എങ്ങനെയാണ് മനസ്സിലാക്കിയതെന്ന് ആലോചിച്ചു.

"സാർത്രേയെ കണ്ടിരുന്നോ?" ആ ചോദ്യം ചോദിക്കുമ്പോൾ എന്തുകൊണ്ടോ എന്റെ ശബ്ദം ഒന്നിടറി.

"ഇല്ല. സാർത്രേ എനിക്കൊരു കത്തയച്ചിരുന്നു."

എനിക്കു കാര്യങ്ങൾ മനസ്സിലായി. എന്റെ ഇപ്പോഴത്തെ മാനസിക നിലയെക്കുറിച്ച് സാർത്രേ സൊറാക്കീന് എഴുതിയിരിക്കുന്നു. അവളുടെ മുന്നിൽ ഇത്രനാളും ഞാനുയർത്തിപ്പിടിച്ച ധൈര്യത്തിന്റെയും ആത്മാഭിമാനത്തിന്റെയും മുഖപടം അഴിഞ്ഞുവീണിരിക്കുന്നു. എങ്കിലും അത് സൊറാക്കീന്റെ മുമ്പിലായതിനാൽ അപമാനത്തിന്റെ വേദന എന്നെ അലട്ടിയില്ല.

"എങ്കിൽ എന്നോടു ചോദിച്ച ചോദ്യത്തിലെ തമാശ കൂടി നീ പറയൂ. സ്നേഹം ചിരിക്കാനുള്ള വികാരമാണെങ്കിൽ അത് വാങ്ങാൻ കിട്ടുന്ന ഒരു കടകൂടി ഉണ്ടായിരുന്നെങ്കിലെന്ന് ഞാനാശിച്ചു പോകുന്നു.

"വ്യക്തിയുടെ സംയമനം തന്നെയാണ് ആ തമാശയ്ക്കുള്ള ഉത്തരവും. സംയമനമില്ലാത്ത സ്നേഹം അപകടം വിളിച്ച് വരുത്തും. അത് നേടില്ല നഷ്ടപ്പെടുത്തുകയേ ഉള്ളൂ. ചിലർ തത്ത്വചിന്തകൾ പറയും ചിന്തിക്കും എഴുതും. എന്നിട്ട് ഏകാന്തതയിലിരുന്ന് സ്വയം വിഷയങ്ങളുണ്ടാക്കി വേദനിക്കും. അതാണ് തമാശ."

"സൊറാ...." മറുപടി പറയാൻ എനിക്കു വാക്കുകൾ ഇല്ലായിരുന്നു.

"ചിലപ്പോൾ ഹോർമോൺ മാറ്റമായിരിക്കും." അതും പറഞ്ഞു സൊറാക്കീൻ പൊട്ടിച്ചിരിച്ചു.

"നീ പറഞ്ഞതിൽ കാര്യമുണ്ട് സൊറാക്കീൻ. ശരീരത്ത് നടക്കുന്ന മാറ്റങ്ങൾ മനസ്സിനെയും ബാധിക്കാം. മനസ്സും ശരീരവും യഥാർത്ഥത്തിൽ രണ്ടാണോ. ശരീരത്തിലെ ഏതവയവത്തെയാണ് മനസ്സെന്നു പേരിട്ടു വിളിക്കുന്നത്. എക്സ്റേയിൽ തെളിയാത്ത അത്ഭുത പ്രതിഭാസം. ചിലപ്പോൾ വാർദ്ധക്യത്തോടടുക്കുന്നതിന്റെ സംഘർഷങ്ങളാവാം."

"സിമോൺ." സൊറാക്കീൻ അനുകമ്പാപൂർവ്വം എന്റെ മുഖം പിടിച്ചുയർത്തി. ചുണ്ടിൽ പതുക്കെ ഉമ്മ വെച്ചു. "നിനക്കെന്ത് പറ്റി? എവിടെപ്പോയി നിന്റെ ധൈര്യമൊക്കെ. എത്ര ഉന്നതമായ ചിന്താഗതികൾ ഉള്ളവളായിരുന്നു നീ. എത്ര തത്ത്വചിന്താ ക്ലാസുകൾ എടുത്തവൾ! മികച്ച ഗ്രന്ഥങ്ങൾ രചിച്ചവൾ! എത്രയോ രാജ്യങ്ങൾ സഞ്ചരിച്ചു. അനേകം ജീവിതങ്ങൾ കണ്ടു. എന്നിട്ടും നിനക്കെന്താണ് സിമോൺ സംഭവിച്ചത്?"

"ഞാനെന്നോട് തന്നെ ചോദിച്ചു പരാജയപ്പെട്ട അതേ ചോദ്യമാണ് സൊറാ നീയിപ്പോൾ വീണ്ടും അവതരിപ്പിച്ചത്. മിഥ്യ! ഞാൻ മിഥ്യയി

ലേക്ക് ഉറ്റുനോക്കുകയാണെന്ന് നീ കരുതുന്നുണ്ടോ?"

"നമുക്ക് കുറച്ചു ദൂരം നടക്കാം സിമോൺ. ഏറെനാളായില്ലെ ഒരുമിച്ചിങ്ങനെ നടന്നിട്ട്. നിനക്ക് അസുഖമൊന്നുമില്ലല്ലോ?"

നടക്കാമെന്ന് എനിക്കും തോന്നി. മുറുകി മുറുകിയിരിക്കുന്ന ആന്തരികാവയവങ്ങൾക്ക് അല്പം ആയാസം ലഭിക്കട്ടെ. പ്രത്യേകിച്ച് സൊറാക്കീന്റെ കൂടെയാവുമ്പോൾ.

പുറത്തു മൈതാനത്തിനരികിൽ ഏതാനും കുട്ടികൾ സൈക്കിൾ ചവിട്ടി പഠിക്കുന്നത് കണ്ടു. ഓക്ക് മരങ്ങൾ നിറഞ്ഞുനിൽക്കുന്ന വഴിയിലൂടെ ഞങ്ങൾ ഏറെ ദൂരം നടന്നു. മരങ്ങളിൽ നിറയെ പക്ഷികൾ ഉണ്ടായിരുന്നു. കുറച്ചു ദൂരം നീങ്ങി ഒരു തടാകം ഉണ്ട്. തടാകത്തിനരികിൽ കുറ്റിച്ചെടികൾ നിറയെ പൂക്കൾ വിരിഞ്ഞുനിന്നിരുന്നു. കാഴ്ചകൾ മനസ്സിന് ലാഘവം തരുന്നു. മനസ്സ് പങ്കുവയ്ക്കാൻ പറ്റിയൊരാൾ കൂടെയുള്ളപ്പോൾ ആ സന്തോഷം ഇരട്ടിയാകും.

ഇതൊക്കെ മിഥ്യയാണോ! ഈ സന്തോഷവും ഈ സൗരഭ്യവും കാറ്റും വെളിച്ചവും. ഇതൊന്നും മിഥ്യയല്ലെങ്കിൽ എങ്ങനെയാണ് സ്നേഹം മിഥ്യയാകുന്നത്. സൗരഭ്യമോ സംഗീതമോ അനുഭവ്യമാകാത്ത കേവലം ജിജ്ഞാസ മാത്രമാണോ സ്നേഹം. മിഥ്യയിലേക്ക് ഉറ്റുനോക്കുന്ന എന്റെ കണ്ണുകൾക്കാണോ തകരാറ്.

"സൊറാ" ഞാൻ ആകുലതയോടെ വിളിച്ചു. "എന്റെ ചിന്തകൾക്ക് ഇടർച്ച വരുന്നു."

അവൾ എന്റെ കൈകളിൽ മുറുകെ പിടിച്ചു. "സിമോൺ സ്നേഹം കേവലം ശാരീരികമല്ലെന്നു നിനക്കറിയില്ലേ. സാർത്രേ ജയിലിൽ ആയിരുന്ന ഘട്ടത്തിൽപ്പോലും നിനക്കു സ്നേഹത്തെ പ്രതി ആശങ്കയില്ലായിരുന്നു. പിന്നെ ഇപ്പോൾ ജീവിതത്തിന്റെ ആഴവും പരപ്പും കണ്ടതിന് ശേഷം?"

"അന്നെനിക്ക് ചെറുപ്പമായിരുന്നു. എന്റെ ശരീരത്തിലും മനസ്സിലും വസന്തമുണ്ടായിരുന്നു. ഇപ്പോൾ വാർദ്ധക്യം ബാധിച്ചു തുടങ്ങിയ എന്റെ ചിന്തകൾ താറുമാറാകുന്നു."

"നിനക്കൊരു യാത്ര പോയിക്കൂടെ?"

"തനിച്ചു യാത്ര ചെയ്യാൻ എനിക്കു മടുപ്പ് തോന്നുന്നു. യാത്രകൾ പുതുമയുള്ളതൊന്നും തരുന്നില്ല. പുതുമയില്ലാത്ത കാഴ്ചകൾ, പുതുമയില്ലാത്ത ചർച്ചകൾ. ഇതേ മരങ്ങളും കെട്ടിടങ്ങളും തന്നെ എല്ലായിടത്തും. ഭാഷയിലും വേഷത്തിലും ഭൂപ്രകൃതിയിലും ചെറിയ ചെറിയ വ്യത്യാസങ്ങൾ ഉണ്ടാകാം. എന്നാൽ എവിടേയും നികത്താനാവാത്ത ശൂന്യത. എന്താണ് എനിക്ക് സംഭവിക്കുന്നതെന്ന് മനസ്സിലാകുന്നില്ല സൊറാ. ഇതൊരു മനോരോഗമാണോ? ഭയവും വിഭ്രാന്തിയും ഉള്ളിൽ നിറയുന്നു. ഞാൻ ആർക്കും വേണ്ടാത്തവളാകുകയാണോ?"

"ആരും ആർക്കും വേണ്ടാത്തവളാകുന്നില്ല സിമോൺ. നീ തന്നെ എഴുതിയ വരികൾ ഞാനിവിടെ ഉദ്ധരിക്കട്ടെ. "സ്ത്രീകൾ ഏറ്റവും

കൂടുതൽ സ്വതന്ത്രരാകുന്ന അവസ്ഥയിലാണ് അവരുടെ വർഗ്ഗത്തിന്റെ ഏറ്റവും ഗതികെട്ട അവസ്ഥയും പ്രത്യക്ഷമാകുന്നത്. ഒരു സ്ത്രീക്ക് ഭാര്യ, മകൾ, സഹോദരി, അമ്മ എന്നീ പദവികളിൽ നിയന്ത്രണം ഏർപ്പെടുത്താതിരുന്ന അവസ്ഥയിലും അവൾക്ക് പുരുഷന് തുല്യമായ സ്ഥാനം നൽകിയിരുന്നില്ല. അവളുടെ ഹൃദയത്തിന്റെ ദുർബ്ബലതയും ശരീരത്തിന്റെ ബലഹീനതയും അവളെ താഴേക്കു മാറ്റിനിർത്താനുള്ള കപടന്യായമായി ഉപയോഗിക്കപ്പെട്ടു. പക്ഷേ, ഈ വരികൾക്കുള്ളിൽ നീ തന്നെ പറയാതെ പറയുന്ന ഒരു സത്യമുണ്ട്. അതായത് സ്ത്രീ ഇല്ലെങ്കിൽ പുരുഷസമൂഹം തീർത്തും നിശൂന്യമായിപ്പോകും എന്ന നഗ്ന സത്യം."

എന്റെ ഹൃദയം വീണ്ടും ദുർബ്ബലമായി. നിഷ്കളങ്കമായി സ്നേഹിക്കുകയും അകമഴിഞ്ഞു വിശ്വസിക്കുകയും ചെയ്യുന്ന ഏതൊരു സ്ത്രീയെയുംപോലെ ജീവിതകാലം മുഴുവൻ എനിക്കും വേദനയിലൂടെ കടന്നുപോകേണ്ടിവരാമെന്ന് തോന്നി. കഠിനമായ പ്രതിസന്ധിഘട്ടത്തിലൂടെ കടന്നുപോകേണ്ടി വരുമ്പോഴൊക്കെ കണ്ണുകളടച്ച് കിടക്കാനും പൂണ്ടുറങ്ങാനും തീവ്രമായി ശരീരം ആഗ്രഹിക്കും. ജീവിതത്തിലെ അനേകം പരീക്ഷണങ്ങൾ അതിജീവിച്ചവളാണ് ഞാൻ. പക്ഷേ, അന്നൊക്കെ സ്നേഹത്തെ പ്രതി പ്രതീക്ഷയും വിശ്വാസവുമുണ്ടായിരുന്നു. ഏകാകിയാക്കപ്പെടുന്ന സ്ത്രീ ഉള്ളിലെരിയുന്ന വേദന മാത്രമല്ല പക കൂടി അനുഭവിക്കുമെന്ന് എനിക്കു ബോദ്ധ്യമായി. ഇത്രയേറെ അപമാനിക്കപ്പെട്ടിട്ടും എന്തു കാരണത്താലാണ് മനസ്സ് ദുർബ്ബലമാകുന്നതെന്ന് ചോദിച്ചാൽ എനിക്കുത്തരമില്ല.

ഞങ്ങൾ നടന്ന് നടന്നു മൈതാനത്തിനപ്പുറം എത്തിയിരുന്നു. ഏതാനും പൈൻ മരങ്ങളും പടർന്ന് കിടക്കുന്ന ചെടികളുംകൊണ്ട് അവിടെ മനോഹരമായിരുന്നു. പാരീസിലെ മറ്റെല്ലാ മനോഹരസ്ഥലങ്ങളെക്കാളും എന്നും എനിക്കിവിടം പ്രിയപ്പെട്ടതായിരുന്നു. തുറസ്സായ സ്ഥലങ്ങളും പച്ചപ്പും കൂടുതലുള്ള പ്രദേശം. വൃക്ഷച്ഛായയ്ക്കുകീഴിൽ വളരെയധികം സമയം ഞങ്ങളിരുന്നു. കിളികളുടെ കൂജനവും ഇളം കാറ്റും ആസ്വാദ്യകരമായിരുന്നു. മറ്റ് വിഷമങ്ങൾ ഒന്നുമില്ലെങ്കിൽ ആഹ്ലാദിക്കാൻ തികച്ചും യോജിച്ചയിടം. പ്രഭാതങ്ങളിൽ സാർത്രേയൊടൊപ്പം ദീർഘദൂരം നടന്നിരുന്നതോർമ്മ വന്നു. ഇപ്പോൾ അതെല്ലാം വിദൂരസ്വപ്നങ്ങളായിത്തീർന്നത് പോലെയാണ് അനുഭവപ്പെടുന്നത്. ഞാൻ എനിക്കുതന്നെ അപരിചിതയായിരിക്കുന്നു. ജീവിതത്തെ കാൽക്കീഴിലൂടെ ഒഴുകിപ്പോകുന്ന നീർച്ചാലുപോലെ നിസ്സംഗതയോടെ നോക്കി കാണുന്ന ഒരുവൾ. ഒരു കഥയോ തത്ത്വചിന്തയോ വായിക്കുമ്പോൾ ഏതാനും നിമിഷത്തേക്കോ ഏതാനും ദിവസത്തേക്കോ അതിന്റെ ഓളം നമ്മളിൽ നിറഞ്ഞുനിൽക്കും. എന്നാൽ നിലനിൽക്കുന്ന അനുഭവങ്ങൾ വൈരുദ്ധ്യം നിറഞ്ഞതാണെങ്കിൽ ഭൂതകാലത്തെയോർത്ത് വേദനിച്ചു കൊണ്ടിരിക്കും. ഇന്നിൽ മാത്രമായിരിക്കാൻ ആർക്കാണ്

കഴിയുക. ഭാവിയെക്കുറിച്ചു ആശങ്കയില്ലാതെയും ഭൂതകാലത്തെക്കുറിച്ചു നഷ്ടബോധമില്ലാതെയും ഇന്നിനെക്കുറിച്ചോർത്തു വേദനിക്കാതെയും ആരെങ്കിലും ജീവിച്ചിട്ടുണ്ടാകുമോ!

"ലോകത്തെല്ലാവരും ഓരോതരം ദുഃഖങ്ങളിൽ ജീവിക്കുന്നവരാണ് സിമോൺ. ഇപ്പോൾ നിന്നെ പിടികൂടിയിരിക്കുന്ന മൗഢ്യം എഴുത്തിന് ശേഷമുണ്ടായ ശൂന്യതയാവാം. പുതിയ രചനയിലേക്ക് കടക്കുമ്പോൾ നീയത് മറക്കും. നമ്മുടെ ഈ പ്രായത്തിൽ മാനസിക സംഘർഷത്തെ അതിജീവിക്കാൻ പ്രയത്നിക്കേണ്ടിവരും. സത്യത്തിൽ നോവലെഴുത്ത് നിന്നെ അടിമുടി ഉലച്ചു കളഞ്ഞല്ലേ?"

"ചിലപ്പോൾ എഴുത്തിന്റെ ആയാസമാകാം അല്ലേ സൊറാ?"

സൊറാക്കീൻ പൊട്ടിച്ചിരിച്ചു. പിന്നീട് അനുകമ്പാപൂർവ്വം പറഞ്ഞു.

"നീയൊരു കുഞ്ഞാണ് ഇപ്പോഴും. നിനക്കറിയുമോ കാലത്തെ വിസ്മയിപ്പിച്ചു ജീവിച്ചിരുന്നവരൊക്കെ ഭ്രാന്തന്മാരും ഭ്രാന്തികളുമായിരുന്നു സിമോൺ."

"നീ ഓർക്കുന്നുണ്ടോ സിമോൺ നമ്മളാദ്യമായി പരസ്പരം ചുംബിച്ചത്. നമ്മുടെ ആദ്യത്തെ പങ്ക് വയ്ക്കൽ? നമ്മൾ ശരീരം പങ്ക് വച്ചു എന്നാൽ അതിനർത്ഥം നീ സാർത്രേയെ മറന്നുവെന്നായിരുന്നില്ല. നിന്റെ മനസ്സിന് സാർത്രേയെ ആയിരുന്നു അപ്പോഴും ആവശ്യം. നമ്മൾ ഒരുമിക്കുമ്പോഴും നീ പ്രണയിച്ചത് സാർത്രേയെ ആയിരുന്നു. ആ രാത്രിക്ക് ശേഷം നമ്മൾ വേറെ വേറെ വീടുകളിലേക്ക് പോയി. ശരീരം വേർപെട്ട നിമിഷം നമ്മളനുഭവിച്ച അനുഭൂതിയും തീർന്നു. എന്നാൽ പ്രണയത്തിന്റെ അനുഭൂതി അതല്ല. അത് മാത്രമാണു യഥാർത്ഥത്തിലുള്ള സത്യം."

സൊറാക്കീന്റെ വാക്കുകൾ വേറൊരു തരത്തിൽ പ്രഖ്യാപിച്ചിട്ടുള്ളവരാണ് ഞാനും സാർത്രേയും. മനുഷ്യജീവിതത്തിൽ നിയമത്തേക്കാൾ സാധുത വിശ്വാസത്തിനാണെന്ന് ജീവിതവും നിലപാടുകളുംകൊണ്ട് തെളിയിക്കാൻ ഇറങ്ങിത്തിരിച്ചവർ. എന്നാൽ എവിടെയോ വെച്ച് സ്നേഹത്തെ പ്രതി ഞാൻ സ്വാർത്ഥ ആകാൻ തുടങ്ങി.

ആത്മനിന്ദകൊണ്ട് എരിയുന്നതുപോലെ എനിക്കനുഭവപ്പെട്ടു. അവളുടെ വാക്കുകൾ കുറച്ചൊരു സമാധാനം നൽകിയെങ്കിലും ഞാൻ തൃപ്തയായിരുന്നില്ല. ആർക്കും ആരെയും ഇത്തരം പൊള്ളയായ വാക്കുകൾകൊണ്ട് ആശ്വസിപ്പിക്കാൻ ശ്രമിക്കാം. ജീവിതത്തിന്റെ ഉള്ളിൽ നിൽക്കുന്നവർ അനുഭവിക്കുന്ന കഠിനമായ അപമാനത്തിന്റെ വേദന ഒരു വിശദീകരണംകൊണ്ടും മായ്ച്ചു കളയാവുന്നതല്ല.

സൊറാക്കീനോട് യാത്ര പറഞ്ഞു വീട്ടിലെത്തുമ്പോൾ അവിടം ഇരുട്ടുമൂടി കിടന്നിരുന്നു. വീടിനകത്ത് തളംകെട്ടിനിൽക്കുന്ന ശൂന്യത. സാർത്രേയും ഞാനും പങ്ക് വയ്ക്കുന്ന വീട്. അദ്ദേഹത്തിന്റെ ഗന്ധമുള്ള കിടക്കവിരികൾ, ഞങ്ങളൊരുമിച്ചു ആഹാരം കഴിച്ചിരുന്ന തീൻമേശ, പരസ്പരം വാഗ്വാദത്തിൽ ഏർപ്പെടാറുള്ള എഴുത്തുമുറി ഓരോന്നും വീണ്ടുംവീണ്ടും ഞാൻ നോക്കി കണ്ടു. ഈ തവണ പുതിയൊരു

വെളിച്ചത്തോടെയാണ് ഞാനതെല്ലാം നോക്കിക്കണ്ടത്. കുറെനേരം കിടക്കയിൽ പോയി കണ്ണടച്ച് കിടന്നു. ആ കിടപ്പിൽ ധ്യാനത്തിലെന്നവണ്ണം ഉറങ്ങിപ്പോകുകയും ചെയ്തു.

ധ്യാനം ശരീരമാണ് ഏറ്റുവാങ്ങിയത്.

ധ്യാനം അഹത്തിന്റെ ആവശ്യമായിരുന്നു.

ധ്യാനം എന്നിൽനിന്നും എന്നിലേക്കുള്ള കാഴ്ചയും തിരഞ്ഞെടുപ്പുമായിരുന്നു.

ദി മാൻഡറിൻസ്

സ്വപ്നം കണ്ടിരുന്നതും തീവ്രമായി ആഗ്രഹിച്ചിരുന്നതുമായ ഒന്നിനുവേണ്ടിയുള്ള കഠിനമായ പ്രയാണമായിരുന്നു ഏതാനും വർഷങ്ങൾ. ജീവിതം പുതിയതിന് വേണ്ടിയുള്ള അന്വേഷണമാണ് എന്നെനിക്ക് ബോദ്ധ്യമാവുന്നു. നിമിഷാർദ്ധംകൊണ്ട് മാറിമറിയുകയും അനുനിമിഷം പുതിയത് കണ്ടെത്തുകയും ചെയ്യുന്നവർക്ക് മാത്രമുള്ള കേവലം ഇരിപ്പിടം മാത്രമാണു നരജന്മമെന്നും ഞാൻ പഠിച്ചു. വിശപ്പും ദാഹവും ആഗ്രഹവും സ്വപ്നങ്ങളുമുള്ള ഹൃദയം മാത്രമേ എനിക്കു സ്വന്തമായുണ്ടായിരുന്നുള്ളൂ. എന്നിട്ടും ഞാൻ കണ്ടെത്താൻ ശ്രമിച്ചില്ല. എഴുത്തിലും ജീവിതത്തിലും വേണ്ടത്ര ഗൗരവം കൊടുത്തിരുന്നോ എന്നു ചിലപ്പോഴൊക്കെ ചിന്തിച്ച് വിഷമിക്കുകയും അതേസമയം ലാഘവത്തോടെ ജീവിക്കാൻ ശ്രമിക്കുകയും ചെയ്ത ഒരുവൾ. എഴുത്ത് എനിക്കു യുദ്ധ സമാനമായിരുന്നില്ല. എന്നാൽ സാമൂഹ്യജീവി എന്നനിലയിൽ എഴുത്തിനെ ഞാൻ യുദ്ധംപോലെ നേരിട്ടു. എന്നിട്ടും കാലപ്രവാഹത്തിൽ എഴുത്ത് ബാദ്ധ്യതയായി മാറി. എന്തായിരുന്നു എന്റെ ലക്ഷ്യം എന്ന ചോദ്യം നിരന്തരമായി അലട്ടാൻ തുടങ്ങി. പതിമൂന്ന് വയസ്സുമുതൽ ഞാൻ എന്നെത്തന്നെ അടയാളപ്പെടുത്താൻ ശ്രമിച്ചുപോന്ന രചനകളെല്ലാം തലച്ചോറ് കൊണ്ടുള്ള വിലയിരുത്തലുകളായിരുന്നു. പൂർണ്ണമായും ഭാവനയും സ്വപ്നവും ഇഴചേർന്ന ഒരു കൃതി രചിക്കാൻ കഴിയുമോ എന്നാശങ്കപ്പെട്ട് ഞാനുഴറി നടന്നു. നോവലിന്റെ ആദ്യഘട്ടത്തിൽ പതറിയ ചുവടുകളോടെയാണ് ഞാൻ പ്രവേശിച്ചത്. എനിക്കുമുന്നിൽ വ്യക്തമായ ചിത്രമോ കാൻവാസോ ഇല്ലായിരുന്നു. എന്തിൽനിന്നും ഏതിലേക്കാണ് കഥാകഥനം സഞ്ചരിക്കേണ്ടതെന്ന് രൂപമില്ലാതെ പകച്ചുനിന്ന നിമിഷങ്ങൾ. കഥാപാത്രങ്ങളുടെ

മാനസികവ്യാപാരത്തിനോ ആശയത്തിനോ എന്തിനാണ് മുൻതൂക്കം കൊടുക്കേണ്ടതെന്നറിയാതെ കണ്ണീരുമായിരുന്ന രാത്രികൾ. ചിലപ്പോൾ ലക്ഷ്യവും മറ്റ് ചിലപ്പോൾ സ്വപ്നം പോലെയും ഉൽക്കണ്ഠപ്പെടുത്തിയ എഴുത്ത്. ബന്ധങ്ങൾ എനിക്കു ബാദ്ധ്യതയും വേദനയുമായിത്തീർന്നു. ഞാനൊരു കാമുകിയോ സുഹൃത്തോ ഫിലോസഫറോ സാമൂഹ്യ പ്രവർത്തകയോ ഒന്നുമല്ല, എഴുത്തുകാരി മാത്രമാണെന്ന് തോന്നലുണ്ടായി. എങ്കിലും ശരീരത്തിന്റെ പാതിഭാഗമായ പുരുഷനിൽ അഭയം പ്രാപിക്കുമ്പോൾ മാത്രം ലഭിക്കുന്ന ശാന്തിക്ക് വേണ്ടി ഉഴറിനടന്നു. എന്തിലാണ് തൃപ്തി ലഭിക്കുകയെന്ന് വ്യക്തതയില്ലാതെ ഓടിയൊളിക്കാനും രക്ഷനേടാനും ഒരഭയകേന്ദ്രം ആവശ്യമായിരുന്നു. നഗരപ്രാന്തത്തിലൂടെ ഞാനലഞ്ഞു നടന്നു. ഇരുട്ടിലും വെളിച്ചത്തിലും മുഖചിത്രം മാറുന്ന നഗരവും മനുഷ്യരും എന്നെ മോഹിപ്പിച്ചു. ഓരോ മുഖങ്ങളിലും ഓരോ കഥ വായിച്ചും ഓരോ കഥയിലും ആയിരം കഥാപാത്രങ്ങളെ സൃഷ്ടിച്ചുംകൊണ്ട്. എന്നാൽ എനിക്കാവശ്യം ഇതൊന്നുമായിരുന്നില്ല. എന്താണ് ഞാൻ തേടിക്കൊണ്ടിരിക്കുന്നത് എന്നോർത്തു ഞാനെന്നെത്തന്നെ ചോദ്യങ്ങളാൽ തളർത്തി. പിന്നീടെപ്പോഴോ ഫ്രാൻസിന്റെ രണഭൂമിയിൽ ചവിട്ടി നിൽക്കേ ബോദ്ധ്യമായി ഞാൻ എന്നെത്തന്നെയാണ് തിരഞ്ഞിരുന്നത് എന്ന്. എങ്ങനെയാണ് ഒരാൾ അയാളെ തന്നെ തന്റെ രചനയിൽ വെളിപ്പെടുത്തേണ്ടത്. ഒന്നുകിൽ പൂർണ്ണമായ വെളിപ്പെടുത്തൽ അതല്ലെങ്കിൽ ഒരു കെട്ടുകഥയ്ക്കുള്ളിൽ സ്വയം ഒളിപ്പിച്ചു വച്ചുകൊണ്ടു കഥ പറയുന്ന ആഖ്യാനരീതി.

കഥപറച്ചിലിന് അങ്ങനെയൊരു നിയമാവലിയുടെ ആവശ്യമുണ്ടോ. നിയമങ്ങൾക്കതീതമായി നിന്നുകൊണ്ടു വേറിട്ട രീതിയിൽ ജീവിക്കുകയും സ്വപ്നങ്ങൾ നടപ്പിലാക്കാൻ പ്രയത്നിക്കുകയും ചെയ്യുന്ന ഒരാളെന്ന നിലയിൽ എല്ലായ്പ്പോഴും വ്യവസ്ഥിതികളോട് യുദ്ധം ചെയ്തിരുന്നവളാണ് ഞാൻ. എഴുത്തിൽ അത്രയും ആർജ്ജവം കാണിച്ചില്ലായെങ്കിൽ പൂർണ്ണമായും അതെന്റെ പരാജയം തന്നെയാവും. അതുകൊണ്ടാക്കെ ഈ നോവൽ രചന എന്നെ ഭയപ്പെടുത്തുകയും സംഘർഷത്തിലാക്കുകയും ചെയ്തിരുന്നു.

സൊറാക്കീൻ പറഞ്ഞതുപോലെ എഴുത്തിനുശേഷമുള്ള ശൂന്യതയോ എഴുത്തിലെ സംഘർഷങ്ങളോ എന്താണ് എന്നിലെ മൗഢ്യത്തിന് ഹേതു. ചിലപ്പോൾ ഒരു യാത്ര ചെയ്താൽ ഈ മാനസികാവസ്ഥയ്ക്ക് ഒരയവ് ലഭിക്കുമായിരിക്കും.

ചിലപ്പോൾ സാർത്രേ അത് തിരിച്ചറിഞ്ഞിട്ടുണ്ടാകുമോ. "ബുദ്ധിജീവിയായ ഒരു സ്ത്രീ എത്രയധികമായി പരാജയം ഭയക്കുന്നോ അത്രമാത്രം ആവേശപൂർവ്വം പരിശ്രമിക്കുകയും ചെയ്യും. പക്ഷേ, ബോധപൂർവ്വം നടത്തുന്ന ഈ ശ്രമം അവളുടെ പ്രവൃത്തിയായി നിലകൊള്ളുകയും ലക്ഷ്യത്തിലെത്താതിരിക്കുകയും ചെയ്യുന്നു.

'ആർത്തവവിരാമത്തോടടുക്കുന്ന സ്ത്രീയിൽ ആരോപിക്കപ്പെടുംപോ

ലുള്ള തെറ്റുകുറ്റങ്ങൾ അവളുടെ ഓരോ പെരുമാറ്റത്തിലും പ്രകടമായി പോകുന്നു. അവൾക്കൊന്നിലും തൃപ്തി കിട്ടില്ല. എങ്കിലും തൃപ്തിക്കു വേണ്ടി ശ്രമിച്ചുകൊണ്ടേയിരിക്കുന്നു.' *സെക്കൻഡ് സെക്സിൽ* ഈ വരികൾ കുറിക്കുമ്പോൾ എന്റെ ജീവിതത്തിലൂടെ ഇതുപോലൊരു അനുഭവം കടന്നുപോകുമെന്ന് ചിന്തിച്ചിരുന്നേയില്ല.

സൊറാക്കീനെ കണ്ടതും സംസാരിച്ചതുമായ വിഷയങ്ങൾ സൂചിപ്പിച്ചുകൊണ്ടു സാർത്രേക്കു ഒരു കത്തെഴുതി വെച്ചു. ആ കത്തിലും പൊള്ളയായ എന്തെല്ലാമോ കാര്യങ്ങളാണ് ഞാൻ കുത്തി നിറച്ചത്. ഒരു കാര്യം വ്യക്തമായി ഞാൻ മനസ്സിലാക്കിക്കഴിഞ്ഞു. സ്ത്രീക്ക് അവളാഗ്രഹിക്കുന്ന തരത്തിലൊരു കാമുകനുമായി ബന്ധം സ്ഥാപിക്കുക ദുഷ്കരമാണ് എന്ന സത്യം. ലൈംഗികതയ്ക്കും പ്രണയത്തിനും അവളുടെ മുന്നിൽ ശക്തമായ തടസ്സങ്ങൾ ഉണ്ട്. ആരുടെയെങ്കിലുമൊക്കെ ഭാര്യയോ കാമുകിയോ ആയിരിക്കുന്ന സ്ത്രീകൾക്ക് പ്രത്യേകിച്ചും. സ്വതന്ത്രയായ ഒരുവൾക്ക് ഈ ബുദ്ധിമുട്ടുകൾ വളരെ വ്യക്തമായി കാണാൻ കഴിയും. അവൾക്കുമുന്നിലെ ജീവിതം പൊരുത്തപ്പെടലുകൾ അല്ല പോരാട്ടമാണല്ലോ. സാർത്രേയും ഞാനും തമ്മിൽ തീവ്രമായ പ്രണയത്തിലായിരിക്കുമ്പോൾ തന്നെ എനിക്കു നെൽസൺ ആൽഗ്രെനുമായി സമാന്തരമായി പ്രണയം ഉടലെടുക്കുകയുണ്ടായി. എങ്കിലും ആ ബന്ധത്തിൽ ആനന്ദവും കുറ്റബോധവും ഒരേപോലെ ഞാനനുഭവിച്ചു. എഴുത്തിൽനിന്നും സ്വകാര്യജീവിതത്തിൽനിന്നും സാർത്രേ എന്നെ അകറ്റിനിർത്താൻ തുടങ്ങിയ ഘട്ടത്തിലാണ് നെൽസൺ കടന്നുവന്നത്.

സെക്കൻഡ് സെക്സ് എഴുതുന്ന വേളയിൽ നെൽസന്റെ പങ്കാളിത്തം സഹായകരമായിരുന്നപ്പോഴും ഞാൻ സദാ സാർത്രേയെക്കുറിച്ചു ചിന്തിച്ചുകൊണ്ടിരുന്നു. ഞങ്ങൾക്കിടയിൽ ശാരീരികമായ അടുപ്പം ഉണ്ടായപ്പോഴൊക്കെയും അതെന്നിൽ വലിയ തോതിൽ ആനന്ദം സൃഷ്ടിച്ചില്ല. കാമുകനെന്ന നിലയിൽ അയാൾ പൂർണ്ണനായിരുന്നു. ചിലപ്പോഴൊക്കെ സാർത്രേയേക്കാൾ മികച്ചയാൾ. അയാളുടെ രീതികൾ സ്ത്രീകൾ ആഗ്രഹിക്കുമ്പോലെ പ്രകടനാത്മകമായ പ്രണയവും രതിയുമായിരുന്നു. എന്നിട്ടും ഞാൻ വീണ്ടും സാർത്രേയിലേക്ക് മടങ്ങാനാണ് ആഗ്രഹിച്ചത്. നെൽസനുമായി ശാരീരികബന്ധം ആഗ്രഹിച്ചിരുന്ന ചില സന്ദർഭങ്ങൾ ഉണ്ടായപ്പോഴൊക്കെയും മറുഭാഗത്ത് എനിക്കു കുറ്റബോധംപോലെ ഒരവസ്ഥ അനുഭവപ്പെട്ടു. അതുകൊണ്ട് അയാളിൽനിന്നും ഞാനാഗ്രഹിക്കുന്ന തരത്തിലുള്ള എല്ലാത്തരം സമീപനങ്ങളും ഉണ്ടായിട്ടും എനിക്കു തൃപ്തി അനുഭവിക്കാൻ സാധിച്ചില്ല.

ഒരുഭാഗത്ത് യുദ്ധംചെയ്തു നേടിയെടുത്ത് സ്വന്തമാക്കിയ സ്വാതന്ത്ര്യം ഉണ്ടെങ്കിലും മറുഭാഗത്ത് ആ സ്വാതന്ത്ര്യത്തിന്റെ പേരിൽ തൊഴിലിലും സൽപ്പേരിലും കളങ്കം വരുമെന്നോർത്തു മറ്റ് സ്ത്രീകളെ പോലെ കാപട്യം സൂക്ഷിക്കാൻ എനിക്കും മുതിരേണ്ടി വരുന്നു. അതെന്നിൽ ലജ്ജയും വേദനയും ഉളവാക്കുന്ന അവസ്ഥ അടുത്ത

നിമിഷം എന്നെ പോരാളിയാക്കി മാറ്റുകയും ചെയ്യും.

സാർത്രേയുടെ പരിഗണന കിട്ടുമ്പോഴൊക്കെ നെൽസനെ അവഗണിക്കേണ്ടതു വലിയൊരു ബാദ്ധ്യതപോലെ എന്നെ ശ്വാസം മുട്ടിക്കും. എന്നാൽ അയാളെ നഷ്ടപ്പെടുത്താൻ ഞാനിഷ്ടപ്പെട്ടതുമില്ല. എന്തു രീതിയിലുള്ള സ്വാതന്ത്ര്യമാണ് സ്ത്രീക്ക് വേണ്ടതെന്ന് കഠിനമായി ഞാനാലോചിച്ചു നോക്കി. പുരുഷൻ തന്റെ മനോവീര്യം നേടിയെടുക്കാൻ പല സ്ത്രീകളിൽ അഭയം കണ്ടെത്തുന്നത് പോലെ സ്ത്രീക്കും ശ്രമിക്കാം എന്നൊരു നിയമം ഉണ്ടെങ്കിൽ കുറ്റബോധമില്ലാതെ എനിക്കതിന് സാധിച്ചേനെ. യഥാർത്ഥത്തിൽ സ്നേഹത്തിനോ സത്യസന്ധതയ്ക്കോ അല്ല എവിടേയും പ്രസക്തി. നിയമത്തിനാണ്. നിയമം അങ്ങനെ ആയിരുന്നെങ്കിൽ സ്ത്രീക്കും കുറ്റബോധമില്ലാതെ ബന്ധങ്ങളിൽ ഏർപ്പെടാമായിരുന്നു.

എങ്ങനെ ആവരുത് എന്നാണോ ഞാനാഗ്രഹിച്ചത്, ഇപ്പോൾ ഞാനങ്ങനെ തന്നെ ആയിരിക്കുന്നു. വാർദ്ധക്യം എന്നത് എത്ര വലിയ കടമ്പയാണ് എന്ന തിരിച്ചറിവിന് മുന്നിൽ എന്റെ എല്ലാ തത്ത്വചിന്തകളും നിഷ്പ്രയോജനങ്ങളായി തീർന്നിരിക്കുന്നു.

ആഴ്ചകൾക്കുശേഷം സാർത്രേയുടെ മറുപടി വന്നു.

സിമോൺ

നിന്റെ കത്ത് കിട്ടി. എപ്പോഴത്തെയുംപോലെ ഇത്തരം ആവലാതികൾ കേൾക്കാനുള്ള സമയം എനിക്കില്ലെന്നു വീണ്ടും ഓർമ്മിപ്പിക്കുന്നു. അഥവാ ഉണ്ടെങ്കിലും അപ്രസക്തങ്ങളായ ചോദ്യങ്ങൾക്ക് മറുപടി പറയാൻ ഉദ്ദേശിക്കുന്നില്ല. നിന്നെക്കുറിച്ച് ചിന്തിക്കുമ്പോൾ യാതൊരുവിധ അഭിമാനവും എനിക്കനുഭവപ്പെടുന്നില്ല. ജീർണ്ണിച്ചുതുടങ്ങിയ മനസ്സിനുടമയായി തീർന്നിരിക്കുന്നു നീയിപ്പോൾ. ഒന്നുകിൽ മികച്ച ഒരു സൃഷ്ടിക്കായി രചനയിൽ ശ്രദ്ധിക്കുക അല്ലെങ്കിൽ അദ്ധ്യാപനം എന്ന ജോലി നന്നായി ചെയ്യുക. സദാ പരാതി പറയുന്ന ഒരുവളായി നീ തുടർന്നാൽ വ്യക്തിബന്ധത്തിൽനിന്നും എനിക്കു നിന്നെ ഒഴിവാക്കേണ്ടിവരും. ഞാനിപ്പോൾ കാലിഫോർണിയയിലാണ്. ഒരു സ്നേഹിത കൂടെയുണ്ട്. കുറച്ചുനാൾ അവർ കൂടെ കാണും. കത്തുകൾ എഴുതാൻ സാഹചര്യം ഉണ്ടായെന്ന് വരില്ല.

സാർത്ര്

സാർത്രേയുടെ കത്ത് എന്നിൽ യാതൊരു വിധത്തിലുള്ള മനക്ലേശവും ഉളവാക്കിയില്ല. അത്തരം ഒരവസ്ഥയിൽനിന്നും വളരെയേറെ ഞാൻ മുന്നോട്ട് പോയിരിക്കുന്നു. മേരി ബാഷ് കീർട്ട് സെഫ് എഴുതിയ വരികൾ വീണ്ടും മനസ്സിലേക്ക് കടന്നുവന്നു. 'കലയിലൂടെയും സാഹിത്യത്തിലൂടെയും തത്ത്വചിന്തയിലൂടെയും സ്രഷ്ടാവ് നടത്തുന്ന ധർമ്മം ലോകത്തെ മനുഷ്യസ്വാതന്ത്ര്യത്തിനുമേൽ പുനസ്ഥാപിക്കാനുള്ള കർമ്മം തന്നെയാണ്. അത്തരമൊരു ലക്ഷ്യം നേടാനായി ഒരാൾ സ്വയം സ്വാതന്ത്ര്യം സ്ഥാപിച്ചെടുക്കണം.'

ആ വാക്കുകളിൽ അടങ്ങിയിരിക്കുന്ന വലിയൊരു സത്യത്തിലേക്ക് എന്റെ എല്ലാ ചിന്തകളും ചെന്നെത്തിച്ചേരാറുള്ളതാണ്. ഞാനും സാർത്രേയും തമ്മിലുള്ള വൈകാരിക ബന്ധത്തിൽ സാർത്രേ സ്വാതന്ത്ര്യം നേടിയെടുക്കുകയും എനിക്കായി ഉദാരപൂർവ്വം അനുവദിക്കുന്നതുപോലെ നടിക്കുകയുമാണ് യഥാർത്ഥത്തിൽ പ്രവർത്തിച്ചിരിക്കുന്നത്. എനിക്കറിയാം ആത്മാവ് പൂർണ്ണഭാവത്തിൽ അതിനു നിറഞ്ഞു നിൽക്കാനുള്ള ശൂന്യാകാശത്ത് തെളിയണം. പക്ഷേ, ആയിരം അദൃശ്യചരടുകളാൽ ഭൂമിയോടതിനെ ബന്ധിപ്പിച്ചു നിർത്തിയാൽ ഈ പറന്നുയരൽ തടയപ്പെടും. എനിക്കു തനിച്ചു പറക്കാൻ സമയമായിരിക്കുന്നു.

ഏതാനും ദിവസങ്ങൾക്ക് ശേഷം ഞാൻ പെഷ്യറോയലിലേക്ക് യാത്ര തിരിച്ചു. വർഷങ്ങൾക്ക് മുമ്പ് ആദ്യമായി ഇവിടെ വന്നത് സൊറാക്കീനോടൊപ്പമാണ്. 1947 ൽ ആയിരുന്നു അത്.

തണുപ്പ് അസഹ്യമായതിനാൽ കുറച്ചു വിസ്ക്കി കഴിച്ചു. തലച്ചോറിൽ ലഹരി പ്രവർത്തിച്ചുതുടങ്ങി. ഇന്നലെ വെർജീനിയയുടെ വടക്കൻ പ്രദേശം സന്ദർശിക്കാൻ കഴിഞ്ഞു. ഇനി ന്യൂയോർക്കിലേക്ക് പോകണോ അതോ തെക്കൻ പ്രദേശത്തേക്ക് പോകണോ എന്ന ചാഞ്ചാട്ടം മനസ്സിൽ. മെക്സിക്കോയുടെ തീരപ്രദേശങ്ങൾ ഏതാണ്ട് കണ്ടുകഴിഞ്ഞതാണ്. എല്ലാം പഴയത് പോലെതന്നെ. നദികളും പട്ടണങ്ങളും നിറയെ കാടുകളും ഉള്ള ഭൂപ്രകൃതി. സാർത്രേ കാലിഫോർണിയയിൽ തന്നെയുണ്ടെന്നറിയാം. വേണമെങ്കിൽ എനിക്കങ്ങോട്ടോ സാർത്രേക്കു ഇങ്ങോട്ടോ വരാം. വേണ്ടെന്നു തീരുമാനിച്ചു. സാർത്രേ തനിച്ചല്ല എന്ന കാര്യം എനിക്കറിയാവുന്ന നിലയ്ക്ക് എന്റെ ഏകാന്തതയിലേക്ക് സാർത്രേ കൂട്ട് വരേണ്ടതുമില്ല. കാഴ്ചകളും അറിവുകളും ആസ്വദിക്കാൻ ഒറ്റയ്ക്കുള്ള യാത്രകളാണ് സൗകര്യം.

യാത്രകൾ പണ്ടത്തെപ്പോലെ ആവേശം തരുന്നില്ലെന്നു വീണ്ടും തിരിച്ചറിയുന്നു. ഏഴുവർഷം മുമ്പ് ഇവിടെ സന്ദർശിച്ചപ്പോൾ എങ്ങനെ ആയിരുന്നോ അതുപോലെ ഇപ്പോഴും നഗരത്തിനും തീരപ്രദേശത്തിനും വലിയ മാറ്റമൊന്നുമില്ല. ഗ്രാമങ്ങൾക്ക് കുറേക്കൂടി മോടി കൈവന്നിരിക്കുന്നു. നഗരവൽക്കരണത്തിന്റെ ആദ്യലക്ഷണങ്ങൾ പ്രകടമാവുന്നത് ഗ്രാമവാസികളുടെ വസ്ത്രത്തിൽ വരുന്ന മാറ്റങ്ങളിലൂടെയാണ്. അന്ന് വന്നപ്പോൾ ചാർലെസ്ടൻ പട്ടണത്തിലെ അടിമച്ചന്ത കണ്ടത് ഇപ്പോഴും ഓർമ്മയിലുണ്ട്.

ഈ തവണ അവിടേക്ക് പോകണ്ട എന്നു മനസ്സിലുറപ്പിച്ചു. ദൗർഭാഗ്യകരമായ കാഴ്ചകൾ കാണാൻ മനസ്സിന് പഴയത് പോലെ ധൈര്യമില്ല. കുറച്ചുകൂടി ഭേദമെന്ന് തോന്നിയത് സവാന നഗരമാണ്. അതിമനോഹരമായ പ്രതിമകളും പൂന്തോട്ടങ്ങളും ആഢ്യത്വം വിളിച്ചോതുന്ന കെട്ടിടങ്ങളും ആരെയും ആകർഷിക്കുന്ന നഗരം.

മുറിയിൽ ഏകയായി കിടക്കുമ്പോൾ ചിലപ്പോഴൊക്കെ നെഞ്ചിടിപ്പ് കൂടുന്നു. എവിടെയോ ഒളിഞ്ഞിരിക്കുന്ന മരണത്തെക്കുറിച്ചു ചിന്തിച്ച്

പോകുന്നു. വിമാനത്തിലും ബോട്ടിലും ബസിലും ട്രെയിനിലും തിരക്കേറിയ വീഥികളിലുമെല്ലാം മരണത്തിന്റെ നനുത്ത പാദസ്പർശം. ചില സ്ഥലങ്ങൾ സന്ദർശിക്കുമ്പോൾ അകാരണമായ ആകുലത യുണ്ടാകുന്നത് എന്തുകൊണ്ടാണ്. ശരീരത്തിന്റെയും ആന്തരിക അവയവങ്ങളുടെയും സന്തുലിതാവസ്ഥ മുഴുവൻ തെറ്റുന്നു.

അമരത്വത്തിലേക്കെത്തുവാനായി ഒരാൾക്ക് മരണചിന്ത എന്ന ബോധത്തിലൂടെ കടന്നുപോകേണ്ടതുണ്ട് എന്ന് എവിടെയാണ് വായിച്ചതെന്നോർമ്മ വരുന്നില്ല.

സാർത്രേയുടെ കത്തിലെ വരികളോർത്ത് മനസ്സ് വീണ്ടും വേദനി ക്കാൻ തുടങ്ങി. കാലം മനുഷ്യരെ അപ്പാടെ മാറ്റിമറിക്കുന്നു. പക്ഷേ ഇപ്പോഴും സ്നേഹത്തെയോർത്ത് ഈ പ്രായത്തിലും ഞാൻ വേവലാ തിപ്പെടുന്നു. കൂട്ടുകാരി എന്ന നിലയിൽ മാത്രമല്ല എഴുത്തുകാരി എന്ന നിലയിലും സാർത്രേയിൽനിന്നും നേരിടേണ്ടി വരുന്ന അവഗണനയാണ് കൂടുതൽ വേദനിപ്പിക്കുന്നത്. എനിക്കു ജയിച്ചേ തീരു. ഉള്ളാൽ എരിഞ്ഞു വേദനിച്ചുകൊണ്ട് ഓരോ തവണയും തീരുമാനമെടുക്കുകയും പരാജയം ഏറ്റുവാങ്ങുകയും ചെയ്യേണ്ടി വരുന്ന സന്ദർഭങ്ങളിൽ ശരീരത്തിന്റെ ഓരോ അവയവവും വിഘടിച്ചുകൊണ്ട് യുദ്ധസന്നാഹകരാവും. തലച്ചോറ് പുകയുമ്പോൾ ഹൃദയം താളം തെറ്റുന്നു. ഞരമ്പിലൂടെ രക്ത ത്തിന്റെ പ്രതിപ്രവർത്തനം. ആമാശയം പണിമുടക്കുമ്പോൾ ശ്വാസ കോശം ബഹളം വയ്ക്കാൻ തുടങ്ങുന്നു. സാർത്ര് നിങ്ങളെനിക്കു ഉപ്പും ഉയിരും രക്തവുമാണ്. പക്ഷേ, നിങ്ങളുടെ സ്നേഹം പൂവിന്റെ സുഗന്ധം മാത്രം അനുഭവിക്കാൻ വിധിക്കപ്പെട്ടവളുടേത് മാതിരി എനിക്കന്യമായി നിലനിൽക്കുകയും ചെയ്യുന്നു. എവിടെയോ വെച്ച് തെറ്റുപറ്റിപ്പോയ പ്രത്യയശാസ്ത്രങ്ങളുടെ മാഞ്ഞുപോയ വരികൾ ഓർമ്മിച്ചെടുക്കാൻ പരിശ്രമിക്കുന്നതുപോലെയാണ് ഞങ്ങളുടെ പ്രണയത്തെക്കുറിച്ചുള്ള ഓരോ സ്മരണകളും എന്നാണ് പരിഹാസത്തോടെ ഞാനിപ്പോൾ ചിന്തിക്കുന്നത്. തീർച്ചയായും അതൊരു തിരിച്ചറിവുതന്നെയാണ്.

സ്നേഹത്തിന്റെ ചുമരിലാണ് ഞാനിത്രനാൾ ചാരിനിന്നിരുന്നതെങ്കിൽ അതെന്റെ മിഥ്യാ ധാരണ മാത്രമെന്നോ! സ്നേഹം പൊള്ളത്തരങ്ങളുടെ വാക്കുകൾ കൊണ്ടുണ്ടാക്കിയ സാങ്കല്പിക സമുച്ചയമാണെന്ന് തിരിച്ചറിയുന്നിടത്താണ് ഒരാളുടെ ജയവും പരാജയവും. എന്റെ വിപ്ലവം ഈ നഗരത്തിൽക്കൂടിയൊഴുകുന്ന ചുവന്നദ്രാവകമാണ്. അതിനപ്പുറം ആ വികാരം വളർന്നിട്ടുണ്ടെങ്കിൽ അതെന്റെ സ്നേഹത്തോടുള്ള അഭിനിവേശം കൊണ്ടായിരുന്നിരിക്കണം. സകലതിനോടും സ്നേഹം തോന്നുന്ന സ്നേഹത്തിൽ വിശ്വസിക്കുകയും അഭയം തേടുകയും ചെയ്ത പാമരയായ ഒരുവളുടെ സ്നേഹത്തിന്റെ വിപ്ലവമായിരുന്നു അതെന്ന് പറയുന്നതാണ് എനിക്കിഷ്ടം.

—സിമോൺ

ഉൾപ്പരിവർത്തനം

പരിവർത്തനവും ഉൾപ്പരിവർത്തനവും എങ്ങനെയാണ് വ്യത്യാസപ്പെട്ടിരിക്കുന്നത്. പരിവർത്തനം സ്പർശിക്കാവുന്നതും പ്രത്യക്ഷവുമാണെങ്കിൽ ഉൾപ്പരിവർത്തനം ഒരാൾ ആന്തരികമായി അനുഭവിക്കുന്ന വിസ്ഫോടനമോ വളർച്ചയോ ആണ്. ചിലപ്പോൾ അത് നിസ്സഹായതയാവാം. മറ്റ് ചിലപ്പോൾ ലക്ഷ്യത്തിന് വേണ്ടിയുള്ള ആത്മാർപ്പണം.

നാളുകളായി എന്റെയുള്ളിലും അത്തരത്തിലൊരു പരിവർത്തനം നടന്നുകൊണ്ടിരുന്നു. എന്നാൽ അത് തിരിച്ചറിയുകയെന്ന ഉൾബോധം നഷ്ടമാവുകയും ചെയ്തു. സ്വയം ആർജ്ജിച്ചെടുത്ത സ്വാതന്ത്ര്യം നേടുകയും അനന്തതയിൽ പറക്കുന്ന പക്ഷിയെപ്പോലെ ജീവിക്കുകയും ചെയ്തപ്പോഴും ഉയരത്തിലേക്കുള്ള പ്രയാണത്തിൽ ഭയം വിടാതെ പിന്തുടർന്നു.

പ്രണയത്തിൽ ആശ്രയം കണ്ടെത്തിയപ്പോഴൊക്കെ കൂടുതൽ കൂടുതൽ ഞാൻ പരിഭ്രാന്തിയായിക്കൊണ്ടിരുന്നു. പ്രണയത്തിൽനിന്നും മുക്തയാവാൻ ആഗ്രഹിക്കുകയും പ്രണയനഷ്ടമോർത്ത് ആകുലയാകുകയും ചെയ്യുന്ന ദ്വിമുഖ വ്യക്തിത്വത്തിലേക്ക് ഞാനെത്തിപ്പെടുകയും ചെയ്തു. സ്വന്തം സത്ത ആവിഷ്കരിക്കാൻ ശ്രമിക്കുമ്പോൾ അതേ സത്തയിൽ സംശയഗ്രസ്തയായി തീരുകയും ചെയ്തു.

നോവലെഴുത്ത് എനിക്കു തപസ്സിന് തുല്യമായിരുന്നു. നാൽപത്തി

യാറു വർഷം മുമ്പ് എന്റെ ജനനത്തോടെ കുറിക്കപ്പെട്ടു കഴിഞ്ഞ ഒന്ന്. ഇതിനുമുമ്പ് എഴുതിയതെല്ലാം വെറും മുന്നൊരുക്കങ്ങൾ മാത്രമായിരുന്നു. സ്വയം ശുദ്ധീകരിക്കപ്പെടുംപോലെ ഒരു പ്രകിയ. കഴിഞ്ഞുപോയ വർഷങ്ങൾ കഠിനാദ്ധ്വാനത്തിന്റെയും ആത്മാർപ്പണത്തിന്റേയുമായിരുന്നു. റോബർട്ട് ഡെബ്രവർത്തും അയാളുടെ ഭാര്യയായ ആൻ ഡെബ്രവർത്തും തമ്മിലുള്ള ബന്ധത്തിന്റെ വൈകാരിക വിക്ഷോഭങ്ങൾ എന്റേയും സാർത്രേയുടെയും ജീവിതത്തെയും ബാധിച്ചു. എഴുത്തിന് ശേഷവും ഞാൻ കഥയ്ക്കും കഥാപാത്രങ്ങൾക്കുമൊപ്പം ജീവിച്ചു. നായികയുടെ ആത്മസംഘർഷങ്ങൾ എന്റേതായിത്തീർന്നു. യഥാർത്ഥത്തിലുള്ള സിമോൺ പോയി മറയുകയും അപരിചിതയായ ഒരു സ്ത്രീ എന്റെയുള്ളിൽ പിറവിയെടുക്കുകയും ചെയ്തു. ഞാൻ ഒരുവളല്ലാതായി തീർന്നു. പലർ, പല കഥാപാത്രങ്ങളുടെയും മനസ്സും സംഘർഷങ്ങളും സ്വപ്നങ്ങളും കണ്ണീരും ഏറ്റുവാങ്ങിയ ഒരുവൾ.

ഒരേസമയം ഞാൻ ആൻ ഡെബ്രവത്തും പോളയുമായിത്തീർന്നു. അതേസമയം ഹെന്റി പെറാനും റോബർട്ട് ഡെബ്രവർത്തും ലെവിസ് ബ്രോഗനുമായി മാറി. മറ്റ് ചിലപ്പോൾ നാഡിൻഡെബ്രവർത് ആയി രൂപാന്തരപ്പെട്ടു. എഴുത്തിനിടയിൽ കഥാപാത്രങ്ങൾക്കും കഥ പറച്ചിലുകാരിക്കും ഇടയിലുള്ള ശക്തമായ അതിർവരമ്പുകൾ തകർന്നുവീണു. എഴുതുമ്പോൾ കഥാപാത്രമായി രൂപാന്തരപ്പെടുകയും എഴുത്തിന് ശേഷം തങ്ങളുടെ കുപ്പായമെടുത്തണിയുകയും ചെയ്യേണ്ടവരാണ് എഴുത്തുകാരെന്നും അവർ തികച്ചും വേറിട്ട ജീവിതം ജീവിക്കേണ്ട അത്ഭുത ജീവികളാണെന്നും മറന്നുകൊണ്ട് എഴുത്തിന് ശേഷവും എനിക്ക് കഥാപാത്രങ്ങളിൽനിന്നും മോചനമില്ലാതായി തീർന്നു. *സെക്കൻഡ് സെക്സും, എത്തിക്സ് ഓഫ് ആംബിക്യൂട്ടിയും* എഴുതുമ്പോൾ അനുഭവിക്കാത്ത തരം മനോവിഭ്രാന്തി ഈ നോവലെഴുത്തിൽ പിടികൂടി.

എന്റെ ഓരോ പ്രവൃത്തിയും പ്രായോഗികമല്ലാതായി തീർന്നു. എന്നിട്ടും അത്ഭുതകരമായ ഒരു സംഗതി ഇത്തരം സംഘർഷങ്ങളിൽ നിന്നുകൊണ്ടും നോവലെഴുതി തീർക്കാൻ എനിക്ക് സാധിച്ചുവെന്നതാണ്. എഴുത്തിനിടയിൽ ഇടയ്ക്കിടെ സംശയഗ്രസ്തയായി കൂടെയുള്ളവരോട് ചോദ്യങ്ങൾ ഉന്നയിച്ചുകൊണ്ടിരുന്നു.

"സത്യത്തിൽ ഞാൻ തന്നെയാണോ ഈ നോവലെഴുതാൻ അർഹയായവൾ. എന്നെക്കാൾ നന്നായി എഴുതാനറിയാവുന്ന മറ്റാരെങ്കിലും ഇതിനേക്കാൾ മികച്ച രീതിയിൽ എഴുതുമായിരുന്ന രചനയെയാണോ എന്റെ പരിമിതമായ ഭാവനയിലും കേവലം അറിവിലും മാത്രമായി സൃഷ്ടിക്കുവാനൊരുങ്ങുന്നത്. അങ്ങനെയെങ്കിൽ ഒരെഴുത്തുകാരിയെന്ന നിലയിൽ സമൂഹത്തോടും വായനക്കാരോടും ചെയ്യുന്ന നീതികേടാവില്ലേ അത്?"

"സിമോൺ നീ എഴുതുവാൻ തുനിഞ്ഞതിലും മറ്റാരൊക്കെയോ എഴുതാതെ വിട്ടുപോയതിനെക്കുറിച്ചും ചിന്തിച്ച് വിവശയാകേണ്ട വിഷയങ്ങൾ ഒന്നും തന്നെയില്ല. കോടാനുകോടി മനുഷ്യരുടെ കോടാ

നുകോടി സെല്ലുകളിൽ പ്രവർത്തിക്കുന്ന എത്രയോ തരം വികാരവിചാരങ്ങളുണ്ട്. തന്റെ വികാരവിചാരങ്ങളെ ഒരാൾ എങ്ങനെ ഉപയോഗപ്പെടുത്തുന്നു എന്നതിലാണ് അയാളുടെ മഹത്വം. ചില ചോദ്യങ്ങൾക്ക് ഉത്തരമില്ല. അവയ്ക്കുള്ള ഉത്തരം കാലം തെളിയിക്കുന്നതാവണം. അതുപോലെ ജീവിതത്തിൽ തെളിയിക്കാനാവാത്ത ചില സംഗതികളുണ്ട്. അവയ്ക്ക് തെളിവുകളുണ്ടാവില്ല. തെളിയിക്കാൻ വഴികളുണ്ടാവില്ല. അതെല്ലാം ആന്തരികമായ ചില സത്യങ്ങളാണ്."

സ്നേഹിതരുടെ വാക്കുകൾക്ക് മുന്നിൽ ഞാൻ നിശ്ശബ്ദയായിരുന്നു. വാക്കുകൾ എനിക്കന്യമായിരിക്കുന്നു. അത്രയധികമായി ഹൃദയത്തെ നിർമ്മമത ബാധിച്ചുകഴിഞ്ഞു. കഴിഞ്ഞ ഏതാനും വർഷങ്ങൾ നെരിപ്പോടിലെന്നപോലെ എരിഞ്ഞു വേദനിച്ചുകൊണ്ട് എഴുതിക്കൂട്ടിയ അക്ഷരങ്ങളാലും കഥാപാത്രങ്ങളാലും നയിക്കപ്പെടുന്നതിന്റെ ആവേശമോ അതോ തീവ്രമായ മോഹത്തിൽനിന്നും ഉടലെടുത്ത ലക്ഷ്യ നിർവ്വഹണത്തിന്റെ ആലസ്യമോ! പതിമൂന്നാം വയസ്സ് മുതൽ ഞാൻ ഉള്ളിന്റെയുള്ളിൽ കാത്തുസൂക്ഷിച്ച മോഹം. ഓരോ തവണ എഴുതി പരാജയപ്പെടുമ്പോഴും നോവലെഴുത്ത് എന്ന ആവേശം എന്നിൽ കൂടുകയല്ലാതെ കുറയുന്നില്ല എന്ന് സാർത്രേയോട് പറയുമായിരുന്നു.

അതുവരെ എഴുതിയതെല്ലാം വെറും പ്രദർശനങ്ങൾ മാത്രമായിരുന്നു. എന്നിലെ എഴുത്തുകാരിയെ അടയാളപ്പെടുത്തുന്ന രചനയ്ക്ക് വേണ്ടിയുള്ള സ്വയം സമർപ്പണമോ തപസ്സോ ആയിരുന്നു അതെല്ലാം. എഴുത്തുകാരിയെന്ന നിലയിലും സ്ത്രീയെന്ന നിലയിലും ഇതുവരെ നേരിട്ട പ്രശ്നങ്ങളൊന്നും ലളിതമായിരുന്നില്ല. നാനാവശത്തുനിന്നും ആരോപണങ്ങൾ കേട്ടു. ബന്ധുക്കളുടെയും മിത്രങ്ങളുടെയും കഠിനമായ വിമർശനങ്ങൾ. വീട്ടിൽ കയറ്റാൻ കൊള്ളാത്തവൾ എന്ന തരത്തിൽ പറഞ്ഞുണ്ടാക്കുന്ന അപവാദ കഥകൾ. അതിനെയെല്ലാം യൗവനം ധീരമായി നേരിട്ടു. അപ്പോഴൊന്നും എഴുത്തിൽ ഭയാശങ്കകളില്ലായിരുന്നു.

പക്ഷേ, പ്രായം എല്ലാത്തിനെയും മാറ്റിമറിച്ചു. സമയം കഴിഞ്ഞു തുടങ്ങിയിരിക്കുന്നോ എന്ന തോന്നൽ ബാധിക്കാൻ തുടങ്ങി. അത്തരം ചിന്തകളിൽനിന്നും വിടുതൽ നേടാനാവാത്ത വിധം വേദനയെ സ്നേഹിക്കാൻ തുടങ്ങിയിടത്താണ് എഴുത്തിൽ വിസ്മയം സൃഷ്ടിക്കാനായത്. എന്റെ പ്രവൃത്തികളിലും വഴികളിലും പലപ്പോഴും വിചിത്രമെന്ന് തോന്നി അത്ഭുതം കൂറിയത് പലതുമാണ് ആകസ്മികതയുടെ ഉപകരണങ്ങളായി മാറി എഴുത്തിനെ പരുവപ്പെടുത്തിയത്.

സാർത്രേക്കെഴുതിയ കത്തിൽ ഞാനിങ്ങനെ എഴുതി. 'ധ്യാനം എനിക്കെന്നിൽനിന്നും നിന്നിലേക്കുള്ള യാത്രയാണ്. ധ്യാനം ഞാനെന്നിൽ നിന്നെ തിരയുന്നതാണ്, ധ്യാനിക്കാനുള്ള മനസ്സില്ലാത്തതാണ് എന്റെ പരാജയവും.'

ഒക്ടോബർ 25 1954

രാവിലെ ലഭിച്ച പൂക്കൂടയുടെ സൗരഭ്യം വൈകുന്നേരവും എന്നെ ചുറ്റിപ്പറ്റി നിന്നിരുന്നു. സമ്മാനങ്ങൾ ഒരുപാട് തവണ തേടി വന്നിട്ടുണ്ട്. എന്നാൽ പേര് വെളിപ്പെടുത്താതെ മറഞ്ഞു നിന്നുകൊണ്ടു അതിരാവിലെ പനിനീർ പുഷ്പങ്ങൾ അയച്ചുതന്ന ആൾ ആരായിരിക്കും!

ആ ചിന്തയുമായി തന്നെയാണ് വൈകുന്നേരത്തെ ചടങ്ങിന് സംബന്ധിച്ചത്. നിറഞ്ഞ സദസ്സിനു മുന്നിൽ പുസ്തകത്തെക്കുറിച്ചുള്ള ചോദ്യങ്ങൾക്ക് എന്താണ് മറുപടി പറയേണ്ടതെന്ന് ആലോചിച്ചിരിക്കേയും ഇടയ്ക്കിടെ ആ സമ്മാനത്തെക്കുറിച്ച് ഓർമ്മ വന്നുകൊണ്ടിരുന്നു.

നോവലെഴുതാനുള്ള തീവ്രമായ മോഹവുമായി വിചിത്രങ്ങളായ ചിന്തയും അന്വേഷണങ്ങളുമായി നടന്ന നാളുകൾ. സ്വന്തം വേരുകൾ തിരഞ്ഞുപിടിച്ച് കഥയാക്കാൻ ശ്രമിക്കുമ്പോൾ സത്യങ്ങളുടെ നേർക്ക് പകപ്പോടെ നോക്കേണ്ടി വരുന്ന സൃഷ്ടികർത്താവിന്റെ വ്യാകുലത മാത്രമാണോ അതോ വർത്തമാനകാലത്തെയോർത്ത് ഉള്ളിൽ രൂപപ്പെട്ട് വന്ന ആശങ്കയോ എന്താണെന്ന് വ്യക്തമാകാത്ത ഒന്നിനെയോർത്ത് ഉടലും ഉയിരും എരിഞ്ഞുകൊണ്ടിരുന്നു.

"ചരിത്രത്തെ ആവിഷ്കരിക്കുകയും അതേസമയം വർത്തമാനകാലത്തിന്റെ സംഘർഷങ്ങൾ ചിത്രീകരിക്കുകയും ചെയ്യുന്ന പുസ്തകം. യഥാർത്ഥത്തിൽ ഈ രചന മുൻകൂട്ടി തീരുമാനിച്ചു നിർവ്വഹിച്ചതാണോ. അതോ ഏത് രചനയെയുംപോലെ എഴുത്തിനിടയിൽ സ്വാഭാവികമായി സംഭവിച്ചതോ?"

പ്രശസ്തനായ മാധ്യമപ്രവർത്തകന്റെ ചോദ്യത്തിന് മുന്നിൽ ഏതാനും നിമിഷം നിശ്ശബ്ദയായി ഇരുന്നശേഷമാണ് ഞാൻ മറുപടി

പറഞ്ഞത്.

"പുസ്തകത്തെക്കുറിച്ചുള്ള എന്റെ ആദ്യത്തെ വിശദീകരണമാണിത്. സത്യത്തിൽ ഞാനും ആശങ്കാകുലയായിരുന്നു. ചരിത്രത്തിന്റെ ഗർഭാശയത്തിൽനിന്നും ലക്ഷ്യത്തെ കണ്ടെത്താൻ കഴിയുമോയെന്ന്. അതോ ഇതും കേവലം ലക്ഷ്യങ്ങളെപ്പോലെ വൈകാരികമായി ഒതുങ്ങിപ്പോകുമോയെന്ന്. ചില ചോദ്യങ്ങൾ എന്നെ എക്കാലവും അലട്ടിക്കൊണ്ടിരുന്നു. അതിലൊന്ന് ചരിത്രത്തിന് ഒരർഥമുണ്ടോ എന്നായിരുന്നു. ഗഹനമായ ഒരന്വേഷണത്തിന് വിധേയമാക്കാൻ മാത്രം പ്രാധാന്യമുള്ളതാണോ ചരിത്രാതീതകാലം. യാതൊരു വിധ മുന്നൊരുക്കങ്ങളില്ലാതെ ജീവിക്കാൻ തുടങ്ങുന്ന മൃഗവും തയ്യാറെടുപ്പുകളാൽ ക്ഷീണിതനാവുന്ന മനുഷ്യനും ഒരേപോലെ മൃതിയടയുന്നുവെന്ന തിരിച്ചറിവ് ചരിത്രസത്യം പോലെ ഉൽക്കണ്ഠാകുലയാക്കിയിരുന്നു. ചരിത്രം പലപ്പോഴും അമൂർത്തമായ ഭീതിയാണെന്നിൽ ഉളവാക്കിയിരുന്നത്. ചരിത്രത്തെ നിരസിക്കുമ്പോഴാണ് മനുഷ്യൻ ആയുധം കൈയിലെടുക്കുന്നത്. നമുക്ക് മുമ്പെയുള്ള ഏത് കാലഘട്ടവും വൈഷമ്യം നിറഞ്ഞതും ആശയക്കുഴപ്പം സൃഷ്ടിച്ചിരുന്നതും ആയിരുന്നിരിക്കണം. എന്നാൽ ചരിത്രം ഇപ്പോൾ വെറും സാഹിത്യം മാത്രമായി മാറിയിരിക്കുന്നു. സാഹിത്യത്തിൽനിന്നും ചരിത്രത്തെയോ ചരിത്രത്തിൽനിന്നും സാഹിത്യത്തെയോ ഇഴപിരിച്ചെടുക്കാൻ ശ്രമിക്കുമ്പോൾ എന്റെ സൃഷ്ടി തികച്ചും അസാന്മാർഗ്ഗികമായി മാറിയേക്കാം. താങ്കൾ ചോദിച്ചതുപോലെ ആസൂത്രണം ചെയ്തു ചെയ്യാവുന്ന പദ്ധതി മാത്രമല്ല രചന. നോവലെഴുത്തിനെ സ്വപ്നസാക്ഷാൽക്കാരം എന്ന് വിശേഷിപ്പിക്കാനാണ് ഞാനാഗ്രഹിക്കുന്നത്. എങ്കിലും ലക്ഷ്യത്തിന് പങ്കില്ലായിരുന്നുവെന്ന് പറഞ്ഞുകൂടാ. ജീവിച്ചിരിക്കുമ്പോൾ മരണത്തിന് തുല്യമായ ജീവിതം നയിക്കാനല്ല ഞാനാഗ്രഹിച്ചത്. ജീവിച്ചിരിക്കുമ്പോൾ കിട്ടുന്ന മരണാനന്തര ബഹുമതിയെക്കുറിച്ച് ചിന്തിച്ചിട്ടുണ്ടോ? എത്ര രസകരമായിരിക്കാമത്? അത്തരമൊരു ദുരാഗ്രഹം തന്നെയാണ് നോവലെഴുത്തിനെക്കുറിച്ചുള്ള എന്റെ ആഗ്രഹത്തിലും കടന്നുവന്നിട്ടുള്ളത്. നമ്മൾ ഉൾപ്പെടുന്ന മനുഷ്യർ എല്ലാം തന്നെ വിദൂരസ്ഥങ്ങളായ പ്രതീക്ഷയാൽ കൊച്ചു കൊച്ചു പദ്ധതികളിൽ വ്യാപൃതരായി ജീവിക്കുന്നവരാണ്. ഈ പദ്ധതികൾക്ക് എന്തെങ്കിലും തരത്തിലുള്ള മൂല്യമുണ്ടോ എന്നൊന്നും വ്യക്തമല്ലെങ്കിൽപ്പോലും കാലാകാലങ്ങളായി പദ്ധതികൾ ആവിഷ്കരിക്കപ്പെടുന്നു. അതുകൊണ്ടാവാം എഴുത്തുകാരിയെന്ന നിലയിൽ ഇതിന് മുമ്പെഴുതിയ മറ്റ് രചനകളിൽ അനുഭവിക്കാത്ത തരം മനോവിഭ്രാന്തി ഈ നോവലെഴുത്തിൽ എന്നെ പിടികൂടിയതെന്ന് ഞാൻ വിശ്വസിക്കുന്നു. നോവലിൽ ചരിത്രം ആവിഷ്കരിക്കുമ്പോൾ പാരമ്പര്യത്തെ ചുമലിലേറ്റി കൂനുവന്നുപോയ ഒരാളുടെ ദൈന്യത എഴുത്തിൽ നിഴലിക്കാതിരിക്കാനുള്ള ബാദ്ധ്യതയും ഉത്തരവാദിത്വവും വെല്ലുവിളി തന്നെയായിരുന്നു."

പിൻനിരയിൽനിന്നും പ്രമുഖനായ ഒരു നിരൂപകൻ എഴുന്നേറ്റ് വന്ന്

മൈക്ക് വാങ്ങി, "ക്ഷമാപണം ബുവെ. എനിക്കു സംസാരിക്കാനുള്ള ഒരവസരം ചോദിക്കുകയാണ്."

"തീർച്ചയായും താങ്കളുടെ ചോദ്യത്തിന് മറുപടി നല്കേണ്ടത് എന്റെയും ഉത്തരവാദിത്വമാണ്."

"ഈ സമയം താങ്കൾ മികച്ച ഫിലോസഫറും, ഫെമിനിസ്റ്റും എന്നതിനുമൊക്കെയപ്പുറം ഭാവനാ സമ്പന്നനായ എഴുത്തുകാരികൂടിയായിരിക്കുന്നു. എഴുത്തിന്റെ പൂർണ്ണതയിൽ എത്തുന്നത് ഒരാൾ വർത്തമാന കാലത്തിൽ ജീവിക്കുകയും ഭൂതത്തിലും ഭാവിയിലും മുഴുകി അലഞ്ഞു തിരിയുമ്പോഴുമാണ്. രചയിതാവ് തന്നെത്തന്നെ വിസ്മരിക്കുമ്പോഴാണ് താങ്കൾ പറഞ്ഞത് പോലെ സ്വയം അവനവനെത്തന്നെ കണ്ടെത്താൻ പ്രയാസപ്പെടുമ്പോഴാണ്. ആ അർത്ഥത്തിൽ നിങ്ങളുടെ മാറ്റം ഒരേസമയം എന്നെ ആനന്ദവാനും ചിന്താധീനനും ആക്കിത്തീർത്തിരിക്കുന്നു."

"ഞാനൊന്ന് പൊട്ടിച്ചിരിച്ചോട്ടെ സ്നേഹിതാ? കാരണം എനിക്കു ഭ്രാന്താണെന്നാണ് താങ്കൾ മുഖത്ത് നോക്കി പറഞ്ഞത്."

സദസ്സിൽ ചിരിയുടെ അലകളും മർമ്മരങ്ങളും ഉയർന്നു. ജീവിതം വീണ്ടും ലാഘവത്തം നിറഞ്ഞതായി തുടങ്ങിയെന്ന തിരിച്ചറിവ് എന്നിൽ ഊർജ്ജം നിറച്ചു. നർമ്മസംഭാഷണങ്ങളിലും പൊട്ടിച്ചിരികളിലും പങ്കുകൊണ്ട് തെളിഞ്ഞ മനസ്സോടെയാണ് മുറിയിലേക്ക് മടങ്ങിയത്. കഴിച്ച മദ്യത്തിന്റെ ലഹരി ചെറുതായിട്ടുണ്ടായിരുന്നു.

ജീവിതത്തിന്റെ ഒരു ഘട്ടം പിന്നിട്ടിരിക്കുന്നു. എഴുത്തുകാരിയെന്ന നിലയിൽ രണ്ടു തരത്തിലാവും ഇനി ഞാൻ വായിക്കപ്പെടുന്നത്. *ദി മാൻദര്ഗ്സ്* എന്ന നോവലിന് മുൻപും ശേഷവും. ചുണ്ടോളമെത്തുന്ന മൂളിപ്പാട്ടോടെ കണ്ണാടിയിൽ നോക്കി ഞാൻ പറഞ്ഞു. ഞാനിതാ എന്നെ അടയാളപ്പെടുത്തിയിരിക്കുന്നു.

ഏതാനും ആഴ്ചകൾക്കുശേഷം സാർത്രേയുടെ ഒരു കത്ത് ലഭിച്ചു. നോവൽ വായിച്ചുവെന്നും ആശയപരമായി യോജിപ്പുണ്ടെങ്കിലും അവതരണത്തിന്റെ പുതുമയോട് ശക്തമായി വിയോജിക്കുന്നുവെന്നുമായിരുന്നു കത്തിലെ വരികൾ.

"നിന്റെ പുസ്തകം എന്നിൽ ഒരു ചലനവും സൃഷ്ടിച്ചില്ലെന്നു പറയട്ടെ. എഴുത്തിലും ഭാഷയിലും ശൈലിയിലും നടക്കുന്ന ഗംഭീരമായ പരീക്ഷണങ്ങൾക്കു മുന്നിൽ ഈ പുസ്തകം തികച്ചും പരാജയമാണെന്ന് ഞാൻ പറയും. എന്റെ ഈ അഭിപ്രായത്തെ ചിന്താശേഷിയും ഉയർന്ന നിലവാരവുമുള്ള ഒരു വായനക്കാരന്റെ അഭിപ്രായമെന്ന നിലയിൽ സ്വീകരിക്കുക. ഇതിൽ വ്യക്തിബന്ധത്തിനു യാതൊരു പങ്കില്ലെന്നും മനസ്സിലാക്കുമെന്ന് വിശ്വസിക്കുന്നു."

സാർത്ര്

സാർത്രേയുടെ ആ കത്ത് അക്ഷരാർത്ഥത്തിൽ എന്നെ തകർത്ത് കളഞ്ഞു. വീണ്ടും വീണ്ടും ആ വരികൾ വായിച്ച് തൃപ്തി എന്ന വാക്കി

നെക്കുറിച്ച് ഞാൻ വേവലാതിപ്പെട്ടു. നോവൽ എഴുതിത്തീർന്നപ്പോൾ ജീവിതംകൊണ്ടും പ്രവൃത്തികൊണ്ടും അടയാളപ്പെടുത്താൻ കഴിഞ്ഞു വെന്ന തിരിച്ചറിവിൽ അനുഭവിച്ച ആത്മാഹ്ലാദം പോയിമറയുകയും ചെയ്തു.

സാർത്ര് വിയോജിക്കുന്നുവെന്ന് പറഞ്ഞാൽ നോവൽ പരാജയപ്പെട്ടു എന്നാണർത്ഥം.

തൃപ്തി എന്ന വാക്ക് ഒരനുഭവമാണോ!

ലോകത്തിന്റെ മറ്റൊരു കോണിലിരിക്കുന്ന സ്നേഹിതൻ സ്നേഹത്തിന്റെ സന്ദേശങ്ങൾ എഴുതി അയക്കുമ്പോൾ ലഭിക്കുന്ന അനുഭൂതിയും മുറിവേറ്റ ഒരാളെ ചേർത്ത് പിടിക്കുമ്പോൾ ലഭിക്കുന്ന ആനന്ദവും താരതമ്യം ചെയ്തു നോക്കിയാൽ ഏതിലാണ് തൃപ്തി എന്ന വാക്കിന് കൂടുതൽ പ്രാധാന്യമുണ്ടാകുന്നതെന്ന് ചിന്തിച്ചാൽ ഉത്തരമില്ല.

തൃപ്തിയും അടയാളപ്പെടുത്തലും രണ്ടു തരത്തിലുള്ള വികാര ങ്ങളും ശ്രമങ്ങളുമാണ്. തൃപ്തി ഒരാളെ രേഖപ്പെടുത്തുന്നില്ല. അടയാള പ്പെടുത്തൽ തൃപ്തിപ്പെടുത്താതെയുമിരിക്കാം. ഇതിൽ രണ്ടിലും ജയിക്കു ന്നവൻ ആരാണോ അവരാകും ഈശ്വരന്റെ അപരൻ. ആ തിരിച്ചറിവിൽ നിന്നുകൊണ്ടു സാർത്രേക്കുള്ള മറുപടിക്കത്തെഴുതാൻ കടലാസും പേനയുമായി ഇരുന്നു.

പക്ഷേ, എന്തുകൊണ്ടോ സാർത്രേക്കെഴുതാനായി ഒരു വാക്ക് പോലും മനസ്സിൽ ഉരുത്തിരിയുന്നില്ല. ഏറെനേരത്തെ ആലോചനയ്ക്ക് ശേഷം കടലാസിൽ കുറിച്ചത് പ്രിയങ്കരനായ ആൽഗ്രെൻ എന്നായിരു ന്നു. സ്നേഹവും വിധേയത്വവും ഏത് കാലത്തും ഇങ്ങനെതന്നെയാണ്. കരുതലും അംഗീകാരവും ലഭിക്കുന്നിടത്തേക്ക് ചാഞ്ഞുകൊണ്ടിരിക്കും. *സെക്കൻഡ് സെക്സ്* പ്രസിദ്ധീകരിച്ചതിനുശേഷം ഞങ്ങൾ തമ്മിൽ വിരളമായേ കണ്ടിട്ടുള്ളൂ. നെൽസനുമായുള്ള എന്റെ കൂട്ടുകെട്ട് സാർത്രേയെ അലോസരപ്പെടുത്തുന്നു എന്നു തോന്നിയതിൽ പിന്നെ ഞങ്ങൾ മനഃപൂർവ്വം അകലം പാലിക്കാൻ ശ്രമിക്കുകയായിരുന്നു. ഈ നോവലിൽ ആൽഗ്രെന്റെ സാന്നിദ്ധ്യം സാർത്രേ വ്യക്തമായി മനസ്സി ലാക്കിയിട്ടുണ്ട്. നെൽസനും ഞാനുമായുള്ള ബന്ധത്തിന്റെ തുറന്നെ ഴുത്ത് മനഃപൂർവ്വമായി സൃഷ്ടിച്ചത് തന്നെയാണ്. അനേകമനേകം തവണ അപമാനിതയായി നിന്ന ഒരുവളുടെ തീവ്രമായ പ്രതികാരം തന്നെ യായിരുന്നു അതിനു പിന്നിലെ കാരണവും. സാർത്രേ നോവലിനെക്കുറി ച്ചെഴുതിയ അഭിപ്രായത്തിന് പിന്നിലെ ചേതോവികാരം എന്തിന്റെയെല്ലാം ബഹിർസ്ഫുരണങ്ങളായിരിക്കാം. ഒരുവേള തന്നെക്കാൾ മികച്ച ഒരെ ഴുത്തുകാരനെന്ന നിലയിൽ നെൽസനോടുള്ള കഠിനമായ അസൂയ പോലും അതിനു പിന്നിലുണ്ടാകാം എന്നെനിക്ക് തോന്നിയിട്ടുണ്ട്. പ്രിയപ്പെട്ട ആൽഗ്രെൻ എന്നെഴുതിയെങ്കിലും ആ കത്ത് പൂർത്തീക രിക്കാൻ എനിക്കു സാധിച്ചില്ല. ആരോടും ഒന്നും പങ്കുവയ്ക്കാനി ല്ലാത്തതും ഒരർത്ഥത്തിൽ ജീവിതവിജയം തന്നെയാണ്.

നഗരത്തിലെ ആരവങ്ങളിലേക്കും ഫിലോസഫി ക്ലാസുകളിലേക്കും സെയിൻ നദിയുടെ ശാന്തതയിലേക്കും മാത്രമായി ഞാൻ ജീവിതത്തെ ചുരുക്കിയെഴുതാൻ തുടങ്ങി. വായനയിൽനിന്നും എഴുത്തിൽനിന്നും സാമൂഹികമായ ഇടപെടലുകളിൽനിന്നും കുറച്ചുനാൾ വിട്ടുനിൽക്കാൻ തീരുമാനമെടുക്കുകയും ചെയ്തു. തികഞ്ഞ ശാന്തത എനിക്കു കൂടിയേതീരുമായിരുന്നുള്ളൂ. പുസ്തകത്തെക്കുറിച്ച് പുറം ലോകത്ത് നടക്കുന്ന ചർച്ചകളിലേക്കോ ആശംസാപ്രവാഹത്തിലേക്കോ മനസ്സു കൊണ്ടുപോലും കടന്നുചെല്ലാനാവാത്ത വിധം ഏകാന്തത എന്നെ പൊതിഞ്ഞു.

എങ്കിലും അസ്ഥിയിലൂടെ പാഞ്ഞുപോകുന്ന ഈർച്ചവാളിറക്കും പോലൊരു വേദനയോടെ സാർത്രേയുടെ അവഗണനന ഓർമ്മ വരും. എന്റെയുള്ളിൽ നഷ്ടപ്പെട്ടുപോയ പുഞ്ചിരി ഇനിയൊരിക്കലും വീണ്ടെടുക്കാൻ സാധിക്കില്ലെന്നു പൂർണ്ണമായും തിരിച്ചറിഞ്ഞിടത്ത് വെച്ച് എന്നിലൊരു രാക്ഷസി ജനിച്ചു. ഒരേസമയം സംഹാരിണിയും സംരക്ഷകയും ആകാൻ കെൽപ്പുള്ള ഒരുവൾ.

ഏതാനും മാസങ്ങൾക്ക് ശേഷം പത്രത്തിൽ വന്ന വാർത്ത വായിക്കവേ തൃപ്തി എന്ന വാക്കിനെക്കുറിച്ച് ഞാൻ വീണ്ടും ചിന്തിച്ചു.

ലിറ്റററി അവാർഡിനെക്കുറിച്ചുള്ള ആ വാർത്ത ഒരു പരിധിയിൽ കൂടുതൽ എന്നെ ആവേശഭരിതയാക്കിയില്ല. എങ്കിലും ജീവിതംകൊണ്ടും പ്രവൃത്തികൊണ്ടും അടയാളപ്പെടുത്താൻ കഴിഞ്ഞതിൽ അഭിമാനിക്കുകയും ചെയ്തു. എങ്കിലും അതൊരിക്കലും തൃപ്തി എന്ന ആശയവുമായി യോജിച്ച് പോകുന്നില്ലയെന്ന് തിരിച്ചറിയുകയും ചെയ്തു.

വലിയ നേട്ടങ്ങൾ ജീവിതത്തിൽ സംഭവിക്കുമ്പോൾ അതിവൈകാരികമായി പെരുമാറാതിരിക്കാനുള്ള മാനസികവികാസം ഞാൻ നേടിയെടുത്തു. നിശ്ശബ്ദതയാണ് വിവേകത്തിന്റെയും അറിവിന്റെയും അടയാളമെന്നും. ജീവിതമല്ല ജീവിച്ചരീതിയാണ് യഥാർത്ഥപാഠശാലയെന്നും തിരിച്ചറിവുണ്ടായി. രണ്ടാംലോകമഹായുദ്ധത്തെ നേരിട്ട ഓരോ മനുഷ്യരും ഉള്ളിലൊരു ജീവചരിത്രംക്കൊണ്ട് നടക്കുന്നുണ്ട്. കടന്നുപോന്ന മഹാദുരന്തങ്ങളെ കുറിച്ചുവയ്ക്കാൻ കഴിയുക എന്നത് കാലത്തിനോടു ചെയ്യേണ്ട കർത്തവ്യം കൂടിയായിരുന്നു. അനേകം ശവക്കല്ലറകളിൽ അടക്കം ചെയ്ത ഓർമ്മകളെക്കൂടിയാണ് എഴുത്തുകാർ രേഖപ്പെടുത്തി വയ്ക്കേണ്ടത്. എല്ലാ നിർവ്വചനങ്ങൾക്കും വ്യാഖ്യാനങ്ങൾക്കും അപ്പുറത്ത് മനുഷ്യർ നേരിട്ട കൊടിയദുരന്തങ്ങൾ, പലായനത്തിന്റെയും കൊലപാതകത്തിന്റെയും ഭീകരത. പക്ഷേ, ഇതെല്ലാം ആവിഷ്ക്കരിക്കുമ്പോഴും പലപ്പോഴും ഞാൻ പൂർണ്ണമായും തൃപ്തയായിരുന്നില്ല. സ്ത്രീയെന്ന രീതിയിൽ ഞാൻ നേരിടുകയും കണ്ടറിയുകയും ചെയ്ത ജീവിതങ്ങളെ കുറിച്ചായിരുന്നു പലപ്പോഴും എനിക്കു കൂടുതൽ ഊന്നൽ കൊടുക്കാൻ സാധിച്ചിരുന്നത്.

യുദ്ധത്തിൽ പുരുഷന്മാരെക്കാൾ കൂടുതൽ വേദനയും അപമാനവും

നേരിട്ടത് സ്ത്രീകളായിരുന്നു. അവർക്ക് എല്ലാ അസ്തിത്വങ്ങളും നഷ്ടമായി. എന്നാൽ യുദ്ധാനന്തരം ഇതൊന്നും തന്നെ അവൾക്ക് തിരികെ കിട്ടിയതുമില്ല. പുരുഷൻ വീണ്ടും സാമൂഹിക ജീവിതം കണ്ടെത്തി പുതിയ ബന്ധങ്ങൾ സൃഷ്ടിച്ചു.

അവളോ?

അവൾ വീണ്ടും ശിഥിലമാക്കപ്പെട്ട കുടുംബത്തെ കെട്ടിപ്പടുക്കാൻ പരിശ്രമിക്കേണ്ടിയും വന്നു. സകല ഭാരവും തോളിലേറ്റിയതിനാൽ ഒന്നിലും ആനന്ദം കണ്ടെത്താൻ അവൾക്കായില്ല. പുരുഷന്മാരെ അപേക്ഷിച്ച് അവൾക്ക് സൗഹൃദങ്ങൾ കുറവായിരുന്നു. അവൾക്ക് വേണ്ടി വിട്ടുവീഴ്ച ചെയ്യാൻ പുരുഷന്മാർ തയ്യാറായതുമില്ല. ഇത്തരം ജീവിത രീതിയിൽനിന്നും മാറി നടന്നിട്ടും ഞാനും സാർത്രേയും തമ്മിലുള്ള ബന്ധത്തിലും സംഘർഷങ്ങൾ ഉണ്ടായിക്കൊണ്ടിരുന്നു. തൃപ്തി അന്വേഷിച്ചുകൊണ്ട് നടത്തിയ ഓരോ യാത്രയും തീർത്ഥയാത്രപോലെ എന്നെ മടുപ്പിച്ചുകൊണ്ടിരുന്നു. സ്ത്രീകളും പുരുഷന്മാരുമടക്കം ജീവിതത്തിൽ ആകർഷണം തോന്നിയതും ബന്ധപ്പെട്ടതുമായ ഒരാളിലും എനിക്കു തൃപ്തി കണ്ടെത്താനായില്ല.

സാർത്രേ എന്ന ഒരേയൊരു ചിന്ത സകലയിടങ്ങളിൽനിന്നും എന്നെ വലിച്ചിഴച്ചുകൊണ്ടുപോരികയായിരുന്നു. നെൽസൺ ആൽഗ്രെനുമായി പ്രണയത്തിലായിരുന്ന ദീർഘനാളുകളിലും ഞാൻ സാർത്രേയെ ആഗ്രഹിച്ചുകൊണ്ടിരുന്നു. രണ്ടിടങ്ങളിൽ കുടുങ്ങി കിടക്കുന്ന ജീവിതം പിന്നീട് മടുപ്പുളവാക്കാൻ തുടങ്ങി. നെൽസന് ആദ്യകാഴ്ചയിൽ എന്റെയുള്ളിൽ സൃഷ്ടിക്കാൻ കഴിഞ്ഞ അഭിനിവേശം വളരെ വേഗം ഇല്ലാതാകുകയും ചെയ്തു. ഒരുതരത്തിലും അയാൾക്കെന്നിൽ പ്രചോദനം നൽകാനായില്ല. എന്നെ അതിശയിപ്പിക്കാനും ആഹ്ലാദിപ്പിക്കാനും വേദനിപ്പിച്ചുകൊണ്ട് തീവ്രമായി പ്രണയിക്കാനും സാർത്രേക്കല്ലാതെ മറ്റാർക്കും കഴിയില്ല.

എന്താണ് തൃപ്തി?

ആ ചോദ്യത്തിന് മുന്നിൽ ഇപ്പോഴും വിറങ്ങലിച്ചു നിൽക്കുന്നവൾ എന്ത് പുരസ്കാരത്തിനാണ് അർഹയാവുക!

ഭാഗം മൂന്ന്

On the day when it will be possible for women to love not in her weakness but in her strength not to escape herself. Not to abase herself but to assert herself on that day love will become for her, as for man a source of life...

Simone de Beauvoir

തൃപ്തി

യാത്ര പറഞ്ഞു പോയെങ്കിലും രണ്ടു ദിവസത്തിനുശേഷം കാമില വീണ്ടും എന്ന കാണാനെത്തി. അവൾ വരുമെന്ന് ഞാനും പ്രതീക്ഷിച്ചു. പഴയപോലെ തുകൽസഞ്ചി മേശപ്പുറത്ത് വച്ചിട്ട് എനിക്കെതിരെയിരുന്നു പുഞ്ചിരിച്ചു.

ഞാൻ ജനലുകൾ തുറന്നിട്ട് കിളികളുടെ സംഗീതം കേൾക്കുകയായിരുന്നു. വളരെ നാളായി എന്റെ മനസ്സിലേക്ക് പക്ഷികളുടെ സംഗീതം കടന്നുവരുന്നേയില്ലായിരുന്നു. ഈ ലോകത്ത് എത്രയോ സുന്ദരമായ കാഴ്ചകൾ ഉണ്ടെന്ന് ഞാൻ മറന്നുപോയിരിക്കുന്നു. മരങ്ങൾ, പൂക്കൾ, പർവ്വതങ്ങൾ, കിളികൾ, മൃഗങ്ങൾ അങ്ങനെയെന്തെല്ലാം. ഞാനിതെല്ലാം കാണുന്നുണ്ട്. പക്ഷേ, ഇതൊന്നും അനുഭവിക്കുന്നില്ല. എന്റെ ഹൃദയം തരിശായി കിടക്കുകയായിരുന്നു. ഏതാനും ദിനം മുമ്പ് ആരോ അതിലിത്തിരി തെളിനീർ തളിച്ചിരിക്കുന്നു.

"ബുവെ," കാമില എന്നെ വിളിച്ചു.

"നിങ്ങൾ എന്നെങ്കിലും ഒരു സ്ത്രീ വേട്ടയാടപ്പെടുന്നത് കണ്ടിട്ടുണ്ടോ?"

ഓർക്കാപ്പുറത്തായിരുന്നു ആ ചോദ്യം.

"ഒരു സ്ത്രീ മാനത്തിനും പ്രാണനുംവേണ്ടി കേഴുന്നത് കണ്ടിട്ടുണ്ടോ. മക്കളുടെ മുമ്പിൽ വച്ച് അവൾ മാനഭംഗപ്പെടുന്നത് കണ്ടിട്ടുണ്ടോ. രണ്ടാം ലോകമഹായുദ്ധം നിങ്ങളെ ഏതെല്ലാം തരത്തിൽ ബാധിച്ചു എന്നെനിക്കറിയില്ല. എന്റെ അമ്മ മരിക്കുന്നതു ഞാൻ കണ്ടിട്ടുണ്ട്. അഞ്ചോ ആറോ ആളുകൾ അമ്മയെ മാറിമാറി ഉപയോഗിച്ചു. അമ്മ നഗ്നയാക്കപ്പെട്ട് റോഡിൽ കിടന്നു. ഏതാനും ജർമ്മൻ പട്ടാളക്കാർ അമ്മയുടെ ശരീരം വലിച്ചുകൊണ്ടുപോയി റോഡരികിൽ ഉപേക്ഷിക്കുകയാ

യിരുന്നു. ആ സമയം ഞാനൊരു വീഞ്ഞപ്പെട്ടിയിൽ ഒളിച്ചിരുന്നു. ചേട്ടൻ ജീവനും കൊണ്ടോടിപ്പോയിരുന്നു. എനിക്കുറപ്പുണ്ടായിരുന്നു അവർ വലിച്ചുകൊണ്ടുപോകുമ്പോൾ അമ്മയ്ക്ക് ജീവനുണ്ടായിരുന്നു. അവർ ഇടയ്ക്കിടെ മുരണ്ടുകൊണ്ടിരുന്നു. നേരം ഇരുട്ടി തുടങ്ങിയപ്പോൾ നിറയെ നായ്ക്കൾ വന്നു. എനിക്കു കാഴ്ച വ്യക്തമല്ലായിരുന്നു. പക്ഷേ നേരം വെളുത്തപ്പോൾ അമ്മയുടെ ശരീരം പാതിയോളം നായ്ക്കൾ ഭക്ഷിച്ചിരുന്നു. ഞാൻ തണുത്തു മരവിച്ചിരുന്നു. വിശപ്പും തണുപ്പുംകൊണ്ട് ഞാൻ തളർന്നിരുന്നു. പെട്ടിയിൽ നിന്നിറങ്ങിയാൽ ആരെങ്കിലും പിടിച്ചാലോ എന്നോർത്തു അന്നും ഞാനിറങ്ങിയില്ല. അമ്മയെയോ അച്ഛനെയോ ചേട്ടനെയോ നഷ്ടപ്പെട്ട വേദനയൊക്കെ വിശപ്പും തണുപ്പും ഭയവും കൊണ്ട് ഞാൻ മറന്നുപോയിരുന്നു. പിറ്റേന്ന് വീഞ്ഞപ്പെട്ടികൾ ആരോ വണ്ടിയിൽ കയറ്റി എങ്ങോട്ടോ കൊണ്ടുപോയി. ഞാനൊരു സെമിനാരിയിൽ ആണ് എത്തിപ്പെട്ടത് ബുവെ. എനിക്കിപ്പോൾ ഓർത്തെടുക്കാൻ സാധിക്കുന്നില്ല എങ്ങനെയാണ് ഞാനതെല്ലാം മറികടന്നതെന്ന്?"

തികച്ചും സ്വാഭാവികമായി ഒരു കഥ പറയുന്ന ലാഘവത്തോടെയാണ് അവൾ അതെല്ലാം പറഞ്ഞത്.

"കാമില!" ഞാൻ ഞെട്ടലോടെ വിളിച്ചു.

അവളുടെ വാക്കുകൾ തികച്ചും ഓർക്കാപ്പുറത്തായിരുന്നു. ഇങ്ങനെയൊരു ഭൂതകാലം അവൾക്കുണ്ടായിരുന്നുവെന്ന അറിവ് എന്നെ അമ്പരപ്പിച്ചുകളഞ്ഞു. ഏതാനും ദിനങ്ങൾ എന്റെ മനസ്സും ജീവിതവും പൊട്ടിച്ചിരികൾകൊണ്ട് സമ്പന്നമാക്കിയ ഈ പെൺകുട്ടിക്ക് ഇത്രയധികം അനുഭവങ്ങൾ ഉണ്ടായിരുന്നോ!

"നാസികൾ കുഞ്ഞുങ്ങളെപ്പോലും വെറുതെ വിട്ടില്ല. അവർ ഞങ്ങളെ പലപ്പോഴും ഓടിച്ചിട്ടു അടിക്കുമായിരുന്നു. കൊന്നുകളയാനുള്ള ഉത്തരവ് വരുന്നതിന് മുമ്പും പലപ്പോഴും തോക്ക് ചൂണ്ടി ഭീഷണിപ്പെടുത്തുകയും തുടയിൽ അടിക്കുകയും പാവാടയ്ക്കുള്ളിൽ കൈകൾ കടത്തുകയും ചെയ്യും. ആൺകുട്ടികളെ വലിച്ചുകൊണ്ടുപോയി നഗ്നരാക്കി നിർത്തി രസിക്കും. ഓർത്താൽ അറപ്പും വെറുപ്പും തോന്നുന്ന ഒരു കെട്ടകാലം അതിജീവിച്ചവരാണ് നമ്മളൊക്കെ. ഞാനീ കഥ ഇപ്പോൾ പറഞ്ഞത് എന്താണെന്നോ, ബുവെ എഴുതേണ്ടത് ഒരു മകളുടെ ജീവിതം ആകണം. എഴുത്തുകാരി, ഫെമിനിസ്റ്റ്, തത്ത്വചിന്തക ഇത്തരത്തിൽ ഒരുപാടൊക്കെ എഴുതിക്കഴിഞ്ഞയാളാണ് ബുവെ. പക്ഷേ, ഒരു മകൾ എങ്ങനെയാവണം എങ്ങനെയാവരുത് എന്നുള്ളതായിരിക്കണം ഈ പുസ്തകം ചൂണ്ടിക്കാണിക്കേണ്ടത്?"

"ക്രൂരതകൾ നടമാടുന്ന നാട്ടിൽ കലയ്ക്ക് എന്തെങ്കിലും പ്രസക്തിയുണ്ടോ? ഞാനിപ്പോൾ ഈ ചോദ്യം സ്വയം ചോദിക്കാൻ തുടങ്ങിയിരിക്കുന്നു. ഏതെങ്കിലും തരത്തിൽ ചലനമുണ്ടാക്കാൻ കഴിയാത്ത ഒരാത്മഭാഷണവും കാലത്തെ അതിജീവിക്കില്ല. കുട്ടിക്കാലത്തെക്കുറിച്ചെഴുതാൻ എന്നിലൊരു കുട്ടിയില്ല കാമില. കുട്ടിയായിരുന്നപ്പോഴേ മരണ

പ്പെട്ട കുട്ടിത്തത്തെക്കുറിച്ചാണ് എനിക്കെന്നും ഓർത്തെടുക്കാനുള്ളൂ. ഒരിക്കൽ നമ്മളെല്ലാം തെറ്റിദ്ധരിച്ചിരുന്നു യുദ്ധം അവസാനിച്ചാൽ രാജ്യത്തെ കുറേയേറെ പ്രശ്നങ്ങൾക്ക് അവസാനമുണ്ടാകുമെന്ന്. ഒരിക്കൽ നമ്മൾ മരണത്തെ ഭയന്ന് ജീവിച്ചു. ഇപ്പോൾ ജീവിതത്തെ ഭയക്കാൻ തുടങ്ങിയിരിക്കുന്നു. അനിശ്ചിതമായിരിക്കുന്നു എല്ലാം. ചിന്ത, സ്വപ്നം, സംഗീതം, സമീപനങ്ങൾ, ആശയങ്ങൾ. നമ്മൾ എന്തിലെല്ലാമാണ് അനിശ്ചിതരായിരിക്കുന്നത്. ഭാവിയെ കുറിച്ചോർക്കുമ്പോഴുള്ള ഭയമല്ല കാമില മനുഷ്യരെ അലട്ടേണ്ടത് ജീവിതത്തിൽനിന്നും കല കൈമോശം വന്നുപോയാൽ സംഭവിക്കാവുന്ന ശൂന്യതയോർത്താവണം. എന്നാൽ ആ വിഷയത്തെക്കുറിച്ച് അത്രയ്ക്കൊന്നും ആളുകൾ ചിന്തിക്കുന്നില്ല എന്നുള്ളതാണ് എന്റെ നിരാശയും."

"ഈ ആശയത്തിന്റെ പ്രാധാന്യം എനിക്കു മനസ്സിലാകുന്നുണ്ട് ബുവെ. കുട്ടിക്കാലത്തെ കുറിച്ചെഴുതാൻ ഇനിയൊരു കുട്ടിയാവണമെന്നില്ല. കഠിനമായ അനുഭവങ്ങളുടെ പകർത്തിയെഴുത്തല്ല ഞാനാഗ്രഹിക്കുന്നതും. ഒരു പെൺകുട്ടിയുടെ വളർച്ചാഘട്ടത്തിൽ പലതരം അനുഭവങ്ങളിലൂടെ കടന്നുപോരേണ്ടി വരും. അത്തരം സാഹചര്യങ്ങളെ ആ പ്രായത്തിൽ എങ്ങനെയാണ് ബുവെ നേരിട്ടത്. പിന്നീട് പക്വത വന്നപ്പോൾ അന്നത്തെ വൈകാരികമായ സമീപനങ്ങളെയോർത്ത് ലജ്ജ തോന്നിയിട്ടുണ്ടോ. രണ്ടു ലോകമഹായുദ്ധങ്ങൾ കടന്നു വന്നയാളാണ് ബുവെ. യുദ്ധം എങ്ങനെയെല്ലാം അന്നത്തെ പെൺകുട്ടികളെ വ്യക്തി എന്ന നിലയിൽ രൂപാന്തരപ്പെടുത്തി. ഇത്തരം കാര്യങ്ങളിലൂടെ കടന്നുപോകുന്ന വിവരണങ്ങളാണ് ബാല്യകാലത്തെക്കുറിച്ചെഴുതാൻ ഞാൻ സൂചിപ്പിച്ചത്."

"എനിക്കു മനസ്സിലാകുന്നുണ്ട് കാമില. പക്ഷേ, ഇപ്പോൾ എന്റെ ജീവിതത്തിൽ സംഭവിച്ചിരിക്കുന്നത് കഠിനമായ വിരക്തിയാണ്. എഴുത്തിലും വായനയിലും അനുഭവപ്പെടുന്ന ഈ നിർമ്മമതയെ അതിജീവിക്കാനാണ് കുറെ നാളായി ഈ ഏകാന്തജീവിതം ഞാൻ തിരഞ്ഞെടുത്തത്. പക്ഷേ, ഇപ്പോൾ ഈ ജീവിതമാണ് ഞാനാസ്വദിക്കുന്നത്. തീർത്തും തനിച്ചുള്ള ഈ ജീവിതത്തിൽ ഭാവിയുടെ ഭാരമില്ലാതെ ജീവിക്കുമ്പോഴുള്ള ആസ്വാദ്യത എന്നെ വല്ലാതെ കൊതിപിടിപ്പിക്കാൻ തുടങ്ങിയിരിക്കുന്നു."

"എന്താണ് അതിനർത്ഥം, എഴുത്തു ജീവിതത്തിൽനിന്നും എന്നേക്കുമായി പിൻമാറുകയാണ് എന്നോ."

കാമില ആശങ്കയോടെ ചോദിച്ചു.

"യഥാർത്ഥത്തിൽ ഞാനതിനെക്കുറിച്ചൊന്നും ഇപ്പോൾ ആലോചിക്കുന്നില്ല. ഈ സുഖാലസ്യത്തിൽ കിടക്കുമ്പോൾ എന്നെയത് ആനന്ദിപ്പിക്കുന്നു. അത്രയേ അറിയൂ. കിളികളുടെ കൂജനവും, മരങ്ങളുടെ സംഗീതവും ഞാനിപ്പോഴാണ് കേൾക്കാൻ തുടങ്ങിയത്. ഇത്രനാൾ മനുഷ്യരെ മാത്രമേ ഞാൻ കേട്ടിരുന്നുള്ളൂ. മനുഷ്യരുമായി സഹവസിച്ചെനിക്ക്

മടുത്ത് തുടങ്ങി. കുറേ നാൾ കാട്ടിൽ പോയി തനിച്ചു താമസിച്ചാലോ എന്നുപോലും ഞാനാലോചിക്കുന്നുണ്ട്. സംഭാഷണങ്ങൾ, ചർച്ചകൾ, സാമൂഹികമായ ഇടപെടലുകൾ ഇതെല്ലാം ഞാൻ വെറുക്കുന്നു.

എന്തൊരു ജീവിതമാണ് നമ്മളെല്ലാം ജീവിക്കുന്നത്. നമ്മളാരും ഒരു തരിമ്പുപോലും സമയം ഹൃദയത്തിനുവേണ്ടി ചെലവഴിക്കുന്നില്ല. തലച്ചോറിൽ കാടുകൾ പൂക്കുമ്പോഴും ഹൃദയം തരിശായി കിടക്കുന്നു."

"എന്നുവച്ചാൽ ഇനിയൊരിക്കലും എഴുതാൻ സാധിക്കാത്ത വണ്ണം ബുവെയുടെ മനസ്സ് വരണ്ടുപോയെന്നോ!"

കാമില അവിശ്വസനീയതയോടെ ചോദിച്ചു.

"അങ്ങനെ ഞാൻ പറഞ്ഞില്ല. ഇപ്പോഴത്തെ സാഹചര്യത്തിൽ ഈ അവസ്ഥയാണ് എന്നെ ആനന്ദിപ്പിക്കുന്നത് എന്നാണ് പറഞ്ഞത്. തുടക്കത്തിൽ മനസ്സിന്റെ വരൾച്ച എന്നെ ആകുലയാക്കിയിരുന്നു. തുടർച്ചയായി ചെയ്തിരുന്ന കാര്യങ്ങൾ എത്ര ശ്രമിച്ചിട്ടും ചെയ്യാൻ സാധിക്കാത്ത വണ്ണം നിർമ്മമത ബാധിച്ചപ്പോൾ നിരാശയും ഭയവും പിടികൂടി. വളരെ ക്ലേശകരമായിരുന്നു ആ ദിനങ്ങൾ. രാത്രിയിൽ ഉറക്കം കിട്ടാതെ കിടക്കും. വളരെ നേരത്തെ ഉണരും. എന്തിന് വേണ്ടി ഉണരുന്നു എന്ന ചോദ്യത്തിന് പരിഹാരം കണ്ടെത്താൻ പൂർണ്ണമായും വായനയിൽ മുഴുകാൻ ശ്രമിക്കും. ഒരു പുസ്തകവും എനിക്കു തൃപ്തി നൽകിയില്ല. മനസ്സിനെയും ചിന്തകളെയും ഉലച്ചുകളയുന്ന വായനാനുഭവം ലഭിക്കാത്ത കൃതികളുമായി യുദ്ധം ചെയ്യുക എന്നത് എഴുത്തിനേക്കാൾ ഭാരമേറിയതായിരുന്നു. ഏതാനും ദിവസങ്ങൾ മാത്രമേ ആ അവസ്ഥ പരിതാപകരമായി നിലനിന്നുള്ളൂ. പിന്നെപ്പിന്നെ ഇതെന്നെ ലഹരി പിടിപ്പിച്ചു തുടങ്ങി. ഈ ഏകാന്തത, ശാന്തമായ അന്തരീക്ഷം, ഒരു പ്രവൃത്തിയിലും ഏർപ്പെടാതെ മനസ്സും ശരീരവും സ്വസ്ഥമായിരിക്കുന്നതിന്റെ സുഖം.

ഇതെല്ലാം നഷ്ടമാകുന്നതിനെയോർത്താണ് എനിക്കിപ്പോൾ ആധി."

"ഞാൻ വന്നത് ബുവെയുടെ മനസ്സമാധാനത്തിന് തടസ്സമായി എന്നാണോ?"

"നീ വന്നപ്പോൾ സമാധാനത്തിന്റെ കൂടെ ഉല്ലാസംകൂടി കിട്ടിയല്ലോ."

കാമില പുഞ്ചിരിച്ചു. "ബുവെ പറഞ്ഞത് പോലെ നമുക്ക് ഇപ്പോഴത്തെ സമാധാനം കളയണ്ട. എപ്പോൾ എഴുതാൻ മനസ്സ് തോന്നുന്നോ അന്ന് എഴുതി തുടങ്ങിയാൽ മതി. പക്ഷേ, അതുവരെ എനിക്കിവിടെ വന്നു പോകാനുള്ള അനുവാദം തരണം. എന്താ സമ്മതമല്ലേ?"

"നിനക്ക് എപ്പോൾ വേണമെങ്കിലും വരാമല്ലോ. നിന്റെ സാമീപ്യം ഞാനും ആസ്വദിക്കുന്നുണ്ട്." സിമോൺ അവളോടു വാത്സല്യത്തോടെ പറഞ്ഞു.

"എങ്കിൽ വരു നമുക്ക് പുറത്തൊക്കെ ഒന്നു നടന്നാലോ. നല്ല അന്തരീക്ഷം. ഇതങ്ങനെ വീട്ടിനുള്ളിൽ അടച്ചിരുന്നു കളയാനുള്ളതല്ല. ദൈവംപോലും നമ്മളെ കുറ്റപ്പെടുത്തിക്കളയും. വരൂ വരൂ." അവൾ സിമോണിനെ ബലം പിടിച്ച് എഴുന്നേല്പിച്ചു.

സിമോണിന് അവളെ എതിർക്കാൻ തോന്നിയില്ല. ഏറ്റവും പുതിയ പുസ്തകങ്ങളെക്കുറിച്ചായിരുന്നു ഇരുവരും സംസാരിച്ചത്. എഴുത്തിലെ പുതിയ പരീക്ഷണങ്ങളെക്കുറിച്ച്, ആധുനിക എഴുത്തുകാർ മുന്നോട്ടു വയ്ക്കുന്ന പ്രമേയത്തിന്റെ വൈവിദ്ധ്യങ്ങളെക്കുറിച്ച്, ചങ്കൂറ്റമുള്ള രചനകൾ എന്നും കാലത്തെ അതിജീവിച്ചു നിൽക്കും. പക്ഷേ, അത്തരം രചനകൾ എല്ലാ കാലത്തും സൃഷ്ടിക്കപ്പെടുന്നില്ല എന്നതാണ് വേദനാജനകം.

"നല്ല രചനകൾ തീക്ഷ്ണമായ അനുഭവങ്ങൾ ഉള്ളവർക്കേ സൃഷ്ടിക്കാൻ കഴിയൂ കാമില. നമ്മുടെ എഴുത്തുകാർ പലരും ഇപ്പോൾ സുഖലോലുപരായി മാറിയിരിക്കുന്നു. കാലം അവർക്ക് നൽകിയ മുറിവുകളെപ്പോലും സുഖാലസ്യത്തിൽ മറന്നുപോയപോലെയായിരിക്കുന്നു.

അവർ സഞ്ചരിക്കാനും സാഹിത്യസദസ്സിൽ സ്വയം പ്രദർശിപ്പിക്കാനും മാത്രമാണു ജീവിക്കുന്നതുതന്നെ. അത്തരക്കാരോടു പഴയ സിദ്ധാന്തങ്ങൾ ഓർമ്മിപ്പിച്ചാൽ ഒരുപക്ഷേ, ആ അനുഭവത്തെ അവർ തന്നെ പുച്ഛിക്കുന്നത് കണ്ടു നമുക്ക് കരയേണ്ടി വരും."

"എഴുത്ത് സാഹസികതപോലെ അനുഭൂതി തരുമെന്ന് ബുവെ പണ്ട് എഴുതിയതാണ് എനിക്കോർമ്മ വരുന്നത്. ഇപ്പോൾ അത്തരം അനുഭൂതികൾ ലഭിക്കുന്നുണ്ട് എന്നു ഉറപ്പിച്ച് പറയാൻ എത്ര പേർക്ക് സാധിക്കും."

"ഇപ്പോൾ എനിക്കും ആ അനുഭൂതി കിട്ടുന്നില്ല കാമില. അതുകൊണ്ടാണ് എഴുത്തിൽനിന്നും ഒരു റിട്ടയർമെന്റ് എടുത്താലോ എന്നുപോലും ഞാനാലോചിച്ചത്."

"എഴുത്തിൽനിന്നും റിട്ടയർമെന്റോ! സാഹിത്യരചന ഒരു തൊഴിലായിട്ടായിരുന്നു ബുവെ കണ്ടതെന്ന് ഞാൻ വിശ്വസിക്കുന്നില്ല. രചിക്കപ്പെട്ട കൃതികളുടെ ബാഹുല്യത്തിലല്ല എഴുത്തുകാരെ അളക്കേണ്ടത്. ലോകത്തോട് അവർ ഉറക്കെ പറഞ്ഞ സത്യങ്ങളുടെ ബലത്തിലാവണം എന്ന് എന്നോടു പറഞ്ഞത് ഓർക്കുന്നില്ലേ. ഞാനത് മറന്നിട്ടില്ല. ബുവെ എത്രയധികം രചനകൾ നടത്തിയെന്നതല്ല ഞങ്ങൾ വായനക്കാർ നിരീക്ഷണവിധേയമാക്കുന്നത്. എങ്ങനെ എഴുത്തിനെ ഉപയോഗിച്ചു എന്നുള്ളതാണ്. ഇത്രയും സാഹസികമായി സാഹിത്യത്തെ കൈകാര്യം ചെയ്ത ഒരാൾ പിൻവാങ്ങലിനെക്കുറിച്ചു ചിന്തിച്ചു എന്നത് തന്നെ അസംഭവ്യമാണ്.

"പരിമിതികളിൽ സമർപ്പിക്കപ്പെട്ട എഴുത്തുകാരുടെ കൂട്ടത്തിലാവാൻ ഞാനൊരിക്കലും ആഗ്രഹിക്കുന്നില്ല കാമില. എനിക്കു മുന്നിലുള്ള വഴികൾ നിരാശയോടെയാണ് ഞാൻ നോക്കിക്കാണുന്നത്. ആത്മീയമായ അനുഭൂതി തരാത്തവണ്ണം എന്നിലെ എഴുത്തുകാരിയുടെ ശുഷ്ക്കിച്ചു തുടങ്ങിയ ഭാവനാലോകം ഇനിയൊരുപക്ഷേ, വായനാസമൂഹത്തെ നിരാശപ്പെടുത്താൻ തുടങ്ങിയാൽ ഇതുവരെ രചിക്കപ്പെട്ട മറ്റെല്ലാ കൃതികളിൽനിന്നും ഞാൻ ചിലപ്പോൾ നിഷ്കാസിതയായി തീർന്നെന്ന് വരാം."

"ബുവെ ഭയക്കാൻ തുടങ്ങിയിരിക്കുന്നു!" കാമില അത്ഭുതത്തോടെ

പറഞ്ഞു.

"ഭയം ഏത് കാലത്തും ഏതെങ്കിലുമൊക്കെ രൂപത്തിൽ നമ്മെ ആക്രമിച്ചുകൊണ്ടിരിക്കും കുട്ടി."

"ഭയത്തിന് ബുവെയുടെ രൂപഭാവങ്ങൾ ചേരില്ല. എന്നോടു പൊറുക്കൂ. ഇനിയും എഴുത്തിന്റെ കാര്യത്തിൽ ഭയപ്പെടുത്താൻ തന്നെയാണ് എന്റെ നിയോഗം."

"ഞാൻ പരാജയപ്പെടുമെന്ന് ഭയക്കുന്ന എന്റെ സ്വകാര്യതകളിലേക്ക് തന്നെയാണ് നീ കടന്നുകയറിയത്." സിമോൺ ചിരിയോടെ പറഞ്ഞു. "അതുംപോരാഞ്ഞു തത്ത്വം പറഞ്ഞു നേരെയാക്കാൻ കഷ്ടപ്പെടുകയും ചെയ്യുന്നു."

"ക്ഷോഭം തോന്നിയില്ലല്ലോ. ഭാഗ്യം. ഇടയ്ക്ക് ഞാനൊന്ന് ഭയന്നു. എന്റെ അതിരുകടന്ന പ്രവൃത്തികൾ, ബുവയെ നീരസപ്പെടുത്തുന്നുണ്ടോ എന്ന്."

"എന്നിട്ടും നിന്റെ മുഖത്ത് വേണ്ട നിഷ്കളങ്കതയുണ്ടല്ലോ!"

"ഓഹോ അപ്പോൾ ഞാനൊരു കള്ളിയാണ് എന്നാണ് കണ്ടുപിടിച്ചിരിക്കുന്നത്."

"പിന്നല്ലാതെ. എന്നാലും നീയത് സമ്മതിച്ചു തരുംവരെ ആരോപണം മാത്രമായി നിലനിർത്തും. കുറ്റാരോപിത."

"സമ്മതിച്ചു തന്നില്ലെങ്കിലോ." കാമില കപട ഗൗരവത്തിൽ ചോദിച്ചു.

"നിന്നെ പിടിച്ചു ജയിലിൽ ഇടും. എന്താ സംശയം ഉണ്ടോ."

"ആ ജയിൽ എന്റെ തൊട്ടുമുന്നിൽ നിൽക്കുന്ന ആളിന്റെ ഹൃദയത്തിൽ ആണെന്ന് കൂടി പറഞ്ഞൂടെ." കാമില പുഞ്ചിരിയോട് കൂടി ചോദിച്ചു.

സിമോൺ പൊട്ടിച്ചിരിച്ചുകൊണ്ട് പറഞ്ഞു. "നെൽസൺ നിന്നെ എന്റെ അരികിലേക്ക് അയച്ചത് വെറുതെയല്ല."

"അതൊക്കെ ശരി. പക്ഷേ, ഞാനൊരു ജോലിക്കാരി മാത്രമാണ്. പുസ്തക പ്രസാധകർ കാശ് എണ്ണിത്തന്നാണ് എന്നെ വിട്ടിരിക്കുന്നതെന്ന് മറക്കണ്ട. പണി തീർത്താൽ ഞാനങ്ങു പോകും. അപ്പോഴോ?" കാമില കുസൃതിയിൽ ചോദിച്ചു.

"നീ ആ ജോലി വിട്ടല്ലോ. അത് മറന്നോ. പോയിട്ട് ഓടി വന്നതെന്തിനാ പിന്നെ?"

"അത് കൊള്ളാം. ഇപ്പോൾ ഞാൻ അധികപ്പറ്റായോ."

"അതെയതെ." സിമോൺ താളത്തിൽ പറഞ്ഞിട്ടു ചിരിച്ചു.

കാമില എനിക്കാരൊക്കയായി തീർന്നു എന്ന് പിന്നീടാലോചിക്കുമ്പോഴൊക്കെ വിസ്മയം കൊണ്ടിട്ടുണ്ട്. ഞങ്ങൾക്കിടയിൽ സൗഹൃദം മാത്രമായിരുന്നോ! എന്നെ ചോദ്യം ചെയ്യാനും വിമർശിക്കാനും കൂടിയുള്ള സ്വാതന്ത്ര്യം ഞാനവൾക്ക് കൊടുത്തപ്പോഴും അവൾ അതിരുകൾ ഭേദിച്ചില്ല.

ഒരിക്കൽ കാമില ചോദിച്ചു. "എന്താണ് സൗഹൃദം?"

"സൗഹൃദത്തെ പുഴയെന്നോ കടലെന്നോ വിളിക്കരുത്. രണ്ടും കൂടി ചേരുന്നിടത്ത് പുഴയേതാ കടലേതാ എന്ന് തിരിച്ചറിയാതിരിക്കുകയും ആകാശം അന്തം വിട്ടു പകച്ചുനോക്കുകയും ചെയ്യുന്ന ഒരനുഭവം സൃഷ്ടിക്കാൻ മാത്രം ഒരു ബന്ധം വിശാലമായി വളർന്നാൽ അത് തന്നെ യാണ് സൗഹൃദം."

"എല്ലാ പുഴകളും കടലിലേക്കൊഴുകുന്നത് പോലെ കടൽ കരയെ തേടി എത്തുന്നതും സഹൃദം തന്നെയല്ലേ ബുവെ."

"ശരിയാണ്. നിന്റെ ഈ നിരീക്ഷണം തന്നെയാണ് സൗഹൃദത്തിന്റെ ഏറ്റവും ഉദാത്തമായ സങ്കല്പവും. ഞാൻ എന്ന ഭാവമില്ലാത്തിടത്ത് മാത്രമേ ഏത് ബന്ധവും കാലത്തെ അതിജീവിച്ചു നിലനിൽക്കുകയുള്ളൂ."

എനിക്കും കാമിലയ്ക്കും ഇടയിൽ ജീവിച്ചു തീർത്ത ദിനരാത്രങ്ങളുടെ കണക്കിൽ വലിയ വ്യത്യാസം ഉണ്ടായിരുന്നു. പക്ഷേ, ഞങ്ങൾക്കിടയിൽ നിബന്ധനകൾ ഉണ്ടായില്ല. ചോദ്യങ്ങൾ ചോദിക്കാനുള്ള അവകാശവും സ്വാതന്ത്ര്യവും പരസ്പരം കൊടുക്കുമ്പോൾ മാത്രമാണ് ഹൃദയം ബന്ധി ക്കപ്പെട്ടിരിക്കുന്നു എന്ന ആനന്ദം അറിയാനാവൂ എന്ന് ജീവിതത്തിൽ ആദ്യമായി ഞാനറിഞ്ഞു. എന്റെ മറ്റെല്ലാ ബന്ധങ്ങളിലും കൃത്യമായി പാലിച്ചിരുന്ന ചിട്ടവട്ടങ്ങൾ അനുസരിക്കാനും പിന്തുടരാനും ശ്രമിച്ചപ്പോൾ സ്നേഹത്തേക്കാൾ കൂടുതൽ ഞാനറിഞ്ഞത് ഉത്തരവാദിത്തം മാത്രമാ യിരുന്നു. ഉത്തരവാദിത്തമുള്ള മകൾ, ഉത്തരവാദിത്തമുള്ള വിദ്യാർത്ഥി, സുഹൃത്ത്, സഹോദരി, കാമുകി, അദ്ധ്യാപിക, എഴുത്തുകാരി. പക്ഷേ, ഇതിനിടയിൽ ഒരിടത്ത് പോലും സിമോൺ എന്ന സ്ത്രീ ജീവിതത്തിന്റെ മനോഹാരിത എന്തെന്ന് അറിഞ്ഞതേയില്ല. ഇപ്പോൾ പ്രായത്തിനും ചിന്ത കൾക്കും ഒരു തരത്തിലും ചേരാത്തവൾ എന്ന് ആദ്യ നോട്ടത്തിൽ വിലയിരുത്തിപ്പോയ ഒരു പെൺകുട്ടിയുടെ കൂടെ ചെലവഴിക്കുന്ന ഈ നിമിഷങ്ങളിൽ ഒരിക്കലുമനുഭവിക്കാത്ത ആ ആനന്ദം ഞാനറിയുന്നു.

"പ്രിയപ്പെട്ടവളേ. എന്റെ കുഴിമാടം വരെ നീ കൂട്ടുവരിക."

എല്ലാ ദിവസവും തന്റെ തുകൽ സഞ്ചി തോളിൽ ഇട്ടുകൊണ്ട് കാമില എന്നെ തേടി വന്നുകൊണ്ടിരുന്നു. ഞങ്ങൾ ചിരിയും കരച്ചിലും കൈമാറി. വാക്കും അർത്ഥവുംപോലെ പരസ്പരം ഇഞ്ചോടിഞ്ചു അറിഞ്ഞു. ഒരിക്കൽ പോലും എഴുത്തിനെക്കുറിച്ചു സംസാരിക്കാൻ ഞങ്ങളിരുവരും ഓർമ്മിച്ചതേയില്ല. നല്ല ഭക്ഷണങ്ങൾ കിട്ടുന്ന കടകൾ തിരക്കി അനുഭവിക്കാത്ത രുചികൾ തേടിയിറങ്ങി. കാഴ്ചകൾ ആസ്വാദ്യകരമായി തീർന്നു.

"ബുവെ കൂടുതൽ സുന്ദരിയായി കൊണ്ടിരിക്കുന്നു." കാമില എന്റെ കണ്ണുകളിലേക്കുറ്റുനോക്കി കൊണ്ട് പറഞ്ഞു. "ഞാൻ ആദ്യം വരുമ്പോൾ കണ്ണുകൾ ചീർത്തിരുന്നു കൺതടങ്ങളിൽ ചുളിവും വീണിരുന്നു. മുഖം തേജസ്സ് നഷ്ടപ്പെട്ട് ഇരുണ്ടു പോയിരുന്നു. പഴയകാലത്തെ ഫോട്ടോയിൽ കണ്ടിരുന്ന ചെറുപ്പക്കാരിയെ തിരിച്ചു കിട്ടിയതുപോലെ തോന്നുന്നു എനിക്കിപ്പോൾ."

ശരിയാണെന്ന് എനിക്കും തോന്നി. കണ്ണാടിയിൽ കാണുന്നത് ഏതാനും ആഴ്ചകൾക്ക് മുമ്പുവരെ കണ്ടിരുന്ന പ്രതിബംബം അല്ല. ഇത്രയും തെളിഞ്ഞു ചിരിക്കാൻ മറന്നുപോയ ചുണ്ടുകൾ ആയിരുന്നു എന്റേത്. ഒരായുസ്സിനിടയ്ക്ക് ആർജ്ജിച്ചെടുത്ത മുഴുവൻ സ്നേഹവും ഹൃദയത്തിൽ നിറച്ചുകൊണ്ടു ഞാനവളുടെ നേർക്ക് നോക്കി പുഞ്ചിരിച്ചു.

സാർത്രേയെക്കുറിച്ചു ഓർത്തിട്ട് എത്ര ദിവസമായി എന്ന് ആ ഒരു നിമിഷത്തിലാണ് അതിശയത്തോടെ ചിന്തിച്ചത്. ഒരാളെ മറക്കാൻ ഇത്ര ചെറിയ കാലയളവ് മതിയോ!

ഇന്ന് വന്ന കത്തുകൾക്കിടയിൽ സാർത്രേയുടെ കത്തുണ്ടോ എന്നു നോക്കി. ഏതാനും ദിവസം മുമ്പുവരെ ഉണ്ടായിരുന്ന ആശങ്ക ഇപ്പോഴായി അനുഭവപ്പെടുന്നില്ല. നോക്കിയ കത്തുകൾ തന്നെ തിരിച്ചും മറിച്ചും നോക്കി ഉറപ്പ് വരുത്തി. ആഴ്ചകളായി യാതൊരു വിവരവും ഇല്ല. യാത്രയിൽ വിശേഷങ്ങൾ പങ്കുവെച്ച് എഴുതാറുള്ള ശീലം ഇല്ലെങ്കിലും നീണ്ടു നിൽക്കുന്ന ഒരിടവേള ഇതാദ്യമാണ്. അടുത്ത രണ്ടു ദിവസം അവധിയാണ് അതുവരെ കാത്തിരിക്കുകയല്ലാതെ മറ്റ് വഴികൾ ഇല്ല. യാത്രയിൽ കൂടെയുള്ള സുഹൃത്ത് സ്ത്രീയാണെങ്കിൽ ഈ മറവി സ്വാഭാവികം മാത്രം.

എന്റെ മുഖഭാവം മാറിയത് കണ്ടാവും കാമില ചോദിച്ചു.

"സാർത്രേയുടെ വിവരം ഒന്നും ഇല്ല അല്ലേ?"

"ഇല്ല."

"കത്തെഴുതാൻ പറ്റാത്ത എന്തെങ്കിലും തിരക്കിൽ ആവും. അല്ലാതെവിടെ പോകാൻ. എവിടെ പോയാലും ഇങ്ങോട്ടേക്കല്ലേ വരു. യാത്രയിൽ കൗതുകങ്ങൾ ഉണ്ടാവും. പക്ഷേ, സ്നേഹത്തിന്റെ സുരക്ഷിതത്വം ഇവിടെയല്ലാതെ മറ്റെങ്ങും കിട്ടില്ലെന്നു അദ്ദേഹത്തിനറിയാമല്ലോ."

"കൗതുകങ്ങളോടുള്ള കൊതി മാറിയില്ലെങ്കിലോ കാമില. പ്രതിഭാശാലിയായ ഒരാൾക്ക് സ്ത്രീകളെ കിട്ടാനാണോ ബുദ്ധിമുട്ട്. എന്നെ അലട്ടുന്നത് അതൊന്നുമല്ല. അദ്ദേഹത്തിന് അപകടമോ അസുഖമോ ബാധിച്ചിട്ടുണ്ടോ എന്നോർത്താണ്. സാർത്രേ ഇഷ്ടമുള്ള ഏതൊരു സ്ത്രീയോടൊപ്പം കഴിഞ്ഞാലും അതെന്നെ വേദനിപ്പിക്കുക മാത്രമേയുള്ളൂ. പക്ഷേ, അതിനിടയിൽ ഒരിക്കൽപ്പോലും എന്നെ ഓർത്തില്ല എന്ന തിരിച്ചറിവ് എന്നെ തകർത്തു കളയും എന്നു ഞാൻ ഭയക്കുന്നുണ്ട്."

കാമില വാക്കുകൾ നഷ്ടപ്പെട്ടിരുന്നു. എന്തു പറഞ്ഞാണ് ബുവയെ ആശ്വസിപ്പിക്കുക. കഴിഞ്ഞ ഏതാനും ദിവസങ്ങൾ സന്തോഷത്തിന്റേതായിരുന്നു. പെട്ടെന്ന് എന്താണാവോ സാർത്രേയിലേക്ക് മനസ്സ് വഴുതിപ്പോയത്. ആ ഒരാളെയോർത്ത് ആകുലപ്പെട്ടും ആശങ്കപ്പെട്ടും ഇവരിലെ പ്രതിഭ തകർന്നു കൊണ്ടിരിക്കുകയാണെന്ന് എങ്ങനെ പറഞ്ഞു മനസ്സിലാക്കും. സാർത്രേയുടെ അവഗണന, പരസ്ത്രീ ബന്ധം, നിരന്തരമായ വഴക്കുകൾ, ബുവെയോടുള്ള കഠിനമായ നിയന്ത്രണങ്ങൾ ഇതെല്ലാംകൂടി തകർത്ത് കളഞ്ഞ മനസ്സിൽ എഴുത്തോ വായനയോ മറ്റ് സാമൂഹ്യമായ

ഇടപെടലോ ഒന്നുംതന്നെ ബാധിക്കാനാവാതെ വിധം മരവിപ്പ് വന്നു ചേർന്നിരിക്കുന്നു.

"ഏത് കാലത്തും പ്രണയം ഇങ്ങനെ തന്നെയാണ് പര്യവസാനിക്കുക. രണ്ടിൽ ഒരാളുടെ ഹൃദയത്തെ ചിതറിച്ചുകൊണ്ട്. പക്ഷേ, എനിക്കൊരിക്കലും സാർത്രേയെ വെറുക്കാൻ സാധിക്കില്ല കാമില. ഒരു തികഞ്ഞ സ്ത്രീയായി എന്നെ രൂപാന്തരപ്പെടുത്താൻ അദ്ദേഹത്തിന്റെ പ്രയത്നം ഉണ്ടായിരുന്നു. ഇടയ്ക്കെവിടെയോ വച്ച് ഞങ്ങൾക്കിടയിൽ സംഭവിച്ച അകൽച്ചയ്ക്ക് എന്താണ് കാരണമെന്ന് എനിക്കറിയില്ല. ഞാൻ സ്വയം വിലയിരുത്താൻ ശ്രമിച്ചു നോക്കാതെയല്ല. ഞാൻ പരാജയപ്പെട്ടു എന്ന് മാത്രമേ എനിക്കറിയൂ."

"സ്നേഹത്തിന്റെ പേരിലുള്ള പിടിവാശികൾ ഒഴിവാക്കിയാൽ തീരാവുന്ന വിഷയങ്ങൾ മാത്രമേ നിങ്ങൾക്കിടയിൽ ഉള്ളൂ."

"പിടിവാശികൾകൊണ്ട് നടക്കാൻ ഞങ്ങൾ കുട്ടികളല്ലല്ലോ."

"എന്റെ നോട്ടത്തിൽ നിങ്ങൾ രണ്ടുപേരും കാലത്തിനു മുമ്പേ വളർന്നുപോയ കുട്ടികൾ ആണ്." കാമില പൊട്ടിച്ചിരിച്ചുകൊണ്ട് പറഞ്ഞു.

"നീ ആൾ കൊള്ളാമല്ലോ."

"പിന്നല്ലാതെ. നമുക്ക് ഇത്തിരി കാറ്റ് കൊള്ളുന്നതിൽ വിരോധമുണ്ടോ. ഇല്ലെങ്കിൽ വന്ന് എന്റെയൊപ്പം പുഴക്കരയിലൂടെ നടക്ക്."

പുഴയിൽ സായാഹ്ന വെയിൽ ജലോപരിതലത്തിൽ വീണു കിടന്നിരുന്നു. അന്നേരം മറ്റൊരു സന്ധ്യയും ആ സന്ധ്യയിൽ കൂടെയുണ്ടായ പെൺകുട്ടിയുടെ മുഖവും ഓർമ്മ വന്നു. സൊറാക്കീനോടൊപ്പം പങ്ക് വെച്ച ആദ്യത്തെ രാത്രിയെ ഓർമ്മ വന്നു. കാലത്തിന്റെ മാറ്റം മനുഷ്യന്റെ ശരീരത്തിൽ മാത്രമല്ല ചിന്തകളിൽ, വികാരങ്ങളിൽ, കാഴ്ചകളിൽക്കൂടി മാറ്റം വരുത്തുമെന്ന് തിരിച്ചറിയുന്നു. അന്ന് സൊറാക്കീനോടൊപ്പം ഒരുമിച്ചിരുന്നപ്പോൾ ശരീരത്തിലൂടെ വൈദ്യുതി തരംഗം പാഞ്ഞു പോകുംപോലെ തോന്നിയ അനുഭവത്തെ രതി എന്നു മാത്രമേ വിശേഷിപ്പിക്കാൻ സാധിക്കൂ. മറ്റൊരാളുടെ ശരീരത്തെ നോക്കിക്കാണുമ്പോൾ ഓരോ അവയവത്തോടും തോന്നുന്ന വികാരമല്ല ഇപ്പോൾ അനുഭവിക്കുന്നത്. കൈയും കാലുംപോലെ മറ്റൊരു അവയവമായി മാറിടത്തെയും വൈകാരികമായ വിക്ഷോഭമില്ലാതെ കാണുവാൻ കഴിയുന്നതാണ് പ്രായം നൽകിയ ഏറ്റവും വലിയ വിജ്ഞാനം.

കാമിലയുടെ നേർക്ക് ഉറ്റുനോക്കി നിൽക്കേ നെഞ്ചിൽ വാത്സല്യത്തിന്റെ ഉറവ പൊട്ടുന്നത് സിമോൺ അതിശയത്തോടെ തിരിച്ചറിഞ്ഞു. കണ്ണുകളിൽ നിറഞ്ഞ ജലം അവൾ കാണാതിരിക്കാൻ മുഖം തിരിച്ചു പിടിച്ചുകൊണ്ട് പറഞ്ഞു.

"ഇതുപോലെ ഒരു സന്ധ്യ ഇനിയുണ്ടാകുമോ എന്നൊന്നും എനിക്കുറപ്പില്ല. പക്ഷേ, ഈ സന്ധ്യ എനിക്ക് ജീവിതത്തിലെ മറ്റെല്ലാ അനുഭവങ്ങളെക്കാളും മധുരമുള്ളതായി തോന്നുന്നു. നിന്റെ സാമീപ്യമാണ് ഇതിന് കാരണം. ഒരുപക്ഷേ, ഇതിന് മുമ്പ് ഇതിനേക്കാൾ മാധുര്യമുള്ള

അനുഭവങ്ങൾ ഉണ്ടായിട്ടുണ്ടാവാം. അതൊന്നും ഓർത്തെടുത്ത് ആസ്വദിക്കാൻ ഇനി സാധിക്കുമെന്ന് തോന്നുന്നില്ല. വളരെ നാളത്തെ വേദനകൾക്ക് ശേഷം ലഭിച്ച ആനന്ദം ആയതുകൊണ്ടാവുമോ അതോ എന്റെ ഈ പ്രായത്തിൽ കിട്ടാവുന്ന ഏറ്റവും നല്ല അനുഭവം ആയതുകൊണ്ടാവുമോ എന്നറിയില്ല ഈ ദിനങ്ങൾ വേറിട്ട ഒരു വികാരമാണ് എന്നിലുണ്ടാക്കിയിരിക്കുന്നത്. ഇതിനെല്ലാം പകരമായി തീർച്ചയായും നീയാഗ്രഹിക്കുന്ന സമ്മാനം തന്നെ തന്നേക്കാം എന്താ?"

"എന്താ, എന്താ ബുവെ പറഞ്ഞത്!"

കാമില അതിശയവും ആഹ്ലാദവും നിറഞ്ഞ ശബ്ദത്തിൽ ചോദിച്ചു.

സിമോൺ പുഞ്ചിരിയോടെ പറഞ്ഞു.

"മകളുടെ ഓർമ്മക്കുറിപ്പുകളിൽ എഴുതാൻ ഉദ്ദേശിക്കുന്ന ചില വാചകങ്ങൾ പറയട്ടെ."

"പറയൂ... ഹോ ഞാൻ സ്വപ്നം കാണുകയാണോ?"

"ജീവിതം ഒന്നേയുള്ളൂ. അത് തീർച്ചയായും ഞാൻ വിജയിച്ചു കാണിക്കും. ആർക്കും അതിൽനിന്നെന്നെ പിടിച്ചുമാറ്റാൻ സാധിക്കില്ല. കടുത്ത നൈരാശ്യം ബാധിച്ചു എന്നിരിക്കട്ടെ എങ്കിലും ആ നൈരാശ്യത്തിൽ നിന്നു കൂടിയേ എനിക്ക് സമാധാനം കണ്ടെത്താൻ സാധിക്കൂ."

സിമോൺ പറഞ്ഞു നിർത്തിയിട്ട് ചോദിച്ചു. "എങ്ങനെയുണ്ട്?"

"ബുവെ എന്റെ പ്രിയപ്പെട്ട ബുവെ. ഈ വരികളിൽ എന്താണോ ഞാനാഗ്രഹിച്ചത് അതെല്ലാം ഉണ്ട്. ഞാനൊന്നു കെട്ടിപ്പിടിച്ചോട്ടെ." പറഞ്ഞുതീരും മുമ്പെ കാമില സിമോണിനെ ചുറ്റിപ്പിടിച്ചു. കവിളിൽ ചുണ്ടമർത്തി.

സ്നേഹം എനിക്കൊരു വിശ്രമവും തന്നില്ല. ഞാൻ അദ്ദേഹത്തോട് പറഞ്ഞു: 'എന്റെ പ്രിയതമാ എനിക്കു മതിയായി. എന്നെ വിട്ടുപോകൂ. എനിക്കു വേണ്ടത് അനിർവ്വചനീയമായ പ്രകമ്പനങ്ങളാൽ എന്റെ ആത്മാവിനെ പുളകം കൊള്ളിക്കുന്ന പ്രണയമാണ്, എന്നെ ബോധം കെടുത്തുന്ന പ്രണയം... ഉയരത്തിൽനിന്നും എന്റെ ഹൃദയത്തിനുമേൽ പതിക്കുന്ന പ്രണയത്തിന്റെ തരംഗങ്ങളെ ഞാനൊരു അടിമയെപ്പോലെ സ്വീകരിക്കും. എന്നാൽ വിദ്വേഷത്തിന്റെ കലാപങ്ങളാൽ മുറിവേല്ക്കുമ്പോൾ ഭയത്താൽ എന്റെ കൈവെള്ള വിറയ്ക്കുന്നു.'

—സിമോൺ

അവധൂതരുടെ അടയാളങ്ങൾ

മാസങ്ങൾക്ക് ശേഷമാണ് സാർത്ര് യാത്ര കഴിഞ്ഞെത്തിയത്. നോവലിനെപറ്റിയോ അവാർഡിനെപറ്റിയോ ഞങ്ങൾക്കിടയിൽ ബൗദ്ധികമോ വൈകാരികമോ ആയ ചർച്ചകൾ ഒന്നും നടന്നില്ല. തികച്ചും സാധാരണ പോലെ. യാത്രയെക്കുറിച്ചും സഞ്ചരിച്ച രാജ്യങ്ങളെ കുറിച്ചും മാത്രം സംസാരിച്ചു. സാർത്രേയുടെ എഴുത്തിനെക്കുറിച്ചു മനഃപൂർവ്വം ഞാനും സംസാരിച്ചില്ല.

സാർത്രേയെ കഠിനമായി പ്രണയിക്കുമ്പോഴും മാനസികമായും ശാരീരികമായും അയാൾ എനിക്കന്യനായി മാറിക്കൊണ്ടിരിക്കുകയാണ്. തീർച്ചയായും എന്നിൽ ഒരു സാധാരണ സ്ത്രീയുണ്ട്. അവൾ ഒരു കാമുകനെ സ്വീകരിക്കുമ്പോൾ കാമുകനെ മാത്രമാണ് ആഗ്രഹിക്കുന്നത്. ആ തെരഞ്ഞെടുപ്പിൽ ഒരുതരം സ്വാതന്ത്ര്യം കൂടിയുണ്ടായിരിക്കും. കാമുകനിൽനിന്നും ഉടമസ്ഥനിലേക്കെത്തുമ്പോ പുരുഷനിൽ പ്രകടമാകുന്ന യജമാനമനോഭാവവും ഏകാധിപതിയുടെ നിയമങ്ങളും എനിക്കംഗീകരിക്കാൻ സാധിക്കുന്നതായിരുന്നില്ല. വിവാഹം ബാദ്ധ്യതയാണെന്ന് കരുതിയാണ് ഞാനൊരു കൂട്ടുകാരനെ തെരഞ്ഞെടുത്തത്. ഉടമസ്ഥനല്ലാത്ത കാലത്തോളം അയാൾക്കെന്നിൽ അഭിനിവേശവും ആസക്തിയും ഉണ്ടാകുമെന്ന് ഞാൻ ധരിച്ചു. നിയമങ്ങൾ അനുസരിക്കേണ്ടതല്ലാത്ത ബന്ധത്തിൽ കിട്ടുന്ന സാഹസികമായ വശ്യതയാണ് ഞാനാഗ്രഹിച്ചത്.

പക്ഷേ, എല്ലാ കണക്ക് കൂട്ടലുകൾക്കും അപ്പുറത്താണ് മനുഷ്യഹൃദയം. എല്ലാ ബന്ധങ്ങളും സ്വപ്നസമാനമായ രീതിയിലൂടെയല്ല കടന്നുപോകുന്നത്. തികച്ചും സന്തോഷകരമായ രതിയോ വൈകാരിക ബന്ധമോ ഒരാൾക്കും ഒരു കാലത്തും ഏതെങ്കിലും ഒരു വ്യക്തിയിൽ മാത്രമായി ചുരുക്കിക്കൊണ്ട് ജീവിക്കാൻ സാദ്ധ്യമാവില്ല.

ഇപ്പോഴതിനെക്കുറിച്ചു കുറേക്കൂടി ഞാൻ ബോധവതിയാണ്.

കണ്ണാടിയുടെ മുമ്പിൽ പോയി നിന്ന് എനിക്കെന്നെ വിലയിരുത്താൻ ഭയം തോന്നുന്നു. മാസങ്ങളായി എന്റെ മുഖത്തെ പേശികളിൽ നിസംഗത എന്ന ഒരേയൊരു വികാരം അടിയുറച്ചു പോയിരിക്കുന്നു. സാർത്രേ അടുത്തുവന്നു നിൽക്കുമ്പോൾ തീർത്തും അപരിചിതനായ ആരെയോ കാണുംപോലെ ഞാനുറ്റുനോക്കി. വേറെ ആരുടെയോ ഒക്കെ പുരുഷൻ, ആരുടെയെല്ലാമോ പരിലാളനകൾ ഏറ്റുവാങ്ങിയ ശരീരം. അനവധി സ്ത്രീകളെ ലാളിച്ച കരങ്ങൾ. ആർക്കെല്ലാമോ വേണ്ടി തുടിക്കുന്ന ഹൃദയം. ഈ വ്യക്തി ഞാൻ സ്നേഹിക്കുകയും ആരാധിക്കുകയും ചെയ്തയാളേയല്ല. ചെറിയ ശരീരവും വലിയ മനസ്സിനുടമയുമായിരുന്ന എന്റെ സ്നേഹിതൻ. തന്റെ കൂട്ടുകാരിയുടെ വിജയത്തിൽ അസൂയപ്പെടുന്നവനോ അസഹിഷ്ണുവാകുന്നയാളോ അല്ലായിരുന്നു.

വീണ്ടും സ്നേഹത്തെക്കുറിച്ചു ചിന്തിച്ച് ശരീരവും മനസ്സും ബലഹീനമായി. ഹൃദയത്തിന്റെ പാതിയിൽ സ്നേഹവും മറുപാതിയിൽ വേദനയും നിറയുന്നു. ചുണ്ടിന്റെ കോണിൽ പുഞ്ചിരി കോടിനിന്നു. സാർത്രേക്കു മുന്നിൽ ഞാൻ മികച്ചൊരു അഭിനേത്രിയായി മാറി.

വിവേകമില്ലാത്ത വാക്കുകൾക്ക് തലയാട്ടാനും ഫലിതമില്ലാത്ത തമാശകൾക്ക് പൊട്ടിച്ചിരിക്കാനും പരിശീലിച്ചു.

വൈകുന്നേരങ്ങളിൽ ഒരുമിച്ച് പാർക്കിലും ലൈബ്രറികളിലും പാർട്ടി മീറ്റിങ്ങുകളിലും പങ്ക് കൊണ്ടു. ഫോട്ടോകൾക്ക് പുഞ്ചിരിയോടെ തോളോട് തോൾ ചേർന്നു നിന്നു. ഞങ്ങൾ എന്നു പരിചയപ്പെടുത്തുമ്പോഴും "ഞാൻ" എന്നു ഉള്ളിൽ കരഞ്ഞു.

എഴുത്തുകാരുടെ പാർട്ടിയിൽ വച്ച് നോവലിനെ പുകഴ്ത്തി പറഞ്ഞവരോടു സാർത്രേ വാചാലതയോടെ എന്റെ എഴുത്തിനെക്കുറിച്ചും ഗവേഷണത്തെക്കുറിച്ചും സംസാരിച്ചു.

സാർത്രേയുടെ പങ്കാളിത്തമുള്ളത് കൊണ്ടാവാം സിമോൺ ഈ നോവൽ ഇത്ര ഗംഭീരമായി രചിച്ചത് എന്നു പറഞ്ഞ മാധ്യമ സുഹൃത്തിനെ ആലിംഗനം ചെയ്തുകൊണ്ട് ഞങ്ങൾ ഒന്നല്ലേ അതിലെന്തിരിക്കുന്നുവെന്ന് പറഞ്ഞത് കേട്ടു ഞാൻ ഞെട്ടിത്തരിച്ചു നിന്നു.

തിരുത്താൻ എന്റെ കൈവശം വാക്കുകൾ അന്യം നിന്നുപോയി. ഹൃദയത്തിൽ ഒരു സ്ഫോടനം നടന്നു. ഞങ്ങളിരുവരും സ്നേഹം പങ്കുവച്ച ഓരോ നിമിഷങ്ങളും അനേകായിരം ചില്ലു കഷണങ്ങളായി പൊട്ടിയടർന്നു വീണു.

"സിമോണിന്റെ ഈ വിജയം നമ്മൾ ഗംഭീരമായി ആഘോഷിക്കും. അവളുടെ സന്തോഷമാണ് എന്റെ ലക്ഷ്യവും."

സാർത്രേയുടെ വാക്കുകൾ കേട്ട് ആളുകൾ നിർത്താതെ കൈയടിച്ചു.

"ഭാഗ്യവതി. സാർത്രേ നിങ്ങളെ എത്ര സ്നേഹിക്കുന്നു." അടുത്തിരുന്ന എഴുത്തുകാരി മദ്യത്തിൽ കുഴഞ്ഞ നാവാൽ പറഞ്ഞു.

"പണ്ട് സാർത്രേക്കെന്നോട് സ്നേഹം മാത്രമല്ല ബഹുമാനം കൂടി ഉണ്ടായിരുന്നു. ഈ നാടകം എനിക്കു മനസ്സിലാകുന്നില്ല!"

എന്റെ വാക്കുകൾ കേൾക്കാൻ അവർക്ക് സ്വബോധം ഇല്ല എന്ന ആശ്വാസത്തോടെ ഞാൻ പറഞ്ഞു. ഉള്ളിലുള്ളത് മുഴുവൻ ആരോടെങ്കിലുമൊക്കെ വിളിച്ചുപറയാൻ ഹൃദയം വീർപ്പുമുട്ടി. സാർത്രേയുടെ ഉള്ളിൽ എന്നോടുള്ള പ്രണയം നഷ്ടമായതിനെക്കുറിച്ചല്ല ഞാൻ വേദനിച്ചത്. അദ്ദേഹം കാപട്യക്കാരനും നിലപാടില്ലാത്തവനും ആയിത്തീർന്നിരിക്കുന്നുവെന്ന നിരാശയാണ്. ഞങ്ങളുടെ യൗവനമോ സാർത്രേയുടെ രചനകളോ പങ്കിട്ട സ്നേഹമോ ഓർത്തെടുക്കാൻ ശ്രമിച്ചിട്ടും മനസ്സിൽ നിറയുന്ന വെറുപ്പ് മാറ്റി ആദരവും സ്നേഹവും കൊണ്ടുവരാൻ വീണ്ടും വീണ്ടും ശ്രമിച്ചു ഞാൻ പരാജിതയായി. എന്റെ രചനയുടെ വിജയം ഈ വ്യക്തിയുടെ നിഴലിലായി പോകുന്നതിന്റെ കഠിനമായ അപമാന ഭാരത്താൽ തല മരവിച്ചു.

സാർത്രേയുടെ മുഖത്ത് തെളിയുന്ന അവജ്ഞയുടെ മന്ദഹാസം എനിക്കു വ്യക്തമായി കാണാമായിരുന്നു. സമർത്ഥമായി വഞ്ചിക്കാനറിയുകയും അതിലും സമർത്ഥമായി നടിക്കാനറിയുകയും ചെയ്യുന്ന ഈ മനുഷ്യൻ ആരാണ്?

ഈ വ്യക്തിയെ വിശ്വസിച്ചാണ് ജീവിതകാലം മുഴുവൻ ഞാനെരിഞ്ഞുതീർന്നത്. ഇപ്പോഴിതാ എന്നിലെ പ്രതിഭയുടെ അവകാശവും അയാൾ തീറെഴുതി മേടിക്കുന്നു.

ആഘോഷവേളയിൽനിന്നും ഇറങ്ങി പോകാൻ ഹൃദയം കുതിച്ചുകൊണ്ടിരിക്കുന്നു.

രാത്രി ഏറെ വൈകി അവസാനിച്ച പാർട്ടിയിൽ ഏറ്റവും ഒടുവിലായി പാരീസിലെ പ്രമുഖനായ ഒരെഴുത്തുകാരൻ മൈക്കുമായി എനിക്കു മുന്നിലെത്തി പറഞ്ഞു.

"ബഹുമാന്യയായ ബുവെ, നിങ്ങളുടെ വാക്കുകൾക്കായി ഞങ്ങൾ ആകാംക്ഷയോടെ കാത്തിരിക്കുകയാണ്. മഹത്തായ ഒരു കൃതി രചിച്ചതിന് ശേഷം താങ്കൾ പൊതുലോകത്ത് നിന്നും മാസങ്ങൾ ഒഴിഞ്ഞുമാറി ജീവിച്ചു. എഴുത്തിന് ശേഷമുണ്ടായ വിരക്തിയാണോ അതോ പുതിയ രചനയ്ക്ക് വേണ്ടിയുള്ള തയ്യാറെടുപ്പോ. അതെന്തുമാകട്ടെ. ഈ ആഘോഷവേളയിൽ നിങ്ങളോട് ചോദിക്കാൻ ഞങ്ങൾക്കെല്ലാം ഒരൊറ്റ ചോദ്യമേയുള്ളൂ.

എന്താണ് ഇനി താങ്കളുടെ ജീവിതത്തിലെ ഏറ്റവും വലിയ സ്വപ്നം?"

എന്റെ ഹൃദയം വീണ്ടും കലങ്ങി മറിഞ്ഞു. ചുറ്റുമുള്ളവർ ആകാംക്ഷയോടെ ഉറ്റുനോക്കി നിൽക്കുന്നു. സാർത്ര് ഒരു പൈപ്പ് വലിച്ചുകൊണ്ട് തികച്ചും ഉദാസീനതയോടെ എനിക്കു നേരെ പുച്ഛത്തോടെ നോക്കി നിൽക്കുന്നു. ജീവിതത്തിൽ വീണ്ടും കണക്കുകൂട്ടലിൽ പിഴവ് പറ്റിയ ഒരുവളുടെ ആകുലത ഉള്ളിൽ നിറച്ചുകൊണ്ട് നിന്നപ്പോൾ കണ്ണുകൾ കലങ്ങാതിരിക്കാൻ തീവ്രമായി പരിശ്രമിച്ചുകൊണ്ട് ഞാനെന്നെത്തന്നെ ധൈര്യപ്പെടുത്തി. തോൽക്കരുത് തോൽക്കരുത് എന്ന്. എങ്ങനെയൊക്കെ സാർത്രേ എന്നെ വഞ്ചിക്കുന്നുവോ എങ്ങനെയൊക്കെ അപമാനിക്കുന്നുവോ അതിലും തീവ്രമായിരിക്കണം ഞാൻ നൽകുന്ന ശിക്ഷ. ഞാൻ കരയുമ്പോഴും തളരുന്തോറും അയാൾ കൂടുതൽ ആനന്ദിക്കുകയും കൂടുതൽ കൂടുതൽ ജയിക്കുകയും ചെയ്യും. സാർത്രേയുടെ അവഗണന കണ്ടില്ലെന്നും മനസ്സിലായില്ലെന്നും നടിക്കാൻ തന്നെ ഞാനും തീരുമാനിച്ചു.

സാർത്രേയുടെ മുഖത്തേക്ക് സൂക്ഷിച്ചു നോക്കിക്കൊണ്ട് കണ്ണുകൾ പറിക്കാതെ ഞാൻ പറഞ്ഞു.

"പ്രിയങ്കരനായ കൂട്ടുകാരൻ. എഴുത്തിലും ജീവിതത്തിലും തുണയായി നിന്ന വ്യക്തി. ഞങ്ങൾ ജീവിതവും നിലപാടുകളും സ്വപ്നങ്ങളും പങ്കുവെച്ചു. പരസ്പരം വിശ്വാസ്യത നിലനിർത്തി. സുതാര്യതയായിരുന്നു ഞങ്ങളുടെ ബന്ധത്തിന്റെ അടിത്തറ. ഒരുവേള അദ്ദേഹത്തിന്റെ തോളോട് എന്റെ തോൾ ചേർത്ത് വച്ചില്ലായിരുന്നുവെങ്കിൽ സിമോൺ ഡിബുവെ എന്ന എഴുത്തുകാരി മൺമറഞ്ഞു പോകുമായിരുന്നിരിക്കാം." അത്രയും പറഞ്ഞ് ഒരിട നിർത്തിയിട്ട് സാർത്രിന്റെ മുഖത്ത് നിന്നും നോട്ടം മാറ്റിക്കൊണ്ട് പറഞ്ഞു.

"ഒരെഴുത്തുകാരിയുടെ വിജയമല്ല ഇപ്പോഴെന്നെ ആഹ്ലാദിപ്പിക്കുന്നത്. ഏത് പരിതസ്ഥിതിയിലും എനിക്കൊപ്പം നിൽക്കുമെന്നുറപ്പുള്ള കൂട്ടുകാരന്റെ സാന്നിദ്ധ്യമാണ്."

എന്റെ ശാന്തമായ മുഖത്തേക്ക് സാർത്ര് അമ്പരപ്പോടെ നോക്കുന്നത് കണ്ടപ്പോൾ ഉള്ളിൽ ആഹ്ലാദം നിറഞ്ഞു. എനിക്കു പൊട്ടിച്ചിരിക്കാൻ തോന്നി. പുരുഷസഹജമായ അഹന്തയുടെ നേർക്ക് മാത്രമല്ല കാപട്യം കൊണ്ട് വഞ്ചന മറച്ചുപിടിക്കാൻ നോക്കുന്ന ഒരാൾക്ക് നേർക്കുള്ള യുദ്ധസമാനമായ ചിരിയായിരുന്നു അത്.

പുഞ്ചിരിയോടെ ഞാൻ തുടർന്നു.

"എന്റെ സ്വപ്നം സാഹിത്യത്തിലോ സാമൂഹികമായ പദവികളിലോ ലഭിക്കുന്ന സ്ഥാനമാനങ്ങളെക്കാൾ മൂല്യമേറിയതെന്ന് കരുതുന്ന എന്റെ സ്വപ്നം, സ്നേഹത്തിന്റെയും വിശ്വാസത്തിന്റെയും ബാലപാഠം എന്നെ പഠിപ്പിച്ച കൂട്ടുകാരനോടൊപ്പം ജീവിച്ച് മരിക്കണമെന്ന് തന്നെയാണ്. ഈ

ജീവിതത്തിൽ ഞങ്ങൾ ഇണപിരിയാത്തവർ ആയിരുന്നത് പോലെ മരണത്തിനുശേഷവും ഞങ്ങളൊന്നായിരിക്കണം. ഞങ്ങളിൽ ആരാദ്യം മരിച്ചാലും അതേ കല്ലറയിൽ തന്നെ അടുത്തയാളെയും അടക്കം ചെയ്യണം. ഇതാണ് എന്റെ മൂല്യമേറിയ ആഗ്രഹം?"

സാർത്രേയുടെ വിളറിയ മുഖത്തേക്ക് നോക്കി ഒന്നുകൂടി ഞാൻ തെളിഞ്ഞു ചിരിച്ചു.

സാർത്ര് നിങ്ങൾ വഞ്ചിച്ചു കളഞ്ഞത് എന്നിലെ സ്ത്രീയെ മാത്രമല്ലായിരുന്നു. എന്നിലെ പ്രതിഭയെ, എഴുത്തുകാരിയെ. പരിരംഭണം ചെയ്യുമ്പോൾ തളരുകയും സ്നേഹിക്കുമ്പോൾ ആർദ്രമാകുകയും ചെയ്തിരുന്നവളെ. കാപട്യമില്ലാതെ സ്നേഹിക്കുകയും സുതാര്യമായി പെരുമാറുകയും ചെയ്ത പെണ്ണൊരുവളെ. സാർത്ര് നിങ്ങൾ കൊന്നു കളഞ്ഞത് എന്റെയുള്ളിലെ ബാലികയെയും കൗമാരക്കാരിയെയും ആയിരുന്നു.

നിങ്ങൾ അടിമയാക്കി വച്ചിരുന്നത് എന്റെ യൗവനമായിരുന്നു. നിങ്ങൾ ചവിട്ടി തേച്ചത് നിരാലംബമായി കൊണ്ടിരുന്ന എന്നിലെ വാർദ്ധക്യത്തെയായിരുന്നു. പക്ഷേ, എനിക്കു ജയിച്ചേ തീരൂ. ജീവിച്ചിരിക്കുമ്പോൾ നിങ്ങൾ ആഹ്ലാദിക്കുകയും ആഘോഷമാക്കുകയും ചെയ്ത ശരീരത്തിനുമേൽ ഞാനല്ലാതെ മറ്റൊരു അവകാശി ഉണ്ടായിക്കൂടാ. ആറടി മണ്ണിനുകീഴിൽ നിങ്ങൾക്ക് താഴെയോ മുകളിലോ എവിടെയാണ് എന്റെ സ്ഥാനമെന്ന് കാലം നിശ്ചയിക്കട്ടെ.

സാർത്രേ എന്നെ ഉറ്റുനോക്കി നിൽക്കുകയായിരുന്നു. എന്റെ ആത്മഗതത്തിന്റെ അർത്ഥം ഗ്രഹിച്ചെടുക്കാനാവാതെ.

കേവലം രണ്ടാഴ്ചത്തെ സഹവാസത്തിന് ശേഷം ഞങ്ങൾ വീണ്ടും പതിവുപോലെ ഇരുവഴിയായുള്ള യാത്രകൾക്ക് പദ്ധതി ആവിഷ്കരിച്ചു. ഒട്ടേറെ ദിവസങ്ങളിലെ മൗഢ്യവും ഉദാസീനതയും പാതിയോളം വിട്ടകന്നിരുന്നു. എന്നിട്ടും അതിഥികൾ യാത്ര പറഞ്ഞുപോയ ഗൃഹാന്തരീക്ഷത്തിന്റേതു മാതിരി കനത്ത ഏകാന്തത നിഴൽ വീഴ്ത്തിയിരിക്കുന്നു ഇപ്പോഴും മനസ്സിൽ. എങ്കിലും പ്രണയത്തെ പ്രതിയും അരക്ഷിതാവസ്ഥയെ പ്രതിയുമുള്ള ആശങ്ക വിട്ടകലുകയും ചെയ്തു.

യാത്രയിൽ ഞങ്ങളെ തേടിയെത്താനിരിക്കുന്ന ഒന്നിനെക്കുറിച്ചുപോലും ചിന്തിച്ച് സമയം കളയാൻ ഞാൻ തയ്യാറല്ലായിരുന്നു. ഈ യാത്രയും എന്നത്തേയുംപോലെ സ്വാഭാവികമായി നടക്കും. ഞങ്ങൾ സഞ്ചരിക്കും. ലഭിച്ച അറിവും ആനന്ദവും പങ്ക് വയ്ക്കും. നീതികേടിനെതിരെ ശബ്ദമുയർത്തും. ഏത് രാജ്യത്തും നീതിന്യായ വ്യവസ്ഥകൾ പരിമിതികളിൽ തളച്ചിടപ്പെട്ടിരിക്കുന്നുവെന്ന അറിവിൽ മനുഷ്യജീവി എന്ന അർത്ഥത്തിൽ ദുഃഖവും അന്യരാജ്യക്കാരിയെന്ന നിലയിൽ ആശ്വാസവും അനുഭവിക്കും. പൂക്കളുടെ സൗരഭ്യവും കിളികളുടെ കൂജനവും കാടിന്റെ വന്യതയും നൽകുന്ന അനുഭൂതിപോലെ തന്നെ വിപ്ലവവും

ങ്ങളിൽ അനുഭൂതി പകരും. ഇതിനിടയിൽ തീർത്തും വ്യത്യസ്തമായ ഭാഷയും സംസ്കാരവുമുള്ളവരോടൊപ്പം ശയിച്ചും സഹവസിച്ചും മറ്റൊരു ഭൂഖണ്ഡമാകും എന്റെ മനസ്സ്.

വസ്ത്രങ്ങളും പുസ്തകങ്ങളും പായ്ക്ക് ചെയ്തു വെച്ചപ്പോൾ കാമില എന്നെ കാണാൻ വന്നു. ഞങ്ങളിരുവരും പാരീസിലെ നിരത്തിലൂടെ നടക്കാനിറങ്ങി. സെയിന്റ് ഡെന്നിസ് ബെസലിക്ക ചർച്ചിന് മുന്നിലൂടെയാണ് ഞങ്ങളിരുവരും നടന്നത്. ഞാനോ സാർത്രേയോ മതപരമായ ആചാരങ്ങളിൽ വിശ്വസിച്ചിരുന്നില്ല. പള്ളികളുടെ വാസ്തു ഭംഗി കാണാനാണ് ഞങ്ങൾ മിക്കവാറും ദേവാലയം സന്ദർശിച്ചിരുന്നത്. വേറിട്ട സൗന്ദര്യവും ചിത്രപ്പണികളുമുള്ള അതിമനോഹരങ്ങളായ സൃഷ്ടികൾ കാണാൻ വേണ്ടി മാത്രം മിക്കവാറും രാജ്യങ്ങളിലെ ദേവാലയങ്ങൾ കാണുവാൻ ഞാൻ പോയിട്ടുണ്ട്. ആസ്വാദനത്തിന്റെ തലത്തിൽ നിന്നുകൊണ്ടു വിലയിരുത്തുവാനല്ലാതെ ആന്തരികമായ മറ്റൊരു സവിശേഷതയും ദേവാലയ സന്ദർശനത്തിൽനിന്നും എനിക്കു ലഭിച്ചിട്ടില്ല.

പള്ളിക്ക് മുന്നിലെത്തിയപ്പോൾ കാമില അവിടെ നിന്നു.

"ദൈവം മാളികയിൽ വസിക്കുന്നു. സാത്താൻ തെരുവിലും. അപ്പോഴും ദൈവം തന്നെ മികച്ച ബൂർഷ്വ അല്ലേ ബുവെ?"

രാജകൊട്ടാരങ്ങൾ മോഹിക്കാത്ത ദൈവത്തിനായി രമ്യഹർമ്യങ്ങൾ തീർക്കാൻ വിഡ്ഢിയായ മനുഷ്യൻ പട്ടിണികിടന്നുകൊണ്ട് കാണിക്കപ്പെട്ടിയിൽ പണം നിക്ഷേപിച്ചു ഭാവിക്ക് വേണ്ടി പ്രാർത്ഥിക്കുന്നു. അത്രമേൽ വളർച്ച മുരടിച്ചു മാനുഷികവികാരങ്ങൾ. ചർച്ചിന് മുന്നിൽ ധാരാളം വിനോദ സഞ്ചാരികളുണ്ടായിരുന്നു. ഭക്തി വിനോദമാകുന്നത് കണ്ട് ചെറിയൊരാശ്വാസം അനുഭവപ്പെട്ടു എനിക്ക്. കത്തോലിക്ക സഭയുടെ നീതിരഹിതമായ നിയമങ്ങളോട് ശക്തമായ എതിർപ്പ് പ്രകടിപ്പിച്ചവരാണ് ഞാനും സാർത്രേയും.

വിനോദസഞ്ചാരികൾ പലരും ഭക്തികൊണ്ടല്ല ഇത്തരം സന്ദർശനങ്ങൾ നടത്തുന്നത്. എന്നാൽ ഭക്തി കച്ചവടച്ചരക്കാക്കുക എന്ന വില കുറഞ്ഞ രീതി പിന്തുടരുന്ന സഭയുടെ രീതി പരിഹാസ്യമായിരുന്നു. സമൂഹത്തിലെ ഓരോ തട്ടിലുള്ളവർക്കും തരം തിരിച്ചു ലഭിക്കുന്ന പരിഗണന കണ്ടും കേട്ടും മതത്തിന്റെ പേരിൽ നടക്കുന്ന അനീതിക്കെതിരെ വിപ്ലവം ഉണ്ടാക്കിയിട്ടുണ്ട് പലരും. പക്ഷേ, അത്തരം വിപ്ലവങ്ങൾ പ്രതിദ്ധ്വനികളല്ലാതെ മറ്റൊന്നും സൃഷ്ടിച്ചില്ല.

അടുത്തദിനം ഞാനും സാർത്രേയും രണ്ടു ദിക്കിലേക്ക് യാത്ര പോകും. വീണ്ടും കണ്ടുമുട്ടും വരെ അനേകം രാജ്യങ്ങളിൽ ഇതുപോലെ അനേകം കാഴ്ചകൾക്ക് സാക്ഷിയാകും. ജീവിതം ഇതുവരെ പഠിപ്പിച്ചതിൽ കൂടുതൽ എന്തെങ്കിലും പഠിപ്പിക്കുമെന്നുള്ള പ്രതീക്ഷയോ ലഭിച്ച അറിവുകൾ പരിമിതമായി പോയിയെന്നുള്ള പരാതികളോ ഇല്ലാതെ.

ഞാനും കാമിലയും ഏറെ നേരമായി മൂകരായാണ് നടക്കുന്നതെന്ന് ഞാനപ്പോഴാണ് ഓർത്തത്.

ഞങ്ങളുടെ രണ്ടുപേരുടെയുമുള്ളിൽ സംഘർഷഭരിതമായ അനേകം വികാരവിചാരങ്ങളും വീണ്ടുവിചാരങ്ങളും നിറഞ്ഞിരുന്നു.

കാമിലയുടെ കൈകളിൽ ഞാൻ കൈകോർത്തുപിടിച്ചു. അവളുടെ കൈത്തലം നന്നേ തണുത്തിരുന്നു. ചിന്തകളും വികാരങ്ങളും ആറിത്തുടങ്ങിയതിന്റെ ലക്ഷണമായിട്ടാണോ ശരീരത്തിനു തണുപ്പനുഭവപ്പെടുന്നതെന്ന് തമാശയായി ചോദിച്ചാലോയെന്നു ചിന്തിച്ചു.

"ബുവെ. ഞാനൊരു ചോദ്യം ചോദിക്കട്ടെ?"

"ചോദിക്കൂ."

"ജീവിതം പാഴായിപ്പോയെന്ന് എപ്പോഴെങ്കിലും നിങ്ങൾക്ക് തോന്നിയിട്ടുണ്ടോ?"

ഓർക്കാപ്പുറത്ത് ഗഹനമായ ആ ചോദ്യം എന്നെ ഉലച്ചുകളഞ്ഞു.

ഒരൊറ്റ വാക്കിൽ അതിനൊരുത്തരം എന്റെ പക്കൽ ഉണ്ടായിരുന്നില്ല.

"ഈ ചോദ്യം ഒട്ടും ലളിതമല്ല കാമില. ജീവിതത്തെക്കുറിച്ചുള്ള വ്യാഖ്യാനം ഒട്ടുംതന്നെ ലഘുവായതല്ലല്ലോ."

"എന്റെ ചോദ്യം സാർത്രേയും നിങ്ങളുമായുള്ള ജീവിതത്തെയും സ്വപ്നങ്ങളെയും നിലപാടുകളെയും കുറിച്ചാണ്."

"ജീവിതത്തെക്കുറിച്ചുള്ള വിലയിരുത്തൽ! ജീവനോടെയിരിക്കുമ്പോൾ ഹൃദയലാളിത്യത്തോടും മന്ദഹാസത്തോടും നടത്തുന്ന ശവസംസ്കാരത്തിന് തുല്യമല്ലേ കാമില."

"ബുവെ തൃപ്തയാണോ എന്നതാണ് എന്റെ ചോദ്യം.

"ഈ ചോദ്യം നിനക്കു യോജിച്ചതല്ല കാമില. തൃപ്തി എന്നൊന്ന് ഇല്ല എന്നും അത് മനസ്സിന്റെ ശുദ്ധമായ അസംബന്ധം മാത്രമാണെന്നും നീ തന്നെയല്ലേ ഒരിക്കൽ പറഞ്ഞത്. അതോ ഫിലോസഫി ജീവിതത്തിൽ പ്രായോഗികമല്ലെന്നാണോ നിന്റെയും അഭിപ്രായം?"

കാമില ഞെട്ടലിൽ എന്നെ നോക്കുകയും നടപ്പ് മതിയാക്കി വഴിവക്കിൽ നിൽക്കുകയും ചെയ്തു. ഞാനും നിന്നു. ഞങ്ങൾ പരസ്പരം ഉറ്റുനോക്കി നിന്നു.

"എന്തു പ്രേരണയിലാണ് ഈ വിഡ്ഢിചോദ്യം ചോദിച്ചതെന്ന് ഇപ്പോഴെനിക്ക് ഓർത്തെടുക്കാനാവുന്നില്ല ബുവെ. ഒരുപക്ഷേ, എല്ലാ തത്ത്വജ്ഞാനികളുടെയും ഉള്ളിൽ ഏകാന്തമായ ഇത്തരം ചോദ്യങ്ങൾ അലയടിച്ചു കൊണ്ടിരിക്കുമായിരിക്കും. ചിലപ്പോഴത് കാറ്റത്ത് അഴിഞ്ഞുപോയ പട്ടം കണക്കെ അശാന്തമായി പറന്നുനടക്കും. മറ്റ് ചിലപ്പോൾ തൊടുത്തുവിട്ട അമ്പ് ലക്ഷ്യം തെറ്റി പായുംപോലെ നിലവിളിയോടെ അവസാനിക്കുകയും ചെയ്യും."

"ഇതൊരു അമ്പായിരുന്നു കാമില. എന്നാൽ അത് ലക്ഷ്യത്തിൽ തന്നെ കൊള്ളുകയും ചെയ്തു. ഇതേ ചോദ്യം എത്രയോ വർഷങ്ങളായി

ഞാനെന്നോടു തന്നെ ചോദിച്ചു വിവശയായതാണ്. ഒരിക്കൽ എന്നെ ഉപദേശിച്ചയാൾ തന്നെ അതേ ചോദ്യം ഇന്ന് ചോദിച്ചിരിക്കുന്നു.

എത്ര അത്ഭുതമാണ് മനുഷ്യമനസ്സ്!"

ആ തെരുവോരത്ത് ജീവിതത്തിലെ ഏറ്റവും അർത്ഥപൂർണ്ണവും സങ്കീർണ്ണവുമായ ചോദ്യത്തിന് ഉത്തരമില്ലാതെ ഞങ്ങൾ തരിച്ചു നിന്നു.

സെന്റ് ഡെന്നീസ് ബെസലിക്ക ചർച്ചിൽ അപ്പോൾ കുർബ്ബാനയ്ക്കുള്ള മണികൾ മുഴങ്ങുന്നുണ്ടായിരുന്നു. ഭക്തിയോടെയല്ലാതെ കൈക്കൊള്ളുന്ന കുർബ്ബാന പോലെതന്നെ വിഷമകരമാണ് തൃപ്തിയെന്നുള്ള ആശയവുമെന്ന് എനിക്കു തോന്നി.

വീണ്ടും അതേ ആശയക്കുഴപ്പമുള്ള ചോദ്യം. എന്താണ് തൃപ്തി?

എന്നെ സംബന്ധിച്ച് കഴിഞ്ഞ ഏതാനും വർഷങ്ങൾ നോവലെഴുത്തിലെ ന്യൂനതകളോർത്തുള്ള സംഘർഷങ്ങളായിരുന്നു. എഴുത്തിന് ശേഷം തൃപ്തി ലഭിച്ചുവോ എന്നു ചോദിച്ചാൽ എനിക്കുത്തരമില്ല. പോരായ്മകൾ ഓരോ വരികൾക്കിടയിലും മുഴച്ചുനിൽക്കുന്നതായി വീണ്ടും വീണ്ടുമുള്ള വായനയിൽ തോന്നലുണ്ടായിക്കൊണ്ടിരുന്നു. ഫിലോസഫിയിൽനിന്നും എനിക്കു തൃപ്തി കിട്ടിയോ. സത്യസന്ധമായ ഉത്തരം നൽകാൻ ധൈര്യം കിട്ടുന്നില്ല.

ജീവിതവും പ്രണയവും. അത് പോരായ്മകളുടെ രണ്ടുപുറമാണ്. ഒരു നാണയമെറിഞ്ഞിട്ട് ഏത് പുറം വേണമെന്ന് തിരഞ്ഞെടുക്കുമ്പോലെ ക്ലേശകരമായത്. രണ്ടിലും ആശയപരമായി ഒളിഞ്ഞുകിടക്കുന്ന അതൃപ്തിയുടെ നിഴലുണ്ട്. "കുൽസിതമായ പ്രവർത്തനങ്ങളിലേർപ്പെടാതെ ജീവിതത്തിൽ നേടുന്ന കൊച്ചുകാര്യം മതി ഒരു യഥാർത്ഥ മനുഷ്യനെ തൃപ്തനാക്കാൻ. ആ അർത്ഥത്തിൽ നമ്മൾ തൃപ്തരാണ് എന്നാണ് എന്റെ അഭിപ്രായം. നിന്റേയോ കാമില?"

കാമില പൊട്ടിച്ചിരിച്ചുകൊണ്ട് പറഞ്ഞു. "ഇതാണ് സത്യം."

ആ വഴിവക്കിൽ വച്ച് ജീവിതത്തെക്കുറിച്ചുള്ള സങ്കീർണ്ണമായ ചോദ്യത്തിന് ഏറ്റവും ലളിതമായ ഉത്തരം പറഞ്ഞതിന് ശേഷം ഞങ്ങൾ യാത്ര പറഞ്ഞു പിരിഞ്ഞു.

രണ്ടു വഴിയിലൂടെ, രണ്ടു ലക്ഷ്യങ്ങളിലേക്ക്.

ഞാൻ സാർത്രെയെക്കുറിച്ചു വീണ്ടുമോർത്തു. ഞങ്ങളുടെ സ്വപ്നങ്ങളും ലക്ഷ്യങ്ങളും ഒരിക്കൽ ഒന്നായിരുന്നു. പക്ഷേ, സമാന്തരരേഖകൾപോലെ സഞ്ചരിക്കാനും ജലരേഖകൾപോലെ ഓളങ്ങളിൽ അലിഞ്ഞുചേരാനും കൊതിക്കുന്ന ഹൃദയം വച്ചുപിടിപ്പിച്ചാണ് സൃഷ്ടികർത്താവ് ഞങ്ങളെ ഭൂമിയിലേക്കയച്ചത്. ഹൃദയം പങ്കുവെച്ച കൂട്ടുകാരനുമായി ആഴത്തിൽ ബന്ധിക്കപ്പെടുമ്പോഴും വിഭിന്ന മനുഷ്യരുമായുള്ള വ്യക്തിഗതബന്ധങ്ങൾ എനിക്കു വിലപ്പെട്ടത് തന്നെയായിരുന്നു. ജീവിതലക്ഷ്യം സന്തോഷവും. പക്ഷേ, ചരിത്രം ഒരിക്കലെന്റെമേൽ അടർന്ന് വീണു. ഞാൻ തുണ്ട് തുണ്ടായി ചിതറി. എന്റെ മനസ്സും ആഗ്രഹങ്ങളും

ഭൂഗോളത്തിന്റെ നാലു ഭാഗങ്ങളിലായി ചിതറിക്കിടക്കുന്നതായി ഞാൻ മനസ്സിലാക്കി. ആ സമയത്തും ഓരോ മനുഷ്യരുമായും എന്റെ ശരീരത്തിലെ സകല സിരകളിലൂടെയും ഞാൻ ബന്ധിക്കപ്പെട്ടുകൊണ്ടിരുന്നു. പലപ്പോഴും എന്റെ ആശയങ്ങളും മൂല്യങ്ങളും തകിടം മറിഞ്ഞു. എനിക്കു നേടിയെടുത്തേ തീരുമായിരുന്നുള്ളൂ. അതുകൊണ്ടുതന്നെ ജീവിച്ചതിന്റെ അടയാളങ്ങൾ രേഖപ്പെടുത്തുകയെന്ന ലക്ഷ്യം മാത്രമാണു ഞങ്ങളെ മുന്നോട്ടു നയിക്കുന്നതും.

www.ingramcontent.com/pod-product-compliance
Lightning Source LLC
LaVergne TN
LVHW090318051026
849518LV00005B/1814
9788119131204